ந[illegible]
எளிதா[illegible]தும்
மக்களிடம்
செல்வாக்குடன்
விளங்குவதும் எப்படி

(How to Win Friends & Influence People)

உருவாக்கியவர்

டேல் கார்னகி

தமிழில் மொழிபெயர்த்தவர்

நாகலட்சுமி சண்முகம்

DIAMOND BOOKS

டைமண்ட் புக்ஸ்

முதல் பதிப்பு : 2022

நண்பர்களை எளிதாகப் பெறுவதும் மக்களிடம் செல்வாக்குடன் விளங்குவதும் எப்படி

(How to Win Friends & Influence People)

Published in India by

DIAMOND BOOKS
டைமண்ட் புக்ஸ்

வெளியீட்டாளர்: டைமண்ட் பாக்கெட் புக்ஸ் (பி) லிமிடெட்
எக்ஸ் - 30, ஓக்லா இண்டஸ்ட்ரியல் ஏரியா, ஃபேஸ் - II
புதுதில்லி – 110020
தொலைபேசி: 011 – 40712200,
E-mail: ebooks@dpb.in
Website: www.diamondbooks.in

லேசர் டைப்செட், வடிவமைப்பு,
எடிட்டிங் - **குணசீலிபிஸ்வநாத் குழு**

இப்புத்தகத்தைப் படிக்க வேண்டிய
அவசியமே இல்லாத
என் ஆத்ம நண்பன் ஹோமர் கிராய்க்கு
இப்புத்தகம் சமர்ப்பணம்

உள்ளடக்கம்

பகுதி ஒன்று

மக்களைக் கையாள்வதிலுள்ள அடிப்படை உத்திகள்

பகுதி இரண்டு

மக்களை உங்கள்மீது விருப்பம் கொள்ளச் செய்வதற்கான வழிகள்

பகுதி மூன்று

உங்களோடு ஒத்துப் போகும்படி மக்களை மாற்றுவது எப்படி

பகுதி நான்கு

தலைமைத்துவம்: மக்களுடைய மனத்தைப் புண்படுத்தாமலும் கோபப்படுத்தாமலும் அவர்களை மாற்றுவது எப்படி

முன்னுரை

திருமதி டேல் கார்னகி

இப்புத்தகம் முதன்முதலாக 1937ல் வெறும் ஐந்தாயிரம் பிரதிகளுடன் பிரசுரிக்கப்பட்டது. டேல் கார்னகியோ அல்லது அவரது பதிப்பாளர்கள் சைமன் மற்றும் ஷுஸ்டரோ இதற்கு அதிகமான விற்பனையை எதிர்பார்க்கவில்லை. ஆனால் ஒரே இரவில் இப்புத்தகம் மக்களிடையே பெரும் பரபரப்பை ஏற்படுத்தியதும். பொதுமக்களின் எதிர்பார்ப்பிற்கு ஈடு கொடுக்கும் வண்ணம் பல பதிப்புகள் வெளியிடப்பட்டதும் அவர்களைப் பெரும் வியப்பிற்கு ஆளாக்கியது. இது இன்றளவும் சர்வதேச விற்பனையில் சாதனை படைத்து, புத்தக வரலாற்றில் தனக்கென்று ஓரிடத்தைத் தக்கவைத்துக் கொண்டுள்ளது. அமெரிக்காவில் ஏற்பட்டப் பெரும் பணவீழ்ச்சிக்குப் பிறகு வந்த நாட்களில் ஏற்பட்ட ஏதோ ஓர் ஆர்வக் கோளாறு என்பதற்கும் மேலாக, இப்புத்தகம் பலரது இதயங்களைத் தொட்டு, ஒரு மனிதத் தேவையைப் பூர்த்தி செய்தது. இன்றளவும் இப்புத்தகம் தொடர்ந்து விற்பனையாகி வருவது இதற்குச் சான்று பகர்வதாக அமைந்துள்ளது.

ஆங்கில மொழியில் ஒரு சொற்றொடரைப் புகுத்துவதைவிடப் பத்து இலட்சம் டாலர்களைச் சம்பாதிப்பது மிகவும் சுலபமானது என்று டேல் கார்னகி கூறுவதுண்டு. “நண்பர்களை எளிதாகப் பெறுவதும் மக்களிடம் செல்வாக்குடன் விளங்குவதும் எப்படி“ என்பது கேலிச் சித்திரங்கள் முதல் புதினங்கள் வரை, பல இடங்களில் மேற்கோள் காட்டப்பட்டு, பொழிப்புரை வழங்கப்பட்டு, எண்ணற்ற சந்தர்ப்பகங்ளிலும் சூழல்களிலும் பயன்படுத்தப்பட்டுள்ள ஒரு சொற்றொடராக

மாறியுள்ளது. இப்புத்தகம் கிட்டத்தட்ட உலகிலுள்ள அனைத்து மொழிகளிலும் மொழியாக்கம் செய்யப்பட்டுள்ளது.

ஒவ்வொரு தலைமுறையும் இதைப் புதியதொரு வழியில் கண்டறிந்து, தனக்குப் பொருத்தமான ஒன்றாக இருப்பதைக் கண்டுகொண்டுள்ளது.

அப்படியானால், விறுவிறுப்பான, உலகளவில் விரும்பப்படும் ஒன்றாகத் தன்னை நிரூபித்திருக்கும். தொடர்ந்து அதை நிரூபித்துக் கொண்டிருக்கும் ஒரு புத்தகத்தை ஏன் திருத்தியமைக்க வேண்டும் என்ற கேள்வி எழுவது நியாயம்தான்.

இதற்கு விடையளிப்பதற்கு, தன் வாழ்நாளில் தன் படைப்புகளை அயராது தொடர்ந்து திருத்திக் கொண்டேயிருந்தவர் கார்னகி என்பதை நாம் உணர்ந்து கொள்வது அவசியம். மேடைகளில் திறம்படப் பேசுவது மற்றும் மனித உறவுகளைத் திறம்படக் கையாள்வது பற்றிய அவரது பயிற்சி வகுப்புகளில் ஒரு பாடப் புத்தகமாகப் பயன்படுத்தப்படுவதற்காக இப்புத்தகம் எழுதப்பட்டது. இன்றும் இப்புத்தகம் அவ்வகுப்புகளில் பயன்படுத்தப்பட்டு வருகிறது. 1955ல் அவர் இறக்கும் வரை, பெருகிக் கொண்டேயிருக்கும் பொதுமக்களின் புதிய தேவைகளுக்குப் பொருத்தமாக இருக்கும்படி அவர் தொடர்ந்து அப்பயிற்சிகளைத் திருத்தியமைத்து மேம்படுத்தி வந்தார். பேச்சுக் கலை குறித்தத் தன் புத்தகத்தை அவர் பல முறை திருத்தி எழுதினார். அவர் இன்று உயிரோடு இருந்திருந்தால், தற்போது உலகில் ஏற்பட்டுள்ள மாற்றங்களைப் பிரதிபலிக்கும் விதத்தில் அவரே இப்புத்தகத்தைத் திருத்தி அமைத்திருப்பார்.

இப்புத்தகத்தில் இடம்பெற்றிருந்த பலர், இதன் முதல் பதிப்பின்போது மிகப் பிரபலமாக இருந்தவர்கள். ஆனால் இன்றைய வாசகர்கள் பலருக்கு அவர்களில் பலரைத் தெரியாது. குறிப்பிட்ட சில எடுத்துக்காட்டுகளும் சொற்றொடர்களும் நம் சமூகச் சூழ்நிலைக்குப் பொருந்தாதவையாக இருந்தன. இப்புத்தகத்தின் முக்கியச் செய்தியும் அதன் ஒட்டுமொத்தத் தாக்கமும் பலவீனப்படும் அளவிற்கு அவை இருந்தன.

அதனால், இப்புத்தகத்தின் கருத்துக்களுடன் குறுக்கிடாமல் நவீன வாசகருக்கு ஏற்ற வகையில் இப்புத்தகத்தைத் தெளிவாக்கி, வலிமைப்படுத்துவதுதான் இப்பதிப்பின் நோக்கம். ஒருசிலவற்றை நீக்குவது, மற்றும் கூடுதலாக ஒருசில தற்கால உதாரணங்களை இணைப்பது ஆகியவற்றைத் தவிர, நாங்கள் இப்புத்தகத்தில் வேறு எதையும் 'மாற்றவில்லை." கார்னகிக்கே உரிய எழுத்துப் பாணியான சீரான ஓட்டத்தை நாங்கள் அப்படியே தக்க வைத்துள்ளோம். 1930களில் பயன்படுத்தப்பட்டக் கொச்சை வழக்குகூட அப்படியே உள்ளது. டேல் கார்னகியின் எழுத்து அவரது பேச்சைப் போன்றே உற்சாகம் பொங்கும் ஒன்றாகவும், எளிமையான வார்த்தைகள் நிறைந்ததாகவும், உரையாடல் முறையிலும் அமைந்துள்ள ஒன்று.

எனவே அவரது குரல், அவரது புத்தகங்கள் வாயிலாக எப்போதும்போல இன்றும் ஆற்றலுடன் எதிரொலித்துக் கொண்டிருக்கிறது. ஒவ்வொரு வருடமும் உலகெங்கிலும் கார்னகி பயிற்சி வகுப்புகளில் கலந்து கொள்பவர்களின் எண்ணிக்கை ஆயிரக்கணக்கில் அதிகரித்து வருகிறது. அதோடு இலட்சக்கணக்கானவர்கள் இப்புத்தகத்தை வாசித்து, இதிலுள்ள கருத்துக்களைப் படித்தறிந்து, தங்கள் வாழ்வைச் சிறப்பாக்குவதற்கு இதில் கூறப்பட்டுள்ள கொள்கைகளைப் பயன்படுத்தி வருகின்றனர். அவர்கள் அனைவருக்கும் கார்னகியின் இந்த அற்புதப் படைப்பை மெருகேற்றி இப்பதிப்பின் மூலம் நாங்கள் சமர்ப்பிக்கிறோம்.

அணிந்துரை

லோவல் தாமஸ்

1935ம் ஆண்டு ஜனவரி மாதத்தில் ஒரு குளிரான இரவு அது. அக்கடுங்குளிரையும் பொருட்படுத்தாது நியூயார்க்கில் இருந்த பென்சில்வேனியா உணவகத்தின் பிரம்மாண்டமான நடன அறையில் 2500 பேர் பெருந்திரளாகக் கூடியிருந்தனர். ஏழரை மணியளவில் அந்த அரங்கில் காலியாக ஓர் இருக்கைகூட இல்லை. அகன்ற மேல்மாடத்திலும் கூட்டம் அலை மோதியது. நிற்கக்கூட இடம் கிடைக்கவில்லை. நாள் முழுவதும் வேலை பார்த்துவிட்டுக் களைத்துப்போய் வந்திருந்த நூற்றுக்கணக்கான பேர் ஒன்றரை மணிநேரம் நின்றவாறே அன்றிரவு அந்த நிகழ்ச்சியைக் கண்டுகளித்தனர்.

அது என்ன நிகழ்ச்சி? ஆடை அலங்கார அணிவகுப்பு நிகழ்ச்சியா? அல்லது நடிகர் கிளார்க் கேபிள் அங்கு வருகை தந்திருந்தாரா?

இல்லை. அங்கு கூடியிருந்தவர்கள் அனைவரும் ஒரு நாளேட்டில் வெளிவந்திருந்த ஒரு விளம்பரத்தால் ஈர்க்கப்பட்டிருந்தனர். இரண்டு நாட்களுக்கு முன், “நியூயார்க் சன்“ நாளேட்டில் இந்த முழுப் பக்க அறிவிப்பு இடம் பெற்றிருந்தது.

திறமையோடு பேசுவது எப்படி என்று
கற்றுக் கொள்ள வேண்டுமா?
தலைமைத்துவப் பண்பை வளர்த்துக்
கொள்ள வேண்டுமா?
வாருங்கள் பென்சில்வேனியா
உணவகத்திற்கு!

நிர்வாகிகள், நிறுவன உரிமையாளர்கள், தொழில் வல்லுனர்கள் போன்ற சமூகத்தில் வசதியான நிலையில் இருந்த மக்கள்தான் அன்று அங்கு வந்திருந்தனர்.

இவர்கள் அனைவரும் “வியாபாரத்தில் திறமையோடு பேசுவதும் மக்களிடம் செல்வாக்குடன் விளங்குவதும் எப்படி“ என்ற தலைப்பில் டேல் கார்னகி ஒரு பயிற்சி வகுப்பின் துவக்க விழாவில் கூறப்படுவதைக் கேட்பதற்காக வந்திருந்தனர்.

வணிகத்தில் ஈடுபட்டிருந்த இந்த இரண்டாயிரத்து ஐநூறு மக்கள் ஏன் அங்கு வந்திருந்தனர்? பொருளாதார நெருக்கடியினால் ஏற்பட்ட, அதிகக் கல்வி குறித்தப் பசியின் காரணமாகவா?

நிச்சயமாக இல்லை. அறிவு மட்டுமே பொருளாதாரம் மற்றும் தொழில்முறை வெகுமதிகளுக்கான திறவுகோல் என்று நம்பி, உயர்நிலைப் பள்ளியிலும் கல்லூரியிலும் படித்துவிட்டு அவர்கள் தங்கள் வாழ்க்கையைத் துவக்கி இருந்தனர். ஆனால் வணிகத்திலும், தொழில்முறை வாழ்விலும் ஒருசில வருடங்களில் அவர்கள் சந்தித்த மேடு பள்ளங்கள் அந்த மாயையைப் போக்கின. சில முக்கியமான வணிக வெற்றிகள், அறிவோடு சேர்த்து, நன்றாகப் பேசக்கூடிய திறன், மக்களைத் தங்கள் சிந்தனைக்கு ஒத்துப்போகச் செய்யும் திறன், மற்றும் தங்களையும் தங்கள் யோசனைகளையும் நன்றாக ‘விற்க’க்கூடிய திறன் ஆகியவற்றைப் பெற்றிருந்த மக்களுக்குக் கிடைத்ததை அவர்கள் கண்டனர்.

தலைவர் என்ற தொப்பியை அணிந்துகொண்டு, வணிகம் என்ற கப்பலை வழிநடத்த ஆழ்விருப்பம் கொண்டுள்ள எவரொருவருக்கும், ஆளுமையும், நன்றாகப் பேசக்கூடிய திறனும் மிக முக்கியமானவை என்பதை விரைவில் அவர்கள் கண்டறிந்தனர்.

பெசில்வேனியா உணவகத்தில் நடைபெற்ற நிகழ்ச்சி மிகவும் சுவாரசியமாக இருக்கும் என்று நியூயார்க் சன் செய்தித்தாள் விளம்பரம் வாக்குறுதி அளித்திருந்தது. அது அவ்வாறே அமைந்தது.

ஏற்கனவே அப்பயிற்சியைப் பெற்றிருந்த பதினெட்டுப் பேர் மேடைக்கு அழைக்கப்பட்டனர். அதில் பதினைந்து பேருக்குத் தங்கள் கதையைக் கூறுவதற்குத் தலா எழுபத்தைந்து விநாடிகள் கொடுக்கப்பட்டன. எழுபத்தைந்து விநாடிகளுக்குப் பிறகு மணி ஒலிக்கப்பட்டு, ”நேரம் முடிந்துவிட்டது! அடுத்தப் பேச்சாளர்!” என்று தலைவர் அறிவித்தார். சமவெளியில் எருதுகள் இடி முழக்கத்தோடு

பாய்ந்து ஓடுவதைப்போல் அந்த நிகழ்ச்சி விறுவிறுப்பாகச் சென்றது.

பேச்சாளர்கள் வாழ்வின் பலதரப்பட்ட நிலைகளில் இருந்து தேர்ந்தெடுக்கப்பட்டு இருந்தனர்: விற்பனைப் பிரதிநிதிகள், பல்பொருள் அங்காடி நிர்வாகி, சமையற்காரர். வர்த்தக அமைப்பின் தலைவர், வங்கியாளர்கள், காப்பீட்டு முகவர், கணக்காளர், பல் மருத்துவர், கட்டிடக் கலை நிபுணர், மருந்துக் கடைக்காரர், வழக்கறிஞர் என்று ஒரு கதம்பக் கூட்டம். மூன்று பேச்சாளர்கள் இப்பயிற்சியால் எவ்வாறு பயனடைந்தனர் என்று விரிவாகப் பேசினர்.

முதல் பேச்சாளரான பேட்ரிக் ஓ ஹேர், அயர்லாந்து நாட்டில் பிறந்து, வெறும் நான்கு வருடப் பள்ளிப் படிப்பைப் பெற்றவர். அவர் அமெரிக்காவில் குடிபுகுந்து, ஒரு பழுது நீக்குனராகவும், பின்னர் கார் ஓட்டுனராகவும் வேலை பார்த்து வந்தார். பெருகி வந்தக் குடும்பத் தேவைகளை ஈடுகட்ட லாரிகளை விற்க முயற்சித்தார். தாழ்வு மனப்பான்மை அவரது இதயத்தை வாட்டியெடுக்க, ஓர் அலுவலகத்தின் கதவைத் திறந்து உள்ளே செல்வதற்கான துணிச்சலை வரவழைப்பதற்கு முன் பத்து அல்லது பன்னிரண்டு முறைகள் தான் அந்த அலுவலக வாசலின் மேலும் கீழும் நடக்க வேண்டியிருந்ததாக அவர் கூறினார். ஒரு விற்பனையாளராக பெரிதாகச் சாதிக்க முடியாமல் ஊக்கம் இழந்திருந்த அவர், மீண்டும் பழுதுபார்ப்புப் பட்டறைக்குச் செல்ல வேண்டியதுதான் என்று முடிவு செய்தார். அப்போது ஒருநாள். டேல் கார்னகி நடத்தி வந்த 'திறமையுடன் பேசுவது எப்படி" பயிற்சி வகுப்பைப் பற்றித் தெரிந்து கொள்வதற்காகக் கூட்டப்பட்ட ஒரு சந்திப்புக் கூட்டத்திற்கு வருமாறு அவருக்கு ஓர் அழைப்பு வந்தது.

அவர் அக்கூட்டத்திற்குப் போக விரும்பவில்லை. அங்கு சென்றால் கல்லூரிப் பட்டதாரிகளுடன் உரையாட வேண்டும் என்றும், தன்னால் அங்கு சகஜமாக இருக்க முடியாது என்றும் அவர் பயந்தார்.

மிகுந்த மனக்கசப்போடு இருந்த அவரது மனைவி,"பேட், நீங்கள் அங்கு செல்வது உங்களுக்கு நல்லதாக அமையுமென்று எனக்குத் தோன்றுகிறது," என்று கூறி அவரைப் போகுமாறு வற்புறுத்தினார். அவர் சந்திப்பு நடந்த இடத்திற்குச் சென்று நடைபாதையில் ஐந்து நிமிடங்கள் நின்றார். பிறகு

தன்னம்பிக்கையை வரவழைத்துக் கொண்டு கூட்ட அறைக்குள் சென்றார்.

பயிற்சி வகுப்பில் சேர்ந்த தருணத்திலிருந்து மற்றவர்களுக்கு முன்னால் அவர் பேச முயற்சித்தபோது, பயத்தில் அவருக்கு நாக்கு வறண்டு போனது. ஆனால் வாரங்கள் செல்லச் செல்ல, அவருக்குப் பார்வையாளர்களைப் பற்றிய பயம் மறைந்துவிட்டது. பேசுவது தனக்குப் பிடித்திருக்கிறது என்பதை அவர் விரைவில் கண்டுகொண்டார். பார்வையாளர்கள் கூட்டம் பெரிதாக இருந்தபோது அவர் இன்னும் அதிக விருப்பதுடன் பேசினார். மேலும், தனிநபர்கள் மற்றும் மேலதிகாரிகள் குறித்த பயமும் அவரிடமிருந்து காணாமல் போய்விட்டது. அவர் தன் யோசனைகளைத் தன் மேலதிகாரிகளிடம் வழங்கினார். விரைவில் விற்பனைத் துறைக்குள் நுழைந்தார். அவரது நிறுவனத்தின் ஒரு மதிப்புமிக்க, பலரால் விரும்பப்பட்ட ஓர் ஊழியராக அவர் உருவானார். அன்றிரவு. பென்சில்வேனியா உணவகத்தில், இரண்டாயிரத்து ஐநூறு மக்களுக்கு முன் நின்று அவர் தன் சாதனைகள் குறித்து மிகுந்த நகைச்சுவையுடன் பேசினார். பார்வையாளர்கள் மத்தியில் சிரிப்பலை தொடர்ந்து எழுந்து கொண்டிருந்தது. வெகுசில தொழில்முறைப் பேச்சாளர்களால் மட்டுமே அவரது அன்றையப் பேச்சிற்கு ஈடு கொடுத்திருக்க முடிந்திருக்கும்.

அடுத்தப் பேச்சாளர், பதினோரு குழந்தைகளின் தந்தையான, நரைத்தத் தலையுடன்கூடிய காட்ஃப்ரீ மேயர். முதன்முறையாக அவர் தன் பயிற்சி வகுப்பில் பேச முயற்சித்தபோது, அவரால் ஒன்றுமே பேச முடியவில்லை. அவரது மனம் வேலை செய்ய மறுத்தது. பேச முடிந்த மனிதரை நோக்கியே தலைமைத்துவம் ஈர்க்கப்படுகிறது என்பதற்கான சரியான விளக்கம் அவரது கதை.

அவர் வால்ஸ்டிரீட்டில் வேலை பார்த்து வந்தார். அவரது அலுவலகத்தில் இருந்து சுமார் இருபது மைல் தூரத்தில் இருந்த க்ளிஃப்டன் என்ற நகரத்தில் இருபத்தைந்து வருடங்களுக்கும் மேலாக அவர் வசித்து வந்தார். அந்த நேரத்தில் அவர் எந்தச் சமூக நிகழ்வுகளிலும் கலந்து கொள்ளவில்லை. அவர் அந்நகரில் அதிகபட்சமாக ஐநூறு பேரைத் தெரிந்து வைத்திருந்திருக்கக்கூடும்.

கார்னகி பயிற்சி வகுப்பில் சேர்ந்த சில நாட்களில், அவர் தன் வரிக்கான பில்லைப் பெற்றார். அவர் செலுத்த வேண்டியதாக அதில் கூறப்பட்டிருந்த தொகை நியாயமற்றது என்று கருதி அவர் கோபத்தில் கொதித்தார். சாதாரணமாக, அவர் தன் வீட்டில் அமர்ந்து மனத்தில் புழுங்கிக் கொண்டிருந்திருப்பார் அல்லது தன் அண்டை வீட்டாரிடம் தன் மனக் குமுறலை வெளிப்படுத்தியிருப்பார். ஆனால் அன்றிரவு அவர் நகர சந்திப்புக் கூட்டத்தில் கலந்து கொண்டு, பொதுமக்கள் முன்னிலையில் தன் கோபத்தைக் கொட்டித் தீர்த்தார்.

இந்த அனல் தெறித்தப் பேச்சின் விளைவாக, க்ளிஃப்டன் நகரக் குடிமக்கள், நகரமன்றத் தேர்தலில் போட்டியிட அவரை வலியுறுத்தினர். எனவே தொடர்ந்து பல வாரங்களுக்கு அவர் அடுத்தடுத்துப் பல கூட்டங்களில் கலந்து கொண்டு, நகராட்சியின் தேவையற்றச் செலவுகள் மற்றும் அதன் ஆடம்பரப் போக்கு ஆகியவற்றைக் குறித்துப் பேசினார்.

தேர்தலில் தொண்ணூற்று ஆறு நபர்கள் போட்டியிட்டனர். ஓட்டுகள் எண்ணப்பட்டபோது, காட்ஃப்ரீயின் பெயர் முன்னிலையில் நின்றது. கிட்டத்தட்ட ஒரே இரவில், நாற்பதாயிரம் மக்கள் அடங்கிய அவரது சமூகத்தில் அவர் ஒரு பிரபலமான புள்ளியாக உருவெடுத்தார். இருபத்தைந்து ஆண்டுகளில் அவர் பெற்றிருந்த நண்பர்களைவிட எட்டு மடங்கு அதிகமான நண்பர்களை அவர் தனது உரைகளின் வாயிலாக வாரங்களில் பெற்றார்.

மூன்றாவது பேச்சாளர், தேசிய உணவு உற்பத்தியாளர்கள் சங்கத்தின் தலைவர். அவர் அச்சங்கத்தின் தலைவராவதற்கு முன்பு, நிறுவன இயக்குனர்கள் தன் யோசனைகளைத் துணிவோடு எழுந்து நின்று பேசும் நிலையில் இருந்தார். கார்னகி பயிற்சி வகுப்பிற்குப் பிறகு, அவரால் கூட்டத்தின் முன் நின்று பேச முடிந்ததன் காரணமாக இரண்டு அதிசயங்கள் நிகழ்ந்தன. விரைவில் அவரது சங்கத்தின் தலைவராக அவர் தேர்ந்தெடுக்கப்பட்டார்.

அப்பொறுப்பின் ஒரு பகுதியாக அவர் அமெரிக்கா நெடுகிலும் பல சந்திப்புக் கூட்டங்களில் பங்கு கொள்ள வேண்டியிருந்தது. அவரது உரையிலிருந்து பல பகுதிகள் செய்தித்தாள்களிலும் வணிகப் பத்திரிகைகளிலும் அச்சிடப்பட்டு நாடு முழுவதிலும் வெளியிடப்பட்டன.

முன்பு நேரடி விளம்பரங்களில் மூன்று இலட்சம் டாலர்கள் செலவழித்து அவருக்குக் கிடைத்த விளம்பரத்தைவிட, இரண்டு வருடங்களில், அதிக ஆற்றலோடு பேசக் கற்றுக் கொண்ட பிறகு, அவரது நிறுவனத்திற்கும் அதன் பொருட்களுக்கும் அதிக விளம்பரம் கிடைத்தது. முன்பு, வியாபாரத்தில் சிறந்து விளங்கிய சில நிர்வாகிகளைத் தொலைபேசியில் தொடர்பு கொண்டு அவர்களைத் தன்னோடு உணவருந்த அழைப்பதற்குத் தான் மிகவும் தயங்கியதாக அவர் கூறினார். ஆனால் அவரது சொற்பொழிவுகள் மூலம் அவருக்குக் கிடைத்திருந்த மதிப்பின் காரணமாக, அதே முக்கியப் பிரபலங்கள் இப்போது அவரைத் தொலைபேசியில் தொடர்பு கொண்டு தங்களோடு உணவருந்த வருமாறு அழைக்கின்றனர். அதோடு, மட்டுமல்லாமல் அவரது நேரத்தை எடுத்துக் கொள்வதற்காக அவர்கள் மன்னிப்பும் கோருகின்றனர்.

பேச்சுத்திறன் என்பது தனிச்சிறப்புடன் விளங்குவதற்கு ஒரு சிறந்த வழி. அது ஒருவரைப் பிரபலமாக்குகிறது, மற்றவர்களைவிட உயர்ந்த நிலைக்கு உயர்த்துகிறது. பிறர் ஏற்றுக் கொள்ளும் விதத்தில் பேசக்கூடிய நபருக்கு, அவர் பெற்றிருக்கும் திறனுக்கான மதிப்பைவிடக் கூடுதல் மதிப்பை மக்கள் வழங்குகின்றனர்.

ஒரு யோசனையில் அதி தீவிர நாட்டம் கொண்ட ஒருவர், மிகுந்த உற்சாகத்துடனும் விடாமுயிற்சியுடனும் செயல்பட்டால், அது குறித்து அவருடைய வாழ்க்கையில் என்னவெல்லாம் சாதிக்கலாம் என்பதற்கான ஒரு சரியான எடுத்துக்காட்டாக டேல் கார்னகியின் சொந்த வாழ்க்கை விளங்குகிறது.

டேல் கார்னகி மிசௌரி மாவட்டத்தில் ஒரு வயற்புற வீட்டில் பிறந்தார். அவரது பன்னிரண்டாவது வரை அவர் டிராமையே பார்த்ததில்லை. இருந்தாலும் அவரது நாற்பத்தாறாவது வயதிற்குள் உலகின் பல்வேறு இடங்களுக்கும் அவர் பயணித்திருந்தார்.

ஒரு காலத்தில் ஒரு மணிநேரத்திற்கு ஐந்து சென்டுகள் என்ற கணக்கில் ஸ்டிராபெரிகளைப் பறித்துப் பணம் சம்பாதித்த அவர், பின்னாளில் சுயவெளிப்பாட்டுக் கலையைப் பெருநிறுவன நிர்வாகிகளுக்குப் பயிற்றுவித்து, மிக அதிக ஊதியம் பெற்றப் பயிற்சியாளராக விளங்கினார். இலண்டன் நகரில் அரச குடும்பத்தின் ஆதரவின்கீழ் பல நிகழ்ச்சிகளை நடத்தினார்.

இளம் கார்னகி கல்விக்காக மிகவும் போராட வேண்டியிருந்தது. ஏனெனில், வடமேற்கு மிசௌரி மாநிலத்திலிருந்த அவரது வயலை எப்போதும் துரதிர்ஷ்டம் துரத்திக் கொண்டே இருந்தது. வருடா வருடம் வெள்ளம் வந்து அவர்களது மக்காச்சோளப் பயிரையும் வைக்கோலையும் அடித்துச் சென்றது. ஒவ்வொரு பருவத்திலும் அவர்களது நோய்வாய்ப்பட்டு, காலரா கொழுத்தப் பன்றிகள் நோயால் மடிந்தன. கால்நடைகள் மற்றும் கோவேறுக் கழுதைகளுக்கான சந்தை விலை சரிந்து கொண்டே இருந்தது. அவர்களுக்குக் கடன் கொடுத்திருந்த வங்கி, கொடுத்தக் கடனை ரத்து செய்து, ஈடாக வைக்கப்பட்டவற்றை கையகப்படுத்திக் கொள்ளப் போவதாக அச்சுறுத்தியது.

அவரது குடும்பத்தார் ஊக்கமிழந்து, தங்கள் வயலை விற்றுவிட்டு வாரென்ஸ்பர்க் என்னும் வேறோர் ஊரில் ஒரு வயலை வாங்கினர். அவ்வூருக்கு அருகில் இருந்த ஒரு நகரத்தில் கார்னகி படித்துக் கொண்டிருந்தார். அந்நகரத்தில் தங்குமிடமும் உணவும் நாளொன்றுக்கு ஒரு டாலர் என்ற கணக்கில் கிடைத்தபோதும் அவருக்கு அது கட்டுப்படியாகவில்லை. எனவே அவர் தன் வயல் வீட்டிலேயே தங்கி, தினமும் சுமார் ஐந்து கிலோமீட்டர் தூரம் குதிரையில் பயணம் செய்து கல்லூரிக்குச் சென்றார். வீட்டில், அவர் மாடுகளிடம் பால் கறந்தார், விறகு வெட்டினார், பன்றிகளுக்குத் தீவனம் வைத்தார், கண்ணயர்ந்து தலைசாய்க்கும்வரை அரிக்கேன் விளக்கு வெளிச்சத்தில் படித்தார்.

மாநில ஆசிரியர்கள் கல்லூரியில் ஆறாயிரம் மாணவர்கள் இருந்தனர். நகரில் இருந்து தங்கிப் படிக்க வசதியற்ற ஆறு மாணவர்களில் டேல் கார்னகியும் ஒருவர். தினமும் குதிரையில் பயணித்து, ஒவ்வோர் இரவும் மாடுகளிடம் பால் கறக்க வேண்டிய நிலைக்குத் தன்னை

ஆளாக்கி வைத்துள்ள வறுமை குறித்து அவர் மிகவும் அவமானப்பட்டார். தான் அணிந்திருந்த மிக இறுக்கமான மேற்சட்டையையும் மிகக் குட்டையான காற்சட்டையையும் கண்டு அவர் கூனிக்குறுகினார். அவரது தாழ்வு மனப்பான்மை வேகமாக வளர்ந்தது. தனிச்சிறப்புடன் திகழ்வதற்கான ஒரு சுருக்கு வழியை அவர் தேடினார். தன் கல்லூரியில் உள்ள சில குழுக்கள் செல்வாக்கையும் மதிப்பையும் மகிழ்ச்சியாக அனுபவித்துக் கொண்டிருந்ததை அவர் கண்டார். கால்பந்து

மற்றும் கூடைப்பந்து விளையாட்டு வீரர்களும், விவாதம் மற்றும் பொதுமேடைப் பேச்சு ஆகியவற்றில் வெற்றி பெற்றனர்.

தடகள விளையாட்டிற்கான திறன் தன்னிடம் இல்லை என்பதை உணர்ந்து கொண்ட அவர், பேச்சுப் போட்டி ஒன்றில் வெற்றி பெறத் தீர்மானித்தார். அவர் தன் பேச்சிற்காகப் பல மாதங்கள் பயிற்சி செய்தார். குதிரையில் கல்லூரிக்கு வந்து போன நேரங்களில் அவர் பயிற்சி செய்தார் மாடுகளிடம் பால் கறந்தபோதும் பயிற்சி செய்தார் கிடங்கில் வைக்கோலைக் குவித்து வைத்தபோதும் அவர் பயிற்சி செய்தார் அன்றைய தினத்தின் விவகாரங்களை, பயந்து போயிருந்த புறாக்களிடம் பெரும் உற்சாகத்தோடும். உடல் அசைவுகளோடும் நெடுநேரம் சொற்பொழிவாற்றினார்.

அத்தகையத் தீவிர ஆவல் மற்றும் பயிற்சி இருந்தும்கூட, அவர் தோல்விமேல் தோல்வியைச் சந்தித்தார். அப்போது அவருக்குப் பதினெட்டு வயது. அவர் எளிதில் உணர்ச்சிவசப்படுபவராக இருந்தார். தற்கொலை செய்து கொள்ள நினைக்கும் அளவுக்கு அவர் மிகவும் ஊக்கமிழந்து, மனம் நொந்துபோய் இருந்தார். பிறகு திடீரென்று அவர் வெற்றி பெறத் துவங்கினார் - ஒரு போட்டியில் மட்டுமல்ல் கல்லூரியில் நடந்த ஒவ்வொரு போட்டியிலும் அவர் வெற்றி பெற்றார்.

தங்களுக்குப் பயிற்சி அளிக்குமாறு பிற மாணவர்கள் அவரிடம் கெஞ்சினர். அவர் அவர்களுக்கு அளித்தப் பயிற்சியால் அவர்களும் வெற்றி பெற்றனர். கல்லூரியில் பட்டம் பெற்றப் பிறகு, நெப்ராஸ்கா மாநிலத்தின் வடபகுதியிலும் வயோமிங் மாநிலத்தின் தென்பகுதியிலும் இருந்த தோட்டப் பண்ணை உரிமையாளர்களுக்கு அஞ்சல்வழிப் பயிற்சிகளை மேற்கொள்ளத் துவங்கினார். கட்டுக்கடங்காத ஆற்றலும் உற்சாகமும் அவரிடம் பீறிட்டு எழுந்தபோதும் அவர் வெற்றி பெறவில்லை. மிகவும் ஊக்கமிழந்து, நெப்ராஸ்கா மாநிலத்தின் அலையான்ஸ் நகரில் இருந்த தன் ஓட்டல் அறைக்குச் சென்று, படுக்கையில் விழுந்து, தாங்க முடியாத துயரத்தில் அழுதார். அவர் மீண்டும் கல்லூரிக்குச் சென்று படிக்க விரும்பினார். வாழ்வின் கடினமான போராட்டத்திலிருந்து தப்பிக்க அவர் ஏங்கினார். ஆனால் அவரால் முடியவில்லை. எனவே ஒமஹா நகரத்திற்குச் சென்று வேறு வேலை தேடத் தீர்மானித்தார். இரயிலில் பயணம் செய்வதற்கு அவரிடம் போதிய பணம் இருக்கவில்லை. எனவே பயணச் சீட்டு

வாங்குவதற்கு பதிலாக, ஒரு சரக்கு இரயிலில் இருந்த முரட்டுக் குதிரைகளுக்குத் தீவனம் வைத்துக் கொண்டும், தண்ணீர் வழங்கிக் கொண்டும் அவர் பயணம் செய்தார். தெற்கு ஓமஹாவில் வந்து இறங்கியதும், ஆர்மர் நிறுவனத்திற்காக இறைச்சி மற்றும் சோப்பு விற்கும் வேலை அவருக்குக் கிடைத்தது. அவர் சரக்கு இரயில், குதிரை வண்டி, மற்றும் குதிரைகளில் பயணித்து விற்பனையில் ஈடுபட்டார். மலிவான விடுதியில் தங்கினார். விற்பனைத் திறன் குறித்தப் புத்தகங்களைப் படித்தார். பணத்தை எவ்வாறு வசூலிப்பது என்று கற்றார். எடுத்துக்காட்டாக, ஓர் உள்ளூர்க் கடைக்காரர் தான் வாங்கிய இறைச்சிக்குப் பணம் செலுத்த முடியாதபோது, கார்னகி அவரது கடையிலிருந்து பன்னிரண்டு ஜோடிக் காலணிகளை எடுத்துச் சென்று, இருப்புப் பாதை அமைக்கும் பணியில் ஈடுபட்டுள்ளோரிடம் அவற்றை விற்று அதை வசூலித்தார்.

அடிக்கடி அவர் சரக்கு இரயிலில் ஒரு நாளைக்கு 160 கிலோமீட்டர்கள் பயணித்தார். சரக்குகளை இறக்கி வைப்பதற்காக இரயில் நிறுத்தப்படும்போது, அருகிலிருக்கும் குடியிருப்புப் பகுதிக்கு ஓடிச் சென்று ஒருசில வணிகர்களைச் சந்தித்து, அவர்களிடம் ஆர்டர்களைப் பெற்றுக் கொண்டு, இரயில் புறப்படுவதற்கான விசில் ஊதப்பட்டவுடன் விரைந்து வந்து, ஓடும் இரயிலில் தாவி ஏறிக் கொள்வார்.

இரண்டு வருடங்களுக்கு உள்ளாக, அப்பிராந்தியத்தில் இருபத்தைந்தாவது இடத்தில் இருந்த ஒரு விற்பனைப் பகுதியை எடுத்து மேம்படுத்தி, அதை முதல் இடத்தில் கொண்டுவந்து நிறுத்தினார். ஆர்மர் நிறுவனம் அவரிடம், "சாத்தியமற்றதுபோல் தோன்றிய ஒரு வேலையை நீங்கள் வெற்றிகரமாகச் சாதித்துவிட்டீர்கள்," என்று கூறி அவருக்குப் பதவி உயர்வு அளித்தது. ஆனால் கார்னகி அதை ஏற்க மறுத்துவிட்டு, அந்த வேலையிலிருந்து விலகி அமெரிக்க நாடகக் கழகத்தில் சேர்ந்து படிப்பதற்காக நியூயார்க் சென்றார். "பாலி ஆ∴ப் த சர்க்கஸ்" என்ற நாடகத்தில் டாக்டர் ஹார்ட்லியின் கதாபாத்திரத்தை ஏற்று நடித்து, நாடு முழுவதும் பயணம் செய்தார்.

தான் ஒரு தலைசிறந்த நடிகராக வரக்கூடிய வாய்ப்பில்லை என்பதை அவர் அறிவுபூர்வமாக உணர்ந்தார்.

எனவே மீண்டும் விற்பனை வேலைக்குச் சென்றார். பேக்கார்டு மோட்டார் கார் நிறுவனத்தில் சேர்ந்து கார்களையும் லாரிகளையும் விற்றார்.

இயந்திரங்களைப் பற்றி அவர் அறிந்திருக்கவில்லை. அதைப் பற்றி எதையும் அவர் கண்டுகொள்ளவும் இல்லை. மிகவும் மகிழ்ச்சியற்ற நிலையில், ஒவ்வொரு நாளும் வேலைக்குச் செல்வதற்கு அவர் தன்னைத் தானே கட்டாயப்படுத்த வேண்டியிருந்தது. படிப்பதற்குப் போதிய நேரம் வேண்டும் என்று அவர் ஏங்கினார். கல்லூரியில் படித்துக் கொண்டிருந்த காலத்தில் இருந்தே புத்தகங்கள் எழுதுவதைப் பற்றிக் கனவு கண்டு கொண்டிருந்தார். எனவே அவர் அந்த வேலையிலிருந்து விலகினார். கதைகள் மற்றும் புதினங்கள் எழுவதில் தன் வாழ்நாளைக் கழிக்கத் தீர்மானித்தார். இரவுப் பள்ளியில் பாடம் கற்றுத் தருவதன்மூலம் கிடைக்கும் வருவாயில் தன் செலவுகளைச் சமாளிக்கவும் அவர் திட்டமிட்டிருந்தார்.

ஆனால் எதைக் கற்றுத் தருவது? அவர் தன் வாழ்வைப் பின்னோக்கிப் பார்த்து, தன் கல்லூரி வாழ்வை நினைத்து பார்க்க தொடங்கினார். கல்லூரியில் தான் கற்றுக் கொண்ட பிற விஷயங்கள் எல்லாவற்றையும்விட, தனக்குக் கிடைத்தப் மேடைப் பேச்சுப் பயிற்சியானது, தன்னம்பிக்கையையும், துணிவையும், கம்பீரத்தையும், மக்களைச் கையாளும் திறனையும் தனக்கு அதிகமாக அளித்திருந்ததை அவர் கண்டார். எனவே வணிகத்தில் ஈடுபட்டுள்ள மக்களுக்கு மேடைப் பேச்சுப் பயிற்சியளிக்கத் தனக்கு ஒரு வாய்ப்புத் தருமாறு அவர் நியூயார்க்கிலிருந்த ஒய்.எம்.சி.ஏ. பள்ளிகளிடம் மன்றாடினார்.

என்ன? வணிகத்தில் ஈடுபட்டுள்ள மக்களை மேடைப் பேச்சாளர்களாக ஆக்குவதா? அபத்தமாக இருக்கிறதே! ஒய்.எம்.சி.ஏ. அத்தகையப் பயிற்சிகளை ஏற்கனவே முயற்சித்துப் பார்த்துத் தோல்வியையே சந்தித்திருந்தது. ஓர் இரவுக்கு இரண்டு டாலர் என்று அவர் கேட்ட சம்பளத்தைக் கொடுக்க அவர்கள் மறுத்தபோது, கமிஷன் அடிப்படையில் கற்றுக் கொடுக்க அவர் ஒப்புக் கொண்டார். அதோடு, நிகர இலாபங்களில் ஒரு குறிப்பிட்ட சதவீதத்தை அவர் கேட்டார் - எடுத்துக் கொள்வதற்கு ஏதேனும் இலாபங்கள் கிடைக்கும் பட்சத்தில்! மூன்று வருடங்களுக்குள், இரண்டு டாலர்களுக்கு

பதிலாக, ஓர் இரவுக்கு முப்பது டாலர்களை அந்த அடிப்படையில் அவர்கள் அவருக்கு வழங்கிக் கொண்டிருந்தனர்.

பயிற்சி வகுப்புகள் பெருகின. பிற ஓய்.எம்.சி.ஏ. பள்ளிகளும் அதைப் பற்றிக் கேள்விப்பட்டன. பிறகு மற்ற நகரங்களும் அதைக் கேள்விப்பட்டன. விரைவில் டேல் கார்னகி, நியூயார்க், ஃபிலடெல்பியா, பால்டிமோர் ஆகிய நகரங்களுக்குச் சென்று கற்பித்தார். பிறகு இலண்டன், பாரீஸ் ஆகிய நகரங்களுக்கும் சென்றார். அவரது வகுப்புகளுக்குப் படையெடுத்த வணிக மக்கள் அனைவரும், ஏற்கனவே. இருந்த பாடப்புத்தகங்கள் நடைமுறைக்கு ஒவ்வாதவையாக இருந்ததாகத் தெரிவித்தனர். இதன் காரணமாக டேல் கார்னகி, “மேடைகளில் பேசுவதும் வணிகத்தில் மனிதர்களிடம் செல்வாக்குடன் விளங்குவதும் எப்படி“ என்ற தன் சொந்தப் புத்தகத்தை எழுதினார். அது அனைத்து ஓய்.எம்.சி.ஏ.க்கள் மற்றும் அமெரிக்க வங்கியாளர்கள் அமைப்பு ஆகியவற்றில் அதிகாரபூர்வமான பாடப்புத்தகமாக வைக்கப்பட்டது.

தன்னம்பிக்கையையும், தீவிரமான ஒரு யோசனையையும் கொண்டிருக்கும் எவரொருவராலும், பிறர் ஏற்றுக் கொள்ளும் விதத்தில் பொதுமக்கள் முன்னிலையில் பேச முடியும் என்று கார்னகி கூறினார். தன்னம்பிக்கையை உருவாக்குவதற்கான வழி. நீங்கள் செய்வதற்குப் பயப்படும் விஷயத்தைச் செய்து, பல வெற்றிகரமான அனுபவங்களைப் பெறுவதுதான் என்று அவர் கூறினார். எனவே அவர் தன் வகுப்பின் ஒவ்வோர் உறுப்பினரையும் பயிற்சியின் ஒவ்வொரு வேளையிலும் பேசக் கட்டாயப்படுத்தினார். தொடர் பயிற்சியின்மூலம் அவர்கள் துணிவையும், தன்னம்பிக்கையையும், உற்சாகத்தையும் வளர்த்துக் கொள்ள அது வழி வகுத்தது.

அத்தனை ஆண்டுகளும் தான் வாழ்க்கை நடத்தி வந்தது மேடைப் பேச்சைப் பயிற்றுவித்ததன் மூலமாக அல்ல - அது வெறும் பக்க விளைவுதான் என்று டேல் கார்னகி உங்களிடம் கூறவிளைகின்றார். மக்கள் தங்கள் பயங்களை வெற்றி கொண்டு, துணிவை உருவாக்குவதற்கு உதவுவதுதான் அவரது முக்கிய வேலையாக இருந்தது.

முதன்முதலில், மேடைப் பேச்சு குறித்தப் பயிற்சியை மட்டும் அளிக்கும் எண்ணத்தில்தான் அவர் துவங்கினார். ஆனால் அவரிடம் பயிற்சி பெற வந்த மாணவர்கள் அனைவரும்

வணிகத்தில் ஈடுபட்டிருந்தவர்கள். அவர்களில் பலர் கடந்த முப்பது ஆண்டுகளுக்கும் மேலாக எந்தவொரு வகுப்பறையின் உள்ளேயும் நுழைந்து பார்த்ததில்லை. பலர் தங்கள் பயிற்சிக் கட்டணத்தைத் தவணை முறையில் செலுத்திக் கொண்டிருந்தனர். அவர்கள் அதை செயலாற்ற விரும்பினார்கள். அடுத்த நாளே தங்கள் தொழில் தொடர்பான சந்திப்புக்களின்போது பேசுவதற்கும், குழுக்கள் முன்னிலையில் பேசுவதற்கும் ஏற்ற வகையில் தங்களை மேம்படுத்திக் கொள்ள அவர்கள் ஆவலாக இருந்தனர்.

எனவே, டேல் கார்னகி விரைவான, நடைமுறைக்குச் சாத்தியமான பயிற்சியை அளிக்க வேண்டிய கட்டாயத்திற்கு ஆளானார். இதன் விளைவாக, அவர் ஒரு தனித்துவமான பயிற்சி முறையை உருவாக்கினார். அது பொதுமேடைப் பேச்சு, விற்பனைத் திறம், மனித உறவுகள், மற்றும் உளவியல் ஆகியவற்றின் ஒருங்கிணைந்த, கருத்தைக் கவரும் பயிற்சியாக விளங்கியது.

வளைந்து கொடுத்துப் போகும் குணம் கொண்ட டேல் கார்னகி, மக்களின் தேவைகளுக்கு ஏற்ற வகையில் பயிற்சியை மேம்படுத்திக் கொண்டே இருந்தார். இறுதியில், மிக யதார்த்தமான, அதிக சுவாரசியமான ஒரு பயிற்சியை உருவாக்கினார். அதன் மூலம், வயது வந்தோர் கல்வியில் மிக இன்றியமையாத ஓர் இயக்கத்தை டேல் கார்னகி தோற்றுவித்தார்.

நான் ஏன் இப்புத்தகத்தை எழுதினேன்

இருபதாம் நூற்றாண்டின் முதல் முப்பத்தைந்து வருடங்களில், உலகில் வெளிவந்த பல்வேறுபட்ட, பல இலட்சக்கணக்கான புத்தகங்களில் ஐந்தில் ஒரு பகுதி அமெரிக்காவில் பிரசுரிக்கப்பட்டது. அவற்றில் பெரும்பாலானவை மிகவும் மந்தமான நிலையில் இருந்தன. பல புத்தகங்கள் பொருளாதாரீதியாகத் தோல்வியைத் தழுவின. எழுபத்தைந்து வருடங்கள் பதிப்புத் துறையில் அனுபவம் பெற்றிருந்தும். தான் வெளியிடும் ஒவ்வொரு பத்துப் புத்தகங்களிலும் ஒன்பது புத்தகங்களில் மந்தமான நிலை ஏற்பட்டு வருவதாக உலகின் மாபெரும் பதிப்பு நிறுவனம் ஒன்றின் தலைவர் தனிப்பட்ட முறையில் என்னிடம் கூறினார்.

அப்படியானால், இன்னொரு புத்தகத்தை எழுவதற்கான அசட்டுத் துணிச்சல் எனக்கு எங்கிருந்து வந்தது? மேலும், நான் அதை எழுதி முடித்தப் பிறகு நீங்கள் ஏன் அதை வாசிப்பதற்கு அக்கறை கொள்ள வேண்டும்?

இரண்டுமே நியாயமான கேள்விகள்தான். நான் அவற்றிற்கு விடையளிக்க முயற்சிக்கிறேன்.

1912ம் ஆண்டு முதல், நான் நியூயார்க்கில் வணிக மற்றும் தொழில்முறை மக்களுக்குக் கல்விசார்ந்த பயிற்சி வகுப்புகள் நடத்தி வந்துள்ளேன். முதலில், நான் பொதுமேடைப் பேச்சிற்கான பயிற்சிகளை நடத்தி வந்தேன். இப்பயிற்சிகள், தொழில்முறை சந்திப்புகள் மற்றும் குழுக்கள் முன்னிலையில் பேசுவது ஆகியவற்றில், உண்மையான அனுபவத்தின்மூலம், எந்தவிதமான ஆயத்தமும் இன்றி உடனடியாகச் சிந்தித்துப் பேசுவதற்கும், தங்கள் கருத்துக்களை அதிகத் தெளிவுடனும், அதிக ஆற்றலுடனும், தடுமாற்றமின்றி வெளிப்படுத்துவதற்கும் மக்களைப் பயிற்றுவிப்பதற்காக வடிவமைக்கப்பட்டன.

ஆனால் மெல்ல மெல்ல, காலங்கள் கடந்து கொண்டிருக்கையில், திறம்படப் பேசுவதற்கு இம்மக்களுக்குப் பயிற்சி தேவைப்படுவதுபோல், அன்றாட வணிக மற்றும் சமுதாய நடவடிக்கைகளில் ஈடுபடும்போது பிறருடன் சகஜமாகப் பழகும் கலையிலும் அவர்களுக்குப் பயிற்சி தேவைப்படுகிறது என்பதை நான் உணர்ந்தேன்.

அத்தகையப் பயிற்சி எனக்கும் பெருமளவில் தேவை என்பதையும் நான் மெல்ல மெல்ல உணர்ந்தேன். கடந்த காலத்தைப் புரட்டிப் பார்க்கையில், நேர்த்தியும் புரிதலும் அடிக்கடி என்னிடம் இல்லாதிருப்பதைக் கண்டு நான் திகைத்து நிற்கிறேன். இருபது வருடங்களுக்கு முன்பு இப்படிப்பட்ட ஒரு புத்தகத்தை யாரேனும் என் கைகளில் கொடுத்திருந்தால் எவ்வளவு நன்றாக இருந்திருக்கும்? என்னவொரு விலைமதிப்பற்ற விளைவை அது ஏற்படுத்தியிருக்கும்!

நீங்கள் வியாபாரத்தில் ஈடுபட்டுள்ளவராக இருக்கும்பட்சத்தில், மக்களைக் கையாள்வதுதான் நீங்கள் எதிர்கொள்ளக்கூடிய மாபெரும் பிரச்சனையாக இருக்கும். நீங்கள் ஒரு குடும்பத்தலைவியாகவோ, கட்டிடக்கலை நிபுணராகவோ, அல்லது பொறியியல் வல்லுனராகவோ இருந்தாலும் இது உண்மைதான். ஒருசில வருடங்களுக்கு முன் கார்னகி நிறுவனத்தின் ஆதரவில் நடத்தப்பட்ட ஓர் ஆய்வு, முக்கியமான, குறிப்பிடத்தக்க உண்மை ஒன்றை எடுத்துரைக்கிறது. இந்த உண்மை கார்னகி தொழிநுட்ப நிறுவனம் நடத்தியக் கூடுதல் ஆய்வின்மூலம் பின்னர் உறுதி செய்யப்பட்டது. பொறியியல் போன்ற தொழில்நுட்பத் துறைகளிலும்கூட, ஒருவரது பொருளாதார வெற்றியில் 15 சதவீதம் அவரது தொழிநுட்ப அறிவாலும், மீதி சுமார் 85 சதவீதம் மனிதர்களைத் திறம்படக் கையாளும் விதத்தாலும் வருகிறது என்பதை இந்த ஆய்வுகள் தெரிவித்தன.

நான் ஃபிலடெல்பியா பொறியாளர்கள் கழகம் மற்றும் அமெரிக்க மின்பொறியாளர்கள் கழகத்தின் நியூயார்க் பிரிவிற்குப் பல வருடங்களாகப் பயிற்சி வகுப்புகளை நடத்தியுள்ளேன். சுமார் ஆயிரத்து ஐநூறுக்கும் மேற்பட்டப் பொறியாளர்கள் என் வகுப்பில் பங்குபெற்றுள்ளனர். சுற்றி நடப்பவற்றைப் பல வருடங்கள் கண்காணித்தப் பிறகு, பொறியியல் துறையில் மிக அதிக ஊதியம் பெறுபவர்கள் அத்துறையைப் பற்றி அதிகம் அறிந்தவர்கள் இல்லை என்பதை

இறுதியில் அவர்கள் உணர்ந்து கொண்டதுதான் அவர்கள் என்னிடம் வந்ததற்கான காரணம். உதாரணமாக, பொறியியல், கணக்கியல், கட்டிடக் கலை, அல்லது வேறெந்தத் தொழிற்துறையிலும் சரி, வெறும் தொழிநுட்பத் திறனைக் கொண்ட ஒருவர் வேலைக்கு நியமிக்கப்படலாம். ஆனால் தொழில்நுட்ப அறிவோடு சேர்த்து, கருத்துக்களை வெளிப்படுத்தி, தலைமைத்துவப் பொறுப்பை ஏற்று, மக்களிடம் உற்சாகத்தை ஊக்குவிக்கக்கூடிய திறன் கொண்ட நபர் அதிக ஊதியம் பெறும் ஆற்றல் வாய்ந்தவராகத் திகழ்வார்.

தான் கொடிகட்டிப் பறந்த நாட்களில், ஜான் டி. ராக்க.ஃ.பெல்லர் இவ்வாறு கூறியுள்ளார்: “மக்களைக் கையாளும் திறன் சர்க்கரை அல்லது காபியைப் போல நம்மால் வாங்கக்கூடிய ஒரு பொருள்தான். இப்புவியிலுள்ள எதைக் கொடுப்பதைவிடவும் அத்திறனுக்காக நான் அதிகப் பணத்தைக் கொடுப்பேன்.”

இப்புவியிலேயே அதிக வருவாய் ஈட்டிக் தரக்கூடிய இப்படிப்பட்ட ஒரு திறனை உருவாக்குவதற்கு ஒவ்வொரு கல்லூரியும் போட்டி போட்டுக் கொண்டு பயிற்சி வகுப்புகளை நடத்தும் என்றுதான் நீங்கள் நியாயமாக. எதிர்பார்ப்பீர்கள். ஆனால் எளிதில் நடைமுறைப்படுத்தக் கூடிய, அறிவுபூர்வமான இப்படிப்பட்டப் பயிற்சியை மக்களுக்கு வழங்குகின்ற ஒரு கல்லூரிகூட இக்கணம்வரை என் கவனத்திற்கு வரவில்லை.

மக்கள் எதை விரும்புகிறார்கள் என்பது குறித்து சிக்காகோ பல்கலைக்கழகமும் ஒய்.எம்.சி.ஏ.வும் இணைந்து ஒரு கருத்துக் கணிப்பை மேற்கொண்டன.

அக்கணிப்பிற்கு 25,000 டாலர்களும் இரண்டு வருடங்களும் செலவாயின. அக்கணிப்பின் கடைசிப் பகுதி கனெக்டிகட் மாநிலத்தின் மெரிடென் நகரில் நடத்தப்பட்டது. மெரிடனில் உள்ள மக்கள் ஒவ்வொருவரிடமும் 156 கேள்விகள் கேட்கப்பட்டன. ”நீங்கள் எந்த வணிகத்தில் ஈடுபட்டுள்ளீர்கள் அல்லது எந்தத் தொழில் புரிகிறீர்கள்? உங்கள் கல்வித் தகுதி என்ன? உங்கள் ஓய்வு நேரத்தை நீங்கள் எப்படிச் செலவிடுகிறீர்கள்? உங்கள் வருவாய் எவ்வளவு? உங்கள் பொழுபோக்குகள் என்னென்ன? உங்கள் இலட்சியங்கள் என்னென்ன? உங்கள் பிரச்சனைகள் எவை? எந்த விஷயத்தைக் கற்றுக் கொள்ள நீங்கள் விரும்புகிறீர்கள்?”

போன்ற கேள்விகள் அதில் அடங்கியிருந்தன. அக்கணிப்பு வெளியிட்ட முடிவுகளின்படி, ஆரோக்கியம் மக்களின் பிரதான ஆர்வமாக இருந்தது. அவர்களது இரண்டாவது ஆர்வம் மக்கள்: மக்களைப் புரிந்துகொண்டு அவர்களுடன் இணக்கமாகப் பழகுவது எப்படி பிறரைத் தங்கள்மீது விருப்பம் கொள்ளச் செய்வது எப்படி தங்கள் சிந்தனைப் போக்கை மற்றவர்களை ஏற்றுக் கொள்ளச் செய்வது எப்படி ஆகியவற்றில் அவர்கள் ஆர்வம் காட்டினர்.

இந்தக் கணிப்பை நடத்தியக் குழு, மெரிடனில் உள்ள மக்களுக்கு அத்தகைய ஒரு பயிற்சி வகுப்பை நடத்தத் தீர்மானித்தது. இத்தலைப்பு குறித்து நடைமுறைப் பாடப்புத்தகம் ஒன்றை அக்குழுவினர் அயராது தேடினர். ஆனால் அவர்களுக்கு அப்படிப்பட்ட ஒரு புத்தகம்கூடக் கிடைக்கவில்லை. இறுதியில் அவர்கள், வயதுவந்தோர் கல்வியில் உலகிலேயே தலைசிறந்து விளங்கிய வல்லுனர் ஒருவரை அணுகி, அவர்களது தேவைகளைப் பூர்த்தி செய்யக்கூடிய ஏதேனும் ஒரு புத்தகத்தைப் பற்றித் தெரியுமா என்று அவரிடம் கேட்டனர். "இல்லை. மெரிடன் மக்களுக்கு என்ன வேண்டும் என்று எனக்குத் தெரியும். ஆனால் அவர்களுக்குத் தேவையான புத்தகம் இதுவரை எழுதப்படவில்லை," என்று அவர் பதிலளித்தார்.

இக்கூற்று உண்மை என்பதை நான் என் அனுபவத்தின் மூலமாக அறிவேன். ஏனெனில், நடைமுறையில் பயன்படக்கூடிய, மனித உறவுகளைப் பற்றிய ஒரு கையேட்டை நானும் பல வருடங்களாகத் தேடி வந்துள்ளேன்.

அப்படிப்பட்ட ஒரு புத்தகம் இல்லாத காரணத்தால், என் சொந்தப் பயிற்சி வகுப்புகளில் பயன்படுத்துவதற்காக நானே ஒரு புத்தகத்தை எழுத முயற்சித்தேன். அது உங்கள் கையில் தவழ்ந்து கொண்டிருக்கும் இப்புத்தகம்தான். நீங்கள் இதை விரும்புவீர்கள் என்று நான் நம்புகிறேன்.

இப்புத்தகத்தைத் தயாரிப்பதற்காக, நான் இத்தலைப்பில் கிடைத்த எல்லாத் தகவல்களையும் படித்தேன். செய்தித்தாள்கள், பத்திரிகைகளில் வெளிவந்த கட்டுரைகள், குடும்ப நீதிமன்றத்தின் ஆவணப் பதிவுகள், பழைய தத்துவவியலாளர்கள் மற்றும் புதிய உளவியலாளர்களின் படைப்புகள் என்று சகலத்தையும் படித்தேன். அதோடு, எனக்கு

உதவுவதற்காக, பயிற்சி பெற்ற ஓர் ஆய்வாளரையும் நான் இப்பணியில் ஒன்றரை ஆண்டுகளுக்கு நியமனம் செய்தேன். அவரது வேலை. நான் தவறவிட்ட அனைத்தையும் பல்வேறு நூலகங்களுக்குச் சென்று வாசிப்பது, உளவியலின் அறிவார்ந்த புத்தகத் தொகுதிகளை ஆழ்ந்து படிப்பது, பத்திரிகைகளில் நூற்றுக்கணக்கான கட்டுரைகளில் தீவிர வெளிவந்த கவனம் செலுத்துவது, மற்றும் பல்வேறு காலகட்டங்களில் வாழ்ந்த மாபெரும் தலைவர்கள் மக்களை எவ்வாறு கையாண்டனர் என்பதை அவர்களுடைய சரிதைகளின் வழியாகத் தேடுவது ஆகியவற்றை உள்ளடக்கி இருந்தது. ஜூலியஸ் சீசரில் இருந்து தாமஸ் ஆல்வா எடிசன் வரை அனைவரது வாழ்க்கை வரலாறுகளையும் நாங்கள் வாசித்தோம். தியோடோர் ரூஸ்வெல்ட் பற்றி எழுதப்பட்டிருந்த, நூற்றுக்கும் மேற்பட்ட சரிதைகளை நாங்கள் படித்தோம். நண்பர்களை எளிதாகப் பெறுவதற்கும், மக்கள்மீது செல்வாக்கு செலுத்துவதற்கும் எல்லாக் காலங்களிலும் எவரொருவரும் பயன்படுத்தியுள்ள ஒவ்வொரு நடைமுறை யோசனையையும் கண்டறிவதற்கு நாங்கள் எங்கள் முழு நேரத்தையும் அர்ப்பணித்தோம்.

தனிப்பட்ட முறையில் நான் நூற்றுக்கணக்கான வெற்றியாளர்களைப் பேட்டி கண்டேன். மார்க்கோனி மற்றும் எடிசன் போன்ற உலகப் புகழ்பெற்றக் கண்டுபிடிப்பாளர்கள், ஃபிராங்க்ளின் ரூஸ்வெல்ட் மற்றும் ஜேம்ஸ் ஃபார்லே போன்ற அரசியல் தலைவர்கள், ஓவன் டி. யங் போன்ற வணிகத் தலைவர்கள், கிளார்க் கேபிள் மற்றும் மேரி பிக்ஃபோர்டு போன்ற திரை நட்சத்திரங்கள். வாழ்வின் வெற்றியாளர்கள் மார்ட்டின் ஜான்சன் போன்ற ஆய்வாளர்கள் நான் பேட்டி கண்டவர்களில் சிலர். இப்பேட்டியின் மூலம், மனித உறவுகளில் அவர்கள் பயன்படுத்திய உத்திகளைக் கண்டறிய முயற்சித்தேன்.

நான் சேகரித்த விஷயங்கள் அனைத்தையும் கொண்டு ஒரு சிறிய உரையை உருவாக்கினேன். அதை நான், "நண்பர்களை எளிதாகப் பெறுவதும், மக்களிடம் செல்வாக்குடன் விளங்குவதும் எப்படி" என்று எளிதில் அதில் விளக்கினேன். அதைச் "சிறிய" உரை என்று நான் குறிப்பிட்டதற்குக் காரணம், துவக்கத்தில் அது சிறியதாகத்தான் இருந்தது. ஆனால் விரைவில், ஒன்றரை மணிநேரம் வரை

நீடிக்கக்கூடிய ஒரு விரிவுரையாக அது வளர்ச்சி அடைந்தது. பல வருடங்களாக, நியூயார்க்கில் உள்ள என் நிறுவனத்தில் படித்தவர்களுக்கு நான் இவ்வுரையை ஆற்றி வந்துள்ளேன்.

என் பயிற்சி வகுப்பில் என் உரையைக் கேட்டுக் கொண்டிருந்தவர்கள். அதிலிருந்த கருத்துக்களைத் தங்களது வணிகத்திலும் சமுதாயத்திலும் தாங்கள் தொடர்பு கொள்ளும் மக்களிடம் பரிசோதித்துப் பார்த்துவிட்டு, அடுத்த முறை வகுப்பிற்கு வரும்போது தங்கள் அனுபவங்களைப் பற்றியும், தங்களுக்குக் கிடைத்த விளைவுகளைப் பற்றியும் பேச வேண்டும் என்று நான் அவர்களை வலியுறுத்தினேன். எப்பேற்பட்ட சுவாரசியாமான வேலை! சுயமேம்பாடு குறித்தப் பசியோடு இருந்த இம்மக்கள். ஒரு புதிய வகைப் பரிசோதனைக்கூடத்தில், மனித உறவுகளுக்கென்று இருக்கும். ஒரே பரிசோதனைக்கூடத்தில் பணியாற்றுபவர்களின் யோசனையால் கவரப்பட்டனர்.

இப்புத்தகம் வழக்கமான முறையில் எழுதப்படவில்லை. அது ஒரு குழந்தையைப்போல் வளர்ந்தது. அப்பரிசோதனைக்கூடத்தில், ஆயிரக்கணக்கான மக்களின் அனுபவங்கள் வாயிலாக வளர்ந்து உருப்பெற்றது.

பல வருடங்களுக்கு முன், ஓர் அஞ்சல் அட்டையைவிடச் சிறியதோர் அட்டையில் விதிமுறைகளை நாங்கள் அச்சிட்டோம். அடுத்த வருடம் அதை ஒரு பெரிய அட்டையிலும், அதன் பிறகு ஒரு துண்டு அறிக்கையிலும், பிறகு சிறு புத்தக வரிசைகளாகவும் அச்சிட்டோம். ஒவ்வொன்றும் அளவிலும் வாய்ப்பிலும் விரிவடைந்து கொண்டே போனது. பதினைந்து வருடப் பரிசோதனைகள் மற்றும் ஆய்வுகளுக்குப் பிறகு இப்புத்தகம் வெளிவந்தது.

நாங்கள் இங்கு குறிப்பிட்டுள்ள விதிமுறைகள் வெறும் கோட்பாடுகளோ அல்லது அனுமானங்களோ அல்ல. அவை மாயமாக வேலை செய்கின்றன. நம்புதற்கரியதாகத் தோன்றினாலும், இக்கொள்கைகள் பலரது வாழ்வைப் புரட்சிகரமான முறையில் மாற்றியுள்ளதை கண்டிருக்கிறேன்.

நான் உதாரணமாக, 314 ஊழியர்களைக் கொண்ட ஒருவர் என் பயிற்சித் திட்டம் ஒன்றில் சேர்ந்தார். பல வருடங்களாக அவர் தன் விருப்பம்போல் தன் ஊழியர்களை விரட்டி, விமர்சித்து, கண்டித்து வந்துள்ளார். பரிவு, பாராட்டு

வார்த்தைகள், மற்றும் ஊக்குவிப்பு ஆகியவை அவரது உதடுகளுக்குப் பரிச்சயமில்லாதவை. இப்புத்தகத்தில் விவாதிக்கப்பட்டுள்ளக் கொள்கைகளைப் படித்த பிறகு, இந்த உரிமையாளர் தன் வாழ்க்கைத் தத்துவத்தை முற்றிலுமாக மாற்றினார். இப்போது அவரது நிறுவனம் ஒரு புதிய விசுவாசம், ஒரு புதிய உற்சாகம், மற்றும் புதிய குழு உணர்வு ஆகியவற்றால் ஊக்குவிக்கப்பட்டுள்ளது. முன்னூற்றுப் பதினான்கு எதிரிகளும் முன்னூற்றுப் பதினான்கு நண்பர்களாக மாறியுள்ளனர். அவர் தன் வகுப்பின்முன் நின்று பெருமிதத்துடன், “முன்பு நான் என் நிறுவனத்திற்குள் நடந்து செல்லும்போது யாரும் என்னை வரவேற்க மாட்டார்கள். நான் வருவது தெரிந்தவுடன் என் ஊழியர்கள் வேறு பக்கமாகத் திரும்பிக் கொள்வார்கள். ஆனால் இப்போது அவர்கள் அனைவரும் என் நண்பர்கள். என் அலுவலகத்தில் பணியாற்றும் துப்புரவாளர்கூட என் முதல் பெயரைக் கூறி என்னை அழைக்கிறார்,” என்று அவர் கூறினார்.

இதன் விளைவாக, இந்த உரிமையாளர் அதிக இலாபத்தையும், அதிக ஓய்வையும் பெற்றார். அதைவிட மிக முக்கியமாக, தன் வணிகத்திலும் தன் வீட்டிலும் அதிக மகிழ்ச்சியைப் பெற்றார்.

இக்கொள்கைகளைப் பயன்படுத்தி எண்ணற்ற விற்பனையாளர்கள் தங்கள் விற்பனையைப் பெருமளவில் அதிகரித்துள்ளனர். முன்பு பலமுறை முயற்சித்தும் பலனேதும் கிட்டாத பலர், பல புதிய வாடிக்கையாளர்களை அடைந்துள்ளனர். நிர்வாகிகளுக்கு அதிக அதிகாரமும் அதிக ஊதியமும் கிடைத்தன. இப்புத்தகத்திலுள்ள உண்மைகளை நடைமுறைப்படுத்தியதால் தன் ஊதியம் பெருமளவில் அதிகரித்ததாக ஒரு நிர்வாகி தெரிவித்தார். ஃபிலடெல்பியா கேஸ் நிறுவனத்தில் வேலை பார்த்த ஒரு நிர்வாகி அறுபத்தைந்து வயதை அடைந்தபோது, அவரது எதிர்க்கும் மனப்போக்கு மற்றும் மக்களைத் திறம்பட வழிநடத்தும் திறனின்மை காரணமாகப் பதவியிறக்கம் செய்யப்படும் நிலையில் இருந்தார். இப்பயிற்சி அவருக்கு நேர இருந்த பதவியிறக்கத்திலிருந்து மட்டும் அவரைக் காப்பாற்றவில்லை, அதிக ஊதியத்துடன்கூடிய ஒரு பதவி உயர்வையும் அவருக்குப் பெற்றுத் தந்தது.

எண்ணற்ற சந்தர்ப்பங்களில், பயிற்சியின் முடிவில் பயிற்சி பெற்றவர்களுக்குக் கொடுக்கப்படும் விருந்தில் அவர். கலந்துகொள்ளும் அவர்களது வாழ்க்கைத் துணைவர்கள், தங்கள் கணவர்களோ அல்லது மனைவியரோ இப்பயிற்சியைத் துவங்கியதிலிருந்து தங்கள் வீடுகள் மிகவும் மகிழ்ச்சிகரமானவையாக இருப்பதாகத் தெரிவித்தனர்.

தங்களுக்குக் கிடைக்கும் புதிய விளைவுகளைக் கண்டு மக்கள் ஆச்சரியப்படுகின்றனர். அவர்களுக்கு அவை அனைத்தும் மாயாஜாலம்போல் தோன்றுகின்றன. சிலர் ஞாயிற்றுக்கிழமைகளில்கூடத் தொலைபேசியின் மூலம் என் வீட்டில் என்னைத் தொடர்பு கொண்டு பேசுகின்றனர். ஏனெனில், அவர்களிடம் அந்த அளவிற்கு உற்சாகம் பொங்கிக் கொண்டிருந்தது. தாங்கள் சாதித்தவற்றைத் தங்கள் வழக்கமான பயிற்சி வகுப்பில் வந்து பகிர்ந்து கொள்வதற்கு அவர்களால் நாற்பத்தெட்டு மணிநேரம்கூடக் காத்திருக்க முடியவில்லை.

இக்கொள்கைகளால் வெகுவாகக் கவரப்பட்ட ஒருவர், தன் வகுப்பிலுள்ள பிற உறுப்பினர்களுடன் அமர்ந்து இரவு நெடுநேரம்வரை அவற்றைப் பற்றி விவாதித்தார். அதிகாலை மூன்று மணிக்கு மற்ற அனைவரும் தங்கள் வீடுகளுக்குச் சென்றுவிட்டனர். ஆனால் தன் கண்முன் விரியும் ஒரு புதிய, வளமான உலகத்தால் மிகவும் ஊக்கப்படுத்தப்பட்ட அவரால் தூங்க முடியவில்லை. அன்றிரவும், அதற்கு அடுத்த நாளும் அவர் தூங்கவில்லை.

யார் அவர்? தன் வழியே வரும் எந்தவொரு புதிய கோட்பாட்டையும் கண்டு பேரார்வம் கொள்ளும் ஒரு வெகுளியான, பயிற்றுவிக்கப்படாத ஒரு சாதாரண நபரா? இல்லை. அவர் அதற்கெல்லாம் அப்பாற்பட்டவர். அவர் நவீனமானவர், ஓவிய விற்பனையில் ஈடுபட்டுள்ளவர், சிறந்த கலா ரசிகர், மூன்று மொழிகளை மிகவும் சரளமாகப் பேசுபவர், ஐரோப்பாவின் இரண்டு பல்கலைக்கழகங்களில் பட்டம் பெற்றவர்.

நான் இந்த அத்தியாயத்தை எழுதிக் கொண்டிருக்கும் நேரத்தில், பல தலைமுறைகளாக இராணுவ அதிகாரிகளாகப் பணியாற்றியவர்களின் வம்சாவழியைச் சேர்ந்த ஒரு பழமைவாத, ஜெர்மானியப் பிரபுவிடமிருந்து எனக்கு ஒரு கடிதம் வந்தது. அவர் அக்கடிதத்தை ஐரோப்பாவிலிருந்து அமெரிக்கா

வந்துகொண்டிருந்த ஒரு கப்பலில் வைத்து எழுதியிருந்தார். அதில் இக்கொள்கைகளை நடைமுறைப்படுத்துவதைப் பற்றி அவர் எழுதியிருந்த விதம் கிட்டத்தட்டத் தீவிரமான மதப் பற்றால் ஈர்க்கப்பட்ட ஒருவரின் நிலையை ஒத்திருந்தது.

நியூயார்க்கைச் சேர்ந்த ஒருவரிடமிருந்து எனக்கு இன்னொரு கடிதம் வந்தது. அவர் ஹார்வர்டு பல்கலைக்கழகத்தில் பட்டம் பெற்றவர், செல்வந்தர், ஒரு பெரும் கம்பளத் தொழிற்சாலையின் உரிமையாளர். மக்கள்மீது தாக்கத்தை ஏற்படுத்தும் கலையைப் பற்றி இப்பயிற்சி முறையின் வாயிலாகப் பதினான்கு வாரங்களில் அவர் கற்றுக் கொண்ட விஷயங்கள், தனது நான்கு வருடக் கல்லூரி வாழ்க்கையில் அதே தலைப்பில் கற்றுக் கொடுக்கப்பட்டவற்றைவிட மிகவும் அதிகம் என்று அவர் அக்கடிதத்தில் குறிப்பிட்டிருந்தார். ஞாபகங்கள் தோன்றுகிறதா? சிரிப்பூட்டுவதாக இருக்கிறதா? அருமையானதாகத் தோன்றுகிறதா? அதற்கு நீங்கள் உங்கள் விருப்பம்போல எந்த அடைமொழியை வேண்டுமானாலும் கொடுத்துக் கொள்ளலாம். இக்கூற்றை மறுக்கவும் செய்யலாம். 1933ம் ஆண்டு பிப்ரவரி 23ம் நாள் வியாழக்கிழமையன்று நியூயார்க்கிலுள்ள யேல் கிளப்பில் சுமார் அறுநூறு பேர் முன்னிலையில், மிகவும் பிரபலமானவராகவும் வெற்றிகரமானவராகவும் விளங்கிய, பழமை விரும்பியான ஒரு ஹார்வர்டு பட்டதாரி நிகழ்த்திய ஒரு சொற்பொழிவில் அவர் வெளியிட்டக் கருத்தை எந்த விமர்சனமும் இன்றி நான் அப்படியே உங்களுக்குத் தெரிவித்துக் கொண்டிருக்கிறேன், அவ்வளவுதான்.

ஹார்வர்டு பல்கலைக்கழகத்தைச் சேர்ந்த பேராசிரியர் வில்லியம் ஜேம்ஸ் இவ்வாறு கூறியுள்ளார்: ”நம் பௌதீக மற்றும் மனரீதியான வளங்களில் ஒரு சிறு பகுதியை மட்டுமே நாம் பயன்படுத்திக் கொண்டிருக்கிறோம். பொதுவாக, மக்கள் பலவகைப்பட்ட கோட்பாடுகளை கொண்டிருந்தாலும், வழக்கமாக அவற்றைப் பயன்படுத்தத் தவறுகின்றனர்.”

‘வழக்கமாகப் பயன்படுத்தத் தவறும்’ அந்த ஆற்றல்களைப் பற்றி என்ன கூறுவது? உங்களுக்குள் உறங்கிக் கொண்டிருக்கும். பயன்படுத்தப்படாத அந்தத் திறமைகளைக் கண்டறிந்து, அவற்றை உருவாக்கி, அதன் மூலம் நீங்கள் பயனடைவதற்கு உங்களுக்கு உதவுவதுதான் இப்புத்தகத்தின் நோக்கம்.

“கல்வி என்பது வாழ்வின் சூழ்நிலைகளை எதிர்கொள்ளும் திறன்,” என்று பிரின்ஸ்டன் பல்கலைக்கழகத்தின் முன்னாள் தலைவர் டாக்டர் ஜான் ஜி.ஹிப்பென் கூறியுள்ளார்.

இந்நூலின் முதல் மூன்று அத்தியாயங்களைப் படித்து முடித்திருக்கும்போது, நீங்கள் வாழ்வின் சூழ்நிலைகளை எதிர்கொள்வதற்கு ஓரளவேனும் ஆயத்தப்படுத்தப்பட்டு இருக்கவில்லை என்றால், உங்களைப் பொறுத்தவரை இப்புத்தகம் ஓர் ஒட்டுமொத்தத் தோல்வி என்று நான் கருதுவேன். ஏனெனில், “கல்வியின் முக்கிய இலக்கு அறிவு அல்ல. மாறாக நடவடிக்கை,” என்று ஹெர்பெர்ட் ஸ்பென்சர் கூறியுள்ளார்.

இப்புத்தகம் கோட்பாட்டு ரீதியான ஒன்றல்ல, படித்துச் செயல்படுத்தப்பட வேண்டிய ஒன்று.

- டேல் கார்னகி

இப்புத்தகத்தைத் திறம்பட உபயோகிக்க ஒன்பது பரிந்துரைகள்

1. இப்புத்தகத்தை நீங்கள் திறம்பட உபயோகிக்க விரும்பினால், மற்ற எந்த ஒரு விதி அல்லது உத்தியைவிடவும் மிகவும் இன்றியமையாத, தவிர்க்க முடியாத, முக்கியமான ஒரு தேவை உள்ளது. இந்த அடிப்படைத் தேவை உங்களிடம் இல்லை என்றால், இப்புத்தகத்தை எப்படிப் படிப்பது என்பது பற்றிக் கூறும் ஓராயிரம் விதிமுறைகளால்கூட உங்களுக்கு எந்தவொரு பலனும் கிடைக்காது. மாறாக, இந்த முக்கியமான திறனை நீங்கள் இயல்பாகவே பெற்றிருக்கும்பட்சத்தில், இப்புத்தகத்தைத் திறம்பட உபயோகிப்பதற்கான எந்தவொரு பரிந்துரையையும் படிக்காமலேயே உங்களால் அற்புதமான சாதனைகளைப் படைக்க முடியும்.

அது என்ன மாயமான தேவை? அது இதுதான்: கற்பதற்கான ஆழமான, தீவிரமான விருப்பமும், மக்களைக் கையாளும் உங்கள் திறனை அதிகரித்துக் கொள்வதற்கான ஆற்றல்மிக்க, உறுதியான தீர்மானமும்.

அப்படிப்பட்டத் தூண்டுதலை எப்படி வளர்த்துக் கொள்வது? இக்கொள்கைகள் உங்களுக்கு எவ்வளவு முக்கியமானவை என்பதை உங்களுக்கு நீங்கள் தொடர்ந்து நினைவூட்டிக் கொள்வதன் மூலம் அத்தூண்டுதலை உங்களால் வளர்க்க முடியும். அக்கொள்கைகளில் வல்லுனராவது, செல்வ வளமிக்க, முழுமையான, மகிழ்ச்சியான, அதிக நிறைவு தரும் வாழ்க்கையை வாழ எவ்வாறு உங்களுக்கு உதவும் என்பதை உங்கள் மனத்தில் காட்சிப்படுத்திப் பாருங்கள். பின்வரும் கூற்றை உங்களுக்கு நீங்களே அடிக்கடிக் கூறி வாருங்கள்: ”என் செல்வாக்கும், என் மகிழ்ச்சியும், என் மதிப்பும் மக்களைக் கையாளும் என் திறமையை வெகுவாகச் சார்ந்திருக்கிறது.

2. இப்புத்தகம் என்ன கூற வருகிறது என்பதைச் சுருக்கமாகத் தெரிந்து கொள்வதற்காக முதலில் ஒவ்வோர் அத்தியாயத்தையும் வேகமாகப் படித்துவிடுங்கள். அடுத்தடுத்து தாவிச் செல்ல நீங்கள் முற்படக்கூடும். நீங்கள் வெறும் பொழுதுபோக்கிற்காகப் படிக்கிறீர்கள் என்றால் அவ்வாறு செய்யுங்கள். ஆனால், மனித உறவுகளில் உங்கள் திறமையை அதிகரித்துக் கொள்வதற்காகப் படிக்கிறீர்கள் என்றால், பின்னால் சென்று, ஒவ்வோர் அத்தியாயத்தையும் மீண்டும் முழுமையாகப் படியுங்கள். காலப்போக்கில், இது உங்கள் நேரத்தை மிச்சப்படுத்தி, நீங்கள் விரும்புகின்ற விளைவுகளைப் பெற்றுத் தரும்.

3. தொடர்ந்து நீங்கள் படித்துக் கொண்டிருக்கையில், அவ்வப்போது சற்று நிறுத்தி, நீங்கள் வாசித்துக் கொண்டிருப்பவற்றைப் பற்றிச் சிந்தித்துப் பாருங்கள். ஒவ்வொரு பரிந்துரையையும் எப்படி, எப்போது பயன்படுத்தலாம் என்று உங்களை நீங்களே கேட்டுக் கொள்ளுங்கள்,

4. கையில் ஒரு பென்சில் அல்லது ஹைலைட்டருடன் படியுங்கள். நீங்கள் படிக்கும் ஏதேனும் ஒரு பரிந்துரை உங்களுக்குப் பயன்படும் என்று நீங்கள் உணர்ந்தால், அதை அடிக்கோடிட்டுக் கொள்ளுங்கள். அது மிக முக்கியமான பரிந்துரையாக இருந்தால், அதன் ஒவ்வொரு வாக்கியத்தையும் அடிக்கோடிடுங்கள் அல்லது அதன் அருகே நட்சத்திரக் குறியிட்டுக் கொள்ளுங்கள். குறித்துக் கொள்வதும் அடிக்கோடிடுவதும் ஒரு புத்தகத்தை சுவாரசியமானதாக ஆக்குவதோடு விரைவாக மறுபரிசீலனை செய்வதற்கும் உதவும்.

5. பதினைந்து வருடங்களாக ஒரு பெரும் காப்பீட்டு நிறுவனத்தில் அலுவலக மேலாளராகப் பணியாற்றிய ஒரு பெண்ணை நான் அறிவேன். ஒவ்வொரு மாதமும், அம்மாதத்தில் அவரது நிறுவனம் வழங்கிய அனைத்துக் காப்பீட்டு ஒப்பந்தங்களையும் அவர் படித்தார். ஆம், பல வருடங்களாக ஒவ்வொரு மாதமும் அவர் அதே ஒப்பந்தங்களைப் படித்தார். ஏன்? அவற்றின் விபரங்களை மனத்தில் பதிய வைத்துக் கொள்வதற்கான ஒரே வழி அதுதான் என்பதை அனுபவம் அவருக்குக் கற்றுக் கொடுத்திருந்தது.

ஒருமுறை மேடைப் பேச்சு குறித்த ஒரு புத்தகத்தை எழுதுவதற்கு நான் சுமார் இரண்டு வருடங்களைச் செலவிட்டேன். ஆனாலும், என் சொந்தப் புத்தகத்தில் நான் என்ன எழுதியிருக்கிறேன என்பதை நினைவில் வைத்துக் கொள்வதற்காக அவ்வப்போது நான் மீண்டும் மீண்டும் துவக்கத்திருந்து படிக்க வேண்டியிருந்தது. விஷயங்களை நாம் எவ்வளவு விரைவாக மறந்து போகிறோம் என்பது ஆச்சரியப்பட வைக்கும் விஷயம்.

எனவே, இப்புத்தகத்திலிருந்து உண்மையான. நிரந்தமான பலனைப் பெற நீங்கள் விரும்பினால், வெறுமனே ஒருமுறை மேலோட்டமாகப் பார்த்தால் போதும் என்று நினைத்துக் கொள்ளாதீர்கள். இதை முழுமையாகப் படித்தப் பிறகு, ஒவ்வொரு மாதமும் இதைப் பரிசீலனை செய்வதற்காக ஒருசில மணிநேரங்களை நீங்கள் செலவிட வேண்டும். ஒவ்வொரு நாளும் இதை உங்கள் மேசையின்மீது உங்கள் பார்வையில் படும்படி வைத்திருங்கள். அடிக்கடி இதைப் புரட்டிப் பாருங்கள். உங்கள் கைவசம் உள்ள, மேம்பாட்டிற்கான வளமான சாத்தியக்கூறுகளைப் பற்றித் தொடர்ந்து நீங்கள் சிந்தித்துக் கொண்டிருங்கள். தொடர்ச்சியான, தீவிரமான மறுபரிசீலனை மற்றும் நடைமுறைப்படுத்துதல் ஆகியவற்றின் மூலமாக மட்டுமே இக்கொள்கைகளைப் பயன்படுத்துவதை வழக்கமாக்கிக் கொள்ள முடியும். அதற்கு வேறு வழியே கிடையாது.

6. பெர்னார்டு ஷா ஒருமுறை இவ்வாறு குறிப்பிட்டார்: "ஒருவனுக்கு ஏதேனும் ஒன்றைக் கற்றுக் கொடுத்தால், அவன் ஒருபோதும் கற்றுக் கொள்ள மாட்டான்." பெர்னார்டு ஷா சரியாகத்தான் கூறியுள்ளார். கற்றல் என்பது செயல்பாட்டுடன்கூடிய ஒரு விஷயம். நாம் செய்வதன் மூலம் கற்கிறோம். எனவே, இப்புத்தகத்தில் நீங்கள் படிக்கும் கொள்கைகளில் நீங்கள் வல்லுனராக விரும்பினால், அவை குறித்த செயல்பாட்டில் ஈடுபடுங்கள். கிடைக்கும் ஒவ்வொரு சந்தர்ப்பத்திலும் அவற்றை நடைமுறைப்படுத்துங்கள். அவ்வாறு நீங்கள் செய்யவில்லை என்றால், விரைவில் நீங்கள் அவற்றை மறந்துவிடுவீர்கள், பயன்படுத்தப்படும் அறிவு மட்டுமே நம் மனத்தில் நிலைத்து நிற்கும்.

இப்பரிந்துரைகளை எல்லா நேரங்களிலும் பயன்படுத்துவது உங்களுக்குக் கடினமானதாகத் தோன்றலாம். அது எனக்குத் தெரியும். ஏனெனில் இதில் கூறப்பட்டுள்ளவற்றை நடைமுறைப்படுத்துவதற்கு நான் சிரமப்படுகிறேன். எடுத்துக்காட்டாக, நீங்கள் அதில் திருப்தி கொள்ளாதபோது, மற்றவர்களுடைய கண்ணோட்டத்தைப் புரிந்துகொள்ள முயற்சிப்பதைவிட, விமர்சிப்பதும் கண்டிப்பதும் மிகவும் எளிதாக உள்ளன. பாராட்டுவதைக் காட்டிலும் குறை கண்டுபிடிப்பது சுலபமாக உள்ளது. அடுத்தவருக்கு என்ன வேண்டும் என்று பேசுவதைவிட நமக்கு என்ன வேண்டும் என்று பேசுவது அதிக இயல்பாக இருக்கிறது. எனவே, இப்புத்தகத்தைப் படிக்கும்போது, நீங்கள் வெறுமனே தகவல்களைப் பெற முயற்சிக்கவில்லை, மாறாக, புதிய பழக்கங்களை உருவாக்க முயற்சிக்கிறீர்கள், ஒரு புதிய வாழ்க்கைப் பாதையைத் தேர்ந்தெடுக்கிறீர்கள் என்பதை நினைவில் கொள்ளுங்கள். அதற்கு நேரமும். விடாமுயற்சியும், தினசரி நடைமுறைப்படுத்துதலும் தேவை.

எனவே இப்பக்கங்களை அடிக்கடிப் புரட்டிப் பாருங்கள். இப்புத்தகத்தை, மனித உறவுகள் குறித்த, பயன் விளைவிக்கும் கையேடாகக் கருதுங்கள். ஒரு குழந்தையைக் கையாள்வது, உங்கள் சிந்தனையோட்டத்திற்கு உங்கள் வாழ்க்கைத் துணைவரை ஒத்துப்போகச் செய்வது, அல்லது எரிச்சலடைந்துள்ள ஒரு வாடிக்கையாளரைத் திருப்திப்படுத்துவது போன்ற ஏதேனும் ஒரு குறிப்பிட்டப் பிரச்சனையை நீங்கள் எதிர்கொள்ளும்போதெல்லாம், இயல்பாக நாம் செய்யும் விஷயத்தை, அதாவது, உணர்ச்சிவசப்பட்டுச் செய்யும் காரியத்தைச் செய்யாதீர்கள். ஏனெனில் அக்காரியம் பெரும்பாலும் தவறானதாகவே இருக்கும். மாறாக, இப்பக்கங்களில் நீங்கள் அடிக்கோடிட்டுள்ள பத்திகளை மறுபரிசீலனை செய்யுங்கள். பிறகு இப்புதிய வழிகளை முயற்சித்துப் பாருங்கள். அவை உங்கள் வாழ்வில் ஏற்படுத்தும் மாயாஜாலத்தைக் கண்டு உணருங்கள்.

7. உங்கள் துணைவரோ, உங்கள் குழந்தையோ, அல்லது உங்கள் வணிகக் கூட்டாளியோ நீங்கள் ஒரு குறிப்பிட்டக் கொள்கையை மீறுவதைக் கண்டுபிடித்துக் கூறும்போது, அவர்களுக்கு ஒரு டாலர் பணத்தைக் கொடுங்கள்.

இவ்விதிமுறைகளில் வல்லுனராவதை ஓர் உற்சாகமிக்க விளையாட்டாக உருவாக்கிக் கொள்ளுங்கள்.

8. சுயமேம்பாட்டிற்குத் தான் பயன்படுத்திய மிக உயர்ந்த ஆற்றல் வாய்ந்த ஓர் அமைப்பைப் பற்றி அமெரிக்காவின் வால் ஸ்டிரீட்டிலுள்ள ஒரு முக்கிய வங்கியின் தலைவர் ஒருமுறை என் வகுப்பில் ஆற்றிய ஓர் உரையில் விளக்கினார். இவருக்குப் பாரம்பரியக் கல்வி மிகக் குறைவாகவே இருந்தது. இருந்தாலும். அமெரிக்காவின் மிக முக்கியமான நிதியாளர்களில் ஒருவராக அவர் உருவாகியிருந்தார். அவரது வெற்றியின் பெரும் பகுதி, அவரே தன் வீட்டில் உருவாக்கியிருந்த ஒரு செயல்முறையை, தொடர்ந்து நடைமுறைப்படுத்தியதால் ஏற்பட்டதாக அவர் கூறினார். அவர் கூறியதை அவரது வார்த்தைகளிலேயே முடிந்தவரை சரியாகக் கூற முயற்சித்துள்ளேன்.

”பல வருடங்களாக, தினசரி நான் சந்தித்தவர்களைப் பற்றிய அனைத்து விபரங்களையும் ஒரு நிகழ்ச்சிக் குறிப்புப் புத்தகத்தில் பதிவு செய்வதை வழக்கமாகக் கொண்டுள்ளேன். சனிக்கிழமை இரவு என் குடும்பத்தார் என்னைத் தொந்தரவு செய்யாமல் தனிமையில் விட்டுவிடுவர். ஏனெனில், ஒவ்வொரு சனிக்கிழமையும் மாலை நேரத்தின் ஒரு பகுதியை நான் என் சுயபரிசோதனை, மறுபரிசீலனை, மற்றும் சுயமதிப்பீட்டிற்காக அர்ப்பணித்திருக்கிறேன் என்பது அவர்களுக்குத் தெரியும். இரவு உணவிற்குப் பிறகு, நான் தனியாகச் சென்று, என் நிகழ்ச்சிக் குறிப்புப் புத்தகத்தைத் திறந்து, அந்த வாரத்தில் நான் நடத்திய பேட்டிகள், கலந்துரையாடல்கள், மற்றும் சந்திப்புகளைப் பற்றி எண்ணிப் பார்ப்பேன். பிறகு நான் என்னிடம் இவ்வாறு கேட்பேன்:

”“அந்த நேரத்தில் நான் என்னென்ன தவறுகள் செய்தேன்?“

““நான் எவற்றைச் சரியாகச் செய்தேன்? அதை நான் இன்னும் எப்படிச் சிறப்பாகச் செய்திருக்கலாம்?”

“‘அந்த அனுபவத்தின் மூலமாக நான் எதைக் கற்றுக் கொண்டேன்?”

“இந்த வாராந்திரப் பரிசீலனை என்னை வருத்தமடையச் செய்தது. என் சொந்தத் தவறுகளைக் கண்டு நான் ஆச்சரியமடைந்தேன். வருடங்கள் செல்லச் செல்ல,

இத்தவறுகள் குறைந்து கொண்டே வந்தன. சில சமயங்களில் இப்படிப்பட்ட ஒரு பரிசீலனைக்குப் பின் என்னை நானே பாராட்டிக் கொள்ள வேண்டும்போலத் தோன்றும். ஒவ்வொரு வருடமும் தொடரும் சுயஆய்வு, சுயகல்வி என்ற செயல்முறை நான் முயற்சித்த அனைத்தையும்விட அதிகமான பலனை எனக்குக் கொடுத்துள்ளது.

"முடிவுகள் எடுக்கும் என் திறனை மேம்படுத்த அது எனக்கு உதவியது. மக்கள் தொடர்பான அனைத்து விஷயங்களிலும் அது எனக்குப் பெரிதும் துணை புரிந்தது. அதை இதற்கு மேல் உயர்வாக என்னால் பரிந்துரைக்க முடியாது."

இது போன்ற ஒரு செயல்முறையை, இப்புத்தகத்தில் கூறப்பட்டுள்ள கொள்கைகளை நீங்கள் நடைமுறைப்படுத்துவதைக் கண்காணிக்க நீங்கள் ஏன் பயன்படுத்தக்கூடாது? நீங்கள் அவ்வாறு செய்யும்போது இரண்டு விளைவுகள் ஏற்படும்.

முதலில், உங்கள் ஆவலைத் தூண்டும், விலைமதிப்பற்ற ஒரு கல்வி முறையில் நீங்கள் ஈடுபட்டுள்ளதை நீங்கள் கண்டுகொள்வீர்கள்.

இரண்டாவதாக, மக்களைச் சந்திக்கும், அவர்களைக் கையாளும் உங்கள் திறன் பெருமளவில் வளர்வதை நீங்கள் காண்பீர்கள்.

9. நீங்கள் பயன்படுத்துவதற்காக இப்புத்தகத்தின் இறுதியில் சில வெற்றுப் பக்கங்கள் கொடுக்கப்பட்டுள்ளன. இக்கொள்கைகளை நடைமுறைப்படுத்துவதால் உங்களுக்குக் கிடைக்கும் வெற்றிகளை நீங்கள் அதில் பதிவு செய்து கொள்ளுங்கள். திட்டவட்டமாக அவற்றை எழுதுங்கள். அவற்றிற்குப் பெயரிட்டு, தேதிகள் மற்றும் விளைவுகளைக் குறித்துக் கொள்ளுங்கள். அத்தகையப் பதிவுகளை வைத்துக் கொள்வது, பெரும் முயற்சிகளை மேற்கொள்ள உங்களுக்கு உத்வேகமூட்டும். பல வருடங்கள் கழித்து ஒரு நாள் மாலையில் இப்பதிவுகளை நீங்கள் பார்க்கும்போது எவ்வளவு அருமையாக இருக்கும்!

இரத்தினச் சுருக்கமாய்...

1. சுமூகமான மனித உறவுகளை பெற வேண்டும் என்ற ஆழ்ந்த விருப்பத்தை உருவாக்கிக் கொள்ளுங்கள்.

2. ஒவ்வோர் அத்தியாயத்தையும் குறைந்தது இரண்டு முறையாவது படியுங்கள்.

3. படித்துக் கொண்டிருக்கையில், அவ்வப்போது சற்று நிறுத்தி, ஒவ்வொரு பரிந்துரையையும் எவ்வாறு நடைமுறைப்படுத்தலாம் என்று உங்களை நீங்களே கேட்டுக் கொள்ளுங்கள்.

4. உங்களுக்குப் பிடித்த ஒவ்வொரு முக்கியமான கருத்தையும் அடிக்கோடிடுங்கள்.

5. இப்புத்தகத்தை ஒவ்வொரு மாதமும் மறுபரிசீலனை செய்யுங்கள்.

6. உங்கள் அன்றாடப் பிரச்சனைகளைத் தீர்ப்பதற்கான ஒரு கையேடாக இப்புத்தகத்தைப் பயன்படுத்துங்கள்.

7. இக்கொள்கைகளில் ஏதேனும் ஒன்றை நீங்கள் மீறும்போது உங்களைக் கையும் களவுமாகப் பிடிக்கும் உங்கள் நண்பர்கள் எவருக்கேனும் நீங்கள் ஏதாவது ஒரு குறிப்பிட்டத் தொகையைக் கொடுப்பதாக அவர்களுடன் விளையாட்டாக ஓர் உடன்பாடு செய்து கொள்ளுங்கள். இது கற்றலைச் சுவாரசியமாக்கும்.

8. ஒவ்வொரு வாரமும் உங்கள் முன்னேற்றத்தைக் கண்காணியுங்கள். என்ன தவறுகளைச் செய்துள்ளீர்கள், எதில் முன்னேறியுள்ளீர்கள், என்னென்ன படிப்பினைகளைக் கற்றுள்ளீர்கள் என்று கண்டு கொள்ளுங்கள்.

9. இக்கொள்கைகளை எப்படி, எப்போது நடை முறைப்படுத்தி உள்ளீர்கள் என்பதை இப்புத்தகத்தின் இறுதியில் உங்களுக்காக விடப்பட்டுள்ளப் பக்கங்களில் குறித்து வைத்துக் கொள்ளுங்கள்.

பகுதி ஒன்று

மக்களைக் கையாள்வதிலுள்ள அடிப்படை உத்திகள்

1

தேனைச் சேகரிக்க வேண்டுமென்றால், தேன்கூட்டை எட்டி உதைக்கக் கூடாது

1931ம் ஆண்டு மே மாதம் ஏழாம் நாளன்று, நியூயார்க் நகரில் மிகப் பரபரப்பான மனித வேட்டை ஒன்று உச்சகட்டத்தை அடைந்தது. பல வாரத் தேடல்களுக்குப் பிறகு, புகைபிடிக்காத, குடிப்பழக்கமில்லாத கொலைகாரன் “இரட்டைத் துப்பாக்கி“ குரோலி, வெஸ்ட் என்ட் அவென்யூவில் அவனது காதலியின் வீட்டில் வசமாகச் சிக்கிக் கொண்டான்.

ஒரு கட்டிடத்தின் மேற்தளத்திலிருந்த அவனது மறைவிடத்தை நூற்று ஐம்பது காவல் துறையினரும் துப்பறிவாளர்களும் முற்றுகையிட்டனர். கூரையில் அவர்கள் துளைகளிட்டனர். குரோலியைக் கண்ணீர்ப் புகை மூலமாக வெளியே வரச் செய்ய அவர்கள் முயற்சித்தனர். பிறகு சுற்றுவட்டாரத்திலிருந்த கட்டிடங்களில் அவர்கள் இயந்திரத் துப்பாக்கிகளைத் தயார் நிலையில் வைத்தனர். ஒரு மணிநேரத்திற்கும் மேலாக நியூயார்க் நகரின் அருமையான குடியிருப்பு இடமான அப்பகுதியில் துப்பாக்கிச் சத்தமும் இயந்திரத் துப்பாக்கியின் பயங்கர ஒலியும் இடைவிடாது எதிரொலித்துக் கொண்டிருந்தன. ஒரு பெரிய நாற்காலிக்குப் பின்னால் குரோவி ஒளிந்து கொண்டு காவல் துறையினர்மீது தொடர்ந்து சுட்டான். உற்சாகமாக பத்தாயிரம் மக்கள் அந்தச் சண்டையைக் கண்டனர். நியூயார்க் நகரின் நடைபாதையில் அப்படிப்பட்ட எதையும் அவர்கள் அதுவரை பார்த்ததில்லை.

குரோலி பிடிபட்டபோது, நியூயார்க் நகரில் எதிர்கொள்ளப்பட்ட மிகவும் அபாயகரமான குற்றவாளிகளில் ‘இரட்டைத் துப்பாக்கி“ குரோலியும் ஒருவன் என்று காவல் துறை ஆணையர் ஈ.பி. மல்ரூனி அறிவித்தார். “வேறு எந்தத் தூண்டுதலும் இன்றி, அலட்டிக் கொள்ளாமல் அவன் கொலை செய்வான்'' என்று அந்த ஆணையர் கூறினார்.

ஆனால் “இரட்டைத் துப்பாக்கி“ குரோலி தன்னைப் பற்றி என்ன அபிமானம் கொண்டிருந்தான்? அது நமக்குத் தெரியும். ஏனெனில், காவல் துறையினர் அவனது வீட்டை நோக்கிச் சுட்டுக் கொண்டிருந்தபோது, அவன் “உரியவரின் பார்வைக்கு“ என்று முகவரியிட்டு ஒரு கடிதத்தை எழுதினான். அவன் எழுதும்போது அவனது காயங்களிலிருந்து வழிந்து கொண்டிருந்த இரத்தம் அக்காகிதத்தில் பரவலாகத் காணப்பட்டது. அவனது கடிதத்தில் அவன் இவ்வாறு எழுதியிருந்தான்: “என் சட்டைக்குக் கீழே, சோர்ந்து போன, ஆனால் அன்பான ஓர் இதயம் இருக்கிறது. எவருக்கும் அது தீங்கு விளைவிக்காது.”

இச்சம்பவம் நடப்பதற்குச் சில காலத்திற்கு முன்பு, அவன் தன் காதலியுடன் லாங் ஐலன்ட்டின் கிராமச் சாலை ஒன்றில் உல்லாசமான கொண்டாட்டத்தை அனுபவித்துக் கொண்டிருந்தான். திடீரென்று ஒரு போலீஸ்காரர் அவனது காரின் அருகே வந்து, “உங்கள் ஓட்டுனர் உரிமத்தைக் காட்டுங்கள்,'' என்று கேட்டார்.

ஒரு வார்த்தைகூடப் பேசாமல், குரோலி தன் துப்பாக்கியை எடுத்து அவரைச் சரமாரியாகச் சுட்டான். குண்டடிபட்டு அவர் கீழே விழுந்தவுடன், குரோலி தன் காரைவிட்டு இறங்கி வந்து, அவரது துப்பாக்கியை உருவி, தலைகுப்புற விழுந்து கிடந்த அவரது உடலின்மீது இன்னொரு முறை சுட்டான். அந்தக் கொலைகாரன்தான், “என் சட்டைக்குக் கீழே. சோர்ந்து போன, ஆனால் அன்பான ஓர் இதயம் இருக்கிறது. எவருக்கும் அது தீங்கு விளைவிக்காது,” என்று கூறினான்.

மின்சார நாற்காலியில் வைத்துச் சாகடிக்கப்பட வேண்டும் என்று குரோலிக்குத் தீர்ப்பு வழங்கப்பட்டது. அவனது மரண தண்டனை நிறைவேற்றப்படுவதற்காக ஸிங் ஸிங் சிறைச்சாலைக்கு அவன் கொண்டுவரப்பட்டபோது, ”மக்களைக் கொன்றதற்காக எனக்கு இது கிடைத்தது,” என்று அவன்

கூறினானா? இல்லை. மாறாக, “என்னைத் தற்காத்துக் கொண்டதற்காக இது எனக்குக் கிடைத்தது,” என்று கூறினான்.

இக்கதையில் உள்ள கருத்து இதுதான்: “இரட்டைத் துப்பாக்கி“ குரோலி தன்னை எதற்கும் குறைகூறியதில்லை. குற்றவாளிகள் மத்தியில் நிலவும், வழக்கத்திற்கு மாறான மனப்போக்கு இது என்று நீங்கள் நினைத்தால், இதைச் சற்றுக் கேளுங்கள்:

”என் வாழ்வின் சிறந்த வருடங்களை நான் மக்களுக்கு இன்பங்களைக் கொடுப்பதிலும் மகிழ்ச்சியான நேரத்தைக் கொடுப்பதிலும் செலவிட்டு வந்திருக்கிறேன். அதற்குக் கைமாறாக எனக்குக் கிடைப்பதெல்லாம் இழிச்சொல்லும், வேட்டையாடப்படும் நிலையும்தான்.”

அது அல் கபோனின் பேச்சு. ஆம், அமெரிக்கப் பொதுமக்களின் மாபெரும் எதிரியும், சிக்காகோவிலிருந்த மிகக் கொடிய ரவுடிக் கும்பல் தலைவனுமான அல் கபோன்தான் அதைக் கூறினான். கபோன் தன்னை ஒருபோதும் பழித்ததில்லை. அவன் உண்மையில் தன்னைப் பொதுமக்களின் நலனில் அக்கறை கொண்டவனாகக் கருதினான். யாராலும் பாராட்டப்படாத, சரியாகப் புரிந்துகொள்ளப்படாத மக்கள் சேவகனாக அவன் தன்னைப் பற்றி நினைத்திருந்தான்.

அதேபோலத்தான் நெவார்க்கில் ரவுடிக் கும்பல்களுக்கிடையே ஏற்பட்டச் சண்டையில் குண்டுகளுக்குப் பலியான டச் ஷுல்ட்ஸும் கூறினான். நியூயார்க்கின் மிகவும் மோசமான ரவுடிக் கும்பல் தலைவனான அவன் ஒரு செய்தித்தாளுக்கு அளித்தப் பேட்டியில் தான் ஒரு பொதுநல விரும்பி என்று கூறிக் கொண்டான்.அவன் உண்மையிலேயே அவ்வாறு செயல்களை பொதுநல உணர்வுடன் செய்பவன்.

நியூயார்க்கின் பயங்கரமான ஸிங் ஸிங் சிறைச்சாலையின் காப்பாளர் லூயிஸ் லாஸ் என்பவருடன் இவ்விஷயம் குறித்துப் பல வருடங்களாக நான் சில சுவாரசியமான கருத்துப் பரிமாற்றங்களை மேற்கொண்டிருந்தேன். ”சுங் சுங் சிறையிலுள்ள வெகுசில குற்றவாளிகளே தங்களை மோசமானவர்களாகக் கருதுகின்றனர். பெரும்பாலானோர் உங்களையும் என்னையும் போன்ற சாதாரண மனிதர்கள்தான். அவர்கள் தங்களை நியாயப்படுத்தப் பொய்க் காரணங்களையும் விளக்கங்களையும் அளிக்கின்றனர். பாதுகாப்புப் பெட்டகத்தை ஏன் உடைக்க நேர்ந்தது, துப்பாக்கியை ஏன் பயன்படுத்த

வேண்டியிருந்தது. என்பதை அவர்கள் நியாயப்படுத்துகின்றனர். பெரும்பாலானவர்கள் சமூகத்திற்கு எதிரான தங்கள் நடவடிக்கைகளைத் தங்களுக்கே நியாயப்படுத்திக் கொள்வதற்காக அவற்றுக்கான காரணங்களைக் கூற முற்படுவர் - அவை பகுத்தறிவுடன் கூறிய காரணங்களாக இருந்தாலும் சரி, போலியானவையாக இருந்தாலும் சரி. அதோடு, தாங்கள் சிறைப்படுத்தப்பட்டிருக்கவே கூடாது என்றும் உறுதியாக நம்புவர்," என்று அவர் என்னிடம் தெரிவித்தார்.

அல் கபோன், "இரட்டைத் துப்பாக்கி" குரோலி, டச் ஷூல்ட்ஸ், மற்றும் சிறைக்குள் இருக்கும் குற்றவாளிகள் ஆகியோர் எதற்கும் தங்களைக் குறைகூறாமல் இருக்கும்போது, நீங்களும் நானும் சந்திக்கும் சாதாரண மக்களைப் பற்றி என்ன கூறுவது?

தன் பெயரில் மாபெரும் கடைகள் பலவற்றைக் கொண்டிருந்த ஜான் வானமேக்கர் ஒருமுறை இவ்வாறு கூறினார்: "திட்டுவது முட்டாள்தனம் என்பதை முப்பது வருடங்களுக்கு முன் நான் கற்றுக் கொண்டேன். என் சொந்தக் குறைபாடுகளிலிருந்து மீண்டு வருவதற்கு நான் சிரமப்பட்டுக் கொண்டிருக்கும்போது, அறிவு என்னும் பரிசை மக்கள் அனைவருக்கும் சரிசமமாகப் பகிர்ந்து கொடுக்கத் தேவையில்லை என்று கடவுள் முடிவெடுத்திருக்கலாம் என்ற உண்மை நிலை குறித்து நான் கவலைப்படவில்லை."

வானமேக்கர் இப்படிப்பினையைத் துவக்கத்திலேயே கற்றுக் கொண்டார். ஆனால், தங்கள்மீது எவ்வளவு தவறு இருந்தாலும் சரி, நூற்றுக்குத் தொண்ணூற்று ஒன்பது முறைகள் மக்கள் தங்களை எதற்கும் ஒருபோதும் விமர்சிப்பதில்லை என்ற உண்மை அறிவுக்கு நான் எட்டுவதற்கு முன், இருபத்தைந்து வருடங்களுக்கும் மேலாக நான் மக்களைத் திட்டும் தவறைச் செய்து வந்திருக்கிறேன்.

விமர்சனம் வீணானது. ஏனெனில், அது ஒருவரைத் தற்காப்பு நிலைக்கு இட்டுச் செல்வதோடு, வழக்கமாகத் தன்னை நியாயப்படுத்தவும் தூண்டும். விமர்சனம் ஆபத்தானது. ஏனெனில், அது ஒருவரது பொக்கிஷமான பெருமிதத்தைக் காயப்படுத்தி, அவரது முக்கியத்துவத்திற்கு ஊறு விளைவித்து, அவரது கோபத்தைத் தூண்டுகிறது.

நல்ல நடத்தைக்காக வெகுமதியளிக்கப்படும் ஒரு விலங்கு, மோசமான நடத்தைக்காகத் தண்டிக்கப்படும் விலங்கைவிட மிக வேகமாகக் கற்றுக் கொள்ளும் என்பதையும்,

தான் கற்றுக் கொண்டவற்றை அதிக ஆற்றலுடன் தன் நினைவில் தக்க வைத்துக் கொள்ளும் என்பதையும் உலகப் புகழ்பெற்ற உளவியலாளர் பி.எ.ஃப். ஸ்கின்னர் தன் பரிசோதனைகள் மூலம் நிரூபித்துக் காட்டியுள்ளார். இது மனிதர்களுக்கும் பொருந்தும் என்பதைப் பின்னர் நடத்தப்பட்ட ஆய்வுகள் தெரிவிக்கின்றன. விமர்சிப்பதன் மூலம், நாம் நிரந்தரமான மாற்றங்களை ஏற்படுத்தப் போவதில்லை. மாறாக, வெறுப்பைத்தான் ஏற்படுத்துவோம்.

தலைசிறந்த மற்றொரு உளவியலாளரான ஹான்ஸ் செல்யே இவ்வாறு கூறியுள்ளார்: "அடுத்தவர்களின் ஒப்புதல் வேண்டி நாம் எவ்வளவு தாகத்துடன் இருக்கிறோமோ, அவ்வளவு தூரம் கண்டனத்தைக் கண்டும் அஞ்சுகிறோம்."

கோபத்தை உருவாக்கும் விமர்சனங்கள் ஊழியர்கள், குடும்ப உறுப்பினர்கள், மற்றும் நண்பர்களின் உற்சாகத்தைத் தரைமட்டமாக்கிவிடும். அதோடு பழிக்கப்பட்டுள்ள சூழ்நிலையையும் சரி செய்ய முடியாது.

ஜார்ஜ் பி. ஜான்ஸ்டன் என்பவர் ஓக்லஹோமா மாநிலத்தின் எனிட் நகரைச் சேர்ந்தவர். ஒரு பொறியியல் நிறுவனத்தில் பாதுகாப்பு இயக்குனராகப் பணியாற்றுபவர். களத்தில் பணிபுரியும்போது ஊழியர்கள் தங்கள் தலைக் கவசங்களை அணிந்திருக்க வேண்டியதை உறுதி செய்வது அவரது பொறுப்புகளில் ஒன்று. அவ்வாறு அணியாதவர்களை அவர் எதிர்கொள்ளும்போதெல்லாம். ஒழுங்குமுறைகளைப் பற்றி அவர்களிடம் அதிகாரத்துடன் எடுத்துக் கூறி, அவர்கள் அதற்குக் கட்டுப்பட்டு நடக்க வேண்டும் என்று வலியுறுத்தியதாக அவர் கூறினார். இதன் விளைவாக, அவர் கூறுவதை எரிச்சலோடு ஏற்றுக்கொண்டு, அவர் அங்கிருந்து நகர்ந்தவுடன் மீண்டும் தங்கள் கவசங்களைக் கழற்றி வைத்துவிடுவர்.

அவர் வேறோர் அணுகுமுறையை முயற்சிப்பதென்று தீர்மானித்தார். கவசம் அணியாத சில ஊழியர்களை அடுத்த முறை அவர் எதிர்கொண்டபோது, அக்கவசங்கள் அவர்களுக்கு அசௌகரியமாக இருக்கின்றனவா அல்லது சரியாக அவர்களுக்குப் பொருந்தவில்லையா என்று அவர்களிடம் கேட்டார். பிறகு, அவை அவர்களை அபாயத்திலிருந்து பாதுகாப்பதற்காக தயாரிக்கப்பட்டவை என்றும், வேலை நேரம்

முழுவதும் அவற்றை அணிந்திருப்பது முக்கியம் என்பதையும் இனிய குரலில் அவர்களிடம் எடுத்துரைத்தார். இதன் விளைவாக, எந்தவிதக் கோபமோ அல்லது எரிச்சலோ இன்றி அதிகமான மக்கள் விதிமுறைகளுக்குக் கட்டுப்பட்டு நடக்கத் துவங்கினர்.

விமர்சனங்கள் பயனற்றவை என்பதை நிரூபிக்கும் எடுத்துக்காட்டுகள் வரலாற்றின் ஆயிரக்கணக்கான பக்கங்களில் தலைதூக்கி நிற்பதை நீங்கள் காணலாம். உதாரணத்திற்கு, ஒரே கட்சியைச் சார்ந்த தியோடோர் ரூஸ்வெல்டிற்கும் அதிபர் டா..ப்டிற்கும் இடையே ஏற்பட்டப் பிரபலமான சச்சரவை எடுத்துக் கொள்ளலாம். இத்தலைவர்களுக்கு இடையே ஏற்பட்ட மனக்குழப்பத்தால் கட்சி பிளவுபட்டது. எதிர்க்கட்சியான குடியரசுக் கட்சி ஆட்சியைப் பிடித்து. நடந்தது இதுதான். 1909ல் அதிபர் பதவிக் காலம் முடிந்து தியோடோர் ரூஸ்வெல்ட் வெள்ளை மாளிகையைவிட்டு வெளியேறியபோது, அதிபராகத் தேர்ந்தெடுக்கப்பட்ட டா..ப்டை அவர் ஆதரித்தார். ஆனால் டா..ப்ட் இரண்டாவது முறையாக அதிபர் பதவிக்குப் போட்டியிடுவதற்கு முன்பு, அவர் பழமைவாதியாக இருப்பதாகக் குறைகூறி அவருக்கான தன் ஆதரவை ரூஸ்வெல்ட் விலக்கிக் கொண்டார். தானே அதிபர் பதவிக்குப் போட்டியிடுவதற்கு ரூஸ்வெல்ட் விண்ணப்பிக்க முயற்சித்து, குடியரசுக் கட்சியின் ஆதரவு கிடைக்காததால் “முற்போக்குக் கட்சி“ என்ற ஒரு புதிய கட்சியை உருவாக்கினார். அதைத் தொடர்ந்து நடந்த தேர்தலில் குடியரசுக் கட்சி இரண்டே இரண்டு மாநிலங்களில் மட்டுமே வெற்றி பெற்றது. இது அக்கட்சி சந்தித்த மிக மோசமான தோல்வியாகும்.

தியோடோர் ரூஸ்வெல்ட் டா..ப்டைக் குறை கூறினார். ஆனால் அதிபர் டா..ப்ட் தன்னிடம் குறை கண்டாரா? நிச்சயமாக இல்லை. கண்களில் நீர் தளும்ப, “நான் செய்ததைவிட வித்தியாசமாக என்ன செய்திருக்க முடியும் என்று எனக்குத் தெரியவில்லை,” என்று அவர் கூறினார்.

யாரைக் குறை கூறுவது? ரூஸ்வெல்ட்டையா அல்லது டா..ப்டையா? வெளிப்படையாகக் கூறுவதென்றால், எனக்கும் தெரியாது. தியோடோர் ரூஸ்வெல்ட்டின் விமர்சனம் எதுவும் டா..ப்ட் தன்மீதுள்ள தவறை ஒப்புக் கொள்ள உதவவில்லை என்பதுதான் நான் கூற வரும் கருத்து. அது வெறுமனே டா..ப்ட்

தன்னை நியாயப்படுத்தவும், கண்களில் கண்ணீருடன், ”நான் செய்ததைவிட வித்தியாசமாக என்ன செய்திருக்க முடியும் என்று எனக்குத் தெரியவில்லை” என்ற தன் வாதத்தை வலியுறுத்த மட்டுமே உதவியது.

அமெரிக்காவைக் கலக்கிய டீபாட் டோம் எண்ணெய் ஊழலை எடுத்துக் கொள்ளுங்கள். 1920களின் துவக்கத்தில், இந்த ஊழல் குறித்தத் தங்கள் கோபத்தை செய்தித்தாள்கள் வெளியிட்டபடி இருந்தன. அமெரிக்கர்களின் பொது வாழ்வில் அப்படிப்பட்ட ஒன்று அதுவரை நிகழ்ந்ததில்லை. அந்த ஊழலைப் பற்றிய சில அப்பட்டமான உண்மைகள் இதோ: கடற்படையின் எதிர்காலப் பயன்பாட்டிற்காக ஒதுக்கப்பட்டிருந்த, எல்க் ஹில் மற்றும் டீபாட் டோம் ஆகிய இடங்களில் உள்ள எண்ணெய்க் கிணறுகளைக் குத்தகைக்கு விடும் பொறுப்பு அதிபர் ஹார்டிங்கின் அமைச்சரவையில் உள்துறைச் செயலாளராக இருந்த ஆல்பர்ட்க்கு அதிகாரப்பூர்வமாக வழங்கப்பட்டிருந்தது. செயலாளர் ஆல்பர்ட் நியாயமான முறைப்படி அதற்கான போட்டி ஏலத்தை நடத்தினாரா? இல்லை. அதற்கு மாறாக, பணம் கொழிக்கும் அந்த ஒப்பந்தத்தை அவர் தன் நண்பர் எட்வர்டு எல், தொஹேனிக்கு வழங்கினார். அதற்குக் கைமாறாக, மகிழ்ச்சியுடன் ஒரு இலட்சம் டாலர்களை தொஹேனி செயலாளர் ஆல்பர்ட்டுக்குக் “கடனாக“ வழங்கினார். பிறகு, ஒரு சர்வாதிகார முறையில், எல்க் ஹில் எண்ணெய்க் கிணறுகளுக்குப் பக்கத்தில் இருந்த எண்ணெய்க் கிணறுகளின் உரிமையாளர்களான சக போட்டியாளர்களை அந்த மாவட்டத்தைவிட்டு வெளியே துரத்துவதற்கு அமெரிக்கக் கடற்படைக்கு ஆல்பர்ட் ஆணையிட்டார். தங்களுக்குச் சொந்தமான இடத்திலிருந்து துப்பாக்கி முனையில் விரட்டப்பட்ட அந்தப் போட்டியாளர்கள் நீதிமன்றத்திடம் சென்று முறையிட்டனர். இது டீபாட் டோம் மோசடியை வெளிச்சத்திற்குக் கொண்டு வந்தது. இதிலிருந்து புறப்பட்ட துர்நாற்றம் அதிபர் ஹார்டிங்கின் நிர்வாகத்தைச் சீரழித்து, ஒட்டுமொத்த நாட்டையும் புரட்டியெடுத்து, குடியரசுக் கட்சியைச் சேதப்படுத்தி, ஆல்பர்ட்டைச் சிறைக்குள் தள்ளியது.

ஆல்பர்ட் ஃபாலின்மீது ஊழல் குற்றச்சாட்டு சுமத்தப்பட்டது. பொதுவாழ்வில் பழிக்கப்பட்ட வெகு சிலருள் இவரும் ஒருவர். அவர் அதற்காக வருந்தினாரா? இல்லவே இல்லை! பல வருடங்களுக்குப் பிறகு, அதிபர் ஹார்டிங்கின்

மரணத்திற்குக் காரணம் அவரது நண்பர் அவருக்கு நம்பிக்கைத் துரோகம் செய்ததால் ஏற்பட்ட மன உளைச்சல் மற்றும் கவலை என்று ஹெர்பர்ட் ஹோவர் ஒரு பொதுக்கூட்டத்தில் தெரிவித்தார். ஆல்பர்ட் ∴பாலின் மனைவி இதைக் கேட்டபோது வெகுண்டெழுந்தார், அழுதார், விதியை நொந்துகொண்டு பெருங்கூச்சல் போட்டார். ”என்ன, ஆல்பர்ட் ∴பால் அதிபர் ஹார்டிங்கிற்கு நம்பிக்கைத் துரோகம் செய்தாரா? இல்லை! என் கணவர் யாருக்கும் துரோகம் இழைக்கவில்லை. இந்த வீடு முழுக்கத் தங்கம் கொட்டிக் கிடந்தால்கூட என் கணவர் ஒருபோதும் தவறு செய்ய முற்பட மாட்டார். என் கணவர்தான் நம்பிக்கைத் துரோகத்திற்குப் பலியாகி, அநியாயமாகத் தண்டிக்கப்பட்டுள்ளார்,” என்று அவர் கூறினார்.

இதுதான் மனித இயல்பின் வெளிப்பாடு. தவறு இழைத்தவர்கள் தங்களைத் தவிர மற்ற அனைவரையும் குறை கூறுகின்றனர். நாம் எல்லோரும் அப்படித்தான் இருக்கிறோம். எனவே நாளை நீங்களும் நானும் யாரேனும் ஒருவரை விமர்சிக்க முற்படும்போது, அல் கபோன். “இரட்டைத் துப்பாக்கி“ குரோலி, மற்றும் ஆல்பர்ட் ∴பால் ஆகியோரை நினைத்துப் பார்ப்போம். விமர்சனங்கள் தூதுப் புறாக்களைப் போன்றவை. அவை எப்போதும் வீட்டிற்குத் திரும்பிவிடும். நாம் திருத்தவிருக்கும், கண்டிக்கவிருக்கும் நபர் தன்னை நியாயப்படுத்தப் போவதுடன், பதிலுக்கு நம்மைப் பழிப்பார் என்பதை நாம் உணர்ந்து கொள்ள வேண்டும். அல்லது சாதுவான அதிபர் டா∴ப்ட் கூறியதுபோல், “நான் செய்ததைவிட வித்தியாசமாக என்ன செய்திருக்க முடியும் என்று எனக்குத் தெரியவில்லை,” என்று கூறக்கூடும்.

1865ம் ஆண்டு ஏப்ரல் மாதம் 15ம் நாள் காலையில் ஆபிரகாம் லிங்கன், ஜான் வில்க்ஸ் பூத் என்பவனால் ∴போர்டு அரங்கத்தில் வைத்துச் சுடப்பட்டு, அந்த அரங்கத்தின் நேர் எதிரே உள்ள ஒரு மலிவான விடுதியில் ஓர் அறையில் உயிருக்குப் போராடிக் கொண்டிருந்தார். அவரை ஒரு தொய்வான சிறிய படுக்கையின்மீது குறுக்காகப் படுக்க வைத்திருந்தனர். அவரது நீண்ட உடலுக்கு அப்படுக்கை போதுமானதாக இல்லை.

மரணப் படுக்கையில் கிடந்த லிங்கனைப் பார்த்து, போர்த்துறைச் செயலாளர் ஸ்டான்டன், ”உலகம் இதுவரை

கண்டிராத மிகக் கச்சிதமான தலைவர் இதோ படுத்துக் கிடக்கிறார்," என்று கூறினார்.

மக்களைக் கையாள்வதில் லிங்கன் வெற்றி பெற்றதற்கான இரகசியம் எது ? ஆபிரகாம் லிங்கனின் வாழ்க்கையை நான் பத்து வருடங்கள் படித்தேன். "லிங்கன் த அன்னோன்" என்ற புத்தகத்தை எழுதி, அதைச் செம்மைப்படுத்துவதற்கு மூன்று வருடங்களை அர்ப்பணித்தேன். லிங்கனின் ஆளுமையையும் குடும்ப வாழ்க்கையையும், ஒரு தனி மனிதனால் எந்த அளவுக்கு முடியுமோ அந்த அளவுக்கு விளக்கமாகவும் விரிவாகவும் அதில் விவரித்திருப்பதாக நான் நம்புகிறேன். மக்களை லிங்கன் கையாளும் விதத்தைப் பற்றி நான் ஒரு சிறப்பு ஆய்வை மேற்கொண்டேன். லிங்கன் விமர்சனத்தில் ஈடுபட்டாரா? நிச்சயமாக ஈடுபட்டார். இன்டியானா மாநிலத்திலுள்ள பிஜன் கிரீக் வேலி என்னும் இடத்தில் ஓர் இளைஞனாக, அவர் பிறரை விமர்சித்தது மட்டுமின்றி, எள்ளி நகையாடிக் கடிதங்களையும் கவிதைகளையும் எழுதி, அவை பிறரது கண்களுக்குப் படும்வண்ணம் கிராமப்புறச் சாலைகளில் போட்டுவிட்டுச் செல்வார்.

இல்லினாய் மாநிலத்தில் உள்ள ஸ்பிரிங்ஃபீல்டில் அவர் ஒரு வழக்கறிஞராகப் பணியாற்றத் துவங்கிய பிறகும்கூட, தன் எதிரிகளை செய்தித்தாள்களில் அங்கீகரிக்கப்பட்ட கடிதங்கள் வாயிலாக வெளிப்படையாகத் தாக்கினார். ஆனால் அவர் இதைத் தேவைக்கு அதிகமாக அடிக்கடி செய்தார்.

1842ம் ஆண்டின் இலையுதிர்காலத்தில், ஜேம்ஸ் ஷீல்ட்ஸ் என்ற, போர்க் குணம் கொண்ட ஓர் அரசியல்வாதியை லிங்கன் கேலி செய்தார். "ஸ்பிரிங்ஃபீல்ட் ஜர்னலி'ல் தன் பெயரை வெளியிடாமல் அவர் ஜேம்ஸ் ஷீல்ட்ஸைப் பற்றி ஒரு கடிதத்தை வெளியிட்டிருந்தார். அதைப் படித்த ஸ்பிரிங்ஃபீல்ட் நகரமே சிரிப்பால் அதிர்ந்தது, எளிதில் உணர்ச்சிவயப்படும் குணமுடைய ஷீல்ட்ஸ், கோபத்தால் கொதித்தார். அக்கடிதத்தை யார் எழுதியது என்பதை ஷீல்ட்ஸ் கண்டுபிடித்துவிட்டார். தன் குதிரைமேல் தாவி ஏறிச் சென்று, லிங்கனை எதிர்கொண்டு, ஒற்றைக்கு ஒற்றை சண்டைக்கு அழைத்தார். லிங்கன் சண்டையிட விரும்பவில்லை. அவர் அத்தகைய சண்டைகளை எதிர்த்தார். ஆனால் அவரால் அப்போட்டியிலிருந்து கௌரவமாக வெளியேற முடியாத நிலையில் அவர் இருந்தார். அவருக்கு விருப்பமான

ஆயுதத்தைத் தேர்ந்தெடுக்கும் வாய்ப்பு லிங்கனுக்குக் கொடுக்கப்பட்டது. அவரது கைகள் மிகவும் நீளமாக இருந்ததால், குதிரைப் படையில் பயன்படுத்தும் அகன்ற வாளை அவர் தேர்ந்தெடுத்தார். வெஸ்ட் பாயின்ட் பட்டதாரி ஒருவரிடம் வாட்சண்டைப் பயிற்சி எடுத்துக் கொண்டார். குறிப்பிட்ட நாளன்று, மிஸ்ஸிஸிப்பி என்னும் நதிக் கரையில் சாகும்வரை சண்டையிடுவதற்கு இருவரும் தயாராக இருந்தனர். ஆனால் கடைசி நிமிடத்தில், அவர்களது நண்பர்கள் தலையிட்டு அச்சண்டையை நிறுத்தினர்.

லிங்கனின் தனிப்பட்ட வாழ்வில் நிகழ்ந்த மிகவும் மோசமான சம்பவம் அதுதான். மக்களைக் கையாளும் கலையில் ஒரு விலைமதிக்க முடியாத படிப்பினையை அது அவருக்குக் கற்றுத் தந்தது. அதன் பிறகு, பிறரை அவமதிக்கும் கடிதங்களை அவர் ஒருபோதும் எழுதவில்லை, யாரையும் கேலி செய்யவில்லை. அப்போதிலிருந்து அவர் யாரையும் எதற்காகவும் விமர்சிக்கவும் இல்லை.

உள்நாட்டுப் போரின்போது, போட்டோமேக் இராணுவப் படைத் தளபதியை லிங்கன் அடிக்கடி மாற்றிக் கொண்டேயிருந்தார். மெக்லெல்லன், போப், பர்ன்சைட், ஹுக்கர், மீட் என்று ஒவ்வொருவராகப் பெரும் தவறுகளைச் செய்து லிங்கனை இக்கட்டான சூழ்நிலைக்குத் தள்ளினர். நாட்டில் பாதிக்கும் மேற்பட்டோர், திறமையற்ற இத்தளபதிகளைப் பழித்தனர். ஆனால் லிங்கனோ, யார்மீதும் வெறுப்பின்றி அனைவர்மீதும் கருணையோடு நடந்து தன் அமைதியைக் காத்துக் கொண்டார். "உங்கள்மீது யாரும் குற்றத் தீர்ப்பு வழங்காமல் இருப்பதற்கு, நீங்கள் யார்மீதும் குற்றத் தீர்ப்பு வழங்காதீர்கள்," என்பது அவருக்கு மிகவும் பிடித்தமான மேற்கோள்களில் ஒன்று.

லிங்கனின் மனைவியும் பிறரும் தெற்கே உள்ள மக்களைப் பற்றிக் கடுமையாகப் பேசியபோது. "அவர்களை விமர்சிக்காதீர்கள். அவர்கள் இருக்கும் அதே சூழ்நிலையில் நாம் இருந்தால் நாம் என்ன செய்வோமோ அதைத்தான் அவர்களும் செய்கின்றனர்," என்று லிங்கன் அவர்களுக்குப் பதிலளித்தார்.

ஆனால், கடுமையாக விமர்சிப்பதற்கு லிங்கனுக்கு அனேக சூழ்நிலைகள் ஏற்பட்டன. அதில் ஒன்றை இங்கு பார்க்கலாம்.

1863ம் ஆண்டு ஜூலை மாதத்தின் முதல் மூன்று நாட்கள் கெட்டிஸ்பர்க் என்னும் இடத்தில் ஒரு பயங்கரப் போர் நடந்தது. ஜூலை மாதம் நான்காம் நாள், புயல் மேகங்கள் நாட்டைப் பெருமழையால் நிறைத்த நேரத்தில், எதிரிகளின் தலைவரான ஜெனரல் ராபர்ட் லீ தெற்கு நோக்கிப் பின்வாங்கத் துவங்கினார். தோற்கடிக்கப்பட்டத் தன் படையுடன் அவர் போட்டோமேக்கை வந்தடைந்தபோது அந்நதி கரைபுரண்டு ஓடிக் கொண்டிருந்தது. வெற்றி வாகை சூடிய ஐக்கியப் படை தங்கள் பின்னால் வருவதைக் கண்டார். அவர் வசமாகச் சிக்கிக் கொண்டார். அவரால் தப்பிச் செல்ல முடியவில்லை. லிங்கன் அதைப் பார்த்தார். லீயின் படையைக் கைப்பற்றி, போரை உடனடியாக முடிவுக்குக் கொண்டு வருவதற்காகக் கடவுளால் அனுப்பப்பட்ட ஒரு பொன்னான வாய்ப்பு அது என்று அவர் கருதினார். எனவே, பீறிட்டு எழுந்த நம்பிக்கையுடன், போர்க் குழுவைக் கலந்து ஆலோசிக்காமல் உடனடியாக லீயைத் தாக்குமாறு இராணுவத் தளபதி மீடிற்கு லிங்கன் உத்தரவிட்டார். அவர் தன் உத்தரவைத் தந்தியின் மூலம் அனுப்பி, உடனடியாக நடவடிக்கை எடுக்கப் பணித்து ஒரு சிறப்புத் தூதுவரையும் மீடிடம் அனுப்பி வைத்தார்.

தளபதி மீட் என்ன செய்தார்? தனக்குக் கொடுக்கப்பட்ட உத்தரவுக்கு நேர் எதிரானதை அவர் செய்தார். லிங்கனின் உத்தரவை மீறிப் போர்க் குழுவைக் கூட்டினார். தளபதி மீட் தயங்கினார், காலம் தாழ்த்தினார், அனைத்து விதமான சாக்குப்போக்குகளையும் தந்தியின் வாயிலாக லிங்கனிற்கு அனுப்பினார். லீயைத் தாக்க முடியாதென்று திட்டவட்டமாக மறுத்தார். இறுதியில், ஆற்றில் தண்ணீர் வற்றியவுடன் ராபாட் லீ தன் படைகளுடன் அங்கிருந்து தப்பினார்.

லிங்கன் கடுங்கோபம் கொண்டார். ”இதற்கு என்ன அர்த்தம்?” என்று தன் மகன் ராபர்ட்டிடம் கத்தினார். ”கடவுளே! இதற்கு என்ன அர்த்தம்? அவர்கள் நம் கைக்கு எட்டும் தூரத்தில் இருந்தனர். வெறுமனே நம் கைகளை நீட்டியிருந்தால் அவர்கள் நம்வசம் சிக்கியிருப்பார்கள். ஆனாலும் படையை நகர்த்துவதற்கு நான் கூறிய எதுவும், நான் செய்த எதுவும் பயனளிக்கவில்லை. இந்தச் சூழ்நிலையில், எந்தவொரு

தளபதியாலும் லீயைத் தோற்கடித்திருக்க முடியும். நான் அங்கு சென்றிருந்தால், நானே அவனைப் புரட்டி எடுத்திருப்பேன்.”

கசப்பான ஏமாற்றத்தோடு லிங்கன் மீட்டிற்கு ஒரு கடிதம் எழுதினார். இந்தக் காலகட்டத்தில், லிங்கன் பழைய பாரம்பரியத்தை ஆதரிப்பவராகவும், வார்த்தைப் பிரயோகிக்கும் போது கட்டுப்பாட்டைக் கொண்டவராகவும் இருந்தார் என்பதை நினைவில் கொள்ளுங்கள். எனவெ 1863ல் லிங்கனிடமிருந்து வந்த இக்கடிதம் தீவிரக் கண்டனம் தெரிவிப்பதிற்கு ஒப்பானது.

என் அன்பிற்குரிய தளபதிக்கு,

ஜெனரல் லீ தப்பியோடியதால் ஏற்பட்டுள்ள துரதிர்ஷ்டத்தின் அளவை நீங்கள் சரியாகப் புரிந்து கொள்ளவில்லை என்று நான் நினைக்கிறேன். அவர் நாம் எளிதில் கைப்பற்றக்கூடிய தூரத்தில் இருந்தார். நமது பிற தாமதமான வெற்றிகளோடு தொடர்புபடுத்திப் பார்க்கையில், அவரை நெருங்கிப் பிடித்திருந்தால் போர் அப்போதே முடிந்திருக்கும். இப்போது இந்த யுத்தம் காலவரையறை இன்றித் தொடர்ந்து கொண்டே போகிறது. கடந்த திங்கட்கிழமையன்று பாதுகாப்பாக உங்களால் லீயைத் தாக்க முடியாதபோது, நதியின் தெற்கே, அதுவும், அப்போது உங்கள் வசமிருந்த படையில் மூன்றில் இரண்டு பகுதிக்கும் குறைவான வீரர்களை மட்டுமே உங்களுடன் கூட்டிச் செல்ல முடியும் என்ற நிலையில் எப்படி உங்களால் அவரைப் பிடிக்க முடியும்? அதை எதிர்பார்ப்பது அறிவிற்குப் புறம்பானது. உங்கள் பொன்னான வாய்ப்பு போய்விட்டது. அதன் காரணமாக நான் எண்ணிலடங்காத் துயரை அடைந்துள்ளேன்.

இதைப் படித்தபோது மீட் என்ன செய்திருப்பார் என்று நினைக்கிறீர்கள்? மீட் அக்கடிதத்தை பார்க்கவேயில்லை. ஏனெனில், லிங்கன் அதை அவருக்கு அனுப்பவே இல்லை. லிங்கனின் மறைவிற்குப் பிறகு அக்கடிதம் அவரது காகிதங்களுக்கிடையே கண்டெடுக்கப்பட்டது.

என் அனுமானத்தின்படி, அக்கடிதத்தை எழுதிய பிறகு, லிங்கன், சன்னல் வழியாக வெளியே நோக்கி, “ஒரு நிமிடம் நில். இவ்வளவு அவசரப்பட வேண்டியதில்லை. அமைதியான

வெள்ளை மாளிகையில் அமர்ந்து கொண்டு, தாக்குதலை மேற்கொள்ள மீட்டிற்குக் கட்டளையிடுவது எனக்கு மிகவும் சுலபம். ஆனால் நான் கெட்டிஸ்பர்க்கில் இருந்து, கடந்த வாரத்தில் யுத்தக் களத்தில் மீட் கண்ட அளவு இரத்தத்தை நான்: கண்டிருந்து, காயப்பட்டவர்களிடமிருந்தும் மாண்டவர்களிடமிருந்தும் வெளிப்பட்டக் கதறல்களும் மரண ஓலங்களும் என் காதுகளைத் துளைத்திருந்தால், தாக்குதலில் மேலும் ஈடுபடுவதற்கு நானும் அவ்வளவு விருப்பத்துடன் இருந்திருக்க மாட்டேன். மீட்டின் கோழைத்தனமான மனப்போக்கு எனக்கும் இருந்திருந்தால் செய்ததைத்தான் நானும் செய்திருப்பேன். இருந்தாலும். அவர் நடந்தது நடந்துவிட்டது. அதை நம்மால் மாற்ற முடியாது. இக்கடிதத்தை நான் அனுப்பினால் அது என் மனத்தை அமைதிப்படுத்தும். ஆனால், மீட் தன்னை நியாயப்படுத்த முயற்சிப்பதற்கு அது வழிவகுக்கும். என்மீது பழியுரைக்க அவரைத் தூண்டும். அது அவரை வருத்தமுறச் செய்யும். அதனால் ஒரு தளபதி என்ற முறையில் எதிர்காலத்தில் அவரது பயன்பாடு மிகவும் இராணுவத்திலிருந்து விலகிக் கொள்ளக்கூட அது அவரைக் கட்டாயப்படுத்தக்கூடும்,'' என்று தனக்குத் தானே கூறிக் கொண்டிருக்கக்கூடும். இது என்னுடைய அனுமானம்தான்.

எனவே, நான் ஏற்கனவே கூறியதுபோல், மனத்தைப் புண்படுத்தும் விமர்சனங்களும் கண்டனங்களும் இறுதியில் எந்தவிதமான பயனையும் விளவிக்கப் போவதில்லை என்பதைக் கசப்பான அனுபவத்தின் மூலம் கற்றுக் கொண்டதால், அவர் அக்கடிதத்தை அனுப்பவில்லை.

தான் அதிபராக இருந்தபோது ஏதேனும் குழப்பமான ஒரு பிரச்சனையை எதிர்கொள்ள நேர்ந்தபோதெல்லாம். வெள்ளை மாளிகையில் உள்ள தன் அலுவலகத்தில் வசதியாக அமர்ந்துகொண்டு, தன் மேசைக்கு மேலே மாட்டப்பட்டிருந்த லிங்கனின் பெரிய படத்தைப் பார்த்து, "என் நிலையில் லிங்கன் இருந்தால் அவர் என்ன செய்திருப்பார்? இப்பிரச்சனையை அவர் எப்படித் தீர்ப்பார்?" என்று தன்னைத் தானே கேட்டுக் கொண்டதாகத் தியோடோர் ரூஸ்வெல்ட் தெரிவித்தார்.

அடுத்த முறை நாம் யாரையேனும் கடிந்து கொள்ள முற்படும்போது, நம் பாக்கெட்டிலிருந்து ஓர் ஐந்து டாலர் நோட்டை எடுத்து, அதிலுள்ள லிங்கனின் படத்தைப் பார்த்து,

”இப்பிரச்சனை லிங்கனுக்கு நேர்ந்திருந்தால் அவர் இதை எப்படிச் சமாளித்திருப்பார்?'' என்று கேட்கலாம்.

மார்க் டுவெயின் எப்போதாவது கோபப்படுவார். கனல் தெறிக்கும் கடிதங்களை எழுதுவார். எடுத்துக்காட்டாக, ஒரு முறை தன் கோபத்தைக் கிளறிய ஒருவருக்கு அவர் இவ்வாறு கடிதம் எழுதினார்: ”மண்ணில் புதைக்கப்படுவதற்கான அனுமதி மட்டுமே உங்களுக்கு உள்ளது. அடுத்த முறை நீங்கள் பேசினால், அந்த அனுமதி உங்களுக்குக் கிடைப்பதை நான் உறுதி செய்வேன்.'' இன்னொரு சமயம், அவரது படைப்பில் உள்ள எழுத்துப் பிழைகளையும் நிறுத்தற்குறிகளையும் திருத்த முயற்சித்தப் பிழைதிருத்துனர் ஒருவரைப் பற்றி, பதிப்பாசிரியருக்கு ஒரு கடிதத்தை எழுதினார்: “நான் எழுதி அனுப்பினவற்றை என் நகலுக்கு ஏற்பப் பொருத்தி அமைக்கவும். அதோடு, பிழைதிருத்துபவர் தன் பரிந்துரைகளை அவரது அழுகிப்போன மூளைக்குள்ளேயே தக்க வைத்துக் கொள்ளட்டும்.''

இத்தகையக் குத்தலான கடிதங்கள் மார்க் டுவெயினிற்கு நல்ல உணர்வைக் கொடுத்தன. அவரது உணர்ச்சிகளைக் கொட்டித் தீர்க்க அவை அவருக்கு உதவின. இக்கடிதங்கள் உண்மையில் எந்தவிதமான தீங்கையும் ஏற்படுத்தவில்லை. ஏனெனில், அவரது மனைவி அவற்றை இரகசியமாக நீக்கிவிடுவார். அக்கடிதங்கள் அனுப்பப்படவே இல்லை.

நீங்கள் மாற்ற விரும்பும், ஒழுங்குபடுத்த விரும்பும். மேம்படுத்த விரும்பும் யாரேனும் ஒருவரை உங்களுக்குத் தெரியுமா? அது ஒரு நல்ல செய்தி! நான் அதற்கு என் முழு ஆதரவையும் தருகிறேன். ஆனால் நீங்கள் ஏன் அதை உங்களிலிருந்து துவங்கக்கூடாது? முற்றிலும் சுயநலமான கண்ணோட்டத்திலிருந்து பார்க்கும்போது, அடுத்தவரை மேம்படுத்த முயற்சிப்பதைக் காட்டிலும் நம்மை மேம்படுத்துவது அதிக இலாபகரமான, அதே சமயத்தில், மிகவும் குறைந்த ஆபத்தான விஷயமாகும். “உங்கள் வீட்டு வாசற்படி அசுத்தமாக இருக்கும்போது, உங்கள் அண்டை வீட்டாரின் கூரைமீது இருக்கும் வெண்பனியைப் பற்றிக் குறை கூறாதீர்கள்,'' என்று கன்பூசியஸ் கூறியுள்ளார்.

என் இளமைப் பருவத்தில், மக்களை என்மீது விருப்பம் கொள்ளச் செய்வதற்குக் கடினமாக முயன்று கொண்டிருந்த

நேரத்தில், அமெரிக்காவின் இலக்கிய வானில் கொடிகட்டிப் பறந்த நூலாசிரியர் ரிச்சர்டு ஹார்டிங் டேவிஸிற்கு ஒரு முட்டாள்தனமான கடிதத்தை நான் எழுதினேன். ஒரு பத்திரிகையில் வெளியிடுவதற்காக நூலாசிரியர்களைப் பற்றிய ஒரு கட்டுரையை நான் தயாரித்துக் கொண்டிருந்தேன். அது தொடர்பாக, அவரது வேலை முறையைப் பற்றி டேவிஸிடம் நான் கேட்டேன். அதற்கு ஒருசில வாரங்களுக்கு முன், ”என் வார்த்தைப்படி எழுதப்பட்டது. ஆனால் படிக்கப்படவில்லை” என்ற பின்குறிப்புடன் ஒரு கடிதம் எனக்கு வந்தது. அது என்னை வெகுவாகக் கவர்ந்தது. அந்த எழுத்தாளர் மிகவும் சுறுசுறுப்பாக உழைக்கும், மிகப் பெரிய மனிதராக, முக்கியமானவராக இருக்க வேண்டும் என்று நான் நினைத்துக் கொண்டேன். எனக்கு அவ்வளவு வேலை இருக்கவில்லை. ஆனால் ரிச்சர்டு ஹார்டிங் டேவிஸைக் கவர்வதில் நான் தீவிர ஆர்வம் கொண்டிருந்தேன். எனவே, என் கடிதத்தை, ”என் வார்த்தைப்படி எழுதப்பட்டது, ஆனால் படிக்கப்படவில்லை” என்ற வார்த்தைகளுடன் நிறைவு செய்தேன்.

அக்கடிதத்திற்கு பதில் எழுத அவர் அக்கறை எடுத்துக் கொள்ளவில்லை. அவர் வெறுமனே என் கடிதத்தை எனக்குத் திருப்பி அனுப்பினார். அதில் கீழே இவ்வாறு எழுதப்பட்டிருந்தது: ”உன் மோசமான செயல்கள் உன் மோசமான இச்செயல்களால் மட்டுமே அதிகரிக்கப்படுகின்றன.” உண்மைதான், நான் தவறு செய்துவிட்டேன். இந்தக் கடுஞ்சொல்லுக்கு நான் தகுதியானவன்தான். ஆனால் சாதாரண உணர்ச்சிகளைக் கொண்டுள்ள மனிதன் என்ற முறையில் அதை நான் வெறுத்தேன். அதை நான் எந்த அளவுக்கு வெறுத்தேன் என்றால், பத்து வருடங்களுக்குப் பிறகு ரிச்சர்டு ஹார்டிங் டேவிஸ் இறந்த செய்தியை நான் படித்தபோது, என் மனத்தில் உடனே தோன்றிய ஓர் எண்ணம், அவர் எனக்கு ஏற்படுத்திய மன வேதனைதான். அதை நான் வெட்கத்தோடு ஒப்புக் கொள்கிறேன்.

ஒருவரைப் பல வருடங்களாகத் தொடர்ந்து எரிச்சலூட்டி, சாகும்வரை நிலைத்து நிற்கும் ஒரு பெருங்கோபத்தை அவரிடம் கிளற வேண்டும் என்று நாம் விரும்பினால், நாம் வெறுமனே ஒரு சிறு குத்தலான விமர்சனத்தில் ஈடுபடலாம், அது நியாயமானது என்று நாம் எவ்வளவு உறுதியாக நம்பினாலும்கூட.

மக்களைக் கையாளும்போது, பகுத்தறிவு கொண்ட ஜீவன்களை நாம் கையாண்டு கொண்டிருக்கவில்லை, மாறாக, உணர்ச்சிகள் நிறைந்த, பாரபட்சம் ஓங்கி நிற்கும், கர்வம் மற்றும் தற்பெருமையால் ஊக்குவிக்கப்பட்டுள்ள மனிதர்களைத்தான் நாம் கையாள்கிறோம் என்பதை நாம் நினைவில் வைத்துக் கொள்ள வேண்டும்.

ஆங்கில இலக்கியத்திற்கு வளம் சேர்த்த, அதிகமாக உணர்ச்சிவசப்படக்கூடிய, அருமையான நாவலாசிரியர் தாமஸ் ஹார்டி ஒட்டுமொத்தமாகப் புனைவுக் கதைகளை எழுதுவதைக் கைவிடுவதற்குக் காரணமாக அமைந்தவை அவரைப் பற்றிய கசப்பான விமர்சனங்களே. விமர்சனங்கள் ஆங்கிலக் கவிஞர் தாமஸ் சாட்டர்டன் தற்கொலை செய்து கொள்ளக் காரணமாயின.

இளைஞராக இருக்கையில் சாதுரியமற்றவராக இருந்த பெஞ்சமின் ஃபிராங்க்ளின், பின்னர் மக்களைக் கையாள்வதில் சாதுரியம் மிக்கவராக, திறமையானவராக மாறினார். இறுதியில் பிரான்சு நாட்டிற்கான அமெரிக்கத் தூதராக ஆனார். அவரது வெற்றியின் இரகசியம் என்ன?

”நான் யாரைப் பற்றியும் மோசமானவற்றைப் பேச மாட்டேன். அனைவரைப் பற்றியும் எனக்குத் தெரிந்த நல்லவற்றை மட்டுமே பேசுவேன்,” என்று அவர் முடிவெடுத்ததுதான் அவரது வெற்றிக்குக் காரணம்.

எந்தவொரு முட்டாளாலும் அடுத்தவரை விமர்சிக்கவும், பழித்துரைக்கவும், குறைகூறவும் முடியும் - பெரும்பாலான முட்டாள்கள் அதைத்தான் செய்கின்றனர்.

புரிந்து கொள்வதற்கும் மன்னிப்பதற்கும்தான் நற்குணங்களும் சுயகட்டுப்பாடும் தேவை.

”பெரிய மனிதர்கள், சிறிய மனிதர்களைத் தாங்கள் நடத்தும் விதத்தின்மூலம்தான் தங்கள் மகத்துவத்தை வெளிப்படுத்துகின்றனர்,” என்று கார்லைல் கூறியுள்ளார்.

பிரபல சோதனை விமானியும், விமான சாகச நிகழ்ச்சிகளில் அடிக்கடிப் பங்குகொள்பவருமான பாப் ஹூவர் ஒருமுறை சான்டியாகோவில் ஒரு சாகச நிகழ்ச்சியில் கலந்துகொண்டுவிட்டு லாஸ் ஏஞ்சலீஸில் உள்ள தன் வீட்டிற்குத் திரும்பிக் கொண்டிருந்தார். ஃப்ளைட் ஆப்பரேஷன்ஸ் என்ற பத்திரிகையில் விவரித்திருந்தபடி, வானில் அவர் முன்னூறு அடி உயரத்தில் இருந்தபோது அவரது விமானத்தின்

இரண்டு இஞ்சின்களும் நின்றுவிட்டன. தன் அனுபவத் திறமையால் ஒருவழியாக அதைச் சமாளித்து, விமானத்தைத் தரையிறக்கிவிட்டார். விமானம் மிகவும் சேதமடைந்தபோதும், அவருக்கும் அவருடன் பயணித்தவர்களுக்கும் எந்தக் காயமும் ஏற்படவில்லை.

அவசரத் தரையிறங்கலுக்குப் பின் ஹூவர் முதலில் செய்த காரியம், நேராகச் சென்று விமானத்தின் எரிபொருளை ஆய்வு செய்ததுதான். சந்தேகப்பட்டதுபோலவே, இரண்டாம் உலகப் போரில் அவர் பயன்படுத்தப்பட்டிருந்த, அவர் ஓட்டிக் கொண்டிருந்த அந்தப் புரொப்பெல்லர் விமானத்தில் பெட்ரோலுக்கு பதிலாக ஜெட் விமானத்தில் பயன்படுத்தப்படும் எரிபொருள் நிரப்பப்பட்டிருந்தது.

விமான நிலையத்திற்குத் திரும்பி வந்தவுடன், தன் விமானத்தை இயக்கநிலைக்கு கொண்டுவர செய்த மெக்கானிக்கைப் பார்க்க வேண்டும் என்று அவர் கூறினார். தன் தவறால் மிகவும் மனம் நொந்து போயிருந்தார் அந்த இளம் மெக்கானிக். ஹூவர் அவரை அணுகியபோது அவரது கண்களிலிருந்து கண்ணீர் வழிந்து கொண்டிருந்தது. ஓர் விலையுயர்ந்த விமானத்தின் இழப்புக்கு அந்த இளைஞர் காரணமாகியிருந்தார். மூன்று உயிர்களின் இழப்பிற்கும் அவர் காரணமாகி இருந்திருக்கக்கூடும்.

ஹூவரின் கோபத்தை உங்களால் கற்பனை செய்து பார்க்க முடியும். அந்த மெக்கானிக்கின் கவனக்குறைவிற்காக, அவர் அந்த மெக்கானிக்கை வார்த்தைகளால் வதைத்திருக்கக்கூடும். ஆனால் ''ஹூவர் அவரைத் திட்டவில்லை. விமர்சிக்கக்கூட இல்லை. மாறாக, அவரது பெரும் கையை அந்த மெக்கானிக்கின் தோள்களின்மீது போட்டுக்கொண்டு, "நீங்கள் அந்தத் தவறை மீண்டும் செய்ய மாட்டீர்கள் என்பதில் நான் உறுதியாக இருக்கிறேன் என்பதை உங்களுக்குக் காட்டுவதற்காக, நாளை என் தி 51 விமானத்தை நீங்கள் இயக்கநிலைப்பாட்டை அடைய துணைபுரிய வேண்டும் என்று நான் விரும்புகிறேன்,'' என்று கூறினார்.

பெற்றோர்கள் தங்கள் குழந்தைகளை விமர்சிக்க அடிக்கடித் தூண்டப்படுகின்றனர். அவ்வாறு செய்யாதீர்கள் என்று நான் கூறுவேன் என்றுதானே நீங்கள் எதிர்பார்ப்பீர்கள்? ஆனால் நான் அப்படிச் செய்யப் போவதில்லை. நான்

வெறுமனே இதைத்தான் கூறப் போகிறேன்: ”அவர்களை விமர்சிப்பதற்கு முன், அமெரிக்காவில் வெளிவந்த புகழ்மிக்கக் கட்டுரைகளில் ஒன்றாகக் கருதப்படும் “மறந்துவிட்ட ஒரு தந்தை“ என்ற கட்டுரையைப் படியுங்கள்.” முதன்முதலில் அது “பீப்பிள்ஸ் ஹோம் ஜர்னலி’ல் ஒரு தலைமை பத்தியாக வெளிவந்தது. அதன் ஆசிரியரின் அனுமதியோடு, ரீடர்ஸ் டைஜஸ்ட் பத்திரிகையில் பிரசுரமான அதன் சுருக்கமான வடிவத்தை நான் இங்கு தருகிறேன்:

‘மறந்துவிட்ட ஒரு தந்தை“ உண்மையான உணர்வின் ஒரு கணத்தில் வெளிப்படுத்தப்பட்ட, பல வாசகர்களின் இதயங்களைத் தொட்ட, தொடர்ந்து அச்சிடப்பட்டுக் கொண்டிருக்கும். அனைவருக்கும் பிரியமான ஒரு சிறிய படைப்பு. ”முதன்முதலில் வெளியிடப்பட்டதிலிருந்து, நாடு முழுவதிலுமுள்ள நூற்றுக்கணக்கான பத்திரிகைகள், செய்தித்தாள்கள் ஆகியவற்றில் இக்கட்டுரை மீண்டும் மீண்டும் மறுபிரசுரம் செய்யப்பட்டு வந்துள்ளது. இச்சிறு கட்டுரை பல மொழிகளிலும் வெளியாகியுள்ளது. பள்ளிக்கூடம், தேவாலயம், மற்றும் சொற்பொழிவு மேடைகளில் இதைப் படிக்க விரும்பிய பல்லாயிரக்கணக்கான மக்களுக்கு நான் அனுமதி வழங்கியுள்ளேன். எண்ணற்ற சந்தர்ப்பங்களிலும் நிகழ்ச்சிகளிலும் அது ஒலிபரப்பாகியுள்ளது. கல்லூரி வெளியீடுகளிலும் பள்ளிப் பத்திரிகைகளிலும் அது பயன்படுத்தப்பட்டுள்ளது. சின்னஞ்சிறு கட்டுரைகள் இந்த அளவு பிரபலமாவது புரியாத புதிர்தான். அவ்வரிசையில் என் கட்டுரையும் இடம்பெற்றுள்ளது,” என்று அதன் ஆசிரியர் லிவிங்ஸ்டன் லார்னெட் எழுதுகிறார்.

மறந்துவிட்ட ஒரு தந்தை

கவனமாகக் கேள், மகனே: நான் உன்னிடம் இப்போது பேசிக் கொண்டிருக்கையில், உன் பிஞ்சுப் பாதம் உன் கன்னங்களுக்கு அடியில் மடங்கிக் கிடக்கிறது. உன் தலையிலுள்ள தங்க முடிச் சுருள்கள் உன் ஈரமான நெற்றியில் ஒட்டிக் கிடக்கின்றன. நான் உன் அறைக்குள் தனியாக வந்துள்ளேன். ஒருசில நிமிடங்களுக்கு முன், நான் வரவேற்பறையில் அமர்ந்து படித்துக் கொண்டிருந்தேன். அப்போது வருத்தம் என்னை ஆட்கொண்டது மனக்கலக்கம்

என்னை விழுங்கியது. ஒரு குற்ற உணர்வுடன் நான் உன் படுக்கையருகே வந்தேன்.

சில விஷயங்களை நான் சிந்தித்துக் கொண்டிருந்தேன், மகனே: நான் உன்னிடம் கோபத்துடன் நடந்து கொண்டிருக்கிறேன். நீ பள்ளிக்குத் தயாராகிக் கொண்டிருக்கும்போது, முகத்தைக் கழுவாமல் வெறும் ஈரத் துணியால் மட்டும் துடைத்தாய் என்ற காரணத்திற்காக நான் உன்னைத் திட்டியிருக்கிறேன். நீ உன் காலணிகளைப் பளிச்சூட்டாத காரணத்திற்காக நான் உன்னைத் திட்டியிருக்கிறேன். உன்னுடைய சில பொருட்களை நீ தரையில் வீசியெறிந்தபோது நான் உன்னிடம் கோபமாக நடந்து கொண்டிருக்கிறேன்.

காலை உணவின்போதும் நான் உன்னிடம் குறை கண்டேன். நீ சாப்பிடும்போது உணவைச் சிந்தியதற்காக. உன் உணவை அப்படியே விழுங்கியதற்காக. உன் முழங்கையை மேசைமீது வைத்ததற்காக. உன் ரொட்டித் துண்டில் அதிக வெண்ணெய் சேர்த்ததற்காக. நீ விளையாடத் துவங்கியதும், நான் என் இரயிலைப் பிடிக்கப் புறப்பட்டபோது, நீ என்னை நோக்கித் திரும்பிக் கையசைத்து, "போய் வாருங்கள், அப்பா!" என்று கத்தினாய். நான் என் முகத்தைச் சுளித்தவாறே, "உன் தோள்களைத் தொங்கப் போடாதே," என்று உன்னைக் கடிந்து கொண்டேன்.

நண்பகலில் இது மீண்டும் வீட்ட இடத்திலிருந்து துவங்கியது. நான் வீட்டை நோக்கி வந்தபோது நீ என்ன செய்து கொண்டிருந்தாய் என்று வேவு பார்த்தேன். நீ மண்டியிட்டு அமர்ந்து கோலிகளோடு விளையாடிக் கொண்டிருந்தாய். உன் காலுறைகளில் ஓட்டைகள் இருந்தன. அதைக் கண்டவுடன், உன் நண்பர்களுக்கு மத்தியில் வைத்து, வீட்டிற்குப் போகுமாறு கூறி அவமானப்படுத்தினேன். நான் உன்னை காலுறைகள் மிகவும் விலையுயர்ந்தவை. நீ அவற்றை வாங்க வேண்டியிருந்தால் இன்னும் அதிகக் கவனத்துடன் இருப்பாய்! இவ்வார்த்தைகள் உன் தந்தையிடமிருந்து வருகின்றன என்பதை நினைத்துப் பார்!

மாலையில் நான் என் அறையில் அமர்ந்து படித்துக் கொண்டிருந்தபோது, உன் மனத்தில் ஏற்பட்டக் காயம் உன் கண்களில் தெரிய, பயத்துடன் நீ என்னை நோக்கி நடந்து

வந்தது எனக்கு நினைவிருக்கிறது. எனக்கு ஏற்பட்ட இடையூறால் பொறுமையிழந்து ஏறிட்டுப் பார்க்கையில், கதவருகில் நீ தயக்கத்துடன் நின்றாய். “என்ன வேண்டும் உனக்கு?” என்று நான் வெடுக்கென்று கேட்டேன்.

நீ எதுவும் கூறவில்லை. ஆனால் வேகமாக ஓடிவந்து, என் கழுத்தில் உன் கைகளைச் சுற்றிக்கொண்டு, என்னை முத்தமிட்டு, என் புறக்கணிப்புகளால் வாடாத, கடவுள் உன் இதயத்தில் மலரச் செய்துள்ள பாசத்துடன் உன் சிறிய கைகளால் என்னை இறுக அணைத்துக் கொண்டாய். பின் உன் அறைக்குச் சென்றுவிட்டாய்.

அதற்குச் சற்று நேரத்திற்குப் பின் என் கைகளில் இருந்த செய்தித்தாள் நழுவி விழுந்தது. வயிற்றைப் புரட்டும் ஒரு பயங்கர அச்சம் என்னை ஆட்கொண்டது. நான் என்னவாக ஆகிக் கொண்டிருக்கிறேன்? உன்னிடம் குறை கண்டுபிடிப்பதும் கடிந்துரைப்பதும்தான் நீ என் அன்புக் குழந்தையாக இருப்பதற்கு நான் உனக்கு அளிக்கும் கைமாறா? நான் உன்னை நேசிக்காமல் இல்லை. மாறாக, இளம் பிஞ்சான உன்னிடமிருந்து நான் அளவுக்கு அதிகமாக எதிர்பாத்தேன் என்பதுதான் உண்மை. நான் என் வாழ்க்கையைக் கொண்டு உன்னை அளவிட்டுக் கொண்டிருந்தேன்.

உன்னிடத்தில் குடிகொண்டிருக்கும் நல்லவற்றையும், அருமையானவற்றையும், உண்மையானவற்றையும் கணக்கிட முடியாது. உன் சிறிய இதயம், பரந்த குன்றுகளை ஒளியூட்டும் விடியலைப்போல மிகவும் பெரிதாக உள்ளது. இரவில் படுக்கப் போகுமுன் என்னைக் கட்டியணைத்து முத்தமிடுவதற்காக என்னிடம் நீயாகவே ஓடி வந்தது அதை நிரூபிக்கிறது. இன்றிரவு எனக்கு வேறெதைப் பற்றியும் கவலையில்லை. இருளில் நான் உன் படுக்கைக்கு அருகே வந்து கூனிக் குறுகி, மண்டியிட்டு அமர்ந்திருக்கிறேன்,

இது ஒரு கோழைத்தனமான பரிகாரம்தான். ஆனால் நீ விழித்திருக்கும் நேரத்தில் நான் உன்னிடம் இவ்விஷயங்களைக் கூறினால் அவை உனக்குப் புரியாது. ஆனால் நாளைக்கு நான் ஓர் உண்மையான தகப்பனாக இருப்பேன். நான் உன்னிடம் ஒரு நண்பனைப்போல் நடந்து கொள்வேன். நீ வருந்தும்போது நானும் வருத்தப்படுவேன்... நீ சிரிக்கும்போது நானும் சிரிப்பேன். பொறுமையற்ற வார்த்தைகள் என் வாயிலிருந்து வரும்போது,

என் நாக்கைக் கடித்துக் கொள்வேன். ஒரு மந்திரம்போல் நான் இதைத் தொடந்து கூறிக்கொண்டே இருப்பேன் அவன் ஒரு சின்னஞ்சிறிய குழந்தை!"

நான் உன்னை ஒரு வளர்ந்த மனிதனாகக் கருதிவிட்டேன். ஆனால், உன் கட்டிலில் சோர்வாக நீ சுருண்டு கிடப்பதை நான் பார்க்கும் இவ்வேளையில், நீ இன்னும் ஒரு சிறு குழந்தைதான் என்பதை உணர்கிறேன். நேற்று நீ உன் தாயின் தோள்களில் தலைசாய்த்து அவளது கரங்களில் துவண்ட மழலையாய் இருந்தாய். நான்தான் உன்னிடம் மிக அதிகமாக எதிர்பார்த்துவிட்டேன்.

மக்களைக் கண்டிப்பதற்குப் பதிலாக, அவர்களைப் பற்றி நாம் புரிந்து கொள்ள முயற்சிக்க வேண்டும். அவர்கள் செய்யும் காரியங்களை அவர்கள் ஏன் செய்கிறார்கள் என்பதைக் கண்டறிய நாம் முயற்சிக்க வேண்டும். விமர்சிப்பதைக் காட்டிலும் இது அதிக இலாபகரமானதாகவும், ஆர்வத்தைத் தூண்டுவதாகவும் இருக்கும். இது அனுதாபத்தையும், சகிப்புத்தன்மையையும், பரிவையும் நம்மிடத்தில் வளர்க்கும். ”ஒருவரது செயலுக்கான சூழ்நிலையையும் நோக்கத்தையும் நாம் புரிந்து கொள்ளும்போது, அவர் செய்த காரியத்திற்காக நாம் அவரை மன்னித்துவிடுவோம்."

டாக்டர் ஜான்சன் இவ்வாறு கூறியுள்ளார்: "கடவுள்கூட மனிதனின் இறுதி நாட்கள்வரை அவனை மதிப்பீடு செய்வதில்லை."

அப்படியிருக்கும்போது, நீங்களும் நானும் மட்டும் ஏன் அவ்வாறு செய்ய வேண்டும்?

முதல் கொள்கை

யாரையும் விமர்சிக்காதீர்கள், கண்டிக்காதீர்கள், அல்லது குறை கூறாதீர்கள்

2

மக்களைக் கையாள்வதிலுள்ள மாபெரும் இரகசியம்

ஒருவர் அடுத்தவரை ஏதேனும் ஒரு வேலையைச் செய்ய வைப்பதற்கு எத்தனை வழிகள் உள்ளன என்று நீங்கள் யோசித்திருக்கிறீர்களா? அதற்கு ஒரே ஒருவழிதான் உண்டு. அச்செயலைச் செய்வதற்கு அவர்களை விருப்பம் கொள்ளச் செய்வதுதான் அது.

இதற்கு வேறு வழியேதும் கிடையாது.

உங்களால் ஒருவரைத் துப்பாக்கி முனையில் மிரட்டி, அவரது கைக்கடிகாரத்தை உங்களிடம் கொடுக்க வைக்க முடியும். வேலையிலிருந்து நீக்கிவிடுவதாக மிரட்டி உங்கள் ஊழியர்களின் ஒத்துழைப்பைப் பெற முடியும் - நீங்கள் அவ்விடத்தைவிட்டு நகரும்வரை. ஒரு மிரட்டல் அல்லது ஓர் அடியால் ஒரு குழந்தையிடம் உங்களால் உங்கள் காரியத்தைச் சாதித்துக் கொள்ள முடியும். ஆனால் இப்பக்குவமற்ற முறைகள் பெரும்பாலும் விரும்பத்தகாத எதிர்விளைவுகளையே ஏற்படுத்தும்.

உங்களுக்கு வேண்டிய ஒன்றை நான் உங்களுக்குக் கொடுப்பதன் மூலமாகத்தான் எனக்கு வேண்டிய ஒன்றை என்னால் உங்களைச் செய்ய வைக்க முடியும்.

உங்களுக்கு என்ன வேண்டும்?

நீங்களும் நானும் செய்யும் அனைத்தும் இரண்டு உள்நோக்கங்களிலிருந்து வருவதாக சிக்மன்ட் ஃப்ராய்டு கூறியுள்ளார். முதலாவது நம்முடைய பாலுணர்வைத் தூண்டுதல் இரண்டாவது தலைசிறந்தவராக விளங்க வேண்டும் என்னும் நம் ஆழ்மன விருப்பம்.

அமெரிக்காவின் பிரபலமான தத்துவவியலாளர்களில் ஒருவரான ஜான் டூவீ இதையே சற்று வித்தியாசமாகக் கூறியுள்ளார். மனித இயல்பின் மிக ஆழமான தூண்டுதல், ‘முக்கியமானவராக விளங்க வேண்டும்“ என்ற விருப்பம்தான் என்பது அவரது கூற்று. “முக்கியமானவராக விளங்க வேண்டும்“ என்ற சொற்றொடரை நினைவில் வைத்துக் கொள்ளுங்கள். இது மிகமிக முக்கியமானது. இதைப் பற்றி இப்புத்தகத்தில் நீங்கள் விரிவாகப் படிக்க இருக்கிறீர்கள்.

உங்களுக்கு என்ன வேண்டும்? பெரிய பட்டியலிடுமாறு நான் உங்களைக் கேட்கவில்லை. ஆனால் நீங்கள் விரும்பும், தீவிர ஆர்வத்தோடு வலியுறுத்தும் சில விஷயங்கள் எவை? பெரும்பாலான மக்கள் விரும்பும் சில விஷயங்கள் இவை:

1. ஆரோக்கியம்
2. உணவு
3. உறக்கம்
4.பணமும், பணத்தால் பெறக்கூடியவைகளும்
5. இறப்பிற்குப் பின்னுள்ள வாழ்க்கை
6. பாலுணர்வுத் தேவைகளின் போது பூர்த்தி
7. நம் குழந்தைகளின் நலன்
8. முக்கியமானவர் என்ற உணர்வு

இந்த அனைத்து விருப்பங்களும் பொதுவாக நிறைவேற்றப்பட்டுவிடும் - ஒன்றே ஒன்றைத் தவிர, ஆனால், உணவு அல்லது தூக்கத்திற்கான விருப்பம்போல, அதே அளவு ஆழமான, தவிர்க்க முடியாத இந்த ஏக்கம் எப்போதாவதுதான் நிறைவேறுகிறது. அதைத்தான் ஃப்ராய்டு “தலைசிறந்தவராக இருக்க வேண்டும் என்ற விருப்பம்“ என்று கூறுகிறார். அதைத்தான் டூவீ “முக்கியமானவராக விளங்க வேண்டும் என்ற விருப்பம்“ என்று கூறுகிறார்.

ஆபிரகாம் லிங்கன் ஒருமுறை ஒரு கடிதத்தை, ”எல்லோருமே பாராட்டை விரும்புகின்றனர்,” என்று துவங்கினார். “மனித இயல்பில் உள்ள ஆழமான அம்சம், பாராட்டப்பட வேண்டும் என்ற வேட்கை,” என்று வில்லியம் ஜேம்ஸ் கூறியுள்ளார். பாராட்டப்பட வேண்டும் என்ற “விருப்பம்“ என்றோ, “ஆசை“ என்றோ, அல்லது ‘ஏக்கம்’ என்றோ கூறவில்லை. பாராட்டப்பட வேண்டும் என்ற “வேட்கை“ என்று குறிப்பிட்டுள்ளார்.

இது ஒரு தீவிரமான, அடிப்படை தாகம், மக்கள் தங்களின் இந்த இதய தாகத்தை நேர்மையாகத் தணிக்கும் ஒருவரின் காலடியில் கட்டுண்டு கிடப்பார்கள். "அப்படிப்பட்ட ஒருவர் இறக்கும்போது, வெட்டியான்கூட இரண்டு சொட்டுக் கண்ணீர் விடுவான்."

முக்கியத்துவ உணர்வு குறித்த இந்த விருப்பம், மனித இனத்திற்கும் விலங்குகளுக்கும் இடையே உள்ள முக்கியமான வேறுபாடுகளில் ஒன்று. இதை இனிவரும் எடுத்துக்காட்டைக் கொண்டு விளக்கலாம். நான் மிசௌரி மாநிலத்தில் ஒரு பண்ணைச் சிறுவனாக இருந்தபோது, என் தந்தை அருமையான டூராக்- ஜெர்ஸி காட்டுப் பன்றிகளையும், வெள்ளை முகம் கொண்ட உயர்ஜாதிக் கால்நடைகளையும் வளர்த்து வந்தார். அப்பிராந்தியம் முழுவதும் நடைபெறும் கிராமத்துத் திருவிழாக்களிலும் கால்நடைக் கண்காட்சிகளிலும் நாங்கள் எங்கள் காட்டுப் பன்றிகளையும், கால்நடைகளையும் பார்வைக்கு வைப்போம். நாங்கள் கணக்கில் அடங்காப் பரிசுகளை வென்றோம். என் தந்தை தன்னுடைய வெற்றிச் சின்னங்களை ஓர் அகலமான வெள்ளை மஸ்லின் துணியில் மாட்டி வைத்திருந்தார். நண்பர்களோ அல்லது விருந்தினர்களோ எங்கள் பண்ணைக்கு வரும்போது, அவர் அந்த மஸ்லின் துணியை வெளியே எடுப்பார். அவர் தன் வெற்றிச் சின்னங்களை அவர்களுக்குக் காட்டும்போது. அத்துணியின் ஒரு முனையை அவரும், மற்றொரு முனையை நானும் பிடித்துக் கொள்வோம்.

தாங்கள் வென்ற பரிசுகளைப் பற்றிக் காட்டுப் பன்றிகள் ஒருபோதும் சட்டை செய்யவில்லை. ஆனால் என் தந்தை அவற்றின்மீது அதிக அக்கறை கொண்டிருந்தார். இப்பரிசுகள் அவருக்கு முக்கியத்துவ உணர்வைக் கொடுத்தன.

நமது முன்னோர்களிடம் இந்த முக்கியத்துவ உணர்வு குறித்தத் தூண்டுதல் கொழுந்துவிட்டு எரிந்திருக்கவில்லை என்றால், மனிதகுல நாகரீகம் சாத்தியப்பட்டிருக்காது. அத்தூண்டுதல் இன்றி நாமும் விலங்குகளைப் போன்றே இருந்திருப்போம்.

இந்த முக்கியத்துவ உணர்வு குறித்த விருப்பம்தான், கல்வியறிவற்ற, ஏழ்மையில் உழன்ற, ஒரு மளிகைக்கடைக் எழுத்தரை, ஐம்பது சென்டுப் பணம் கொடுத்து அவர் வாங்கிய,

தட்டுமுட்டுச் சாமான்களில் ஒன்றான ஒரு பீப்பாயின் அடியில் அவர் கண்டெடுத்த சில சட்டப் புத்தகங்களைப் படிக்கத் தூண்டியது. இந்த மளிகைக்கடை எழுத்தரைப் பற்றி நீங்கள் கேள்விப்பட்டிருக்கக்கூடும். அவர் பெயர் ஆபிரகாம் லிங்கன்.

இந்த முக்கியத்துவ உணர்வு குறித்த விருப்பம்தான் காலத்தால் அழியாத புதினங்களைப் படைக்க சார்லஸ் டிக்கன்ஸிற்கு உத்வேகம் அளித்தது. சர் கிறிஸ்டோபர் ரென். வரலாற்றில் பதியும் வண்ணம் தன் சிம்பொனியை வடிவமைத்ததற்கு இந்த விருப்பமே காரணம். இதே விருப்பம்தான் பல மில்லியன் டாலர்கள் பணத்தைச் சம்பாதிக்க ராக்க.ஃ.பெல்லரைத் தூண்டியது. உங்கள் நகரத்திலுள்ள மிகப் பெரும் பணக்காரக் குடும்பம் தன் தேவைகளுக்கும் அதிகமான ஒரு பெரிய வீட்டைக் சுட்டியதற்குக் காரணமும் இந்த விருப்பமே.

இந்த விருப்பம் உங்களை நவீன உடைகளை அணியச் செய்கிறது, நவீனக் கார்களை வாங்கச் செய்கிறது, உங்கள் புத்திசாலிக் குழந்தைகளைப் பற்றிப் பெருமையாகப் பேசச் செய்கிறது.

இந்த விருப்பம்தான் பல சிறுவர்களும் சிறுமியரும் தீய கும்பல்களில் சேர்வதற்கும் குற்றச் செயல்களில் ஈடுபடுவதற்கும் வழிவகுக்கிறது. ஒரு சராசரி இளம் குற்றவாளி கைது செய்யப்பட்டுக் காவலில் அடைக்கப்பட்டப் பிறகு முதலில் கேட்பது, அவனை ஒரு கதாநாயகனாகச் சித்தரித்துச் செய்திகளை வெளியிட்டுள்ள பரபரப்பான செய்தித்தாள்களைத்தான் என்று ஒருமுறை நியூயார்க்கின் காவல் துறை ஆணையராக இருந்த ஈ.பி. மல்ரூனி தெரிவித்தார். முன்னணி விளையாட்டு வீரர்கள், திரை நட்சத்திரங்கள், தொலைக்காட்சிப் பிரபலங்கள், மற்றும் அரசியல்வாதிகளின் படங்களுடன் தங்களுடைய படங்களும் வருவதைப் பற்றிப் போலியாகப் பெருமையடித்து கொள்ள முடியும்வரை, அவர்களுக்குத் தண்டனைக் காலம் கொடியதொரு விஷயமாகத் தோன்றுவதில்லை.

எது உங்களுக்கு முக்கியத்துவ உணர்வைத் தரும் என்று நீங்கள் என்னிடம் கூறினால், நீங்கள் யார் என்பதை நான் உங்களுக்குக் கூறுவேன். அது உங்கள் குணத்தைத் தீர்மானிக்கும். இதுதான் உங்களைப் பற்றிய மிகவும்

குறிப்பிடத்தக்க விஷயம். எடுத்துக்காட்டாக, சீனாவின் பீகிங் நகரில், தான் ஒருபோதும் பார்த்திராத, இனி ஒருபோதும் பார்க்கப் போகாத இலட்சக்கணக்கான ஏழைகளுக்கு உதவுவதற்காக ஒரு நவீன மருத்துவமனையைக் கட்டுவதற்குப் பணம் கொடுத்ததன் மூலம் ஜான் டி. ராக்க.்.பெல்லர் தன் முக்கியத்துவ உணர்வைப் பெற்றார். ஒரு கொள்ளைக்காரனாக, வங்கிகளில் திருடுபவனாக, கொலைகாரனாக இருப்பதன்மூலம் டில்லிங்கர் தன் முக்கியத்துவ உணர்வைப் பெற்றான். அமெரிக்க உளவு நிறுவனமான எ.்.ப்பிஐ அவனை மும்முரமாகத் தேடிக் கொண்டிருந்தபோது, மின்னசோட்டா மாநிலத்தில் ஒரு பண்ணை வீட்டில் அதிரடியாக நுழைந்து, ”நான்தான் டில்லிங்கர்,'' என்று கூறினான். பொதுமக்களின் பிரதான எதிரி என்பதில் அவன் பெரும் கர்வம் கொண்டிருந்தான். ”நான் உங்களைத் தாக்கப் போவதில்லை, ஆனால் நான்தான் டில்லிங்கர்,'' என்று அவன் கூறினான்.

டில்லிங்கருக்கும் ராக்க.்.பெல்லருக்கும் இடையே உள்ள ஒரு குறிப்பிடத்தக்க வித்தியாசம், அவர்கள் எவ்வாறு தங்கள் முக்கியத்துவ உணர்வைப் பெற்றனர் என்பதுதான்.

முக்கியத்துவ உணர்வைப் பெறுவதற்குப் போராடிய பிரபலமானவர்களின் சுவாரசியமான எடுத்துக்காட்டுகளால் வரலாறு மின்னுகிறது. ஜார்ஜ் வாஷிங்டன்கூட, 'பலம் பொருந்திய அமெரிக்க அதிபர் அவர்களே“ என்று அழைக்கப்பட விரும்பினார். கொலம்பஸ்கூட “பெருங்கடற்படை அதிகாரி மற்றும் அரசப் பிரதிநிதி“ என்ற பட்டத்திற்காகக் கெஞ்சினார். “மேன்மை பொருந்திய மாட்சிமைமிக்க அரசியார்“ என்று முத்திரையிடப்படாத எந்தக் கடிதத்தையும் பேரரசி காதரீன் திறக்க மறுத்தார். வெள்ளை மாளிகையில் திருமதி லிங்கன், திருமதி கிராண்டிடம் ஒரு புலியைப்போல் சீறி, “நான் உங்களை வரவேற்காதவரை என் முன்னிலையில் அமர்வதற்கு உங்களுக்கு என்ன துணிச்சல்?'' என்று குரல் உயர்த்தி ஆர்ப்பாட்டம் செய்தார்..

1928ம் ஆண்டு, கடற்படை அதிகாரி பிரையன்ட் அன்டார்டிகாவிற்கு மேற்கொண்ட பயணத்திற்கு நிதியுதவி செய்த கோடீஸ்வரர்கள், அங்குள்ள பனிமலைகளுக்குத் தங்கள் பெயர்கள் சூட்டப்படும் என்ற நிபந்தனையோடு உதவினர். தன்னை மதிக்கும் வகையில் பாரீஸ் நகரத்திற்குத் தன் பெயர்

சூட்டப்பட வேண்டும் என்ற பெரும் விருப்பத்தை விக்டர் ஹ்யூகோ கொண்டிருந்தார் அதற்குக் குறைவாக அவர் எதையும் ஏற்றுக் கொள்ள விரும்பவில்லை.

அனுதாபம், கவனம், மற்றும் முக்கியத்துவ உணர்வைப் பெறுவதற்காக, சில சமயங்களில் மக்கள் நடைபிணமாக ஆகிவிடுகின்றனர். உதாரணமாக, திருமதி. மெக்கின்லியை எடுத்துக் கொள்வோம். அவருக்குத் தனது கணவரான அமெரிக்க அதிபர் மெக்கின்லி, முக்கிய அலுவல்களைப் புறக்கணித்துவிட்டு, மணிக்கணக்கில் படுக்கையில் தன்னருகே அமர்ந்து, தன்னைத் தட்டிக் கொடுத்துத் தூங்கச் செய்ய வைக்க வேண்டும். அதன் மூலம் திருமதி. மெக்கின்லி தனது முக்கியத்துவ உணர்வைப் பெற்றார். ஒருமுறை திருமதி. மெக்கின்லி தன் பற்களுக்குச் சிகிச்சை பெற்றுக் கொண்டிருந்தபோது தன் கணவர் தன்னுடன் இருக்க வேண்டும். என்று வலியுறுத்தி, தன்மீது கவனம் செலுத்தப்படுவதற்கான தன் விருப்பத்தைப் பூர்த்தி செய்தார். மற்றொரு முறை, அவர் பற்களுக்குச் சிகிச்சை பெற்றபோது, அதிபர் மெக்கின்லி அவரைத் தனியே விட்டுவிட்டுத் தன் உள்துறைச் செயலாளரைச் சந்திக்க விரைந்தபோது, திருமதி. மெக்கின்லி ஒரு பெரும் புயலையே உருவாக்கினார்.

ஒரு முக்கியத்துவ உணர்வைப் பெறுவதற்காக நடைபிணமாகிப் போன, சுறுசுறுப்பான புத்திசாலிப் பெண் ஒருவரைப் பற்றி எழுத்தாளர் மேரி ராபர்ட்ஸ் ரைன்ஹார்ட் என்னிடம் கூறினார். "இப்பெண்ணுக்கு ஏதோ ஒரு காரணத்தால் வாழ்க்கையில் விரக்தி ஏற்பட்டது. அதனால் அவர் தன் படுக்கையே கதி என்றாகிவிட்டார். பத்து வருடங்களாக ஒவ்வொரு நாளும் அவரது வயதான தாயார் மூன்று மாடிகள் ஏறிச் சென்று அவருக்குப் பணிவிடை செய்தார். பிறகு திடீரென்று ஒருநாள், சேவை செய்து ஓய்ந்துபோன அத்தாய் இறந்துவிட்டார். சில வாரங்களுக்கு அப்பெண் மிகவும் துன்பப்பட்டாள். பிறகு தானாகவே எழுந்து மீண்டும் இயல்பாக வாழத் துவங்கினாள்."

கொடிய யதார்த்த உலகில் தங்களுக்கு மறுக்கப்பட்ட முக்கியத்துவ உணர்வை, கற்பனை உலகில் தேடுவதற்காகவே பலர் பைத்தியமாகின்றனர் என்று சில வல்லுனர்கள் கூறுகின்றனர். அமெரிக்காவில் மன நோயால் துன்பப்படுவோரின்

எண்ணிக்கை, பிற அனைத்து வியாதிகளால் பாதிக்கப்பட்ட மக்களின் ஒட்டுமொத்த எண்ணிக்கையைவிட மிகவும் அதிகம்.

மனம் பேதலிக்க என்ன காரணம்?

இப்படிப்பட்ட ஒரு கேள்விக்கு யாராலும் பதில்கூற முடியாது. ஆனால், மேகநோய் போன்ற சில நோய்கள் மூளையிலுள்ள உயிரணுக்களைச் சிதைத்து அழித்து, பேதலிப்பு நிலையை உருவாக்குகின்றன. உண்மையில், போன்ற பாதிக்கும் மேற்பட்ட மனநோய்கள், மூளைச் சிதைவு, மது, நச்சுப் பொருட்கள், மற்றும் காயங்கள் காரணங்களால் ஏற்படுகின்றன. ஆனால், இன்னொரு பாதி மக்களின் கதை என்ன? இதுதான் நமக்குத் திகைப்பூட்டும். பகுதி. மனநோய்க்கு ஆளாகியிருக்கும் அந்த இன்னொரு பாதி மக்களது மூளை உயிரணுக்களில் எந்தக் கோளாறும் இல்லை. பிரேதப் பரிசோதனைகளில், அதிக சக்தி வாய்ந்த நுண்ணோக்கியின் வழியாக ஆய்வு செய்தபோது, அவ்வுயிரணுக்கள் சாதாரண நபர்களின் உயிரணுக்களைப் போன்றே ஆரோக்கியமாக இருப்பது கண்டறியப்பட்டது.

அப்படியானால் இம்மக்கள் ஏன் பைத்தியக்காரர்கள் ஆகிறார்கள்?

அமெரிக்காவின் முக்கியமான மனநல மருத்துவமனை ஒன்றின் தலைமை மருத்துவர் ஒருவரிடம் நான் இக்கேள்வியைக் கேட்டேன். இத்துறையில் உயர்ந்த பட்டங்களையும், பல உயரிய விருதுகளையும் வாங்கியுள்ள இம்மருத்துவர், மக்களுக்கு ஏன் மனம் பேதலித்துப் போகிறது என்பதற்கான காரணம் தனக்குத் தெரியாது என்று என்னிடம் வெளிப்படையாகக் கூறினார். அதைப் பற்றி யாருக்கும் உறுதியாகத் தெரியாது. ஆனால் அவர் ஒன்றை மட்டும் என்னிடம் தெளிவாகக் கூறினார்: மனநோய்க்கு ஆளாகும் மக்கள், யதார்த்த உலகில் தங்களால் பெற முடியாத முக்கியத்துவ உணர்வை மனம் பேதலித்த நிலையில் பெறுகின்றனர். பிறகு அவர் என்னிடம் இக்கதையைக் கூறினார்:

"இப்போது என்னிடம் ஒரு நோயாளி இருக்கிறாள். அவளது திருமணம் மிகவும் அவலமான நிலையில் முடிந்தது. அன்பு, பாலுறவில் திருப்தி, குழந்தைகள், மற்றும் சமூக அந்தஸ்து ஆகியவற்றை அப்பெண் விரும்பினாள். ஆனால் வாழ்க்கை அவளது நம்பிக்கைகளை வேரோடு பிடுங்கி

எறிந்தது. அவளது கணவன் அவள்மீது அன்பு செலுத்தவில்லை. அவளுடன் சேர்ந்து சாப்பிடக்கூட அவன் மறுத்தான். அவனது உணவைக்கூட மாடியிலுள்ள அவனது அறையில்தான் பரிமாற வேண்டும் என்று அவளைக் கட்டாயப்படுத்தினான். அவளுக்குக் குழந்தைகள் இல்லை. சமூகத்தில் ஓர் அங்கீகாரமும் கிடைக்கவில்லை. இறுதியில் அவள் பைத்தியமானாள். அவளது கற்பனையில் அவள் தன் கணவனை விவாகரத்து செய்து, திருமணத்திற்கு முன்பு தான் கொண்டிருந்த பெயரை மீண்டும் தனதாக்கிக் கொண்டாள். அவள் இப்போது ஆங்கிலேயப் பிரபு குடும்பத்தைச் சேர்ந்த ஒருவரைத் திருமணம் செய்து கொண்டுள்ளதாக நம்புகிறாள். அனைவரும் தன்னை லேடி சுமித் என்று அழைக்க வேண்டும் என்றும் வற்புறுத்துகிறாள்.

“குழந்தைகள் என்று வரும்போது, ஒவ்வோர் இரவும் ஒரு புதிய குழந்தையைப் பெற்றெடுப்பதாக அவள் கற்பனை செய்கிறாள். நான் அவளைப் பார்க்கும் ஒவ்வொரு முறையும், ‘டாக்டர், நேற்றிரவு எனக்குக் குழந்தை பிறந்தது” என்று அவள் கூறுகிறாள்.”

வாழ்க்கை அவளது கனவுக் கப்பல்களை யதார்த்தம் என்னும் கூர்மையான பாறைகளின்மீது மோதித் தரைமட்டமாக்கியது. ஆனால், கற்பனை உலகில் அவள் தன் கனவுகளை மெய்ப்பித்து வாழ்ந்து கொண்டிருக்கிறாள்.

இது மிகவும் அவலமான நிலையா? அது எனக்குத் தெரியாது. அவளது மருத்துவர் என்னிடம் இவ்வாறு கூறினார்: “நான் என் கைகளை நீட்டி அவளது புத்தியை மீட்டெடுக்க முடியுமென்றால், நான் நிச்சயமாக அதைச் செய்ய மாட்டேன். ஏனெனில் அவள் இப்போது இருக்கும் நிலையில் மிகவும் மகிழ்ச்சியாக இருக்கிறாள்.”

முக்கியத்துவ உணர்வைத் தீவிரமாக விரும்பும் சிலர் அதைப் பெறுவதற்காகப் பைத்தியக்கார நிலைக்குச் செல்லும்போது, நீங்களும் நானும் மக்களுக்கு நேர்மையான பாராட்டுதல்களைத் தெரிவிப்பதன் மூலம் எவ்வளவு அற்புதங்களைச் சாதிக்கலாம் என்பதைக் கற்பனை செய்து பாருங்கள். அமெரிக்க வணிகச் சமுதாயத்தில் முதன்முதலாக வருடத்திற்குப் பத்து இலட்சம் டாலர்களுக்கு மேல் ஊதியம் பெற்றவர்களில் சார்லஸ் ஷ்வாப்பும் ஒருவர். அப்போது வருமான

வரி கிடையாது. வாரத்திற்கு ஐம்பது டாலர்கள் பெறுபவர் வசதியாக வாழ்பவராகக் கருதப்பட்டக் காலம் அது. அவர் ஆண்ட்ரூ கார்னகியால் தேர்ந்தெடுக்கப்பட்டு, 1921ல் புதிதாக உருவாக்கப்பட்ட அமெரிக்க எ∴கு நிறுவனத்தின் முதல் தலைவராக நியமிக்கப்பட்டார். அப்போது ஷ்வாபுக்கு வெறும் முப்பத்தெட்டு வயதுதான்.

ஆண்ட்ரூ கார்னகி எதற்காக ஷ்வாபிற்கு ஆண்டொன்றுக்குப் பத்து இலட்சம் டாலர்கள், அதாவது, நாளொன்றுக்கு மூவாயிரம் டாலர்களுக்கு மேல் ஊதியமாக வழங்கினார்? ஷ்வாப் ஒரு மேதை என்பதாலா? அதுவல்ல காரணம். அப்படியானால் எ∴கு உற்பத்தியைப் பற்றி அவர் மற்றவர்களைவிட அதிகமாக அறிந்திருந்தாரா? அதுவும் இல்லை. எ∴கு உற்பத்தியைப் பற்றித் தன்னைவிட அதிகமான விஷயங்களை அறிந்துள்ளவர்கள் பலர் தன்னிடம் வேலை பார்ப்பதாக ஷ்வாபே என்னிடம் கூறியுள்ளார்.

தனக்கு மிக அதிக ஊதியம் வழங்கப்படுவதற்கு முக்கியக் காரணம், மக்களைக் கையாளும் தன் திறன்தான் என்று ஷ்வாப் கூறுகிறார். அவர் அதை எப்படிச் செய்தார் என்று நான் அவரிடம் கேட்டேன். அவரது இரகசியத்தை அவரது சொந்த வார்த்தைகளிலேயே கூறுகிறேன். இவ்வார்த்தைகள் அச்சில் வார்க்கப்பட்டு, நம் நாட்டிலுள்ள ஒவ்வொரு வீட்டிலும், ஒவ்வொரு பள்ளியிலும், ஒவ்வோர் அலுவலகத்திலும், ஒவ்வொரு கடையிலும் மாட்டி வைக்கப்பட வேண்டும். நாம் அவ்வார்த்தைகளின்படி வாழ்ந்தால், அவை நம் வாழ்வைப் பரிபூரணமாக மாற்றிவிடும்.

சார்லஸ் ஷ்வாப் இவ்வாறு கூறினார்: ”மக்களிடையே உற்சாகத்தைத் தூண்டிவிடும் என் திறன்தான் நான் பெற்றிருக்கும் மாபெரும் சொத்து என்று நான் கருதுகிறேன். ஒருவரிடமுள்ள சிறந்தவற்றை உருவாக்குவதற்கான வழி, அவரைப் பாராட்டுவதும் ஊக்குவிப்பதும்தான். மேலதிகாரிகளிடமிருந்து வரும் விமர்சனங்களைப்போல் ஒருவரது இலட்சியங்களை நசுக்கி எறிவது வேறெதுவும் இல்லை. நான் யாரையும் விமர்சிப்பதில்லை. வேலை பார்க்கும் ஒருவரைத் தொடர்ந்து ஊக்குவித்து வர வேண்டும் என்பதில் நான் நம்பிக்கை கொண்டுள்ளேன். எனவே, பாராட்டுவதற்குக் கிடைக்கும் சந்தர்ப்பத்திற்காக நான் எப்போதும் காத்துக் கொண்டிருப்பேன். குறைகளைக் கண்டுபிடிப்பதில் எனக்கு

விருப்பம் கிடையாது. எனக்கு ஏதேனும் பிடித்திருக்கிறது என்றால், அதற்கு என் இதயபூர்வமான ஒப்புதலையும் அளவில்லாப் பாராட்டுதல்களையும் அள்ளி வழங்குவேன்.''

அதைத்தான் ஷ்வாப் செய்தார். ஆனால் சராசரியான மனிதர்கள் என்ன செய்கின்றனர்? அதற்கு நேரெதிரானதைச் செய்கின்றனர். ஒரு விஷயம் அவர்களுக்குப் பிடிக்கவில்லை என்றால், தங்கள்கீழ் வேலை பார்ப்பவர்களிடம் கத்திக் கூச்சலிடுகின்றனர். ஆனால் அவர்கள் செய்யும் விஷயம் இவர்களுக்குப் பிடித்திருந்தால், எதுவுமே கூறுவதில்லை. ஓர் ஈரடிச் செய்யுள் இவ்வாறு கூறுகிறது: ''ஒரு முறை நான் மோசமான ஒன்றைச் செய்தேன், அது எப்போதும் குத்திக் காட்டப்பட்டுக் கொண்டே இருந்தது. இரு முறை நான் நல்லது செய்தேன், அது கண்டுகொள்ளப்படவே இல்லை.''

ஷ்வாப் இவ்வாறு அறிவித்தார்: "உலகின் பல்வேறு பகுதிகளில் நான் சந்தித்தப் பல மனிதர்களிடம் இருந்து நான் கற்றுக் கொண்ட பாடம் இதுதான்: ஒருவர் எவ்வளவு பெரிய அல்லது உயர்ந்த பதவியில் இருந்தாலும் சரி, அவரைச் சிறப்பாக வேலை செய்ய வைப்பதற்கு விமர்சனத்தைவிடப் பாராட்டுதல்கள் கண்டிப்பாக உதவும்.''

ஆன்ட்ரூ கார்னகியின் மகத்தான வெற்றிக்கான முக்கியக் காரணங்களில் அதுவும் ஒன்று என்று வெளிப்படையாகக் கூறினார். கார்னகி ஷ்வாப் தன் கூட்டாளிகளைத் தனிப்பட்ட முறையிலும், பிறர் முன்னிலையிலும் வெகுவாகப் பாராட்டுவார்.

கார்னகி தன் கல்லறைக் கல்லில்கூடத் தன் உதவியாளர்களைப் புகழ்ந்து கூற விரும்பினார். அவர் தனக்குத் தானே எழுதிய கல்லறை வாசகத்தில் இவ்வாறு கூறப்பட்டிருந்தது: ''தன்னைவிட அதிக புத்திசாலியான மக்களைத் தன்னைச் சூழ்ந்திருக்கச் செய்வது எப்படி என்பதை அறிந்தவர் இங்கு துயில் கொள்கிறார்.''

மக்களைக் கையாளவதில் ஜான் டி. ராக்க.ஃ.பெல்லருக்குக் கிடைத்த வெற்றிக்கான இரகசியங்களில் ஒன்று, உண்மையான பாராட்டுக்களை அள்ளி வழங்கும் அவரது பண்பு. எடுத்துக்காட்டாக, அவரது கூட்டாளிகளில் ஒருவரான எட்வர்டு பெட்.ஃ.போர்டு, தென் அமெரிக்காவில்

மேற்கொண்ட ஒரு வர்த்தகப் பரிமாற்றத்தில் தம் நிறுவனத்திற்குப் பத்து இலட்சம் டாலர்கள் நஷ்டத்தை ஏற்படுத்தியபோது, ராக்க.ஃ.பெல்லரால் அவரைக் கடுமையாக விமர்சித்திருக்க முடியும். ஆனால் பெட்.ஃ.போர்டு தன்னாலான அனைத்தையும் சிறப்பாகச் செய்திருக்கிறார் என்று ராக்க.ஃ.பெல்லர் அறிந்திருந்தார். அதோடு, அது நடந்து முடிந்த கதை. எனவே எட்வர்டைப் பாராட்டுவதற்கு ராக்க.ஃ.பெல்லர் ஒரு விஷயத்தைக் கண்டுபிடித்தார். எட்வர்டு தான் முதலீடு செய்த பணத்தில் அறுபது சதவீதத்தை மீட்டெடுத்ததற்காக அவரைப் பாராட்டினார். ”அது மிகப் பிரமாதம்! அவ்வளவு சிறப்பாக மேல்மட்டத்தில் நாங்கள் செய்வதில்லை,” என்று ராக்க.ஃ.பெல்லர் கூறினார்.

வீட்டைவிட்டு ஓடிப் போன மனைவிகளைப் பற்றி ஒருசில வருடங்களுக்கு முன் ஓர் ஆய்வு நடத்தப்பட்டது. அவர்கள் ஓடிப் போனதற்கான முக்கியக் காரணம் எது என்பது அந்த ஆய்வில் கண்டறியப்பட்டது. அது என்ன காரணமாக இருந்திருக்கும் என்று நீங்கள் நினைக்கிறீர்கள்? பாராட்டு இல்லாததுதான் அதற்குக் காரணம். வீட்டைவிட்டு ஓடிப்போகும் கணவன்மார்களைப் பற்றி ஓர் ஆய்வு நடத்தப்பட்டால் அதுவும் இதே முடிவைத்தான் தெரிவிக்கும் என்று நான் நம்புகிறேன். நாம் நம் வாழ்க்கைத் துணைவர்கள்மீது பெரிதாக அக்கறை காட்டுவதில்லை. அவர்கள் நமக்குச் செய்யும் விஷயங்களுக்காக நாம் நன்றி உடையவர்களாக இருக்கிறோம் என்று நாம் அவர்களிடம் ஒருபோதும் தெரிவிப்பதில்லை.

எங்கள் வகுப்பிற்கு வந்த உறுப்பினர் ஒருவர் தன் மனைவி தன்முன் வைத்தக் கோரிக்கை ஒன்றைப் பற்றிய நிகழ்ச்சியை எங்களிடம் பகிர்ந்து கொண்டார். அந்தப் பெண்ணும் அவரது தேவாலயத்தில் உள்ள வேறு சில பெண்களும் சேர்ந்து ஒரு சுயமேம்பாட்டுத் திட்டத்தில் ஈடுபட்டிருந்தனர். ஒரு சிறந்த மனைவியாக ஆவதற்குத் தன்னால் செய்யக்கூடியவை என்று தன் கணவர் நம்பும் ஆறு விஷயங்களைப் பட்டியலிட்டுத் தருமாறு அவர் தன் கணவனிடம் கேட்டுக் கொண்டார். எங்கள் வகுப்பிலிருந்த அந்த உறுப்பினர் இவ்வாறு தெரிவித்தார்: ”அப்படிப்பட்ட ஒரு கோரிக்கையைக் கேட்டு நான் ஆச்சரியமடைந்தேன். வெளிப்படையாகக் கூறினால், அவள் தன்னிடம் மாற்றிக் கொள்ளக்கூடிய ஆறு விஷயங்களைப் பட்டியலிடுவது எனக்குப் பெரிய காரியமாக

இருந்திருக்காது. ஆனால் என்னிடம் நான் மாற்றிக் கொள்ள வேண்டிய ஓராயிரம் விஷயங்களை அவளால் பட்டியலிட்டிருக்க முடியும். எனவே, நான் என் மனைவி கூறியதுபோல் செய்யவில்லை. 'நான் அதைப் பற்றி யோசித்துவிட்டு நாளை காலையில் உன் கேள்விக்கு விடையளிக்கிறேன்," என்று நான் அவளிடம் கூறினேன்.

"அடுத்த நாள் காலையில் நான் சீக்கிரமாகவே எழுந்து, பூக்களை விற்பவரை அழைத்து, என் மனைவிக்கு என் சார்பில் ஆறு சிகப்பு ரோஜாக்களை அனுப்புமாறு கூறினேன். அதோடு, நீ உன்னிடம் மாற்றிக் கொள்ள வேண்டும் என்று நான் விரும்பும் ஆறு விஷயங்களை என்னால் நினைத்துப் பார்க்க முடியவில்லை. நீ இப்போது எப்படி இருக்கிறாயோ அப்படியே நான் உன்னை நேசிக்கிறேன்." என்ற ஒரு குறிப்பையும் இணைக்கச் செய்தேன்.

"அன்று மாலை நான் வீட்டிற்கு வந்தபோது, வாசலில் என்னை வரவேற்றது யார் என்று நீங்கள் நினைக்கிறீர்கள்? உங்கள் ஊகம் சரிதான்! வாசலில் நின்றது என் மனைவிதான். அவள் கண்ணீர் மல்க நின்றாள். நான் அவள் கேட்டதுபோல் அவளை விமர்சிக்கவில்லை என்பதை நினைத்து நாம் மட்டற்ற மகிழ்ச்சியடைந்தேன் என்பதை நான் கூற வேண்டியதில்லை.

அதைத் தொடர்ந்து வந்த ஞாயிறன்று தேவாலயத்தில் அவள் தனக்குக் கொடுக்கப்பட்டப் பயிற்சியின் முடிவுகளை அறிவித்தபோது, அவளுடன் படித்துக் கொண்டிருந்த பல பெண்கள் என்னிடம் வந்து, "நாங்கள் கேள்விப்பட்டதிலேயே மிகவும் பரிவான விஷயம் இதுதான்," என்று கூறினர். பாராட்டுதலின் சக்தியை நான் அப்போதுதான் உணர்ந்தேன்.

பிராட்வே நாடக அரங்கத்தை மின்னச் செய்த மிக அற்புதமான தயாரிப்பாளர் ஃப்ளாரன்ஸ் சிக்ஃபெல்ட், 'அமெரிக்க யுவதிகளுக்குப் புகழ் சேர்க்கும்' தன் நுண்ணியத் திறனால் பிறரது நன்மதிப்பைப் பெற்றார். தங்களை அழகிகள் என்று கருதிக் கொள்ளாத நங்கையரை அவர் தன் திறமையால், கவர்ச்சிகரமான, புதிதான, மயங்க வைக்கும் பெண்களாக மாற்றி மேடையில் ஜொலிக்க வைப்பார். பாராட்டு மற்றும் உறுதியான நம்பிக்கை ஆகியவற்றின் மதிப்பை அறிந்த அவர், தன் துணிவாலும் பரிவாலும் பெண்களை மிகவும் அழகானவர்களாக உணரச் செய்வார். பாடற்குழுப் பெண்களின்

சம்பளத்தை, வாரத்திற்கு முப்பது டாலர்கள் என்பதிலிருந்து வாரத்திற்கு நூற்று எழுபத்தைந்து டாலர்களாக உயர்த்தினார். அவரது ஃபாலீஸ் இசை நாடகத்தின் முதல் காட்சி நடைபெற்ற இரவில், அவர் அந்த நாடகத்தின் பாடற்குழுவில் இடம்பெற்றிருந்த ஒவ்வொரு பெண்ணிற்கும் அழகு ரோஜாக்களைப் பரிசளித்து அவர்களைத் திக்குமுக்காடச் செய்தார்.

ஒருமுறை உண்ணாவிரதம் குறித்துப் பெரும் ஆர்வம் கொண்டு, ஆறு நாட்கள் இரவு பகலாக நான் சாப்பிடாமல் இருந்தேன். அது ஒன்றும் அவ்வளவு சிரமமாக இல்லை. இரண்டாம் நாள் முடிவில் எனக்குப் பசித்ததைவிட, ஆறாம் நாள் இரவு எனக்கு மிகவும் குறைவாகவே பசித்தது. ஆனாலும், தங்கள் குடும்பங்களையோ அல்லது தங்கள் ஊழியர்களையோ ஆறு நாட்கள் உணவின்றித் தவிக்கவிட்டால், தாங்கள் குற்றம் புரிந்துவிட்டதாக நினைக்கும் மக்கள், ஆறு நாட்கள், ஆறு வாரங்கள், சில சமயங்களில் அறுபது வருடங்கள் ஆனாலும்கூட, அவர்களது இதயபூர்வமான பாராட்டை அம்மக்களுக்குத் தெரிவிக்க மாட்டார்கள். மக்கள் உணவை விரும்பும் அளவுக்குப் பாராட்டையும் விரும்புகிறார்கள் என்பதை அவர்கள் மறந்துவிடுகின்றனர்.

தனது காலத்தில் மாபெரும் திரைப்பட நடிகர்களுள் ஒருவராக விளங்கிய ஆல்ஃபிரெட் லண்ட், "ரீயூனியன் இன் வியன்னா" என்ற படத்தில் கதாநாயகனாக நடித்தபோது, "என் சுயமதிப்பிற்கு ஊட்டச்சத்து தேவைப்படுவதுபோல் எனக்கு வேறெதுவும் தேவைப்படுவதில்லை." என்று கூறினார்.

நாம் நம் குழந்தைகள், நண்பர்கள், மற்றும் உறவினர்களின் உடலுக்கு ஊட்டச்சத்துக்களை வழங்குகிறோம். ஆனால், அவர்களது சுயமதிப்பிற்கு மிக அரிதாகவே ஊட்டமளிக்கிறோம். சுவையான உணவைக் கொடுத்து நாம் அவர்களை ஊட்டி வளர்க்கிறோம். ஆனால் வாழ்நாள் முழுவதும் அவர்கள் நினைவில் நின்று சங்கீதமாக ஒலித்துக் கொண்டிருக்கக்கூடிய அன்பான பாராட்டு வார்த்தைகளைப் புறக்கணித்துவிடுகிறோம்.

பால் ஹார்வி, "த ரெஸ்ட் ஆஃப் த ஸ்டோரி" என்ற தன் வானொலி ஒலிபரப்பு ஒன்றில், ஒரு மனிதரிடம் வெளிப்படுத்தப்படும் உண்மையான பாராட்டு அவரது

வாழ்க்கையை எப்படி மாற்றுகிறது என்பதைப் பற்றிக் கூறினார். பல வருடங்களுக்கு முன், டெட்ராய்ட்டில் இருந்த ஓர் ஆசிரியர், தன் வகுப்பறையில் காணாமல் போன ஓர் எலியைக் கண்டுபிடிக்குமாறு ஸ்டீவ் மோரிஸிடம் கூறினார். தன் வகுப்பறையில் வேறு யாருக்கும் கிடைத்திராத ஓர் அரிய ஆற்றலை இயற்கை ஸ்டீவ் மோரிஸிற்கு வழங்கியிருந்தது என்ற உண்மையை அவர் பாராட்டினார். ஸ்டீவ் மோரிஸின் பார்வையின்மையை ஈடு செய்யும் வகையில் இயற்கை அவருக்கு அற்புதமான காதுகளை வழங்கியிருந்தது. ஆனால் தன் திறமையான காதுகளுக்கான பாராட்டை ஸ்டீவ் அப்போதுதான் முதன்முதலாகப் பெற்றார். அந்த அன்பான பாராட்டுதான் அவருக்கு ஒரு புதிய வாழ்வின் துவக்கத்தை ஏற்படுத்திக் கொடுத்ததாக அவர் பின்னாளில் கூறினார். அக்கணத்திலிருந்து அவர் தனக்குப் பரிசாகக் கிடைத்துள்ள செவித்திறனை வளர்த்துக் கொண்டார். பின்னாளில், மேடைக்காகத் தன் பெயரை ஸ்டீவ் வொன்டர் என்று மாற்றிக் கொண்ட அவர், எழுபதுகளில் மாபெரும் பாப் இசைக் கலைஞராகவும் வெற்றிகரமான பாடலாசிரியராகவும் திகழ்ந்தார்.

இவ்வரிகளைப் படிக்கும்போது சில வாசகர்கள் இவ்வாறு கூறலாம்: "இது வீண் வார்த்தை! முகஸ்துதி! நான் அதை முயற்சித்துப் பார்த்திருக்கிறேன். பிரயோஜனமும் இல்லை." அதனால் பொதுவாக முகஸ்துதி வேலை செய்வதில்லை என்பது உண்மைதான். முகஸ்துதி மேலோட்டமானது, சுயநலமானது, உண்மையற்றது. அது எடுபடாது.

காலப்போக்கில், முகஸ்துதி நன்மையைவிட அதிகத் தீங்கையே உங்களுக்கு விளைவிக்கும். முகஸ்துதி போலியானது. அது கள்ளநோட்டைப் போன்றது. அதை நீங்கள் வேறு எவரிடமேனும் கொடுத்தால், அது உங்களைப் பிரச்சனையில் மாட்டிவிடும்.

பாராட்டிற்கும் முகஸ்துதிக்கும் இடையேயான வேறுபாடு எது? அதைக் கண்டுகொள்வது எளிது. ஒன்று உண்மையானது. மற்றொன்று உண்மையற்றது. ஒன்று இதயத்திலிருந்து வருவது, மற்றொன்று உதடுகளிலிருந்து வருவது. ஒன்று தன்னலமற்றது, மற்றொன்று தன்னலமிக்கது. ஒன்று உலகளவில் மதிக்கப்படுகிறது, மற்றொன்று உலகம் முழுவதும் கண்டிக்கப்படுகிறது.

மெக்சிகோவின் மாவீரனாகக் கருதப்பட்டத் தளபதி அல்வரோ ஓப்ரெகானின் மார்பளவுச் சிலையை சமீபத்தில் நான் மெக்சிகோ நகரின் சாபுல்டெபெக் அரண்மனையில் பார்த்தேன். அவரது தத்துவத்திலிருந்து சில விவேகமான வார்த்தைகள் அச்சிலைக்குக் கீழே செதுக்கப்பட்டிருந்தன: "உங்களைத் தாக்கும் எதிரிகளைப் பற்றி நீங்கள் பயப்படாதீர்கள். உங்களைப் போலியாகப் புகழும் நண்பர்களைப் பார்த்து பயப்படுங்கள்."

நான் முகஸ்துதியைப் பரிந்துரைக்கவில்லை. இங்கு நான் பேசிக் கொண்டிருப்பது ஒரு புதிய வாழ்க்கை முறையைப் பற்றி என்பதை உங்களுக்கு வலியுறுத்த விரும்புகிறேன்.

அரசர் ஐந்தாம் ஜார்ஜ், பக்கிங்காம் அரண்மனையில் தன் வாசிக்கும் அறையின் சுவற்றில் ஆறு பொது உண்மைகள் அடங்கிய ஒரு சுவரொட்டியை மாட்டி வைத்திருந்தார். அதில் ஓர் உண்மை இவ்வாறு கூறியது: "நான் பிறருக்கு மலிவான பாராட்டை வழங்கவோ அல்லது பிறரிடமிருந்து மலிவான பாராட்டைப் பெறவோ எனக்குக் கற்றுக் கொடுக்காதீர்கள்." மலிவான பாராட்டு - அதுதான் முகஸ்துதி!

"நீங்கள் எந்த மொழியை வேண்டுமானாலும் பயன்படுத்துங்கள். ஆனால், நீங்கள் யார் என்பதைத் தவிர வேறு எதையும் உங்களால் கூற முடியாது," என்று ரால்ஃப் வால்டோ எமர்சன் கூறியுள்ளார்.

நாம் செய்ய வேண்டியதெல்லாம் முகஸ்துதி மட்டும்தான் என்றால், இந்நேரம் நாம் அனைவரும் அதை மட்டுமே பயன்படுத்தி மனித உறவுகளில் வல்லுனர்கள் ஆகியிருக்க வேண்டும்.

ஏதேனும் ஒரு திட்டவட்டமான பிரச்சனையைப் பற்றிய சிந்தனையில் நாம் ஈடுபட்டிருக்காதபோது, வழக்கமாக நம் நேரத்தில் 95 சதவீதத்தை நாம் நம்மைப் பற்றிச் சிந்திப்பதிலேயே செலவிடுகிறோம். நாம் நம்மைப் பற்றிச் சிந்திப்பதைச் சற்று நேரம் நிறுத்தி வைத்துவிட்டு அடுத்தவரிடம் உள்ள நல்ல விஷயங்களைப் பற்றிச் சிந்திக்கத் துவங்கும்போது, நாம் மலிவான, பொய்யான முகஸ்துதியின் பக்கம் சாய வேண்டியதில்லை.

நம் அன்றாட வாழ்வில் மிகவும் புறக்கணிக்கப்பட்டுள்ள ஒரு பண்புநலன் பாராட்டாகும். நம் மகனோ அல்லது மகளோ

பரீட்சையில் தான் பெற்ற மதிப்பெண் பட்டியலை வீட்டிற்குக் கொண்டுவரும்போது, எப்படியோ நாம் அவர்களைப் பாராட்டத் தவறிவிடுகிறோம். முதன்முதலாக நம் குழந்தைகள் ஓர் உணவுப் பதார்த்தத்தை வெற்றிகரமாகத் தயாரிக்கும்போதோ அல்லது பறவைகளுக்கான ஒரு வீட்டைக் கட்டும்போதோ நாம் அவர்களை ஊக்குவிக்க மறந்துவிடுகிறோம். பெற்றோர்கள் தங்களிடம் காட்டும் ஆர்வம் மற்றும் அவர்கள் தரும் ஒப்புதல் ஆகியவற்றைக் காட்டிலும் குழந்தைகளுக்கு மகிழ்ச்சியளிப்பது வேறு ஏதுவும் இல்லை.

அடுத்த முறை உங்கள் குழுவில் மசால் தோசை சாப்பிடும்போது, அது மிகவும் சுவையாக இருந்ததாகக் கூறி, தலைமைச் சமையற்காரருக்குச் செய்தி அனுப்புங்கள். களைத்துப் போயிருக்கும் ஒரு விற்பனையாளர் உங்கனிடம் வழக்கத்திற்கு மாறான பணிவன்புடன் நடந்து கொள்ளும்போது, அதை அவரிடம் குறிப்பிட்டுக் கூறுங்கள்.

தங்கள் பார்வையாளர்களிடம் தங்களிடமுள்ள அனைத்தையும் கொட்டிக் கொடுத்தும், ஒரு சிறு பாராட்டுக் குறிப்புக்கூட அப்பார்வையாளர்களிடமிருந்து தங்களுக்குக் கிடைக்காதபோது ஏற்படும் மனத் தளர்வை ஒவ்வொரு பாதிரியாரும், சொற்பொழிவாளரும், பொதுமேடைப் பேச்சாளரும் அறிவார். தொழில்முறையாளர்களுக்குப் பொருந்துவது, அலுவலகங்களிலும், கடைகளிலும். தொழிற்சாலைகளிலும் பணியாற்றும் பணியாளர்களுக்கும் பொருந்தும். தனிமனித உறவுகளில், நம் கூட்டாளிகள் அனைவரும் மனிதர்கள்தான் என்பதையும், பாராட்டிற்காக அவர்கள் ஏங்குகின்றனர் என்பதையும் நாம் ஒருபோதும் மறக்கக்கூடாது. அனைத்து ஆன்மாக்களும் மகிழ்ச்சியாக அனுபவிக்கும் சட்டபூர்வமான ஒப்பந்தக் கோரிக்கை அது.

உங்கள் அன்றாடப் பயணங்களில் சிறு சிறு நன்றிச் சிதறல்களால் ஆன ஒரு நட்புத் தடத்தை ஏற்படுத்த முயற்சியுங்கள். அவை நட்புச் சுடர்களாக மாறி, அடுத்த முறை நீங்கள் அவ்வழியாகப் பயணிக்கும்போது உங்களுக்கு வழிகாட்டியாக விளங்கும்.

கனெக்டிகட் மாநிலத்திலுள்ள நியூ ஃபேர்ஃபீல்டைச் சேர்ந்த பமீலா டன்ஹாமின் வேலையின் பல பொறுப்புகளில் ஒன்று, அவரது அலுவலகத்தில் மோசமாக வேலை செய்து

கொண்டிருந்த ஒரு துப்புரவுத் தொழிலாளியின் வேலையை மேற்பார்வையிடுவது. அத்தொழிலாளியின் வேலை மிகவும் மோசமாக உள்ளதை அவருக்குக் காட்டுவதற்காக, அலுவலகத்தில் இருந்த பிற ஊழியர்கள் அவரை ஏளனம் செய்து நடைகூடத்தில் குப்பைகளைப் போடுவர். அவரது மோசமான வேலையால் கடையின் பொன்னான நேரம் பாதிக்கப்பட்டது.

இந்நபரை ஊக்குவிக்கப் பல வழிகளில் முயன்றும் பமீலாவிற்கு வெற்றி கிட்டவில்லை. அத்துப்புரவாளர். எப்போதாவது ஒரு முறை ஏதேனும் ஒரு குறிப்பிட்ட வேலையை நன்றாகச் செய்ததை அவர் கண்டார். மற்றவர்கள் முன்னிலையில் அவரைப் புகழ்வதை அவர் ஒரு பழக்கமாக்கிக் கொண்டார். அதன் பிறகு, ஒவ்வொரு நாளும் அந்நபர் செய்த வேலை சிறப்பாகிக் கொண்டே வந்தது. வெகு விரைவில், அவர் தன் அனைத்து வேலைகளையும் திறமையாகச் செய்யத் துவங்கினார். இப்போது அவர் மிகச் சிறப்பான முறையில் வேலை செய்கிறார். பிற ஊழியர்களும் அவருக்குப் பாராட்டுக்களையும் அங்கீகாரத்தையும் கொடுக்கின்றனர். விமர்சனமும், ஏளனமும் தோல்வியைத் தழுவியபோது, நேர்மையான பாராட்டு விரும்பத்தக்க விளைவுகளை ஏற்படுத்தியது.

மக்களைக் காயப்படுத்துவது அவர்களை மாற்றாது. மேலும் அது ஒருபோதும் ஏற்றுக் கொள்ளப்படுவதும் இல்லை. எனக்குப் பிடித்தப் பழைய கூற்று ஒன்று உள்ளது. அதை நான் என் கண்ணாடியில் ஒட்டி வைத்திருக்கிறேன்:

நான் இவ்வழியாக ஒரே ஒரு முறைதான் செல்வேன். எனவே, மக்களுக்கு நான் செய்யக்கூடிய ஏதேனும் ஒரு நல்ல விஷயத்தை அல்லது காட்டக்கூடிய ஏதேனும் ஒரு பரிவை நான் இப்போதே செய்ய விரும்புகிறேன். அதற்குக் காலம் தாழ்த்தவோ அல்லது அதைப் புறக்கணிக்கவோ நான் விரும்பவில்லை. ஏனெனில், நான் இவ்வழியாக மீண்டும் செல்லப் போவதில்லை.

எமர்சன் இவ்வாறு கூறியுள்ளார்: ”நான் சந்திக்கும் ஒவ்வொரு மனிதரும் ஏதோ ஒரு வழியில் என்னைவிடச் சிறந்தவராக இருக்கிறார். அவரிடமிருந்து நான் கற்றுக் கொள்கிறேன்.”

அது எமர்சனுக்கு உண்மையென்றால், உங்களுக்கும் எனக்கும் ஆயிரம் மடங்கிற்கும்மேல் உண்மையாக இருக்கக்கூடும் அல்லவா? நாம் நம்முடைய சாதனைகளையும் விருப்பங்களையும் பற்றி நினைப்பதை நிறுத்திவிட்டு, அடுத்தவரிடமுள்ள நல்ல விஷயங்களைக் கண்டுபிடிக்க முயற்சிக்கலாம். பிறகு நீங்கள் முகஸ்துதியை மறந்துவிடலாம். நேர்மையான, உண்மையான பாராட்டைத் தெரிவியுங்கள். "இதயபூர்வமான ஒப்புதல் மற்றும் தாராளமாகப் பாராட்டுபவராகவும்" இருங்கள். மக்கள் உங்கள் வார்த்தைகளை நினைவில் வைத்துப் பொக்கிஷம்போல் அவற்றைப் பாதுகாத்துத் தங்கள் வாழ்நாள் முழுவதும் அதை மீண்டும் மீண்டும் கூறிக் கொண்டே இருப்பார்கள். நீங்கள் அதை மறந்து பல வருடங்கள் ஆன பிறகும் அவர்கள் அதை நினைவு வைத்து மீண்டும் மீண்டும் கூறிக் கொண்டே இருப்பார்கள்.

இரண்டாவது கொள்கை

நேர்மையான, உண்மையான பாராட்டைத் தெரிவியுங்கள்

3

இதைச் செய்ய முடிந்தவனுக்கு உலகமே துணை நிற்கும்

கோடைக் காலத்தில் மெய்ன் என்னும் ஊருக்கு நான் அடிக்கடி மீன் பிடிக்கச் செல்வது வழக்கம். எனக்கு ஸ்டிராபெரிப் பழம் மிகவும் பிடிக்கும். ஆனால், துரதிர்ஷ்டவசமாக மீன்கள் புழுக்களைத்தான் மிகவும் விரும்புகின்றன என்பதை நான் கண்டுகொண்டேன். எனவே நான் மீன் பிடிக்கச் சென்றபோது, எனக்கு என்ன வேண்டும் என்பதைப் பற்றி நான் நினைக்கவில்லை. மீன்களுக்கு என்ன பிடிக்கும் என்பதைப் பற்றித்தான் யோசித்தேன். தூண்டிலில் நான் ஸ்டிராபெரிகளை மாட்டவில்லை. அதற்குப் பதிலாக, ஒரு புழுவையோ அல்லது வெட்டுக்கிளியையோ நான் அந்த மீன்களின் முன்னால் தொங்கவிட்டு, "உனக்கு இது பிடிக்கும். அல்லவா?" என்று அவற்றிடம் கேட்டேன்.

மீன் பிடிப்பதற்கு உபயோகிக்கும் இந்தப் பொது அறிவை. மக்களை வசப்படுத்துவதற்கும் நீங்கள் ஏன் பயன்படுத்தக்கூடாது?

முதலாம் உலகப் போரின்போது, பிரிட்டனின் பிரதம மந்திரியாக இருந்த லாயிட் ஜார்ஜ் அதைத்தான் செய்தார். போர்க் காலங்களில் பிரபலமாக இருந்த, வில்சன், ஆர்லேன்டோ, மற்றும் கிளெமென்சு போன்ற தலைவர்கள் எல்லாம் மறக்கப்பட்டுவிட்ட நிலையில் அவரால் மட்டும் எவ்வாறு ஆட்சியில் நிலைத்து நிற்க முடிந்தது என்று யாரோ அவரிடம் கேட்டபோது, தான் பதவியில் தொடர்ந்து

இருப்பதற்கான முக்கியமான காரணம், மீன்களுக்கு என்ன பிடிக்குமோ அதைத்தான் தூண்டில்களில் வைக்க வேண்டும் என்பதைத் தான் அறிந்து கொண்டதுதான் என்று அவர் கூறினார்.

நமக்குப் பிடித்தமானவற்றைப் பற்றி நாம் ஏன் பேச வேண்டும்? அது சிறுபிள்ளைத்தனமானது. மற்றவர்களுக்கு அதில் துளிகூட விருப்பம் கிடையாது. ஏனைய மக்கள் அனைவரும் உங்களைப் போன்றவர்கள்தான்: அவர்களுக்கு என்ன வேண்டுமோ, அதில்தான் அவர்களது விருப்பம் இருக்கும்.

எனவே இவ்வுலகிலுள்ள மக்களிடம் நீங்கள் செல்வாக்குடன் விளங்குவதற்கான ஒரே வழி, அவர்களுக்கு என்ன வேண்டும் என்பதைப் பற்றிப் பேசுவதும், அதை எப்படி அடைவது என்பதை அவர்களுக்குக் காட்டுவதும்தான்.

நாளை நீங்கள் யாரோ ஒருவரிடம் ஏதோ ஒரு காரியத்தைச் செய்யும்படிக் கூறும்போது இதை நினைவில் வைத்துக் கொள்ளுங்கள். எடுத்துக்காட்டாக, உங்கள் குழந்தைகள் புகைபிடிப்பதை நீங்கள் விரும்பவில்லை என்றால், அவர்களுக்கு உங்கள் போதனைகளை வழங்காதீர்கள் அவர்களிடமிருந்து உங்களுக்கு வேண்டும் என்பதைப் பற்றி அவர்களிடம் பேசாதீர்கள் ஆனால், கூடைப்பந்து அணியில் அவர்களுக்கு இடம் கிடைக்காமல் போவதற்கோ அல்லது நூறு மீட்டர் ஓட்டப் பந்தயத்தில் வெற்றி பெற முடியாமல் போவதற்கோ புகைபிடிப்பது காரணமாக அமையலாம் என்று எடுத்துக் கூறுங்கள்.

நீங்கள் குழந்தைகளைக் கையாண்டாலும் சரி அல்லது கன்றுக்குட்டிகளையும் சிம்பன்சி குரங்குகளையும் கையாண்டாலும் சரி, நீங்கள் நினைவில் வைத்துக் கொள்ள வேண்டிய ஒரு முக்கியமான விஷயம் அது. எடுத்துக்காட்டாக, ஒருநாள் ரால்ஃப் வால்டோ எமர்சனும் அவரது மகனும் ஒரு கன்றுக்குட்டியை அதன் கொட்டிலில் அடைக்க முயன்றனர். ஆனால் எல்லோரும் செய்யும் பொதுவான தவறை அவர்களும் தங்களுக்கு என்ன வேண்டும் என்பதை மட்டும்தான் அவர்கள் யோசித்தனர். அந்தக் கன்றுக்குட்டியை எமர்சன் பின்னாலிருந்து தள்ள, அவரது மகன் அதை முன்னாலிருந்து இழுத்தான். அந்தக் கன்றுக்குட்டியும் அவர்கள் என்ன செய்தார்களோ அதையேதான் செய்தது. அதற்கு என்ன வேண்டும் என்பதை

மட்டும்தான் அது யோசித்தது. அது தன் கால்களை இறுக்கமாக்கிக் கொண்டு, மேய்ச்சல் நிலத்தைவிட்டு வேலைக்காரப் நகர மறுத்தது. பெண் அவர்கள் வீட்டு அவர்களது இக்கட்டான சூழ்நிலையைப் பார்த்தார். எமர்சனைப்போல் அவரால் கட்டுரைகளையும் புத்தகங்களையும் எழுத முடியாமல் போயிருக்கலாம் ஆனால் அந்த நேரத்தில், கன்றுகளைப் பற்றி எமர்சனைவிட அவருக்கு அதிக அறிவு இருந்தது. அந்தக் கன்றுக்கு என்ன வேண்டும் என்று அவர் யோசித்தார். எனவே அவர் தன் கைவிரலை அதன் வாய்க்குள் வைத்தார். அந்தக் கன்றும் அவரது விரலைச் சப்பிக்கொண்டே அமைதியாக அவர் பின்னால் சென்று கொட்டிலுக்குள் புகுந்து கொண்டது.

நீங்கள் பிறந்த நாள் முதலாக நீங்கள் செய்த ஒவ்வொரு செயலையும் நீங்கள் எதையோ விரும்பியதால்தான் செய்தீர்கள். செஞ்சிலுவைச் சங்கத்திற்கு நீங்கள் வழங்கிய ஒரு பெரும் நன்கொடையைப் பற்றி நீங்கள் என்ன நினைக்கிறீர்கள்? இதுவும் விதிவிலக்கல்ல. நீங்கள் செஞ்சிலுவைச் சங்கத்திற்கு நன்கொடை வழங்கியதற்குக் காரணம், நீங்கள் உதவிக் கரம் நீட்ட விரும்பினீர்கள் ஓர் அழகான, தன்னலமற்ற, தெய்வீகமான செயலைச் செய்ய நீங்கள் விரும்பினீர்கள்.

நீங்கள் உங்கள் பணத்தை விரும்பிய அளவிற்கு அந்த உணர்வை விரும்பவில்லை என்றால், அந்த நன்கொடையை நீங்கள் அளித்திருக்க மாட்டீர்கள். ஒருவேளை அந்த நன்கொடையை வழங்குமாறு ஒரு வாடிக்கையாளர் உங்களை வற்புறுத்திக் கேட்டுக் கொண்டதை மறுப்பதற்கு வெட்கப்பட்டு, நீங்கள் கொடுத்திருக்கக்கூடும். ஆனால் ஒன்று மட்டும் நிச்சயம். நீங்கள் நன்கொடை அளித்ததற்குக் காரணம், உங்களுக்கு எதுவோ என்பதால்தான். வேண்டியிருந்தது

ஹேரி ஏ. ஓவர்ஸ்டிரீட், “இன்ஃப்ளூயென்சிங் ஹ்யூமன் பிஹேவியர்“ என்ற தன் புத்தகத்தில் இவ்வாறு கூறியுள்ளார். "நாம் அடிப்படையில் எதன்மீது ஆழ்ந்த விருப்பம் கொண்டிருக்கிறோமோ, அதிலிருந்துதான் செயல்பாடு தோன்றுகிறது. வியாபாரத்திலும், வீட்டிலும், பள்ளியிலும், அரசியலிலும் பிறரை வேலை செய்ய வைப்பதற்கு முயற்சிப்பவர்களுக்கான சிறந்த அறிவுரை இது: முதலில், அவர்களிடத்தில் ஆவலைத் தூண்டும் விருப்பத்தை உருவாக்குங்கள். இதைச் செய்ய முடிந்த ஒருவருக்கு

இவ்வுலகமே துணை நிற்கும். செய்ய முடியாதவர் தனிமையில் உழல்வார்."

ஸ்காட்லாந்தைச் சேர்ந்த ஆன்ட்ரூ கார்னகி வறுமையில் வாடியபோது, முதன்முதலில் ஒரு மணிநேரத்திற்கு இரண்டு சென்டுகளுக்கு வேலை பார்க்கத் துவங்கி, இறுதியில் சுமார் முப்பத்தாறு கோடி டாலர்களைத் தர்ம காரியங்களுக்காகக் கொடுக்கும் நிலைக்கு உயர்ந்தார். மக்களிடம் செல்வாக்குடன் விளங்குவதற்கான ஒரே வழி, அடுத்தவருக்கு என்ன வேண்டும் என்ற திசையில் நம் பேச்சு இருக்க வேண்டும் என்பதை அவர் தன் வாழ்வின் துவக்கத்திலேயே கண்டுகொண்டார். அவர் நான்கு வருடங்கள் மட்டுமே பள்ளியில் படித்திருந்தாலும்கூட, மக்களைக் கையாள்வது எப்படி என்பதை நன்றாக அறிந்து வைத்திருந்தார்.

ஒருமுறை அவரது சகோதரனின் மனைவி தன் இரு மகன்களைப் பற்றி மிகவும் கவலைப்பட்டார். அவர்கள் இருவரும் யேல் பல்கலைக்கழகத்தில் படித்துக் கொண்டு இருந்தனர். அவர்கள் தங்கள் சொந்த வேலைகளில் மும்முரமாக இருந்ததால், வீட்டிற்குக் கடிதம் எழுத அக்கறை காட்டவில்லை. அவர்களது தாயாரின் பதற்றமான கடிதங்களையும் அவர்கள் கண்டுகொள்ளவில்லை.

அப்போது கார்னகி, அவ்விருவருக்கும் தான் ஒரு கடிதம் எழுதப் போவதாகவும், தான் கேட்காமலேயே தனக்கு அவர்களிடமிருந்து பதில் கடிதம் வரும் என்றும் நூறு டாலர்கள் பந்தயம் கட்டினார். யாரோ அப்பந்தயத்தை ஏற்றுக் கொண்டார். எனவே அவர் தன் ஒருவர் சகோதரனின் மகன்களுக்கு ஒரு சாதாரணக் கடிதத்தை எழுதினார். அக்கடிதத்துடன் ஆளுக்கு ஐந்து டாலர்கள் நோட்டை இணைத்திருப்பதாகப் பின்குறிப்பில் குறிப்பிட்டிருந்தார்.

ஆனால் பணத்தை அத்துடன் அவர் அனுப்பவில்லை.

"அன்புள்ள சித்தப்பா ஆன்ட்ரூ" என்று தொடங்கி, அவரது அன்பான கடிதத்திற்கு நன்றி தெரிவித்து அவரது சகோதரனின் மகன்களிடமிருந்து உடனடியாக பதில் வந்தது. கடிதம் எப்படித் தொடர்ந்திருக்கும் என்பதை நீங்களே பூர்த்தி செய்து கொள்ளுங்கள்.

அடுத்தவரிடம் காரியம் சாதிப்பதற்கான மற்றோர் எடுத்துக்காட்டு, எங்கள் வகுப்பில் பங்குபெற்றவர்களில் ஒருவரான, ஒஹையோ மாநிலத்திலுள்ள கிளீவ்லேன்டைச் சேர்ந்த ஸ்டான் நோவாக்கிடம் இருந்து வருகிறது. ஒருநாள் மாலையில் அவர் வேலை முடிந்து வீடு திரும்பியபோது, அவரது இளைய மகன் டிம், அழுது அடம்பிடித்தவாறு, வீட்டு வரவேற்பறையின் தரையில் கையைக் காலை உதறிக் கொண்டு ஆர்ப்பாட்டம் செய்து கத்திக் கொண்டிருந்தான். அடுத்த நாள் அவன் மழலையர் பள்ளியில் சேர வேண்டியிருந்தது. தான் பள்ளிக்குப் போகப் போவதில்லை என்று அவன் அடம்பிடித்துக் கொண்டிருந்தான். ஸ்டானின் இயல்பான நடவடிக்கை, டிம்மை அவனது அறைக்குப் போகச் சொல்லி, அடுத்த நாள் பள்ளிக்குப் போவதற்கு அவன் தன் மனத்தைத் தயாராக்கிக் கொள்ளுமாறு கூறுவதாகத்தான் இருந்திருக்கும். ஆனால் தான் அவ்வாறு செய்தால், தன் மகனால் நல்ல மனநிலையில் அடுத்த நாள் பள்ளி வாழ்வைத் துவங்க முடியாது என்பதை உணர்ந்தவராக, ”நான் டிம்மாக இருந்திருந்தால், பள்ளியில் நடைபெறக்கூடிய எந்த விஷயம் நான் பள்ளிக்குப் போவதற்கு என்னை உற்சாகப்படுத்துவதாக இருந்திருக்கும்?'' என்று அவர் ஆற அமர யோசித்தார். அவரும் அவரது மனைவியும் பள்ளியில் டிம் செய்யக்கூடிய குதூகலமான விஷயங்களைப் பட்டியலிட்டனர்: கைவிரல் பதிவுகளால் வண்ணம் தீட்டுவது, பாடல்களைப் பாடுவது, புதிய நண்பர்களுடன் விளையாடுவது என்று பல விஷயங்கள் அப்பட்டியலில் இடம்பெற்றிருந்தன. பிறகு அவர்கள் அவற்றை நடைமுறைப்படுத்தினர். ”நான், என் மனைவி, என் இன்னொரு மகன் பாப் ஆகியோர் எங்கள் சமையலறை மேடையில் வண்ணப் பூச்சில் விரல்களைத் தோய்த்து வரையத் துவங்கினோம்.

நாங்கள் அனைவரும் குதூகலமாக இருந்தோம். விரைவில் டிம் ஓர் ஓரப்பார்வையுடன் அங்கு வந்தான். தானும் அதில் கலந்துகொள்ள விரும்புவதாகக் கெஞ்சினான். “அதெல்லாம் முடியாது. விரல்களால் ஒழுங்காக வண்ணம் தீட்டுவது எப்படி என்பதை நீ முதலில் மழலையர் பள்ளியில் சென்று கற்றுக் கொள்ள வேண்டும். என்று நான் கூறினேன். பிறகு, என்னால் முடிந்த அளவு உற்சாகத்தை வரவழைத்துக் கொண்டு, பட்டியலில் இருந்த எல்லாவற்றையும் எடுத்துரைத்து, அவனுக்குப் புரியும் வகையில் பள்ளியில் அவனைக்

குதூகலப்படுத்தவிருக்கும் அனைத்தையும் அவனிடம் கூறினேன். அடுத்த நாள் காலையில் நான் எழுந்து வந்து பார்த்தபோது, வரவேற்பறையில் உள்ள நாற்காலில் உட்கார்ந்தவாறே டிம் நன்றாகத் தூங்கிக் கொண்டிருந்தான். “இங்கே என்ன செய்து கொண்டிருக்கிறாய்?“ என்று நான் கேட்டேன். “பள்ளிக்குப் போவதற்காக நான் காத்துக் கொண்டிருக்கிறேன். நான் தாமதமாகப் போக விரும்பவில்லை,“ என்று அவன் கூறினான். எந்தவோர் அச்சுறுத்தலோ அல்லது விவாதமோ சாதித்திருக்க முடியாத ஒன்றை, எங்கள் குடும்பத்தினரின் உற்சாகம் டிம்மிடம் ஓர் ஆர்வத்தை ஏற்படுத்தியது.”

நாளைக்கு ஏதேனும் ஒன்றைச் செய்ய நீங்கள் யாரையேனும் ஒப்புக் கொள்ள வைக்க வேண்டியிருக்கலாம். அப்போது நீங்கள் பேசுவதற்கு முன், சற்று நிறுத்தி, உங்களை நீங்களே கேட்டுக் கொள்ளுங்கள்: ”எப்படி அந்த வேலையில் அவரை விருப்பம் கொள்ளச் செய்வது?”

அக்கேள்வி, அவசரப்பட்டு, கண்மூடித்தனமாக ஒரு சூழ்நிலைக்குள் சிக்கி, நம் விருப்பங்கள் குறித்த வீணான விவாதத்தை நோக்கி நாம் செல்வதைத் தடுக்கும்.

ஒருமுறை, நியூயார்க்கில் ஒரு பெரிய ஓட்டலில் உள்ள, கருத்தரங்குகள் நடைபெறும் அரங்கத்தை ஒவ்வொரு பருவகாலத்திலும், தொடர்ச்சியான சொற்பொழிவுகளுக்காக இருபது நாட்கள் பதிவு செய்திருந்தேன். ஒரு பருவகாலத் துவக்கத்தில், நான் வழக்கமாகச் செலுத்தும் வாடகைக் கட்டணத்தைவிட மூன்று மடங்கு அதிகமாகத் தர வேண்டும் என்று திடீரென்று என்னிடம் கூறினர். இந்த செய்தி, நுழைவுச்சீட்டுகள் அனைத்தும் அச்சிடப்பட்டு. விநியோகிக்கப்பட்டு, அனைத்து அறிவிப்புகளும் நடைபெற்றப் பின்னால் எனக்குத் தெரிய வந்தது.

அவர்கள் என்னிடம் கேட்டக் கூடுதல் தொகையைச் செலுத்த நான் விரும்பவில்லை. ஆனாலும், எனக்கு என்ன வேண்டும் என்பதைப் பற்றி அந்த உணவக உரிமையாளரிடம் பேசி என்ன பயன்? அவர்களுக்கு என்ன வேண்டுமோ அதில்தான் அவர்கள் விருப்பம் கொண்டிருந்தனர். எனவே ஓரிரு நாட்களுக்குப் பிறகு நான் அந்த உணவகத்தின் மேலாளரைப் பார்க்கச் சென்றேன்.

"உங்கள் கடிதம் கிடைத்தபோது நான் சற்று அதிர்ச்சி அடைந்தேன். ஆனால், நான் உங்களை எந்தக் குறையும் கூறப்போவதில்லை. உங்கள் நிலையில் இருந்திருந்தால், நானும் அதே போன்ற ஒரு கடிதத்தைத்தான் எழுதியிருப்பேன். உணவக மேலாளர் என்ற முறையில், உங்களால் இயன்ற அளவு இலாபத்தைப் பெற்றுத் தருவதுதான் உங்கள் கடமை. கூடுதல் வாடகையை நான் கொடுத்துத்தான் ஆக வேண்டும் என்று நீங்கள் வற்புறுத்தினால், அதனால் உங்களுக்கு ஏற்படக்கூடிய சாதக பாதகங்களை நாம் ஒரு காகிதத்தில் பட்டியலிடலாம்." என்று நான் கூறினேன்.

பிறகு நான் ஒரு தாளை எடுத்து, அதன் நடுவில் மேலிருந்து கீழாக ஒரு கோடிட்டு. ஒருபுறம் "சாதகங்கள்" என்றும், மறுபுறம் 'பாதகங்கள்" என்றும் தலைப்பிட்டேன்.

'சாதகங்கள்' என்ற தலைப்பில், 'பிற விழாக்களுக்கு வாடகைக்கு விடுவதற்கு வசதியாக அரங்கம் காலியாக இருக்கும்' என்று எழுதினேன். பிறகு, "அந்த அரங்கத்தை நீங்கள் என் சொற்பொழிவிற்கு வாடகைக்கு விடவில்லை என்றால் பிற நடனங்களுக்கும் கருத்தரங்குகளுக்கும் வாடகைக்கு விடலாம். அது உங்களுக்கு ஒரு பெரிய அனுகூலம். ஏனெனில், அப்படிப்பட்ட நிகழ்ச்சிகளில் இருந்து கிடைக்கும் பணம் தொடர்ச்சியான சொற்பொழிவுகளில் இருந்து வரும் பணத்தைவிட மிக அதிகமாக இருக்கும். நான் தொடர்ந்து இருபது இரவுகளுக்கு உங்கள் கருத்தரங்கு அறையைப் பதிவு செய்து அதை முடக்கிப் போட்டால் சில இலாபகரமான நிகழ்ச்சிகளை நீங்கள் இழக்க நேரிடலாம்.

"இப்போது பாதகங்களைப் பற்றிப் பார்க்கலாம். என் மூலமாக உங்கள் ஓட்டலுக்குக் கிடைக்கும் வருமானத்தை அதிகரிப்பதற்கு மாறாக, நீங்கள் அதைக் குறைக்கப் போகிறீர்கள். உண்மையைக் கூறப் போனால், நீங்கள் என் மூலமாக வரும் வருமானத்தை ஒட்டுமொத்தமாக இழக்கப் போகிறீர்கள். ஏனெனில், நீங்கள் கேட்கும் வாடகையை என்னால் கொடுக்க இயலாது. நான் என் சொற்பொழிவுகளை வேறு ஏதேனும் ஓர் இடத்தில் வைத்துக் கொள்ள வேண்டியிருக்கும்.

"இதில் உங்களுக்கு இன்னோர் இழப்பும் இருக்கிறது. சிறந்த கல்வியறிவு கொண்டவர்களும், மேம்பட்ட மக்களும் என் சொற்பொழிவுகள் காரணமாக உங்கள் தங்கும் விடுதிக்கு

வருகின்றனர். அது உங்களுக்கு ஒரு நல்ல விளம்பரம் இல்லையா? உண்மையில், நீங்கள் ஐந்தாயிரம் டாலர்கள் செலவழித்து செய்தித்தாள்களில் விளம்பரம் செய்தால்கூட, என் சொற்பொழிவுகள் வாயிலாக உங்களின் தங்கும் விடுதிக்கு வரும் மக்களின் எண்ணிக்கையைவிட அதிகமாக உங்களால் கவர்ந்திழுக்க முடியாது. அது உங்கள் விடுதியைப் பொறுத்தவரை மிகவும் விலைமதிப்பற்றது அல்லவா?"

நான் பேசிக் கொண்டிருந்தபோதே, இந்த இரண்டு இழப்புகளையும் பாதகம் என்று நான் குறிப்பிட்டிருந்த கட்டத்திற்குக் கீழே எழுதி, அத்தாளை அந்த மேலாளரிடம் கொடுத்துவிட்டு, "உங்களுக்கு ஏற்படவிருக்கும் சாதக பாதகங்களைக் கவனமாகக் கருத்தில் கொண்டு, பிறகு உங்கள் இறுதி முடிவை எனக்குத் தெரிவியுங்கள்," என்று கூறினேன்.

அடுத்த நாள், என் வாடகையை 300 சதவீதம் அதிகரிப்பதற்குப் பதிலாக சதவீதம் 50 மட்டும் அதிகரித்திருப்பதாகத் தெரிவித்து எனக்கு அவரிடமிருந்து ஒரு கடிதம் வந்தது.

எனக்கு என்ன வேண்டும் என்பதைப் பற்றி நான் ஒரு வார்த்தைகூடப் பேசாமல் இந்தத் தள்ளுபடியைப் பெற்றேன் என்பதை நினைவில் கொள்ளுங்கள். நான் பேசிய நேரம் முழுவதும் அடுத்தவருக்கு என்ன வேண்டும், அவரால் அதை எப்படிப் பெற முடியும் என்பதைப் பற்றி மட்டும்தான் பேசினேன்.

ஒருவேளை, மனிதர்கள் இயல்பாக, வழக்கமாகச் செய்யும் காரியத்தை நான் செய்திருப்பதாக வைத்துக் கொள்வோம். அவரது அலுவலகத்திற்குள் புயலென நுழைந்து, "நுழைவுச்சீட்டுகள் அச்சிடப்பட்டு, அறிவிப்புகள் எல்லாம் வெளியிடப்பட்டுவிட்ட நிலையில், என் வாடகையை 300 சதவீதம் அதிகரித்திருப்பதாக என்னிடம் கூறினால் என்ன அர்த்தம்? 300 சதவீத அதிகரிப்பு! முற்றிலும் அபத்தமானது! அறிவற்றது! கூடுதல் தொகையை நான் செலுத்தப் போவதில்லை," என்று அவரிடம் என் கோபத்தை வெளிப்படுத்துவதாக வைத்துக் கொள்வோம்.

அப்போது என்ன நிகழ்ந்திருக்கும்? ஒரு சூடான, காரசாரமான விவாதம் துவங்கியிருக்கும். விவாதங்கள் எவ்வாறு? முடியும் என்பது நீங்கள் அறிந்த விஷயம்தான். அவர்

தவறு செய்துள்ளதாக அவரை நான் உணரச் செய்தாலும், தான் எடுத்த முடிவிலிருந்து விலகி, என் பக்க நியாயத்தை ஏற்றுக் கொள்வதற்கு அவரது தன்மானம் இடம் கொடுத்திருக்காது.

மனித உறவுகள் கலையில் தலைசிறந்து விளங்குவதற்கான ஓர் அற்புதமான அறிவுரை இது: "வெற்றிக்கான இரகசியம் என்று ஒன்றே ஒன்றைக் குறிப்பிட வேண்டும் என்றால், அது, ஒரு விஷயத்தை உங்களுடைய கோணத்தில் இருந்து மட்டும் பார்க்காமல் அடுத்தவருடைய கோணத்திலிருந்தும் பார்க்கும் திறன்," என்று ஹென்றி ஃபோர்டு கூறினார். அது ஒரு மிகச் சிறந்த அறிவுரை.

இந்த எளிய, வெளிப்படையான உண்மையை மேலோட்டமாகப் பார்த்தாலே அனைவருக்கும் புரியும். ஆனால், பூமியிலுள்ள தொண்ணூறு சதவீத மக்கள் அதைத் தொண்ணூறு சதவீத நேரம் புறக்கணைத்துவிடுகின்றனர்.

இதற்கான எடுத்துக்காட்டுகள் உங்களுக்கு வேண்டுமா? நாளைக்கு உங்கள் மேசைக்கு வரும் கடிதங்களைப் பாருங்கள். அவற்றில் பெரும்பாலானவை, மிக முக்கியமான இந்தப் பொது அறிவை மீறியிருக்கும். நாம் பின்வரும் கடிதத்தைப் பார்க்கலாம். இது அமெரிக்கக் கண்டம் நெடுகிலும் அலுவலகங்களைக் கொண்ட ஒரு விளம்பர நிறுவனத்தின் வானொலித் துறைத் தலைவர் எழுதியது. இக்கடிதம், நாடு முழுவதிலும் உள்ள உள்ளூர் வானொலி நிலையங்களின் மேலாளர்களுக்கு அனுப்பப்பட்டது. (ஒவ்வொரு பத்தியிலும், அதைப் படித்தவுடன் எனக்குள் தோன்றும் என் எண்ணங்களை நான் அடைப்புக் குறியில் குறிப்பிட்டிருக்கிறேன்.)

திரு. ஜான் பிளாங்க்,

பிளாங்க்வில்,

இண்டியானா

அன்புள்ள திரு. பிளாங்க்:

எங்களுடைய நிறுவனம் வானொலி விளம்பரத் துறையில் தான் கொண்டிருக்கும் மிக உயர்ந்த நிலையைத் தக்க வைத்துக் கொள்ள விரும்புகிறது.

உங்கள் நிறுவனம் எதை விரும்புகிறது என்பதைப் பற்றி எங்களுக்கு என்ன கவலை? நான் என் சொந்தப் பிரச்சனைகளைப் பற்றிக் கவலைப்பட்டுக் கொண்டிருக்கிறேன்.

என் வீட்டிற்காகக் கடன் கொடுத்த வங்கி என்னால் பணம் செலுத்த முடியாததால் கடனை ரத்து செய்துவிட்டு வீட்டை எடுத்துக் கொள்ளப் போகிறது. பூச்சிகள் ஹாலிஹாக் பூக்களை நாசம் செய்கின்றன, பங்குச் சந்தை நேற்று சரிந்தது, இன்று காலை எட்டு மணிக்கு நான் பிடிக்க வேண்டிய இரயிலைத் தவற விட்டுவிட்டேன், நேற்றிரவு நடைபெற்ற ஜோன்ஸின் நடனத்திற்கு நான் வரவேற்கப்படவில்லை, என் மருத்துவர் எனக்கு உயர் இரத்த அழுத்தமும், நரம்பு வீக்கமும், தலையில் பொடுகும் இருப்பதாகக் கூறுகிறார். இத்தனைக்கும் பிறகு என்ன நடக்கிறது? நான் என் அலுவலகத்திற்கு வந்து, என் அஞ்சல்களைத் திறந்து பார்த்தால், நியூயார்க்கிலிருந்து யாரோ ஒரு தலைக்கனம் பிடித்தவன் அவனது நிறுவனத்திற்கு என்ன வேண்டும் என்று உளறி எனக்கு ஒரு கடிதம் எழுதியிருக்கிறான். முட்டாள்! அவனது கடிதம் எத்தகைய அபிப்பிராயத்தை ஏற்படுத்துகிறது என்பதை அவன் உணர்ந்தால், விளம்பரத் தொழிலை விட்டுவிட்டுச் செம்மறி ஆடுகளுக்கான மருந்து உற்பத்தியைத் துவங்குவான்.

> **எங்கள் நிறுவனத்தின் தேசிய அளவிலுள்ள வாடிக்கையாளர்கள்தான் எங்கள் நெட்வொர்க்கின் பாதுகாப்பு அரணாக இருக்கின்றனர். அவர்களுக்கு வானொலி நிலையங்களில் விளம்பரங்களுக்கான நேரத்தை நாங்கள் விரைவாகப் பெற்றுத் தருவதால், ஒவ்வொரு வருடமும் வானொலி விளம்பரத் துறையில் எங்கள் நிறுவனம்தான் முதலிடத்தில் இருக்கிறது.**

[நீ பெரியவன், பணக்காரன், முதலிடத்தில் இருப்பவன் என்று நினைத்துக் கொண்டிருக்கிறாயா? இருந்துவிட்டுப் போ. அதனால் எனக்கென்ன? ஜெனரல் மோட்டார்ஸ், ஜெனெரல் எலெக்ட்ரிகல்ஸ், மற்றும் அமெரிக்க இராணுவத்தின் தளபதி ஆகியோரது கூட்டு நிலையைவிட உயர்ந்த நிலையில் நீ இருந்தாலும், அதைப் பற்றி எனக்குக் கவலையில்லை. நான் எவ்வளவு பெரியவன் என்பதில்தான் எனக்கு அக்கறை உள்ளதே தவிர, நீ எவ்வளவு பெரியவன் என்பதில் அல்ல என்பதை ஒரு முட்டாளின் அறிவு உனக்கு இருந்தால்கூட நீ உணர்வாய். உன் வானளாவிய வெற்றியைப் பற்றிய இப்பேச்சு என்னைச் சிறியவனாகவும் முக்கியமற்றவனாகவும் உணரச் செய்கிறது.]

ஒருமுறை ஒரு வாடிக்கையாளர் எங்களிடம் வந்துவிட்டால், வானொலி நிலையங்கள் குறித்தத் தகவல்களைப் பெற அவர் வேறு எங்கும் செல்ல வேண்டிய தேவையில்லாத அளவுக்கு நாங்கள் சேவை செய்ய விரும்புகிறோம்.

[நீங்கள் விரும்புகிறீர்கள்! முட்டாள்! உனக்கு என்ன விருப்பம் அல்லது இந்நாட்டின் அதிபருக்கு என்ன விருப்பம் என்பதில் எனக்கு அக்கறை இல்லை. நான் முதலும் கடைசியுமாக உனக்குக் கூறுகிறேன் - என் விருப்பத்தின் மீதுதான் நான் அக்கறை கொண்டிருக்கிறேன். அதைப் பற்றி இந்த அபத்தமான கடிதத்தில் ஒரு வார்த்தைகூட நீ இன்னும் கூறவில்லை.]

எனவே, உங்கள் வானொலி நிலையத்தைப் பற்றிய வாராந்திரத் தகவல்களைப் பெறும் நிறுவனங்களின் முன்னுரிமைப் பட்டியலில் எங்கள் நிறுவனத்தையும் சேர்த்துக் கொள்வீர்களா?

["முன்னுரிமைப் பட்டியல்." என்ன திமிர் உனக்கு? உன் நிறுவனத்தைப் பற்றிப் பெரிதாகப் பேசி என்னை முக்கியத்துவமற்றவனாக உணரச் செய்துவிட்டு, இப்போது உன்னை என் 'முன்னுரிமை'ப் பட்டியலில் போடுமாறு கூறுவதற்கு உனக்கு என்ன நெஞ்சழுத்தம்? "தயவு செய்து" என்றுகூட நீ எழுதவில்லை.]

உங்கள் சமீபத்திய "நடவடிக்கை"களைப் பற்றிய தகவல்களை இணைத்து, இக்கடிதத்திற்கான ஒப்புதலை நீங்கள் விரைவில் அனுப்பினால் நம் இருவருக்கும் அது பரஸ்பர உதவியாக அமையும்.

[மூடனே! இலையுதிர் காலத்தில் சிதறிக் கிடக்கும் இலைகளைப்போல அங்குமிங்கும் சிதறல்களாக உள்ள ஒரு மலிவான கடிதத்தை எனக்கு அனுப்பிவிட்டு, நான் என் வீட்டுக் கடனையும், ஹாலிஹாக் பூக்களையும், என் இரத்த அழுத்தத்தையும் பற்றிக் கவலைப்பட்டுக் கொண்டிருக்கும்போது, உன் கடிதத்திற்கு ஒரு தனிப்பட்ட ஒப்புதல் குறிப்பை அனுப்புமாறு என்னிடம் கேட்பதற்கு உனக்கு எவ்வளவு கொழுப்பு இருக்க வேண்டும்? அதுவும், 'விரைவில்' அனுப்ப வேண்டும் என்று கேட்டிருக்கிறாய். அது என்ன 'விரைவில்"? நீ எவ்வளவு வேலைகளில் மும்முரமாக இருக்கிறாயோ, அதே

அளவு நானும் கால நேரம் பார்க்காமல் உழைத்துக் கொண்டிருக்கிறேன் என்று உனக்குத் தோன்றவில்லையா? ஆனால் நான் அப்படித்தான் நினைக்கிறேன். மீண்டும் உன் கடிதத்திற்கு வருவோம். எனக்குக் கட்டளையிட உனக்கு யார் உரிமை கொடுத்தது? 'பரஸ்பர உதவியாக' இருக்கும் என்று நீ எழுதியிருக்கிறாய். ஒரு வழியாக, நீ என் கண்ணோட்டத்தைப் பார்க்கத் துவங்கியிருக்கிறாய். ஆனால் அது எனக்கு எவ்வாறு அனுகூலமாக அமையும் என்பதைப் பற்றித் தெளிவின்றி இருக்கிறாய்.]

உண்மையுள்ள,
ஜான் டோ
வானொலித் துறைத் தலைவர்

பின்குறிப்பு: இத்துடன் இணைக்கப்பட்டுள்ள பிளாங்க்வில் இதழின் பிரதி உங்களுக்கு ஆர்வமூட்டுவதாக இருக்கக்கூடும். அதை உங்கள் நிறுவனத்தில் நீங்கள் ஒலிபரப்ப விரும்பலாம்.

[இறுதியில் இந்தப் பின்குறிப்பில், என் பிரச்சனைகளில் ஏதேனும் ஒன்றைத் தீர்க்கக்கூடிய ஒன்றைக் குறிப்பிட்டிருக்கிறாய். நீ ஏன் அதைக் குறிப்பிட்டு உன் கடிதத்தைத் துவங்கவில்லை? இருந்தாலும் என்ன பயன்? நீ எனக்கு அனுப்பியுள்ள கடிதம் ஒரு மாபெரும் குற்றம். அத்தகையக் குற்றத்தைப் புரியும், விளம்பரத் துறையைச் சேர்ந்த எந்த ஒருவனது மூளையிலும் ஏதோ பிரச்சனை இருக்க வேண்டும். எங்கள் சமீபத்திய நடவடிக்கைகளைப் பற்றிய பதில் கடிதம் உனக்குத் தேவையில்லை. உனக்குத் தேவையெல்லாம் உன் தைராய்டு சுரப்பிக்கு ஒரு லிட்டர் அயோடின் மட்டும்தான்.]

விளம்பரத் துறைக்குத் தங்கள் வாழ்வை அர்ப்பணித்துக் கொண்டிருக்கும், ஒன்றை வாங்கச் செய்வதற்கு மக்கள்மீது தாக்கத்தை ஏற்படுத்தும் கலையில் வல்லுனர்களாக இருப்பதாகத் தங்களைக் காட்டிக் கொண்டிருக்கும் இவரைப் போன்ற மக்கள் இப்படியொரு கடிதத்தை எழுதும்போது, கசாப்புக்காரர், சமையற்காரர், அல்லது மெக்கானிக்கிடம் இருந்து நம்மால் எதை எதிர்பார்க்க முடியும்?

ஒரு சரக்கு நிறுவனத்தின் கண்காணிப்பாளரிடமிருந்து, எங்கள் வகுப்பில் பயிலும் எட்வர்டு வெர்மிலென் என்பவருக்கு வந்த கடிதம் இது. இக்கடிதம் எட்வர்டின்மீது எத்தகைய

விளைவை ஏற்படுத்தியது என்பதை, நீங்கள் இக்கடிதத்தைப் படித்தப் பிறகு நான் உங்களுக்குக் கூறுகிறேன்.

ஏ.செரேகாஸ் சன்ஸ், இன்க்.
28 /ப்ரன்ட் தெரு
புரூக்லின், நியூயார்க், 11201
பெறுநர்: திரு. எட்வர்டு வெர்மிலென்

கனவான்களே:

எங்கள் வியாபாரத்தில் அதிக அளவு சரக்குகள், மதியம் வெகு நேரத்திற்குப் பிறகே எங்களுக்கு அனுப்பி வைக்கப்படுகின்றன. அதனால் எங்களால் குறித்த நேரத்தில் சரக்குகளை வெளியே அனுப்ப முடியாதபடி எங்கள் நிறுவனத்தின் இயக்கங்கள் பாதிக்கப்பட்டுள்ளன. இச்சூழ்நிலையில், சரக்குகள் சமாளிக்க முடியாதபடிக் குவிந்து விடுகின்றன். நாங்கள் எங்கள் வேலை நேரத்திற்கும் கூடுதலாகப் பணியாற்ற வேண்டியுள்ளது சரக்கு லாரிகளின் போக்குவரத்தில் தாமதங்கள் ஏற்படுகின்றன் சில சமயங்களில், சரக்குகளைக் கொண்டு சேர்ப்பதிலும் தாமதங்கள் நிகழ்கின்றன. நவம்பர் 10ம் நாள், உங்கள் நிறுவனத்திலிருந்து 5:10க்கு அனுப்பப்பட்ட பொருட்கள் மாலை 4:20 மணிக்கு வந்து சேர்ந்தன.

சரக்குகள் தாமதமாக எங்களிடம் வருவதால் ஏற்படும் விரும்பத்தகாத விளைவுகளிலிருந்து மீண்டு வருவதற்கு நாங்கள் உங்கள் ஒத்துழைப்பை வேண்டுகிறோம். மேற்கூறப்பட்ட நாளன்று உங்களிடமிருந்து வந்த சரக்கு அளவைப்போல் எப்போதெல்லாம் அதிக அளவில் சரக்கை எங்களிடம் அனுப்புகிறீர்களோ, அந்த நாட்களில் உங்கள் லாரி இங்கு சற்று முன்னதாகவே வந்து சேர்வதற்கோ அல்லது பாதி சரக்குகளைக் காலையிலேயே எங்களிடம் கொண்டு வந்து கொடுப்பதற்கோ நீங்கள் முயற்சிகள் மேற்கொள்ளும்படி உங்களைக் கேட்டுக் கொள்கிறோம்.

இது உங்கள் லாரிகள் விரைவாக இங்கிருந்து திருப்பி அனுப்பப்படுவதற்கும் உங்கள் சரக்குகள் எங்களிடம் வந்து சேர்ந்த அதே நாளில்

ஏற்றிவிடப்படுதற்கும் உதவும். இதற்கு நாங்கள் உறுதி கூறுகிறோம்.

உங்கள் உண்மையுள்ள,
கண்காணிப்பாளர்

இதைப் படித்தப் பிறகு, செரேகாஸ் சன்ஸ் நிறுவனத்தில் விற்பனை மேலாளராகப் பணிபுரியும் திரு. வெர்மிலென், கீழ்க்கூறப்பட்டுள்ளக் குறிப்புடன் அதை எனக்கு அனுப்பி வைத்தார்:

இக்கடிதம் என்ன சாதிக்க விரும்பியதோ அதற்கு நேர் எதிரான விளைவைத்தான் ஏற்படுத்தியது. சரக்குகளைக் கையாளும் நிறுவனத்தின் பிரச்சனைகளுடன் இக்கடிதம் துவங்குகிறது. பொதுவாகக் கூறினால், அவர்கள் பிரச்சனையில் எங்களுக்கு விருப்பமில்லை. எங்களுக்கு வசதிக்குறைவை ஏற்படுத்துமா என்பதைப் பற்றி எண்ணாமல் எங்கள் ஒத்துழைப்பை அவர்கள் கோருகின்றனர். இறுதியில் நாங்கள் எங்கள் லாரிகள் விரைவாக அங்கிருந்து திருப்பி அனுப்பப்படுவதோடு, எங்கள் சரக்குகள் அவர்களிடம் வந்து சேர்ந்த அதே நாளில் ஏற்றிவிடப்பட்டுவிடும் என்று உறுதி கூறுவதாகக் குறிப்பிடுள்ளனர்.

வேறு வார்த்தைகளில் கூறுவதானால், நாங்கள் விரும்பும் விஷயம் கடைசியில் குறிப்பிடப்பட்டுள்ளது. மொத்தத்தில் இக்கடிதம், ஒத்துழைப்புணர்வை ஏற்படுத்துவதற்கு மாறாக எரிச்சலை ஏற்படுத்தியுள்ளது.

இக்கடிதத்தை எவ்வாறு மாற்றி எழுதினால், கடிதம் எழுதுகின்றவருக்கு, தான் விரும்புகின்ற விளைவு ஏற்படும் என்று பார்ப்போம். பிரச்சனைகளைப் பற்றிப் பேசுவதில் நம் நேரத்தை வீணாக்க வேண்டாம்.

திரு. எட்வர்டு வெர்மிலென்
ஏ.செரேகாஸ் சன்ஸ், இன்க்.
28 /**ப்ரன்ட் தெரு புரூக்லின்,**
நியூயார்க், 11201
அன்பிற்குரிய திரு, வெர்மிலென்:

உங்கள் நிறுவனம் கடந்த பதினான்கு ஆண்டுகளாக எங்களது சிறந்த வாடிக்கையாளராக இருந்து வந்துள்ளது. இயல்பாக, நாங்கள் உங்களது ஆதரவுக்கு மிகவும் நன்றிக்கடன் பட்டுள்ளோம். உங்களுக்குத் தகுதியான

விரைவான, சிறந்த சேவையைத் தர நாங்கள் ஆவலுடன் இருக்கிறோம். இருந்தாலும், நவம்பர் 10ம் நாளன்று நடந்ததுபோல், உங்கள் சரக்கு லாரிகள் மதியம் வெகு நேரம் கழித்து நிறையச் சரக்குகளைக் கொண்டு வந்தால், சேவையை எங்களால் உங்களுக்கு வழங்குவது சாத்தியப்படாமல் போகக்கூடும். ஏன்? இன்னும் பல வாடிக்கையாளர்களும் மதிய வேளைகளில் வெகு நேரத்திற்குப் பின் தங்கள் பொருட்களை எங்களிடம் கொண்டுவருகின்றனர். இதன் காரணமாக, சரக்குகள் மலைபோல் குவிந்துவிடுகின்றன. அப்படி நிகழும்போது, உங்கள் லாரிகளை நாங்கள் துறைமுகங்களில் சரக்கு ஏற்றி இறக்குமிடத்தில் நிறுத்தி வைக்க வேண்டியது தவிர்க்க முடியாததாகிவிடுகிறது. சில சமயங்களில் உங்கள் சரக்குகள் வெளியேறுவதும் தாமதமாகிவிடுகிறது.

அது விரும்பத்தகாத சூழ்நிலை என்றாலும் தவிர்க்கப்படக்கூடியது ஒன்றுதான். முடிந்தபோதெல்லாம் உங்கள் பொருட்களை நீங்கள் காலையிலேயே துறைமுகத்திலுள்ள சரக்கு ஏற்றுமிடத்திற்கு வரச் செய்தால், உங்கள் லாரிகளும் விரைவாக நகரும், உங்கள் சரக்குகள்மீது உடனடியாகக் கவனம் செலுத்தப்படும். எங்கள் ஊழியர்களும் இரவில் சீக்கிரமாக வீடு திரும்பி நீங்கள் தயாரிக்கும் நூடுல்ஸ் மற்றும் மேக்கரோனியை ரசித்துச் சாப்பிடுவார்கள்.

உங்கள் சரக்குகள் எந்தச் சமயத்தில் எங்களிடம் வந்து சேர்ந்தாலும் சரி, எங்கள் சக்திக்கு உட்பட்டு உங்களுக்கு விரைவான சேவையை மகிழ்ச்சியுடன் அளிக்க நாங்கள் எப்போதும் காத்திருக்கிறோம்.

நீங்கள் வேலையில் மும்முரமாக இருப்பீர்கள். இக்கடிதத்திற்குப் பதில் அனுப்பும் சிரமம் எடுத்துக் கொள்ள வேண்டாம்.

உங்கள் உண்மையுள்ள,

கண்காணிப்பாளர்

நியூயார்க்கில் ஒரு வங்கியில் வேலை பார்த்து வந்த பார்பரா ஆண்டர்சன் என்ற பெண், தன் மகனின் உடல்நிலை காரணமாக அரிசோனா மாநிலத்திலுள்ள ஃபீனிக்ஸ் நகரத்திற்கு இடம்பெயர விரும்பினார். எங்கள் பயிற்சி வகுப்பில் அவர் கற்றுக் கொண்ட கொள்கைகளைப் பயன்படுத்தி, கீழ்க்கண்ட கடிதத்தை அவர் ஃபீனிக்ஸ் நகரிலுள்ள பன்னிரண்டு வங்கிகளுக்கு அனுப்பினார்.

அன்புள்ள ஐயா:

என் பத்து வருட வங்கி அனுபவம், வேகமாக வளர்ந்து வரும் உங்களைப் போன்ற ஆர்வமூட்டுவதாய் இருக்கலாம். ஒரு வங்கிக்கு

நியூயார்க்கிலுள்ள பேங்கர்ஸ் ட்ரஸ்ட் நிறுவனத்தில், வங்கி நடவடிக்கைகளின் பல்வேறு பொறுப்புகளை வகித்து, தற்போது கிளை மேலாளர் பொறுப்பிலிருக்கும் நான், வாடிக்கையாளர் உறவுகள், கடன்கள், மற்றும் நிர்வாகம் உட்பட, வங்கியின் அனைத்து அம்சங்களிலும் திறமை பெற்றுள்ளேன்.

மே மாதத்தில் ஃபீனிக்ஸ் நகருக்கு இடம்பெயர்கிறேன். உங்கள் வளர்ச்சிக்கும் நான் இலாபத்திற்கும் என்னால் பங்களிக்க முடியும் என்று நான் உறுதியாக நம்புகிறேன். ஏப்ரல் மாதத்தின் முதல் வாரத்தில் நான் ஃபீனிக்ஸில் இருப்பேன். உங்கள் வங்கி அதன் இலக்குகளை அடைவதற்கு என்னால் எவ்வாறு உதவ முடியும் என்று உங்களுக்குக் காட்டுவதற்கு நீங்கள் எனக்கு ஒரு வாய்ப்பு அளித்தால், நான் அதை மகிழ்ச்சியுடன் ஏற்றுக் கொள்வேன்.

உண்மையுடன்,

பார்பரா எல். ஆண்டர்சன்

திருமதி. ஆண்டர்சனின் கடிதத்திற்கு ஏதேனும் பதில் கடிதம் வந்திருக்கும் என்று நினைக்கிறீர்களா? அக்கடிதம் கிடைக்கப் பெற்றப் பன்னிரண்டு வங்கிகளில், பதினோரு வங்கிகள் அவரை நேர்முகத் தேர்விற்கு வருமாறு கூறி அழைப்பு விடுத்தன. ஏன்? தனக்கு என்ன வேண்டும் என்பதைக் குறிப்பிடாமல், தன்னால் அவர்களுக்கு எவ்வாறு உதவ முடியும் என்பதைப் பற்றிக் குறிப்பிட்டு, தன் சொந்தத் தேவையில் கவனம் செலுத்தாமல் அவர்களது தேவைகளில் தன் கவனத்தைக் குவித்திருந்ததுதான் அதற்குக் காரணம்.

இன்று ஆயிரக்கணக்கான விற்பனையாளர்கள், களைத்துப் போய், ஊக்கமிழந்து, மிகக் குறைவான ஊதியம் பெற்று, புதிய வேலைகளைத் தேடி அலைந்து கொண்டிருக்கின்றனர். ஏன்? ஏனெனில் அவர்கள் தங்களுக்கு என்ன வேண்டும் என்பதைப் பற்றியே எப்போதும் சிந்தித்துக் கொண்டிருக்கிறார்கள். நீங்களோ அல்லது நானோ எதையுமே

வாங்க விரும்பவில்லை என்பதை அவர்கள் உணர்வதில்லை. நாம் ஏதேனும் வாங்க விரும்பினால், நேராகக் கடைக்குச் சென்று வாங்கிக் கொள்வோம். ஆனால் நாம் இருவரும் எப்போதும் நம் பிரச்சனைகளைத் தீர்ப்பதில்தான் ஆர்வமாக இருக்கிறோம். தங்கள் பொருட்கள் எவ்வாறு நம் பிரச்சனைகளைத் தீர்க்க உதவும் என்பதை விற்பனையாளர்களால் நமக்குக் காட்ட முடிந்தால், அவர்கள் நம்மிடம் வந்து விற்க வேண்டிய தேவையே இருக்காது. நாமே அவர்களிடமிருந்து வாங்கிக் கொள்வோம். வாடிக்கையாளர்கள் எப்போதும் வாங்கவே விரும்புவர். பிறர் ஏதேனும் ஒன்றைத் தங்களிடம் வலுக்கட்டாயமாக விற்பதை அவர்கள் விரும்புவதில்லை.

இருந்தாலும் பெரும்பாலான விற்பனையாளர்கள், வாடிக்கையாளர்களின் கோணத்திலிருந்து பார்க்காமல், தங்கள் வாழ்நாள் முழுவதையும் விற்பதில் செலவிடுகின்றனர். எடுத்துக்காட்டாக, நியூயார்க் நகரின் மத்தியில், தனியார் வீடுகள் கொண்ட, ∴பாரஸ்ட் ஹில்ஸ் என்னும் ஒரு சிறு சமூகத்தில் நான் பல வருடங்களாக வாழ்ந்து வந்தேன். ஒருநாள் நான் இரயில் நிலையத்திற்கு விரைந்து கொண்டிருந்தபோது, அப்பகுதியில் பல வருடங்களாக வீடு மனைகளை வாங்கி விற்று வந்த ஒரு தரகரை நான் சந்தித்தேன். ∴பாரஸ்ட் ஹில்ஸ் பகுதியைப் பற்றி அவருக்கு நன்றாகத் தெரியும் என்பதால், என் வீடு எதைக் கொண்டு கட்டப்பட்டுள்ளது - உலோக வலையா அல்லது உள்ளீடில்லாத ஓடா என்று அவரிடம் கேட்டேன். அது தனக்குத் தெரியாது என்று கூறிய அவர், ∴பாரஸ்ட் ஹில்ஸ் கார்டன் சங்கத்தைத் தொலைபேசியில் தொடர்புகொண்டு அவர்களிடம் கேட்டுத் தெரிந்து கொள்ளுமாறு, நான் ஏற்கனவே அறிந்த விஷயத்தையே என்னிடம் கூறினார். அடுத்த நாள் காலையில் அவரிடமிருந்து எனக்கு ஒரு கடிதம் வந்தது. எனக்கு வேண்டிய தகவலை அவர் அதில் எனக்குத் தெரிவித்திருந்தாரா? அறுபது நொடிகளுக்குள் ஒரு தொலைபேசி அழைப்பின் மூலம் அவரால் அத்தகவலை எனக்குப் பெற்றுத் தந்திருக்க முடியும். ஆனால் அவர் அவ்வாறு செய்யவில்லை. அவர் என்னிடம் ஏற்கனவே கூறியதையே மீண்டும் கூறிவிட்டு, என்னுடைய காப்பீட்டை அவர் கையாள்வதற்கு நான் அவரை அனுமதிக்கும்படிக் கேட்டார்.

எனக்கு உதவி செய்ய அவர் ஆர்வம் காட்டவில்லை. அவர் தனக்குத் தானே உதவுவதில்தான் விருப்பம் கொண்டிருந்தார்.

ஒரே நிறுவனத்தைச் சேர்ந்த இரு விற்பனையாளர்கள், ஒரே சூழ்நிலையை எவ்வாறு கையாண்டார்கள் என்பதை அலபாமா மாநிலத்திலுள்ள பிர்மிங்காம் நகரைச் சேர்ந்த ஜே. ஹோவர்டு லூகாஸ் கூறுகிறார். அவர் இவ்வாறு தெரிவித்தார்:

"பல வருடங்களுக்கு முன் நான் ஒரு சிறிய நிறுவனத்தின் நிர்வாகக் குழுவில் ஓர் உறுப்பினராக இருந்தேன். எங்கள் நிறுவனத்திற்கு அருகில், ஒரு பெரும் காப்பீட்டு நிறுவனத்தின் தலைமையகம் இருந்தது. அவர்களது முகவர்களுக்கு எல்லைகள் பிரித்துக் கொடுக்கப்பட்டிருந்தன. எங்கள் நிறுவனத்தைக் கையாளும் பொறுப்பு அந்நிறுவனத்தின் இரண்டு முகவர்களுக்கு ஒதுக்கப்பட்டிருந்தது. கார்ல் மற்றும் ஜான் என்று நாம் அவர்களை அழைக்கலாம்.

"ஒருநாள் காலையில் கார்ல் எங்கள் அலுவலகத்திற்கு வந்து, நிர்வாகிகளுக்கான ஒரு புதிய காப்பீட்டைத் தங்கள் நிறுவனம் அறிமுகப்படுத்தியுள்ளதாகவும். ஒருவேளை நாங்கள் அதில் விருப்பம் கொள்ளக்கூடும் என்று தான் நினைப்பதாகவும், அது பற்றிக் கூடுதல் தகவல்கள் தனக்குக் கிடைத்தவுடன் மீண்டும் எங்களை வந்து சந்திப்பதாகவும் வெகு சாதாரணமாகக் கூறிவிட்டுச் சென்றுவிட்டார்.

"அதே நாளன்று, ஒரு காபி இடைவேளையின்போது நடைபாதையில் எங்களைப் பார்த்த ஜான், "லூகாஸ்! கொஞ்சம் நில்லுங்கள். நான் உங்களுக்கு ஓர் அற்புதமான செய்தியைக் கொண்டுவந்திருக்கிறேன்," என்று கத்தினார். அவர் எங்களிடம் விரைந்து வந்து, அன்றைய தினம் அவரது நிறுவனம் அறிமுகப்படுத்தியுள்ள, நிர்வாகிகளுக்கான ஒரு புதிய காப்பீட்டைப் பற்றி அவர் உற்சாகமாக எங்களிடம் கூறினார். காப்பீட்டுத் தொகை பற்றிய சில முக்கியமான தகவல்களை எங்களுக்குக் கொடுத்துவிட்டு, "இக்காப்பீடு மிகவும் புதிது என்பதால், எங்கள் தலைமையகத்திலிருந்து யாரேனும் ஒருவர் நாளைக்கு உங்கள் அலுவலகத்திற்கு வந்து அதைப் பற்றி விளக்குவதற்கு நான் ஏற்பாடு செய்கிறேன். இதற்கிடையில் இப்போது நாம் இந்த விண்ணப்பங்களைப் பூர்த்தி செய்து கையொப்பமிட்டுவிடுவோம். இது அவருக்குக் கூடுதல்

தகவல்களைக் கொடுக்கும்." என்று கூறித் தன் பேச்சை முடித்துக் கொண்டார். அப்புதிய காப்பீட்டைப் பற்றிய விளக்கங்கள் எதுவும் எங்களுக்கு வழங்கப்படாவிட்டாலும்கூட, ஜானின் உற்சாகம் அதன்மீது எங்களுக்கு ஆர்வத்தைத் தூண்டியது. அவ்விளக்கங்கள் எங்களுக்குக் கிடைத்தபோது, அக்காப்பீடு குறித்து ஜான் சரியாகப் புரிந்து வைத்துள்ளார் என்பதை அவை உறுதி செய்தன. அவர் எங்கள் ஒவ்வொருவரிடம் ஒரு காப்பீட்டை விற்றதோடு மட்டுமல்லாமல், காப்பீட்டுத் தொகையையும் இரட்டிப்பாக்கினார்.

"இதே விற்பனைகளைக் கார்லாலும் செய்திருக்க முடியும். ஆனால் காப்பீடுகள் குறித்த விருப்பத்தை எங்களிடம் ஏற்படுத்துவதற்கு அவர் எந்த முயற்சியும் மேற்கொள்ளவில்லை."

இவ்வுலகம் சுயநலவாதிகளாலும், அபகரிப்பவர்களாலும் நிறைந்துள்ளது. எனவே சுயநலமின்றிப் பிறருக்கு சேவை செய்ய யாராவது முன்வந்தால், அந்த அரிய நபருக்கு ஏராளமான அனுகூலங்கள் கிடைக்கும். அவருக்குப் போட்டிகள் மிகவும் குறைவு. பிரபல வழக்கறிஞரும், அமெரிக்காவின் தலைசிறந்த வியாபாரத் தலைவர்களில் ஒருவருமான ஓவென் டி. யங் ஒருமுறை இவ்வாறு கூறியுள்ளார்: "அடுத்தவர் நிலையில் தன்னை வைத்துப் பார்க்கக்கூடிய, அவர்களது மனங்களைப் புரிந்து கொள்ளக்கூடிய மக்கள், தங்கள் எதிர்காலத்தைக் குறித்து ஒருபோதும் கவலைப்படத் தேவயில்லை."

எப்போதும் அடுத்தவரது கண்ணோட்டத்திலிருந்து பார்க்கும் மனப்போக்கை அதிகரித்துக் கொண்டு, அவர்களது கோணத்திலிருந்து விஷயங்களைப் பார்ப்பது என்ற ஒரே ஒரு விஷயத்தை நீங்கள் இப்புத்தகத்திலிருந்து பெற்றுக் கொண்டீர்களேயானால், அது உங்கள் தொழில்முறை வாழ்வின் வலுவான அடித்தளமாக அமையும்.

ஆனால் அப்படிச் செய்யும்போது, நீங்கள் அவரைச் சூழ்ச்சியுடன் கையாள்வதாக அவர் கருதும்படி நீங்கள் நடந்துவிடக்கூடாது. இந்த ஒப்பந்தம் இருவருக்கும் மனநிறைவான நன்மை பயப்பதாக இருக்க வேண்டும். திருமதி. ஆண்டர்சனின் கடிதத்தால் அவரும் வெற்றி பெற்றார், அந்த வங்கியும் வெற்றி பெற்றது. ஏனெனில், வங்கிக்கு ஒரு மதிப்பு

வாய்ந்த ஊழியர் கிடைத்தார், திருமதி. ஆன்டர்சனுக்கு ஒரு பொருத்தமான வேலை கிடைத்தது. திரு. லூகாஸிற்குக் காப்பீட்டை விற்றதன் மூலம் ஜானும், திரு. லூகாஸும் பயன் பெற்றனர்.

ஒன்றை விரும்புவதற்கான ஆர்வத்தை ஒருவரிடம் ஏற்படுத்துவதன் மூலம் எவ்வாறு அனைவரும் இலாபம் பெறலாம் என்பதற்கான மற்றோர் எடுத்துக்காட்டு ரோட் ஐலன்ட் மாநிலத்தின் வார்விக் நகரைச் சேர்ந்த மைக்கேல் ஏ விட்டென். அவர் ஷெல் நிறுவனத்தில் ஒரு விற்பனையாளராகப் பணியாற்றினார். விற்பனையில் அவர் தன் மாவட்டத்திலேயே முதலாவதாக வர வேண்டும் என்று விரும்பினார். ஆனால் ஒரே ஒரு பெட்ரோல் விற்பனை நிலையம் மட்டும் அவரது முயற்சிக்குத் தடையாக இருந்தது. அந்நிலையம் ஒரு வயதான மேலாளரால் நடத்தப்பட்டு வந்தது. அவர் தன் நிலையத்தைத் தூய்மையாக வைத்திருக்கவில்லை. அது மிகவும் மோசமான நிலையில் இருந்ததால், விற்பனை வேகமாகச் சரிந்து கொண்டிருந்தது.

பெட்ரோல் நிலையத்தை மேம்படுத்தக் கூறி மைக்கேல் அவரிடம் விடுத்தப் பல வேண்டுகோள்களுக்கு அவர் செவிசாய்க்க மறுத்தார். பலமுறை மனம்விட்டுப் பேசிப் பார்த்தும், பல ஊக்குவிப்புப் பேச்சுகளைக் கொடுத்துப் பார்த்தும், எதிர்பார்த்த எந்த விளைவும் ஏற்படாததால், மைக்கேல், தன் எல்லையிலுள்ள ஒரு புதிய ஷெல் நிலையத்திற்கு அந்த மேலாளரைக் கூட்டிச் சென்றார்.

அந்த மேலாளர் அப்புதிய நிலையத்திலிருந்த வசதிகளைக் கண்டு பிரமித்துப் போனார். அடுத்தமுறை மைக் அவரைச் சந்திக்கச் சென்றபோது, அந்த இடம் தூய்மையாக்கப்பட்டு இருந்ததோடு அதன் விற்பனையும் அதிகரித்திருந்தது. இது மைக்கேல் தன் இலட்சியத்தை அடைய உதவியது. அவரது பேச்சுக்களும் கலந்துரையாடல்களும் எவ்விதத்திலும் உதவாத நிலையில், நவீன நிலையத்தை அந்த மேலாளருக்குக் காட்டியதன் மூலம் அவரிடம் விருப்பத்திற்கான ஆர்வத்தை ஏற்படுத்தி, மைக்கேல் தன் இலக்கை அடைந்தார். இதன் மூலம் அவர்கள் இருவரும் பலனடைந்தனர்.

பெரும்பாலான மக்கள் தங்கள் சொந்த மனம் எவ்வாறு செயல்படுகிறது என்பதைக் கண்டறியாமலேயே தங்கள் கல்லூரி

வாழ்க்கையை நிறைவு செய்துவிடுகின்றனர். உதாரணமாக, ஒரு பெரும் குளிர்சாதன உற்பத்தியாளரிடம் வேலைக்குச் சேரவிருந்த இளம் கல்லூரிப் பட்டதாரிகளுக்கு நான் ஒருமுறை ‘அதிகத் திறமையுடன் பேசுவது எப்படி“ என்ற தலைப்பில் ஒரு பயிற்சி வகுப்பை நடத்தினேன். அதில் பங்குகொண்ட மாணவர்களில் ஒருவர், வகுப்பு நடைபெறாத நேரத்தில் மற்றவர்கள் தன்னுடன் கூடைப்பந்து விளையாட வேண்டும் என்று விரும்பினார். அவர் அவர்களிடம் இவ்வாறு கூறினார்: “நீங்கள் வெளியே வந்து என்னுடன் கூடைப்பந்து விளையாட வேண்டும் என்று நான் விரும்புகிறேன். கூடைப்பந்து விளையாட எனக்கு மிகவும் பிடிக்கும். ஆனால், கடந்த சில முறைகளாக நான் உடற்பயிற்சி அரங்கத்திற்குச் சென்றிருந்தபோது, முழுமையாக ஒரு விளையாட்டை விளையாடுவதற்குப் போதுமான நபர்கள் அங்கு இல்லை. நாங்கள் இரண்டு அல்லது மூன்று பேர் இரவு முழுக்க ஒருவருக்கொருவர் பந்து எறிந்ததில் என் கண்களின்கீழ் கருவளையங்கள் தோன்றியதுதான் மிச்சம். நாளை இரவு நீங்கள் அனைவரும் என்னோடு விளையாட வந்தால் நன்றாக இருக்கும்.”

உங்களுக்கு வேண்டிய எதையேனும் பற்றி அவர் பேசினாரா? யாரும் போகாத ஓர் உடற்பயிற்சி அரங்கத்திற்கு நீங்களும் போக விரும்ப மாட்டீர்கள் அல்லவா? அவருக்கு என்ன வேண்டும் என்பதைப் பற்றி உங்களுக்கு அக்கறை இல்லை. உங்கள் கண்களில் கருவளையங்கள் ஏற்படுவதை நீங்கள் விரும்பப் போவதில்லை.

உடற்பயிற்சி அரங்கத்தைப் பயன்படுத்தி நீங்கள் விரும்பும் விஷயங்களைப் பெறுவது எப்படி என்பதை அவரால் உங்களுக்குக் காட்டியிருக்க முடியும் அல்லவா? நிச்சயமாக முடியும். அதிக உற்சாகம், நல்ல பசி, தெளிவான சிந்தனை, குதூகலம், விளையாட்டுகள், கூடைப்பந்து, என்று சொல்லிக் கொண்டே போகலாம்.

பேராசிரியர் ஓவர்ஸ்டிரீட்டின் விவேகமான அறிவுரையை நாம் மீண்டும் நினைவுறுத்திப் பார்ப்பது நல்லது: முதலில், அவர்களிடத்தில் ஆவலைத் தூண்டி விருப்பத்தை உருவாக்குங்கள். இதைச் செய்ய முடிந்த ஒருவருக்கு இவ்வுலகமே துணை நிற்கும். செய்ய முடியாதவர் தனிமையில் தவிப்பார்.

எங்கள் பயிற்சி வகுப்பில் கலந்துகொண்ட ஒருவர் தன் குழந்தையைப் பற்றிக் கவலை கொண்டிருந்தார். அக்குழந்தை சராசரிக்கும் குறைவான எடையுடன் இருந்தது. ஒழுங்காகச் சாப்பிட மறுத்தது. அதன் பெற்றோர் வழக்கமான முறையைப் பயன்படுத்தினர். அவனைத் திட்டி, நச்சரித்துக் கொண்டே இருந்தனர். ”நீ இதைச் சாப்பிட வேண்டும். அதைச் சாப்பிட வேண்டும் என்று அம்மா விரும்புகிறேன்.'' ”நீ பெரிய மனிதனாக வளர வேண்டும் என்று உன் அப்பா விரும்புகிறார்.”

இந்தக் கோரிக்கைகளுக்கு அச்சிறுவன் செவிமடுத்தானா? கடற்கரை மணலில் ஒரு மண்துகள்மீது நீங்கள் செலுத்தும் கவனத்தைத்தான் அவனும் அந்த வேண்டுகோள்களிடத்தில் செலுத்தினான்.

அறிவுள்ள எந்த மனிதரும், ஒரு மூன்று வயதுக் குழந்தை ஒரு முப்பது வயதுத் தந்தையின் கண்ணோட்டத்திற்கு ஏற்ப நடந்து கொள்ள வேண்டும் என்று எதிர்பார்க்க மாட்டார். ஆனாலும், துல்லியமாக அதைத்தான் அந்தத் தந்தை எதிர்பார்த்தார். அது அபத்தமானது. எனவே அவர், “அச்சிறுவனுக்கு என்ன வேண்டும்? என் விருப்பத்தை அவனது விருப்பத்துடன் எவ்வாறு இணைப்பது? ” என்று தனக்குத் தானே கேட்டுக் கொண்டார்.

அதைப் பற்றி யோசிக்கத் துவங்கியவுடன் அத்தந்தைக்கு அது மிகவும் சுலபமாகிவிட்டது. அச்சிறுவன் தன் வீட்டின் முன்னால் உள்ள நடைபாதையில் தன் மூன்று-சக்கர சைக்கிளை மேலும் கீழும் ஓட்ட விரும்பினான். அவனது வீட்டிலிருந்து சில வீடுகள் தள்ளி இருந்த, சற்றுப் பெரிய. வம்புக்காரச் சிறுவன் ஒருவன் இந்த மூன்று வயதுச் சிறுவனை அவனது சைக்கிளிலிருந்து கீழே இறங்கச் செய்து, தான் அதை ஓட்டுவான்.

இயல்பாக, இக்குழந்தை கத்திக் கொண்டே தன் அம்மாவிடம் செல்லும். அவனது அம்மா வெளியே வந்து, அந்தக் குறும்புக்காரச் சிறுவனை சைக்கிளிலிருந்து இறக்கிவிட்டு, தன் மகனை மீண்டும் அதில் உட்கார வைப்பார். இது கிட்டத்தட்ட ஒவ்வொரு நாளும் நடந்தது.

இச்சிறுவனுக்கு என்ன வேண்டியிருந்தது? அதைத் துப்பறிவதற்கு ஒரு ஷெர்லாக் ஹோம்ஸ் தேவைப்படவில்லை. அவனது பெருமிதம், கோபம், முக்கியத்துவ உணர்வு குறித்த

அவனது விருப்பம் என்று அவனது அனைத்து வலிமையான உணர்ச்சிகளும் சேர்ந்து, அந்தக் குறும்புக்காரனை அவனது மூக்கை உடைத்துப் பழிவாங்க வேண்டும் என்ற எண்ணத்தைத் தூண்டின. அவனது அம்மா கொடுக்கும் அனைத்தையும் அவன் ஒழுங்காகச் சாப்பிட்டால், அவன் அக்குறும்பனைத் துவைத்தெடுக்க முடியும் என்று அவனது தந்தை அவனிடம் விளக்கிக் கூறி வாக்குறுதியளித்தார். அதன் பிறகு, சாப்பிடுவதற்கு கொடுக்கவில்லை. அவன் ஒருபோதும் பிரச்சனை அவனை அடிக்கடி இழிவுபடுத்தியவனைப் புரட்டியெடுக்க அச்சிறுவன் கீரை, முட்டைக்கோஸ், பழம் என்று எதை வேண்டுமானாலும் சாப்பிட்டிருப்பான்.

அந்தப் பிரச்சனையைத் தீர்த்த பிறகு, அவனது பெற்றோர் இன்னொரு பிரச்சனையைச் சமாளித்தனர்: அச்சிறுவன் இரவில் படுக்கையை நனைக்கும் பழக்கத்தைக் கொண்டிருந்தான்.

இரவில் அவன் தன் பாட்டியுடன் தூங்குவான்.காலையில், அவனது பாட்டி எழுந்து, படுக்கையைத் தொட்டுப் பார்த்து, ”ஜானி, நேற்றிரவு நீ என்ன செய்திருக்கிறாய் என்று பார்,” என்று அவனிடம் கூறுவார்.

“இல்லை, நான் அதைச் செய்யவில்லை. நீங்கள்தான் படுக்கையை நனைத்திருக்கிறீர்கள்,” என்று அவன் கூறுவான்.

திட்டியது, அடித்தது, அவமானப்படுத்தியது, அவன் அவ்வாறு செய்யக்கூடாது என்று திரும்பத் திரும்ப அவனது பெற்றோர் அவனிடம் கூறியது ஆகியவை, அச்சிறுவன் அப்பழக்கத்தைக் கைவிடுவதற்கு உதவவில்லை. எனவே அவனது பெற்றோர்கள், ”தன் படுக்கையை நனைப்பதை நிறுத்த வேண்டும் என்று அவனை விரும்பச் செய்வது எப்படி?” என்று தங்களுக்குள் பேசிக் கொண்டனர்.

அவனது விருப்பங்கள் என்னென்ன? முதலில், இரவு படுக்கச் செல்லுமுன், தன் பாட்டியைப்போல ஒரு பெரிய அங்கியை அணியாமல் தன் தந்தையைப்போல் பைஜாமா அணிய வேண்டும் என்று அவன் விரும்பினான். அவனது இரவு நேரப் பழக்கத்தால் சலிப்படைந்த அவனது பாட்டி. அவன் ஒழுங்காக இருந்தால் தானே அவனுக்குப் பைஜாமா வாங்கித் தருவதாகக் கூறினார். இரண்டாவதாக, அவன் தனக்கென்று ஒரு படுக்கையை விரும்பினான். பாட்டி அதற்கும் மறுப்புத் தெரிவிக்கவில்லை.

அவனது அம்மா அவனை ஒரு கடைக்கு அழைத்துச் சென்று, அங்கிருந்த விற்பனைப் பெண்ணைப் பார்த்துக் கண்சிமிட்டி, "இங்கு என்னுடன் வந்திருக்கும் இந்த வாலிபர் சில பொருட்களை வாங்க விரும்புகிறார்," என்று கூறினார்.

அப்பெண்ணும், "இளைஞரே, உங்களுக்கு எதைப் பார்க்க வேண்டும்?" என்று கேட்டு, அவனை முக்கியமானவனாக உணரச் செய்தார்.

அவன் ஓரிரு அங்குலங்கள் தன்னை உயர்த்திக் கொண்டு நின்று, "நான் எனக்கென்று ஒரு படுக்கை வாங்க விரும்புகிறேன்," என்று கூறினான்.

அவனுக்காகத் தான் வாங்க விரும்பியப் படுக்கையை அவனிடம் காட்டியபோது, அவனது அம்மா அந்த விற்பனைப் பெண்ணைப் பார்த்து மீண்டும் கண்சிமிட்டினார். அவர்கள் இருவரும் சேர்ந்து அச்சிறுவனை அதை வாங்கச் செய்தனர்.

அடுத்த நாள் அப்புதிய படுக்கை அவனது வீட்டிற்கு வந்து சேர்ந்தது. அன்றிரவு அவனது தந்தை வீடு திரும்பியபோது, அச்சிறுவன் வாசலுக்கு ஓடிச் சென்று, "அப்பா! அப்பா! மேலே வந்து. நான் வாங்கியுள்ள என் படுக்கையைப் பாருங்கள்," என்று ஆர்வம் பொங்கக் கூறினான்.

படுக்கையைப் பார்த்தவாறே அந்தத் தந்தை, சார்லஸ் ஷ்வாபின் கட்டளைக்குக் கீழ்ப்படிந்தார் அவர் தன் "இதயபூர்வமான ஒப்புதலையும் தாராளமான பாராட்டுக்களையும்" அள்ளி வழங்கினார்.

"நீ இந்தப் படுக்கையை நினைக்கப் போவதில்லை அல்லவா?" என்று அவனிடம் கேட்டார். "நிச்சயமாக இல்லை. நான் இந்தப் படுக்கையை நனைக்க மாட்டேன்." அச்சிறுவன் தன் வாக்குறுதியைக் காப்பாற்றினான். ஏனெனில், அதில் அவனது பெருமை அடங்கியிருந்தது. தன் படுக்கையை அவனே தேர்ந்தெடுத்து வாங்கியிருந்தான். ஒரு பெரிய மனுஷனைப்போல இப்போது அவன் பைஜாமா அணிந்திருந்தான். அவன் ஒரு பெரிய ஆளைப்போல் நடந்து கொள்ள விரும்பினான். அவன் அவ்வாறே செய்தான்.

எங்கள் வகுப்பில் பங்குகொண்ட மற்றொரு தந்தைக்கு வேறொரு பிரச்சனை. கே.டி.டஷ்மேன் என்ற பெயர் கொண்ட அவர், ஒரு தொலைபேசிப் பொறியியலாளராகப் பணியாற்றினார்.

அவரால் தன் மூன்று வயது மகளைக் காலை உணவு சாப்பிட வைக்க முடியவில்லை. திட்டு, கெஞ்சல், தாஜா போன்ற வழக்கமான முறைகள் பலனளிக்கவில்லை. எனவே அவளது பெற்றோர், ”காலை உணவைச் சாப்பிட அவளை எவ்வாறு விருப்பம் கொள்ளச் செய்வது?” என்று தங்களையே கேட்டுக் கொண்டனர்.

அச்சிறு பெண் தன் அம்மாவைப் பார்த்து அப்படியே நடந்துகொள்ள விரும்பினாள். பெரிதாகவும் வளர்ந்தவளாகவும் உணர விரும்பினாள். எனவே ஒருநாள் காலையில், அவளது பெற்றோர் அவளை ஒரு நாற்காலியில் அமர வைத்து, அவளது காலை உணவை அவளையே தயாரிக்கச் செய்தனர். அவள் ஒரு பாத்திரத்தில் கார்ன் ∴ப்ளேக்ஸைப் போட்டு அதில் பாலை ஊற்றிக் கொண்டிருந்த அந்த நேரத்தில், ஏற்கனவே திட்டமிட்டிருந்தபடி அவளது தந்தை சமையலறைக்குள் நுழைந்தார். “அப்பா, இங்கே பாருங்கள். என் காலை உணவை நானே தயாரிக்கிறேன்.” என்று அச்சிறுமி கூறினாள்.

யாரும் அவளிடம் கெஞ்ச வேண்டிய தேவையின்றி அவள் இரண்டு முறை தன் உணவைப் பரிமாறிக் கொண்டாள். ஏனெனில் அவள் அதில் விருப்பம் கொண்டிருந்தாள். அவள் ஒரு முக்கியத்துவ உணர்வை அடைந்திருந்தாள். தன் காலை உணவுத் தயாரிப்பை அவள் தன் சுயவெளிப்பாட்டிற்கான ஓர் அம்சமாகப் பார்த்தாள்.

"சுயவெளிப்பாடுதான் மனித இயல்பில் ஆதிக்கம் வாய்ந்த தேவையாக விளங்குகிறது.” என்று வில்லியம் விண்டர் ஒருமுறை குறிப்பிட்டார். நாம் ஏன் இதே உளவியல் முறையை நம் வியாபாரத்திலும் பயன்படுத்தக்கூடாது? நம்மிடம் ஒரு பிரமாதமான யோசனை இருக்கும்போது, அது நம் யோசனை என்று மற்றவர்கள் நினைப்பதற்கு மாறாக, அவர்களே தங்கள் யோசனையைக் கிண்டிக் கிளற நாம் அவர்களை அனுமதித்தால் என்ன? அப்போது அவர்கள் அது தங்கள் சொந்த யோசனை என்று கருதுவார்கள். அவர்கள் அதை விரும்புவார்கள். அதில் ஓரிரு கவளங்கள் சுவைத்துப் பார்ப்பார்கள்.

இதை நினைவில் வைத்துக் கொள்ளுங்கள்: “முதலில், அவர்களிடத்தில் ஆவலைத் தூண்டும் விருப்பத்தை உருவாக்குங்கள். இதைச் செய்ய முடிந்த ஒருவருக்கு

இவ்வுலகமே துணை நிற்கும். செய்ய முடியாதவர் தனிமையில் தன்னை ஆட்படுத்திக் கொள்வார்."

மூன்றாவது கொள்கை

அடுத்தவரிடத்தில் ஆவலைத் தூண்டும் விருப்பத்தை உருவாக்குங்கள்.

மக்களைக் கையாள்வதில் உள்ள அடிப்படை உத்திகள்

முதல் கொள்கை

யாரையும் விமர்சிக்காதீர்கள், கண்டிக்காதீர்கள், அல்லது குறைகூறாதீர்கள்.

இரண்டாவது கொள்கை

நேர்மையான, உண்மையான பாராட்டைத் தெரிவியுங்கள்.

மூன்றாவது கொள்கை

அடுத்தவரிடத்தில் ஆவலைத் தூண்டும் விருப்பத்தை உருவாக்குங்கள்.

பகுதி இரண்டு

மக்களை உங்கள்மீது விருப்பம் கொள்ளச் செய்வதற்கான வழிகள்

1

இதைச் செய்யுங்கள், எல்லா இடங்களிலும் நீங்கள் வரவேற்கப்படுவீர்கள்

நண்பர்களை எளிதாகப் பெறுவது எப்படி என்பதை அறிந்து கொள்ள நீங்கள் ஏன் இப்புத்தகத்தைப் படிக்க வேண்டும்? நண்பர்களைப் பெறுவதில் உலகிலேயே தலைசிறந்து விளங்கும் அந்த மாபெரும் வெற்றியாளரிடமிருந்து அந்த உத்தியை ஏன் நீங்கள் கற்றுக் கொள்ளக்கூடாது? யார் அவர்? நாளைக்கேகூட அவர் உங்கள் எதிரில் நடந்து வரக்கூடும். நீங்கள் அவருக்குப் பத்தடி தூரத்தில் இருக்கும்போது, அவர் உங்களை நாடி வருவார்கள். நீங்கள் சற்று நின்று அவரது முதுகில் தட்டிக் கொடுத்தால், அவர் ஆச்சரியமடைந்து, தான் உங்களை எவ்வளவு விரும்புகிறார் என்பதை அவர் உங்களுக்குக் காட்டுவார். அவர் காட்டும் இந்தப் பரிவிற்குப் பின்னால் எந்த உள்நோக்கமும் இல்லை என்பதை நீங்கள் அறிவீர்கள். அவருக்கு உங்களிடம் எந்தப் பொருளையும் விற்கும் எண்ணம் கிடையாது. அல்லது உங்களைத் திருமணம் செய்து கொள்ளும் திட்டம் எதுவும் அவரிடம் இல்லை.

வாழ்க்கை நடத்துவதற்கு வேலை பார்க்க வேண்டிய அவசியமில்லாத ஒரே விலங்கு நாய்தான் என்பதை என்றேனும் எண்ணிப் பார்த்திருக்கிறீர்களா? என்றால் நம்பகமானது, மாடு என்றால் பால் கொடுக்க வேண்டும், குயில் என்றால் பாட வேண்டும். ஆனால், தன் அன்பை மட்டும் உங்களுக்குக் கொடுப்பதன் மூலம் ஒரு நாய் தன் வாழ்க்கையை ஓட்டுகிறது.

எனக்கு ஐந்து வயதாக இருந்தபோது, மஞ்சள் நிற முடி கொண்ட ஓர் அழகான நாய்க்குட்டியை என் தந்தை எனக்கு வாங்கிக் கொடுத்தார். என் குழந்தைப் பருவத்தின் ஒளியாகவும் மகிழ்ச்சியாகவும் அது விளங்கியது. அதன் பெயர் டிப்பி. ஒவ்வொரு மதியமும் சுமார் நான்கரை மணியளவில், அது எங்கள் வீட்டு முற்றத்தில் வந்து அமர்ந்து கொள்ளும். அதன் அழகிய கண்கள் சாலையிலேயே நிலை கொண்டிருக்கும். என் குரலைக் கேட்டவுடனோ அல்லது நான் என் சாப்பாட்டுப் பாத்திரத்தைச் செடிகளின் ஊடாக ஆட்டிக் கொண்டு வருவதைப் பார்த்தவுடனோ, துப்பாக்கியிலிருந்து வேகமாக வெளிவரும் குண்டைப் போல, அது தான் அமர்ந்திருக்கும் இடத்திலிருந்து வேகமாகப் பாய்ந்து வந்து என்னை வரவேற்பதற்காக மகிழ்ச்சியுடன் குரைத்துக் கொண்டே மூச்சு வாங்க அந்த ஏற்றத்தில் ஏறி வரும்.

ஐந்து வருடங்களுக்கு அதுதான் என் நிரந்தரத் தோழன். பிறகு ஓர் இரவு, அது எனக்கு முன்னே பத்தடி தூரத்தில் சென்று கொண்டிருந்தபோது ஒரு மின்னல் வந்து அதைத் தாக்கியது. அது இறந்து போன அந்த இரவை என்னால் மறக்க முடியாது. டிப்பியின் மரணம் என் பிள்ளைப் பருவத்தின் பெருந்துன்பமாக இருந்தது.

நீ உளவியல் பற்றியப் புத்தகங்களைப் படித்ததில்லை, டிப்பி. அவற்றை நீ படிக்க வேண்டிய தேவையுமில்லை. அடுத்தவர்களை உன்மீது ஆர்வம் காட்டச் செய்ய முயற்சித்து இரண்டு வருடங்களில் நீ அடையும் நண்பர்களைவிட அதிகமான நண்பர்களை, அடுத்தவர்கள் மீது உண்மையிலேயே நீ ஆர்வம் கொண்டிருப்பதன் மூலம் இரண்டே மாதங்களில் பெற முடியும் என்பதை ஏதோ ஒரு தெய்வீக உள்ளுணர்வு மூலம் நீ அறிந்திருந்தாய்.

ஆனால், அடுத்தவர்களைத் தங்களிடம் ஆர்வம் கொள்ளச் செய்யும் முயற்சியில் முன்னும் பின்னுமாக அல்லாடித் தங்கள் வாழ்நாள் முழுக்க அந்தத் தவறைச் செய்து கொண்டிருக்கும் மக்களை நாம் அறிவோம்.

நிச்சயமாக அது பலனளிப்பதில்லை. மக்களுக்கு உங்களிடத்திலும் ஆர்வம் இல்லை, என்னிடத்திலும் ஆர்வமில்லை. காலையிலும், நண்பகலிலும், இரவுச் சாப்பாட்டிற்குப் பின்னும் அவர்கள் தங்களிடம்தான் ஆர்வமாக இருக்கிறார்கள்.

தொலைபேசி உரையாடல்களில் எந்த வார்த்தை மிகவும் அடிக்கடிப் பயன்படுத்தப்படுகிறது என்பதைக் கண்டுபிடிப்பதற்காக நியூயார்க் தொலைபேசி நிறுவனம் ஒரு விரிவான ஆய்வை நடத்தியது. அது எந்த வார்த்தை என்பதை நீங்கள் சுலபமாக ஊகித்துவிடுவீர்கள். "நான்" என்பதுதான் அது. 500 தொலைபேசி உரையாடல்களில் 3,900 முறைகள் "நான்" என்ற வார்த்தை பயன்படுத்தப்பட்டது.

குழுவாக எடுத்துக் கொண்ட ஒரு புகைப்படத்தை நீங்கள் பார்க்கும்போது, அதில் யாருடைய உருவத்தை நீங்கள் முதலில் தேடுவீர்கள்?

நாம் வெறுமனே மக்களை மயக்கி, அவர்களை நம்மீது ஆர்வம் கொள்ளச் செய்தோமானால், உண்மையான, நேர்மையான நண்பர்கள் ஒருபோதும் நம்மிடம் அதிக அளவில் இருக்க மாட்டார்கள். உண்மையான நண்பர்களை நாம் அவ்வழியில் அடைய முடியாது.

வியட்னாம் நாட்டைச் சேர்ந்த பிரபல உளவியலாளர் ஆல்ஃபிரெட் ஆட்லர், "வாட் லைஃப் ஷட் மீன் டு யூ" என்ற தன் புத்தகத்தில் இவ்வாறு கூறியுள்ளார்: "தன் சக மனிதர்கள்மீது ஆர்வமில்லாத ஒரு தனிநபருக்குத்தான் வாழ்க்கையில் மாபெரும் சிரமங்கள் ஏற்படும். அவரால்தான் மற்றவர்களுக்கு மாபெரும் காயங்களும் ஏற்படும். அத்தகைய நபர்களிடமிருந்துதான் மனித இனத்தின் அனைத்துத் தோல்விகளும் ஊற்றெடுக்கும்."

ஒருமுறை நான் நியூயார்க் பல்கலைக்கழகத்தில் சிறுகதை எழுவதற்குப் பயிற்சியளிக்கும் ஒரு வகுப்பில் சேர்ந்தேன். அப்பயிற்சியின்போது, வெற்றிகரமான ஒரு பத்திரிகையின் பதிப்பாசிரியர் எங்கள் வகுப்பினரிடையே உரையாற்றினார். தினந்தோறும் தன் மேசையில் தன் கவனத்திற்கு வரும் ஏராளமான கதைகளில் ஏதேனும் ஒன்றை எடுத்து, அதன் சில பத்திகளைப் படித்தவுடனேயே, அதன் ஆசிரியர் மக்களை விரும்புகிறாரா இல்லையா என்பதைத் தன்னால் உணர முடியும் என்று அவர் கூறினார். "அந்த ஆசிரியருக்கு மக்கள்மீது விருப்பமில்லை என்றால், மக்கள் அவரது கதைகளை விரும்ப மாட்டார்கள்," என்றார் அவர்.

அனுபவம் வாய்ந்த அந்தப் பதிப்பாசிரியர், புனைக்கதை பற்றியத் தன் உரையின்போது இரண்டு முறை தன் பேச்சை நிறுத்திவிட்டு, ஒரு பிரசங்கத்தை நடத்துவதற்காக வருத்தம்

தெரிவித்துவிட்டு, ”உங்கள் பாதிரியார் என்ன கூறுவாரோ அதைத்தான் நான் உங்களிடம் கூறிக் கொண்டிருக்கிறேன். ஆனால் ஒன்றை நினைவில் வைத்துக் கொள்ளுங்கள்: நீங்கள் ஒரு வெற்றிகரமான கதாசிரியராக விளங்க வேண்டும் என்றால், மக்கள்மீது நீங்கள் விருப்பம் கொண்டிருக்க வேண்டும்,” என்று கூறினார்.

ஒரு புனைக்கதை எழுதுவதற்கு அது கட்டாயமாகத் தேவைப்படுகிறது என்றால், மக்களை நேருக்கு நேர் எதிர்கொள்வதற்கும் இது பொருந்தும் என்பதை நீங்கள் உறுதியாக நம்பலாம்.

ஒருமுறை பிராட்வே அரங்கத்தில் ஹோவர்டு தர்ஸ்டன் தோன்றியபோது, நான் அன்றைய மாலைப் பொழுதை அவரது ஒப்பனை அறையில் அவருடன் கழித்தேன். தர்ஸ்டன், மாயாஜால வித்தையில் முதன்மையானவராகத் திகழ்ந்தவர். நாற்பது வருடங்களாக அவர் உலகம் முழுவதும் பயணம் செய்து, மாயாஜாலங்களை உருவாக்கி, பார்வையாளர்களுக்குத் திகைப்பூட்டி அவர்களை ஆச்சரியத்தில் மூழ்கச் செய்து வந்துள்ளார். ஆறு கோடிக்கும் அதிகமான மக்கள் அனுமதிக் கட்டணம் செலுத்தி அவரது நிகழ்ச்சிகளைப் பார்த்துள்ளனர். அவர் தன் காட்சிகள் மூலம் சுமார் 20 இலட்சம் டாலர்கள் இலாபம் சம்பாதித்துள்ளார்.

அவரது வெற்றிக்கான இரகசியத்தைக் கூறுமாறு நான் அவரிடம் கேட்டேன். அவரது பள்ளிப் படிப்பு அதற்கு எந்த வகையிலும் பங்களித்திருக்கவில்லை. ஏனெனில், அவர் சிறுவனாக இருந்தபோதே தன் வீட்டைவிட்டு ஓடிப் போய், ஊர் ஊராகச் சென்று வேலை பார்த்தார், சரக்கு இரயில் பெட்டிகளில் பயணம் செய்தார், வைக்கோல்களின்மீது தூங்கினார், வீடு வீடாகச் சென்று பிச்சை எடுத்தார், இரயில் பெட்டியின் வெளியே எட்டிப் பார்த்து வழிநெடுக்கிலும் உள்ள அறிவிப்புப் பலகைகளிலிருந்து படிக்கக் கற்றுக் கொண்டார்.

மாயாஜாலங்களைப் பற்றி அவர் அதீத அறிவைக் கொண்டிருந்தாரா? இல்லை. கண்கட்டு வித்தைகளைப் பற்றி நூற்றுக்கணக்கான புத்தகங்கள் எழுதப்பட்டுள்ளன என்றும், அவர் அதைப் பற்றி அறிந்துள்ளதைப்போல் ஏராளமான மக்களும் அறிந்து வைத்திருக்கின்றனர் என்றும் அவர் என்னிடம் தெரிவித்தார். ஆனால் மற்றவர்களிடம் இல்லாத

இரண்டு விஷயங்கள் அவரிடம் இருந்தன. முதலில், தன் ஆளுமையை மற்றவர்கள் முன்னிலையில் வெளிப்படுத்தும் திறனை அவர் பெற்றிருந்தார். அவர் ஒரு சிறந்த கலைஞர். அவர் மனித இயல்பை அறிந்திருந்தார். அவரது ஒவ்வொரு முகபாவமும், அவர் குரலின் ஒவ்வோர் ஏற்ற இறக்கமும், அவரது புருவத்தின் ஒவ்வோர் அசைவும் கவனமாக ஒத்திகை பார்க்கப்பட்டு வெளிப்படுத்தப்பட்டவை. ஆனால் இவற்றுக்கெல்லாம் மேலாக, தர்ஸ்டன், மக்கள்மீது உண்மையான விருப்பம் கொண்டிருந்தார். பல மாயவித்தைக்காரர்கள் தங்கள் பார்வையாளர்களைப் பார்த்துவிட்டு, "என் முன்னால் அமர்ந்துள்ளனர். அவர்களை முட்டாளாக்குவேன்," என்று பல நான் மூடர்கள் எளிதில் தங்களுக்குள் கூறிக் கொள்வார்கள் என்று அவர் என்னிடம் கூறினார். ஆனால் தர்ஸ்டனின் முறை முற்றிலும் வேறுபட்டிருந்தது. ஒவ்வொரு முறை தான் மேடைக்குச் சென்றபோதும், "இம்மக்கள் என் நிகழ்ச்சியைப் பார்க்க வந்திருப்பது குறித்து நான் நன்றியுடையவனாக இருக்கிறேன். அனைத்து வழிகளிலும் நான் சிறப்பாக வாழ்வதற்கு இவர்கள்தான் காரணம். என்னால் முடிந்த அளவு சிறப்பான நிகழ்ச்சியை நான் அவர்களுக்கு நடத்திக் காட்டப் போகிறேன்," என்று தனக்குள் தானே கூறிக் கொண்டதாக அவர் என்னிடம் தெரிவித்தார்.

"நான் என் பார்வையாளர்களை நேசிக்கிறேன். நான் என் பார்வையாளர்களை நேசிக்கிறேன்." என்று மீண்டும் மீண்டும் பல முறை தனக்குத் தானே கூறாமல், தான் ஒருபோதும் மேடையை நோக்கிச் சென்றதில்லை என்று அவர் உறுதியுடன் கூறினார். நகைப்புக்குரியதாகத் தோன்றுகிறதா? அபத்தமாக இருக்கிறதா? நீங்கள் என்ன வேண்டுமானாலும் நினைத்துக் கொள்வதற்கு உங்களுக்கு உரிமையுள்ளது. எந்தவிதமான விமர்சனமும் செய்யாமல், மிகப் பிரபலமான ஒரு மாயாஜாலக்காரரின் வெற்றியின் இரகசியத்தை வெறுமனே நான் உங்களுக்குத் தெரிவிக்கிறேன், அவ்வளவுதான்.

பென்சில்வேனியா மாநிலத்தின் நார்த் வாரன் நகரைச் சேர்ந்த ஜார்ஜ் டைக் என்பவர் ஒரு பெட்ரோல் நிலையத்தை நடத்தி வந்தார். அவரது நிலையம் இருந்த இடத்திற்குக் குறுக்காக ஒரு புதிய நெடுஞ்சாலை அமைக்கப்பட்டபோது, முப்பது வருடங்களாக அவர் நடத்தி வியாபாரத்திலிருந்து அவர்

ஓய்வு பெற வேண்டிய வந்த கட்டாயத்திற்கு ஆளானார். குறிப்பாகச் செய்வதற்கு ஏதும் இல்லாததால், ஓய்வுக் காலம் விரைவில் அவருக்கு சலிப்பூட்டத் துவங்கியது. அவர் தன் பழைய ஃபிடிலை எடுத்து வாசித்துத் தன் நேரத்தைக் கழிக்க முயற்சித்தார். சில நாட்களுக்குள், அவர் பிற கலைஞர்களின் இசையைக் கேட்பதற்காகவும், பிரபலமான ஃபிடில் கலைஞர்களைச் சந்தித்துப் பேசுவதற்காகவும் அப்பகுதியில் பயணம் செய்யத் துவங்கினார். அவருக்கே உரிய அடக்கமான, நட்பான முறையில், அவர் தான் சந்தித்த ஒவ்வோர் இசைக் கலைஞரின் பின்புலத்தையும் விருப்பங்களையும் அறிந்து கொள்வதில் ஆர்வம் கொண்டார். அவர் ஒரு பெரிய ஃபிடில் கலைஞராக இல்லாவிட்டாலும்கூட, அந்த முயற்சியில் அவர் பலரை நண்பர்களாக்கிக் கொண்டார் போட்டிகளிலும் பங்கு கொண்டார். விரைவில், அமெரிக்காவின் கிழக்குப் பகுதியிலுள்ள கிராமிய இசை ரசிகர்கள் அவரை ‘ஃபிடில் வாசிக்கும் ஜார்ஜ் மாமா’ என்று அழைக்கத் துவங்கினர். நான் ஜார்ஜ் மாமா வாசிப்பதைக் கேட்டபோது அவருக்கு வயது எழுபத்திரண்டு. அவர் தன் வாழ்க்கையின் ஒவ்வொரு நிமிடத்தையும் மகிழ்ச்சியாக அனுபவித்துக் கொண்டிருந்தார். பெரும்பாலான மக்கள் தங்கள் ஆக்கபூர்வமான வருடங்கள் முடிந்துவிட்டதாகக் கருதும் நேரத்தில், பிறரிடம் நிரந்தரமான விருப்பத்தைக் கொண்டிருந்ததன் மூலம் அவர் தனக்கென்று ஒரு புதிய வாழ்க்கையை உருவாக்கினார்.

தியோடோர் ரூஸ்வெல்ட்டின் வியத்தகு செல்வாக்கிற்கான இரகசியங்களில் இதுவும் ஒன்று. அவரது வேலைக்காரர்கள்கூட அவரை நேசித்தனர். அவரது தனி உதவியாளராக இருந்த ஜேம்ஸ் ஈ. ஏமாஸ், அவரைப் பற்றி “தியோடோர் ரூஸ்வெல்ட், தனி உதவியாளரின் கதாநாயகன்“ என்ற தலைப்பில் ஒரு புத்தகத்தை எழுதினார். அதில் அவர் இந்த சுவாரசியமான நிகழ்ச்சியைப் பற்றிக் குறிப்பிடுகிறார்:

> **வட அமெரிக்காவில் காணப்படும் ஒரு சிறிய காடைப் பறவையைப் பற்றி ஒருமுறை என் மனைவி அதிபரிடம் கேட்டார். என் மனைவி அப்பறவையைப் பார்த்ததே இல்லை. அதிபர் அதைப் பற்றி அவருக்கு முழுமையாக விளக்கினார். சில நாட்களுக்குப் பிறகு எங்கள் வீட்டிலிருந்த தொலைபேசி மணி ஒலித்தது. ஜஏமாஸூம் அவரது மனைவியும், ரூஸ்வெல்ட்டின்**

மாளிகையில் வேலைக்காரர்களுக்காகக் கட்டப்பட்டிருந்த ஒரு சிறிய வீட்டில் வசித்து வந்தனர்ஸ என் மனைவி தொலைபேசியை எடுத்தார். அடுத்த முனையில் இருந்தது அதிபர் ரூஸ்வெல்ட். அவர் என் மனைவியிடம் பேசுவதற்காக அழைத்திருந்தார். ஒரு காடைப் பறவை எங்களது வீட்டின் சன்னலுக்கு வெளியே உட்கார்ந்திருப்பதாகவும், வெளியே எட்டிப் பார்த்தால் அதைப் பார்க்க முடியும் என்றும் என் மனைவியிடம் கூறுவதற்காக அவர் அழைத்திருந்தார். அத்தகைய சிறு விஷயங்கள் அவருக்கே உரிய பண்புநலன்களாகும். எப்போதெல்லாம் அவர் எங்கள் வீட்டின் வழியாகப் போவாரோ, நாங்கள் அவர் பார்வையில் தென்படாவிட்டாலும்கூட, ”ஓ, ஆனி?” அல்லது ”ஓ, ஜேம்ஸ்!” என்று அவர் கூப்பிடுவது எங்களுக்குக் கேட்கும். அந்த வழியே கடந்து போகும்போது, அது அவர் எங்களுக்குத் தெரிவிக்கும் ஒரு நட்பான வாழ்த்து.

அப்படிப்பட்ட ஒரு மனிதரை அவரது ஊழியர்கள் எவ்வாறு விரும்பாமல் போகக்கூடும்? அவரை யாரால்தான் விரும்பாமல் இருக்க முடியும்?

ஒருமுறை அதிபர் டா∴ப்டும் அவரது மனைவியும் வெளியே சென்றிருந்த நேரத்தில், ரூஸ்வெட் வெள்ளை மாளிகைக்கு வருகை தந்தார். அங்கு சமையலறைப் பணிகள் செய்யும் பணிப்பெண்கள் உட்பட, வெள்ளை மாளிகையிலிருந்த வேலைக்காரர்களை அவர் பெயர் சொல்லி அழைத்தது, எளிய மனிதர்களை உண்மையாக விரும்பும் அவரது பண்பை வெளிப்படுத்தியது.

“அவர் சமையலறையில் பெண் ஆலிசைப் பார்த்தபோது, அவள் இன்னும் சோள ரொட்டி தயாரிக்கிறாளா என்று அவளிடம் கேட்டார். வேலைக்காரர்களுக்காகச் சில சமயம் அந்த ரொட்டியைத் தயாரிப்பதாகவும், ஆனால் மாடியில் இருப்பவர்கள் எவரும் அதைச் சாப்பிடுவதில்லை என்றும் ஆலிஸ் கூறினாள்.

“‘அவர்களுக்கு நல்ல ருசி எது என்று தெரியவில்லை. நான் அதிபரைப் பார்க்கும்போது அவரிடம் இது பற்றிக் கூறுகிறேன்,‘ என்று ரூஸ்வெல்ட் முழங்கினார்.

"அவருக்காக ஒரு துண்டு சோள ரொட்டியை ஆலிஸ் ஒரு தட்டில் வைத்துக் கொண்டு வந்தாள். அவர் அதை எடுத்து மென்றுகொண்டே அலுவலக அறைக்குச் சென்றார். போகும் வழியில் அவர் சந்தித்தத் தோட்டக்காரர்கள் மற்றும் வேலையாட்களைப் பார்த்து நலம் விசாரித்தவாறே சென்றார்.

"அவர் அதிபராக இருந்தபோது அவர்களை அழைத்ததுபோலவே, இப்போதும் அவர்கள் ஒவ்வொருவரையும் பெயர் சொல்லி அழைத்தார். வெள்ளை மாளிகையில் நாற்பது வருடங்களாக வழிக்காவலராக இருந்த ஐக் ஹூவர், தன் கண்களில் கண்ணீருடன் இவ்வாறு கூறினார்: 'கிட்டத்தட்ட இரண்டு வருடங்களில் அந்த ஒரு நாள் மட்டும்தான் நாங்கள் மகிழ்ச்சியாக இருந்தோம். ஒரு நூறு டாலர் நோட்டிற்காகக்கூட அத்தினத்தை நாங்கள் ஒருவரும் விட்டுக்கொடுக்க மாட்டோம்."

இதே அக்கறையை, அவ்வளவாக முக்கியத்துவம் இல்லாததுபோல் தோன்றும் மக்களிடத்தில் கொண்டிருந்ததுதான், நியூ ஜெர்ஸி நகரிலுள்ள சாத்தம் நகராட்சியைச் சேர்ந்த எட்வர்டு எம். ஸ்கைஸ் ஜூனியர் என்னும் விற்பனைப் பிரதிநிதி ஒரு வாடிக்கையாளரைத் தக்க வைத்துக் கொள்ள உதவியது. "பல வருடங்களுக்கு முன், மஸாசூசெட்ஸ் மாநிலத்தில் உள்ள வாடிக்கையாளர்களை ஜான்சன் அன்ட் ஜான்சன் நிறுவனத்திற்காக நான் சந்தித்தேன். அதில் ஒரு வாடிக்கையாளர் ஹிங்காம் நகரிலிருந்த ஒரு மருந்துக்கடை உரிமையாளர். நான் எப்போது அக்கடைக்குச் சென்றாலும், அங்கிருக்கும் சோடா விற்பனையாளரிடமும் இன்னொரு விற்பனையாளரிடமும் பேசிவிட்டுத்தான் ஆர்டர் எடுப்பதற்காக அதன் உரிமையாளரைப் பார்க்கப் போவேன்." தெரிவித்தார். ஒருநாள் என்று அவர் நான் அக்கடையின் உரிமையாளரைச் சந்திக்கச் சென்றபோது, தன் கடையைப் போன்ற சிறு மருந்துக் கடைகளுக்கு ஊறு விளைவிக்கும் வகையில் ஜான்சன் அன்ட் ஜான்சன் நிறுவனம், பெரிய சூப்பர் மார்க்கெட்டுகளில் தன் விற்பனையை அதிகப்படுத்துவதால் தனக்கு இனி ஜான்சன் அன்ட் ஜான்சன் நிறுவனத்தின் பொருட்களில் ஆர்வமில்லை என்று கூறி, தன் "கடையைவிட்டு வெளியேறும்படி என்னிடம் கூறினார். நான் என் வாலைச் சுருட்டிக் கொண்டு வெளியேறினேன். பல மணிநேரங்களாக அந்த நகரைச் சுற்றி வந்தேன். இறுதியில், அவரை மீண்டும்

சந்தித்து, எங்கள் நிலையை எடுத்துக்கூறவாவது முயற்சிக்கலாம் என்று முடிவு செய்தேன்.

"நான் மீண்டும் அந்த மருந்துக் கடைக்குச் சென்று, வழக்கம்போல் சோடா விற்பனையாளரிடமும் அந்த இன்னொரு விற்பனையாளரிடமும் வணக்கம் தெரிவித்தேன். பிறகு உரிமையாளரிடம் சென்றபோது, அவர் என்னைப் பார்த்துப் புன்னகைத்து, என்னை மீண்டும் வரவேற்றார். பிறகு வழக்கத்தைவிட இரண்டு மடங்கு அதிகமான ஆர்டரைக் கொடுத்தார். நான் அவரை ஆச்சரியத்துடன் பார்த்து, ஒருசில மணிநேரங்களுக்கு முன் நான் வந்துவிட்டுச் சென்ற பிறகு என்ன நடந்தது என்று கேட்டேன். சோடா ஊற்றுக்கு அருகில் நின்று கொண்டிருந்த இளைஞனை அவர் சுட்டிக்காட்டி, நான் கடையைவிட்டு வெளியேறிய பிறகு, அந்த இளைஞன் தன்னிடம் வந்து, கடையில் தனக்கும் மற்றவர்களுக்கும் வணக்கம் கூறும் வெகுசில விற்பனையாளர்களில் நானும் ஒருவர் என்றும், எந்த விற்பனையாளருக்காவது தான் ஆர்டர் கொடுத்து உதவ வேண்டும் என்றால், அதற்குத் தகுதி வாய்ந்தவர் நான்தான் என்றும் தன்னிடம் கூறியதாக என்னிடம் அவர் கூறினார். அக்கடையின் உரிமையாளர் அதை ஒப்புக்கொண்டு, ஒரு விசுவாசமான வாடிக்கையாளராகத் தொடர்ந்து நீடித்தார். அடுத்தவரிடத்தில் உண்மையிலேயே விருப்பம் கொண்டிருப்பது எந்தவொரு விற்பனையாளருக்கும் இருக்க வேண்டிய மிக முக்கியமான பண்பு என்பதை நான் ஒருபோதும் மறக்கவில்லை. இன்னும் சொல்லப் போனால், அப்பண்பு எல்லோருமே கொண்டிருக்க வேண்டிய ஒன்று."

பிரபலமானவர்களிடம் உண்மையிலேயே விருப்பம் கொள்வதன் மூலம் அவர்களது கவனத்தையும், நேரத்தையும், ஒத்துழைப்பையும் நம்மால் பெற முடியும் என்பதை நான் என் தனிப்பட்ட அனுபவத்திலிருந்து கண்டறிந்துள்ளேன். அதை நான் இங்கு உங்களுக்கு விளக்குகிறேன்.

பல வருடங்களுக்கு முன். புரூக்லின் கலை அறிவியல் கழகத்தில் புனைக்கதை எழுவது பற்றிய ஒரு பயிற்சி வகுப்பை நான் நடத்தினேன். கேத்லீன் நாரிஸ், ஃபேனி ஹர்ஸ்ட், இடா டார்பெல், ஆல்பர்ட் பேசன் டெர்ஹ்யூன், மற்றும் ரூபெர்ட் ஹ்யூக்ஸ் போன்ற புகழ்பெற்ற நூலாசிரியர்கள், புரூக்லினுக்கு வந்து தங்கள் அனுபவங்களை எங்களுடன் பகிர்ந்து கொள்ள வேண்டும் என்று நாங்கள் விரும்பினோம். எனவே, நாங்கள்

அவர்களது படைப்புகளை மிகவும் ரசிப்பதாகவும், அவர்களது அறிவுரையைப் பெறவும், அவர்களது வெற்றியின் இரகசியங்களைக் கற்றுக் கொள்வதில் நாங்கள் ஆர்வத்துடன் இருப்பதாகவும் கூறி அவர்கள் ஒவ்வொருவருக்கும் ஒரு கடிதம் எழுதினோம்.

ஒவ்வொரு கடிதமும் சுமார் 150 மாணவர்களால் கையொப்பமிடப்பட்டிருந்தது. இந்த நூலாசிரியர்கள் தங்கள் வேலையில் ஈடுபாடுடன் இருப்பதால், எங்களுக்காக ஒரு விரிவுரை ஆற்ற அவர்களிடம் நேரம் இருக்காது என்பதை நாங்கள் உணர்ந்துள்ளதாகவும் அவர்களிடம் தெரிவித்தோம். எனவே அவர்கள் தங்களைப் பற்றியும் தாங்கள் வேலை செய்யும் முறைகளைப் பற்றியும் பதிலளிக்க ஏற்ற வகையில் நாங்கள் ஒரு கேள்விப் பட்டியலைத் தயாரித்து, அதை ஒவ்வொரு கடிதத்துடனும் இணைத்திருந்தோம். அவர்களுக்கு அது பிடித்திருந்தது. யாருக்குத்தான் அது பிடிக்காமல் போகும்? எனவே அவர்கள் எங்களுக்கு உதவிக் கரம் நீட்டுவதற்காக புரூக்லினுக்கு வந்தனர்.

இதே முறையைப் பயன்படுத்தி, அதிபர் தியோடோர் ரூஸ்வெல்ட் அமைச்சரவையில் கருவூலச் செயலாளராக இருந்த லெஸ்லி எம். ஷா, அதிபர் டா.ஃப்டின் அமைச்சரவையில் சட்டத் தலைமை அலுவலராக இருந்த ஜார்ஜ் விக்கர்ஷாம், வில்லியம் ஜெனிங்ஸ் பிரையன், ஃபிராங்க்ளின் டி. ரூஸ்வெல்ட், மற்றும் பல பிரபலப் புள்ளிகள், பொதுமேடைப் பேச்சு பற்றிய என் பயிற்சி வகுப்புகளுக்கு வந்து எங்கள் மாணவர்களிடம் பேச ஒப்புக் கொள்ளச் செய்தேன்.

ஒரு தொழிற்சாலையில் பணியாற்றுபவராக இருந்தாலும் சரி, ஓர் அலுவலகத்தில் எழுத்தராக இருந்தாலும் சரி, அல்லது தன் அரியணையில் இருக்கும் ஓர் அரசனாக இருந்தாலும் சரி, அவர்கள் ஒவ்வொருவரும் தங்களை ரசிக்கும் மக்களை விரும்புகின்றனர். உதாரணத்திற்கு, ஜெர்மானியப் பேர் அரசரான இரண்டாம் வில்ஹெம்மை எடுத்துக்கொள்ளுங்கள். முதலாம் உலகப் போரின் முடிவில், உலக அளவில் மிகவும் கடுமையாக இகழப்பட்டவர் அவராகத்தான் இருக்க முடியும். அவர் தன் உயிரைக் காப்பாற்றிக் கொள்வதற்காக நெதர்லாந்திற்குத் தப்பியோடியபோது, அவரது சொந்த நாடே அவருக்கு எதிராகத் திரும்பியது. அவர்மீதான வெறுப்பு தீவிரமாக இருந்தது. கொழுந்துவிட்டு எரிந்து கொண்டிருந்த

அந்த வெறுப்புத் தீயின் மத்தியில் ஒரே ஒரு சிறுவன் மட்டும் அவர்மீதான தன் பரிவு மற்றும் பிரமிப்பை வெளிப்படுத்தி அவருக்கு எளிய, மனமார்ந்த கடிதம் ஒன்றை எழுதினான். மற்றவர்கள் என்ன நினைத்தாலும் சரி, தான் வில்ஹெம்மை எப்போதும் தன் பேரரசராக நேசிக்கப் போவதாக அச்சிறுவன் கூறினான். இக்கடிதம் பேரரசரின் இதயத்தைத் தொட்டது. தன்னை வந்து பார்க்கும்படி அவர் அவனை அழைத்தார். அச்சிறுவன் அவரைப் பார்க்க வந்தான். அவனது தாயும் உடன் வந்தாள். பேரரசர் அவளைத் திருமணம் செய்து கொண்டார். நண்பர்களை எளிதாக எப்படிப் பெறுவது, மக்களிடம் செல்வாக்குடன் எப்படி விளங்குவது என்று விளக்கும் ஒரு புத்தகத்தைப் படிக்க வேண்டிய தேவை அச்சிறுவனுக்கு இருந்ததில்லை. எவ்வாறு அப்படி விளங்க வேண்டும் என அவன் உள்ளுணர்வுரீதியாக அறிந்திருந்தான்.

நாம் நட்பு கொள்ள வேண்டும். என்றால். அடுத்தவர்களுக்காக நாம் சில விஷயங்களைச் செய்ய வேண்டும். அதற்கு நேரத்தையும் சக்தியையும் செலவிடத் தயாராக இருக்க வேண்டும் அவர்கள்மீது அக்கறை காட்ட வேண்டும் தன்னலமின்றி இருக்க வேண்டும். ஒருமுறை வேல்ஸின் இளவரசர் தென் அமெரிக்காவிற்குப் பயணம் மேற்கொள்ளவிருந்தபோது, அங்குள்ள மக்களிடம் அவர்களது மொழியில் உரையாற்றுவதற்காக, அப்பயணத்திற்கு முன்பு அவர் ஸ்பானிஷ் மொழியைக் கற்றுக் கொள்ளப் பல மாதங்களைச் செலவிட்டார். அவரது அச்செயலுக்காகத் தென் அமெரிக்கர்கள் அவரை மிகவும் நேசித்தனர்.

என் நண்பர்களின் பிறந்த நாட்களைக் கண்டுபிடிப்பதைப் பல வருடங்களாக நான் என் வழக்கமாகக் கொண்டிருந்தேன். எப்படி? ஜோதிடத்தில் எனக்குத் துளிகூட நம்பிக்கை இல்லாதபோதும், ஒருவர் பிறந்த தேதி, அவரது குணநலன் மற்றும் மனநிலையுடன் ஏதேனும் தொடர்பு கொண்டுள்ளதா என்று நான் என் நண்பரிடம் கேட்பேன். அதன் பிறகு, நான் அவர் பிறந்த மாதம் மற்றும் நாளைக் கூறுமாறு கேட்பேன். எடுத்துக்காட்டாக, அவர் நவம்பர் 24 என்று கூறினால், "நவம்பர் 24, நவம்பர் 24," என்று என் மனத்திற்குள் தொடர்ந்து கூறிக் கொண்டே இருப்பேன். என் நண்பர் அந்த இடத்தைவிட்டுக் கிளம்பியவுடன், அவரது பெயரையும் பிறந்தநாளையும் எழுதிக்

கொண்டு, பிறந்தநாள் விபரங்களை நான் குறித்து வைத்திருக்கும் ஒரு புத்தகத்தில் அதைப் பதிவு செய்வேன். ஒவ்வோர் ஆண்டின் துவக்கத்தின்போதும். இந்தப் பிறந்தநாள் தேதிகள் என் நாட்காட்டியில் குறிக்கப்பட்டுவிடும். எனவே அந்தந்தத் தேதிகளில் அவை தாமாகவே என் கவனத்திற்கு வந்துவிடும். குறிப்பிட்ட அந்த நாளன்று என் கடிதமோ அல்லது தந்தியோ அவர்களுக்கு போய்ச் சேரும். அது அவர்களிடம் ஒரு பெரிய தாக்கத்தை ஏற்படுத்தியது. சில சமயங்களில், அவர்களது பிறந்தநாளை நினைவில் வைத்திருந்த ஒரே ஜீவன் நான் மட்டுமாகவே இருந்தேன்.

நாம் நண்பர்களைப் பெற வேண்டும் என்றால், அவர்களது மனங்களை வெற்றி கொள்ள வேண்டும் என்றால், நாம் அவர்களைச் சந்திக்கும்போது மிகவும் உற்சாகத்துடன் வாழ்த்துத் தெரிவிக்க வேண்டும். உங்களை யாரேனும் தொலைபேசியில் அழைக்கும்போதும் இதே மனப்பக்குவத்தைக் கொண்டிருங்கள். உங்களைத் தொலைபேசியில் அவர் அழைத்தது குறித்து நீங்கள் எவ்வளவு மகிழ்ச்சி கொண்டிருக்கிறீர்கள் என்பதை வெளிக்காட்டும் தொனியில் நீங்கள் 'ஹலோ' என்று கூறுங்கள். தங்களுடன் தொலைபேசியில் தொடர்பு கொள்பவர்களை, உற்சாகத்தையும் ஆர்வத்தையும் வெளிப்படுத்தும் ஒரு குரலில் வரவேற்கப் பல நிறுவனங்கள் தங்கள் வரவேற்பாளர்களுக்குப் பயிற்சி அளித்துள்ளன. அழைப்பவர் அந்நிறுவனம் தன்மீது அக்கறை கொண்டுள்ளதாக உணர்வார். நாளைக்கு நாம் தொலைபேசியில் பதிலளிக்கும்போது இதை நினைவில் கொள்வோம்.

மற்றவர்களிடத்தில் உண்மையான ஆர்வம் காட்டும் பண்பு உங்களுக்கு உண்மையான நண்பர்களைப் பெற்றுத் தருவதோடு, உங்கள் வாடிக்கையாளர்களிடம் உங்கள் நிறுவனம் குறித்த விசுவாசத்தையும் உருவாக்கும். நியூயார்க்கிலுள்ள வட அமெரிக்க தேசிய வங்கியின் வெளியீடு ஒன்றில், அவர்களது வாடிக்கையாளர்களில் ஒருவரான மேடிலீன் ரோஸ்டேல் என்பவரிடமிருந்து அவர்களுக்கு வந்த ஒரு கடிதம் அவருடைய எண்ணங்களின் வெளிப்பாடாக இருந்தது.

"நான்" உங்கள் ஊழியர்களை வெகுவாகப் பாராட்டுகிறேன் என்பதை உங்களுக்குத் தெரிவிக்க விரும்புகிறேன். அவர்கள் ஒவ்வொருவரும் பணிவன்புடனும், அடக்கத்துடனும், உதவும் நோக்கத்துடனும் நடந்து

கொள்கின்றனர். ஒரு நீண்ட வரிசையில் நெடுநேரம் காத்திருந்த பின், உங்களை இன்முகத்துடன் வரவேற்கும் காசாளாரைப் பார்ப்பது எவ்வளவு மகிழ்ச்சியளிக்கிறது தெரியுமா?

“கடந்த வருடம் என் தாயார் ஐந்து மாதங்களாக மருத்துவமனையில் அனுமதிக்கப்பட்டிருந்தார். அப்போது நான் அடிக்கடி உங்கள் வங்கியின் காசாளரான மேரி பெட்ரூசெல்லோவிடம் செல்வேன். அவர் என் தாயாரின்மீது அக்கறை கொண்டிருந்தார், அவரது முன்னேற்றப் பற்றியும் விசாரித்தார்.

”திருமதி. ரோஸ்டேல் இந்த வங்கியைத் தொடர்ந்து பயன்படுத்துவார் என்பதில் உங்களுக்கு ஏதேனும் சந்தேகம் உள்ளதா?

நியூயார்க் நகரின் மாபெரும் வங்கிகளில் ஒன்றைச் சேர்ந்தவர் சார்லஸ் ஆர், வால்டர்ஸ். ஒரு குறிப்பிட்டப் பெருநிறுவனத்தின்மீதான இரகசிய அறிக்கை ஒன்றைத் தயாரிக்கும் பணி அவரிடம் ஒப்படைக்கப்பட்டிருந்தது. தனக்கு அவசரமாகத் தேவைப்படும் தகவல்களைத் தனக்குக் கொடுக்கக்கூடிய ஒரே நபர் யார் என்பதை சார்லஸ் அறிந்திருந்தார். அந்நிறுவனத்தின் தலைவர்தான் அவர். திரு. வால்டர்ஸ் அவரைச் சந்திக்க முன்னனுமதி பெற்றார். அத்தலைவரின் அலுவலகத்திற்கு அவர் அழைத்துச் செல்லப்பட்டபோது, ஓர் இளம் பெண் தன் தலையை ஒரு கதவின் வழியாக நீட்டி, “உங்களுக்கு இன்று எந்த அஞ்சல் தலையும் இல்லை,” என்று அத்தலைவரிடம் கூறினார்.

“நான் என் பன்னிரண்டு வயது மகனுக்காக அஞ்சல் தலைகளைச் சேகரிக்கிறேன்,” என்று அத்தலைவர் திரு. வால்டர்ஸிடம் விளக்கினார்.

திரு. வால்டர்ஸ் தான் வந்ததற்கான காரணத்தை எடுத்துரைத்து, அத்தலைவரிடம் கேள்விகளைக் கேட்கத் துவங்கினார். ஆனால் அவருக்குக் கிடைத்த பதில்கள் தெளிவற்றவையாகவும், பொதுப்படையானவையாகவும், குழப்பமானவையாகவும் இருந்தன. அத்தலைவர் பேச விரும்பவில்லை எதுவும் அவரைப் பேச வைக்கவும் முடியவில்லை. அந்தச் சந்திப்பு மிகச் சுருக்கமான, பயனற்ற ஒன்றாக அமைந்தது.

“உண்மையில், என்ன செய்ய வேண்டும் என்று எனக்கு தெரிந்திருக்கவில்லை. பிறகு, அஞ்சல் தலைகள், பன்னிரண்டு வயது மகன், ...என்று ஏதோ ஒன்றைப் பற்றி அவரது செயலாளர் அவரிடம் கூறியது என் நினைவிற்கு வந்தது. எங்கள் அந்நியச் செலாவணித் துறை உலகெங்கிலுமிருந்து எங்களிடம் வந்து குவியும் கடிதங்களிலுள்ள அஞ்சல் தலைகளைச் சேகரிப்பதும் என் நினைவிற்கு வந்தது.

”அடுத்த நாள் மதியம் நான் அப்பெருநிறுவனத் தலைவரை அழைத்து அவரது மகனுக்காக நான் சில அஞ்சல் தலைகளை வைத்திருப்பதாக அவருக்குத் தகவல் அனுப்பினேன். என்னை உற்சாகத்துடன் அவரிடம் அழைத்துச் சென்றனரா? நிச்சயமாக! அவர் தேர்தலில் போட்டியிட்டிருந்தால்கூட இவ்வளவு அதிக உற்சாகத்துடன் எனக்குக் கை கொடுத்திருக்க மாட்டார். அவர் புன்னகையையும் நல்லெண்ணத்தையும் வெளிப்படுத்தினார். “என் ஜார்ஜ் இதை மிகவும் விரும்புவான். இதைப் பாருங்கள். இது ஓர் அருமையான பொக்கிஷம்,“ என்று அந்த அஞ்சல் தலைகளை வருடியவாறு அவர் கூறிக் கொண்டே இருந்தார். “அரை மணிநேரமாக நாங்கள் அஞ்சல் தலைகளைப் பற்றிப் பேசிக் கொண்டும், அவரது மகனின் புகைப்படத்தைப் பார்த்துக் கொண்டும் இருந்தோம். பிறகு எனக்குத் தேவையான தகவல்களை அவர் ஒரு மணிநேரத்திற்கும் மேலாக என்னிடம் கொடுத்துக் கொண்டிருந்தார். அதுவும், என் தூண்டுதல் இல்லாமலேயே. அவர் தனக்குத் தெரிந்த எல்லாவற்றையும் என்னிடம் கூறினார். பின்னர் அவர் தன்கீழ் வேலை பார்ப்பவர்களை அழைத்து விசாரித்தார். அவர் தன் கூட்டாளிகள் சிலரைத் தொலைபேசியில் தொடர்பு கொண்டார். உண்மைகள், அறிக்கைகள், தகவல் பரிமாற்ற ஆவணங்கள் ஆகியவற்றை அள்ளி வழங்கினார்,” என்று எங்கள் வகுப்பில் திரு. வால்டர்ஸ் விவரித்தார்.

மற்றுமோர் எடுத்துக்காட்டு இது.

ஃபிலடெல்பியா மாநிலத்தைச் சேர்ந்த சி.எம். நாஃபில், ஒரு பெரும் சூப்பர் மார்க்கெட்டிற்கு எரிபொருள் விற்கப் பல வருடங்களாக முயற்சித்துக் கொண்டிருந்தார். ஆனால் அந்நிறுவனம் தொடர்ந்து அதன் எரிபொருளை ஊருக்கு வெளியே இருந்த ஒருவரிடமிருந்து வாங்கி வந்தது. அதுவும், நாஃபிலின் அலுவலகத்தின் வழியாகவே அந்த எரிபொருள்

அந்நிறுவனத்திற்கு எடுத்துச் செல்லப்பட்டது. ஒரு நாள் இரவு என் வகுப்பு ஒன்றில், எண்ணற்றக் கிளைகள் கொண்ட இத்தகையப் பெருநிறுவனங்கள்மீதான தன் வெறுப்பை அவர் கொட்டித் தீர்த்து, அவை நாட்டிற்கு ஏற்பட்டுள்ள சாபக்கேடு என்று முத்திரையிட்டார்.

அவரால் ஏன் அந்நிறுவனத்திடம் விற்க முடியவில்லை. என்பதைப் பற்றி அவர் தொடர்ந்து வியந்து கொண்டிருந்தார்.

வேறு உத்திகளைக் கையாளுமாறு நான் அவருக்குப் பரிந்துரைத்தேன். இத்தகைய நிறுவனங்கள் நாட்டிற்கு நல்லது செய்வதைக் காட்டிலும் அதிகத் தீங்கு விளைவிக்கின்றனவா இல்லையா என்பது பற்றி நாங்கள் எங்கள் வகுப்பு உறுப்பினர்களிடையே ஒரு விவாதத்தை ஏற்பாடு செய்தோம்.

என் பரிந்துரையின்படி, இப்பெருநிறுவனங்கள் அதிக நன்மை விளைவிக்கின்றன என்று விவாதிக்கும் அணியில் நா∴பில் சேர்ந்து கொண்டார். அவர் அவற்றுக்கு ஆதரவாகப் பேச ஒப்புக்கொண்டார். பிறகு, தான் வெறுத்த அதே நிறுவனத்தின் நிர்வாகி ஒருவரைச் சந்தித்து, “நான் இங்கு எரிபொருள் விற்பதற்காக வரவில்லை. நான் உங்களிடம் ஓர் உதவி வேண்டி வந்துள்ளேன். எங்கள் வகுப்பில் நாங்கள் ஒரு விவாதத்தில் ஈடுபட்டுள்ளோம். நான் உங்களுக்கு ஆதரவாக வாதிடுகிறேன். இந்நிறுவனங்களைப் பற்றியப் போதுமான தகவல்கள் ஆனால் என்னிடம் இல்லை. நான் உங்கள் உதவியை நாடுவதற்குக் காரணம், எனக்குத் தேவையான தகவல்களைத் தரக்கூடிய வேறு எவரும் என் நினைவிற்கு வரவில்லை. நான் இந்த விவாதத்தில் வெற்றி பெற விரும்புகிறேன். நீங்கள் செய்யும் எந்த உதவியையும் நான் மனதார மெச்சுவேன்,” என்று கூறினார்.

பிறகு என்ன நடந்தது? மீதமுள்ள கதையை நா∴பில் தன் சொந்த வார்த்தைகளில் இவ்வாறு விவரிக்கிறார்.

> **நான் இந்நபரிடம் அவரது நேரத்தில் துல்லியமாக ஒரே ஒரு நிமிடம் மட்டுமே கேட்டிருந்தேன். இந்த அடிப்படையில்தான் அவர் என்னைச் சந்திக்க ஒப்புக் கொண்டிருந்தார். நான் என் பிரச்சனையை அவரிடம் எடுத்துக்கூறிய பிறகு, அவர் எனக்கு ஓர் இருக்கையைக் கொடுத்து என்னை அமரச் செய்து, சரியாக ஒரு மணிநேரம், நாற்பத்தேழு நிமிடங்கள்**

என்னிடம் பேசினார். இத்தகையப் பெருநிறுவனங்களைப் பற்றி ஒரு புத்தகத்தை எழுதியிருந்த மற்றோர் அதிகாரியை அவர் வரச் செய்தார். அவர் அந்நிறுவனத்தின் தேசிய அமைப்பிற்குக் கடிதம் எழுதி, மேலும் தகவல்களை எனக்கு வரவழைத்துக் கொடுத்தார். அவரது நிறுவனம் மனிதகுலத்திற்கு ஓர் உண்மையான சேவையைச் செய்து வருவதாக அவர் நம்பினார். நூற்றுக்கணக்கான சமூகங்களுக்கு அவர் செய்து கொண்டிருக்கும் சேவை குறித்து மிகவும் பெருமை கொண்டிருந்தார். அவர் பேசும்போது அவரது கண்கள் ஒளிவீசின. நான் ஒருபோதும் கனவிலும் நினைத்திராத பல விஷயங்கள் பற்றி அவர் என் கண்களைத் திறந்தார் என்பதை நான் ஒப்புக் கொண்டாக வேண்டும். அவர் என் ஒட்டுமொத்த மனப்போக்கையும் மாற்றினார்.

நான் அவரது அலுவலகத்திலிருந்து புறப்பட்டபோது, வாசல் வரை அவர் என்னுடன் நடந்து வந்து, என் தோளைச் சுற்றிக் கை போட்டுக் கொண்டு, விவாதத்தில் வெற்றி பெற எனக்கு வாழ்த்துத் தெரிவித்துவிட்டு, மீண்டும் தன்னைச் சந்தித்து நான் எவ்வாறு வாதிட்டேன் என்று தன்னிடம் வந்து கூறுமாறு என்னைக் கேட்டுக் கொண்டார். அவர் என்னிடம் கூறிய கடைசி வார்த்தைகள் இவை: "என்னை மீண்டும் நீங்கள் அடுத்த மாதம் வந்து பாருங்கள். நான் உங்களிடம் எரிபொருளுக்கான ஆர்டரைக் கொடுக்க விரும்புகிறேன்."

என்னைப் பொறுத்தவரை, அது நான் கனவிலும் நினைத்துப் பார்த்திராத ஒன்று. நான் கேட்காமலேயே அவர் என்னிடமிருந்து எரிபொருள் வாங்க விருப்பம் தெரிவித்தார். பத்து வருடங்கள் முயற்சித்து, நான் விற்பனை செய்து கொண்டிருந்த பொருட்களின்மீது அவரை விருப்பம் கொள்ளச் செய்வதில் நான் அடையக்கூடிய முன்னேற்றத்தைவிட, அந்த இரண்டு மணிநேரத்தில் அவர்மீதும் அவரது பொருட்கள் மீதும் நான் உண்மையான ஆர்வத்தைக் காட்டியதன் மூலம் அதிக முன்னேற்றத்தை அடைந்தேன்.

ஆனால் இதில் முக்கியமாக நாம் கவனிக்க வேண்டிய விஷயம், பிறரிடம் நாம் காட்டும் ஆர்வம் உண்மையானதாக

இருக்க வேண்டும். அது ஆர்வம் காட்டுபவருக்கு மட்டும் நன்மை விளைவிப்பதாக இல்லாமல், கவனம். செலுத்தப்படுபவருக்கும் பயனளிப்பதாக இருக்க வேண்டும். அது இருவழிப் பாதை - இரண்டு தரப்பினருமே அதனால் பயனடைகின்றனர்.

நியூயார்க்கின் லாங் ஐலண்டில் நடைபெற்ற என் வகுப்பில் பங்குகொண்ட மார்ட்டின் கின்ஸ்பர்க், ஒரு செவிலிப் பெண் தன்மீது காட்டிய பிரத்யேகக் கவனம் எவ்வாறு தன் வாழ்வில் ஒரு பெரும் தாக்கத்தை ஏற்படுத்தியது என்பதைப் பற்றித் தெரிவித்தார்:

“அன்று நன்றித் திருநாள். எனக்குப் பத்து வயது. நகர மருத்துவமனையின் இலவசப் பிரிவில் நான் அனுமதிக்கப்பட்டிருந்தேன். அடுத்த நாள் எனக்கு ஒரு முக்கியமான எலும்பு அறுவைச் சிகிச்சை செய்யத் திட்டமிடப்பட்டிருந்தது. அதன் பிறகு மாதக்கணக்கில் வீட்டில் முடக்கம், தொடர் சிகிச்சை, மற்றும் வலி ஆகியவற்றை நான் சந்திக்க வேண்டும் என்பதை நான் அறிந்திருந்தேன். என் தந்தை உயிரோடு இல்லை. என் தாயும் நானும் ஒரு சிறிய வீட்டில் வசித்து வந்தோம். நாங்கள் அரசாங்க உதவிப் பணத்தின் மூலம் வாழ்க்கை நடத்தி வந்தோம். அன்று என் தாயால் மருத்துவமனைக்கு வந்து என்னைச் சந்திக்க முடியவில்லை.

”நேரம் செல்லச் செல்ல, தனிமையும், பயமும், நம்பிக்கையின்மையும் என்னை ஆட்கொண்டன. வீட்டில் தனியாக என் தாய் என்னைப் பற்றியும். தன்னோடு உறவு கொண்டாட யாரும் இல்லாதது பற்றியும், தன்னுடன் உணவருந்தக்கூட யாரும் இல்லாதது குறித்தும், நன்றித் திருநாளன்று நல்ல இரவு உணவு சமைக்கக்கூடக் கையில் காசில்லாதது குறித்தும் கவலைப்பட்டுக் கொண்டிருப்பார் என்று எனக்குத் தெரியும்.

“என் கண்கள் கண்ணீர்க் குளமாயின. நான் என் தலையைத் தலையணைக்கு அடியில் வைத்துக் கொண்டு. போர்வையைத் தலைக்குமேல் இழுத்துப் போர்த்திக் கொண்டு, தேம்பித் தேம்பி அழுதேன்.

"ஓர் இளம் செவிலிய மாணவி என் அழுகையைக் கேட்டு என் அருகே வந்தாள். அவள் என் முகத்தின் மேலிருந்த போர்வையை விலக்கிவிட்டு என் கண்ணீரைத் துடைக்கத் துவங்கினாள். அன்று தன்னுடைய குடும்பத்தாருடன் இருக்க முடியாமல், மருத்துவமனையில் வேலை பார்க்க வேண்டியிருப்பதால் தானும் மிகவும் தனிமையாக உணர்வதாக அவள் என்னிடம் கூறினாள். அவளுடன் இரவு உணவு அருந்த என்னை அழைத்தாள். அவள் இரண்டு தட்டுகள் நிறைய உணவுடன் வந்தாள். வான்கோழித் துண்டுகள், வேக வைத்த உருளைக்கிழங்குகள், மற்றும் ஐஸ்கிரீம் ஆகியவற்றை அவள் கொண்டு வந்தாள். என்னிடம் பேச்சுக் கொடுத்து என் பயங்களை அமைதிப்படுத்த முயற்சித்தாள். அவளது வேலை மாலை நான்கு மணிக்கே முடிந்துவிட்டப் பிறகும்கூட, இரவு சுமார் பதினோரு மணிவரை தானாகவே முன்வந்து அவள் என்னுடன் இருந்தாள். என்னுடன் பல விளையாட்டுகளை விளையாடி, பேசி, இறுதியில் நான் தூங்கி விழுந்த பிறகுதான் அவள் என்னைவிட்டு அகன்றாள்.

"என் பத்து வயதிலிருந்து பல நன்றித் திருநாட்கள் வந்து போவதை நான் பார்த்திருக்கிறேன். ஆனால் அந்தக் குறிப்பிட்ட நாளை நினைக்காமல் ஒரு நன்றித் திருநாள்கூடக் கடந்து போனதில்லை. அறிமுகமில்லாத யாரோ ஒருவரின் அரவணைப்பும், கனிவும், நான் உணர்ந்த வெறுப்பு, பயம், தனிமை ஆகிய உணர்வுகளை எப்படியோ நான் தாங்கிக் கொள்ள எனக்கு உதவின. அந்த நாளை என்னால் ஒருபோதும் மறக்க முடியாது."

மற்றவர்கள் உங்களை விரும்ப வேண்டும் என்று நீங்கள் விரும்பினால், உண்மையான நட்புகளை உருவாக்கிக் கொள்ள வேண்டும் என்று நீங்கள் விரும்பினால், உங்களுக்கு நீங்கள் உதவும் அதே நேரத்தில் மற்றவர்களுக்கும் நீங்கள் உதவி செய்ய விரும்பினால் இக்கொள்கையை உங்கள் மனத்தில் இருத்திக் கொள்ளுங்கள்:

முதல் கொள்கை

அடுத்தவரிடத்தில் உண்மையிலேயே ஆர்வம் காட்டுங்கள்

2

முதல் பார்வையிலேயே சிறந்த அபிப்பிராயத்தை ஏற்படுத்துவதற்கான எளிய வழி

நியூயார்க்கில் நடைபெற்ற ஓர் இரவு விருந்தில் கலந்துகொண்ட விருந்தினர்களில், பரம்பரைச் சொத்து கைவரப் பெற்ற ஒரு பெண் எல்லோரிடத்திலும் ஒரு நல்ல அபிப்பிராயத்தை ஏற்படுத்த ஆர்வமாக இருந்தார். அவர் தனக்குக் கிடைத்திருந்த சொத்தின் ஒரு கணிசமான பகுதியை வைரங்களிலும் முத்துக்களிலும் செலவிட்டிருந்தார். ஆனால் அவர் தன் முகத்தின்மீது எந்த அக்கறையும் எடுத்துக் கொள்ளவில்லை. அவரது முகம் விருப்பமின்மையையும் சுயநலத்தையும் வெளிப்படுத்தியது. எல்லோரும் அறிந்த ஒரு விஷயத்தை உணர்ந்திருக்கவில்லை: அவர் ஒருவர் தன் முகத்தில் அணிந்திருக்கும் பாவம், அவர் தன் உடலில் அணிந்திருக்கும் உடையைவிட அதிக முக்கியமானது.

சார்லஸ் ஷ்வாப் ஒரு சமயம், தன் புன்னகை பத்து இலட்சம் டாலர்கள் மதிப்பு வாய்ந்தது என்று என்னிடம் கூறினார். அவர் உண்மையைக் குறைத்துக் கூறுகிறார். ஏனெனில், அவரது ஆளுமையும், கவர்ச்சியும், மக்களைத் தன்மீது விருப்பம் கொள்ளச் செய்யும் அவரது திறனும் அவரது அசாதாரண வெற்றிக்கான முழுமுதற் காரணங்கள். அவரது ஆளுமையில் அதிக மகிழ்ச்சி தரும் ஓர் அம்சம், மனத்தைக் கொள்ளை கொள்ளும் அவரது புன்னகை.

வார்த்தைகளைவிடச் செயல்பாடுகள் அதிக சத்தமாகப் பேசும். ஒரு புன்னகை, ”நான் உங்களை விரும்புகிறேன். நீங்கள் என்னை மகிழ்விக்கிறீர்கள். நான் உங்களைப் பார்ப்பதில் பெரும் மகிழ்ச்சி கொள்கிறேன்,” என்று கூறுகிறது.

அதனால்தான் நாய்கள் மிகவும் பிரபலமடைந்துள்ளன. அவை நம்மைப் பார்த்தவுடன் மகிழ்ச்சி பொங்க நம்மை நோக்கிப் பாய்ந்து வந்து நம்முடன் கட்டிப் புரள்கின்றன. எனவே இயல்பாக நாமும் அவற்றைப் பார்ப்பதில் மகிழ்ச்சியடைகிறோம். ஒரு கைக்குழந்தையின் புன்னகையும் இதே விளைவைத்தான் ஏற்படுத்துகிறது.

ஒரு மருத்துவரைப் பார்ப்பதற்காக, காத்திருக்கும் அறையில் இறுகிய முகத்துடன், பொறுமையின்றிக் காத்திருக்கும் மக்களைக் நீங்கள் எப்போதேனும் கவனித்திருக்கிறீர்களா? மிசௌரி மாநிலத்தின் ரேடவுன் நகரைச் சேர்ந்த கால்நடை மருத்துவர் ஸ்டீபன் கே. ஸ்புரௌல், ஒருநாள் தங்கள் செல்லப் பிராணிகளுக்குத் தொற்றுநோய்த் தடுப்பூசி போடுவதற்காகத் தன் மருத்துவமனையில் காத்திருந்த பெருந்திரளான மக்களைப் பற்றிக் கூறினார். யாரும் ஒருவருக்கொருவர் பேசிக் கொள்ளவில்லை. இங்கு வீணாகக் காத்திருக்கும் நேரத்தில் தாங்கள் செய்யக்கூடிய வேறு விஷயங்களைப் பற்றி அவர்கள் அனைவரும் ஒருவேளை சிந்தித்துக் கொண்டிருக்கக்கூடும். அவர் எங்கள் வகுப்பு ஒன்றில் இவ்வாறு கூறினார்: “என் மருத்துவமனையில் ஆறேழு வாடிக்கையாளர்கள் காத்துக் கொண்டிருந்தபோது, ஓர் ஒன்பது மாதக் குழந்தையுடனும் ஒரு பூனைக்குட்டியுடனும் ஓர் இளம் பெண் அங்கு வந்தார். நெடுநேரம் காத்துக் கொண்டிருந்ததால் மிகவும் எரிச்சலும் கோபமும் அடைந்திருந்த ஒருவரது பக்கத்தில் சென்று அவர் அமர்ந்தார். சற்று நேரத்தில் அந்தக் குழந்தை அவரை ஏறிட்டுப் பார்த்து, குழந்தைகளுக்கே உரிய பாணியில், பெரிதாகப் புன்னகைத்தது. அதற்கு அவர் என்ன செய்தார்? நீங்களும் நானும் எதைச் செய்திருப்போமோ அதைத்தான் அவரும் செய்தார். அவர் அக்குழந்தையைப் பார்த்து பதிலுக்குப் புன்னகைத்தார். விரைவில் அவர் அப்பெண்ணுடன் உரையாடத் துவங்கி, அக்குழந்தையைப் பற்றியும் தன் பேரக்குழந்தைகளைப் பற்றியும் பேசினார். சற்று நேரத்தில், வரவேற்பறையில் இருந்த ஒட்டுமொத்த

வாடிக்கையாளர்களும் அதில் சேர்ந்து கொண்டனர். அங்கு நிலவிய சலிப்பும் இறுக்கமும், ஓர் இனிய, மகிழ்ச்சிகரமான அனுபவமாக மாறின."

ஆனால், ஒரு போலியான புன்னகையைப் பற்றி என்ன நினைக்கிறீர்கள்? அதைக் கொண்டு யாரையும் ஏமாற்ற முடியாது. அது மிகவும் இயந்திரத்தனமானது என்பது நமக்கு தெரியும் எனவே நாம் அதை வெறுக்கிறோம். நான் உங்களிடம் பேசிக் கொண்டிருப்பது ஓர் உண்மையான புன்னகையைப் பற்றி. இதயத்திற்கு இதமளிக்கும், இதயத்திலிருந்து வரும், சந்தையில் நல்ல விலையைப் பெற்றுத் தரும் ஒரு புன்னகையைப் பற்றி அவர் விளக்கம் அளித்தார்.

மிச்சிகன் பல்கலைக்கழகத்தில் உளவியலாளராக இருக்கும் பேராசிரியர் ஜேம்ஸ் வீ. மெக்கானெல், புன்னகையைப் பற்றியத் தன் உணர்வுகளை வெளிப்படுத்தினார். "புன்னகைக்கும் மக்கள், நிர்வகித்தல், கற்பித்தல், விற்றல் ஆகியவற்றில் அதிக ஆற்றலுடன் செயல்படுவார்கள். அவர்கள் மகிழ்ச்சியான குழந்தைகளை வளர்த்தெடுப்பார்கள். முகச்சுளிப்பைவிட, ஒரு புன்னகையில் கூடுதலான தகவல்கள் இருக்கின்றன. அதனால்தான் தண்டனையைவிட, ஊக்குவிப்பு அதிக ஆற்றல் வாய்ந்த கற்பிக்கும் சாதனமாக விளங்குகிறது," என்று அவர் கூறினார்.

முனைவர் பட்டம் பெற்ற, ஆனால் அருளற்ற முகத்தைக் கொண்ட ஒருவரை நியமிப்பதைக் காட்டிலும், பள்ளிப் படிப்பை முடித்திராத ஒரு விற்பனையாளரை, அவர் ஓர் இனிய புன்னகையைக் கொண்டிருக்கும் பட்சத்தில், பணிநியமனம் செய்வேன் என்று நியூயார்க்கிலிருந்த ஒரு பல்பொருள் அங்காடியின் ஊழியர் நியமன மேலாளர் என்னிடம் கூறினார்.

புன்னகையின் விளைவு சக்திமிக்கது — அதை நம்மால் பார்க்க முடியாதபோதுகூட! அமெரிக்கா நெடுகிலும் உள்ள தொலைபேசி நிறுவனங்கள், தொலைபேசியைப் பயன்படுத்தித் தங்கள் பொருட்களையும் சேவைகளையும் விற்கும் ஊழியர்களுக்கு ஒரு சிறப்புத் திட்டத்தை வழங்கி வருகின்றன. தொலைபேசியில் பேசும்போது நீங்கள் புன்னகைக்க வேண்டும் என்று அவர்கள் இத்திட்டத்தில் பரிந்துரைக்கின்றனர். உங்கள் "புன்னகை" உங்கள் குரலின் வழியாக வெளிப்படுகிறது.

ஒஹையோ மாநிலத்தின் சின்சினாட்டி நகரில் உள்ள ஒரு நிறுவனத்தின் கணினித் துறை மேலாளர் ராபர்ட் க்ரையர், ஆள் கிடைப்பது மிகவும் சிரமமாக இருந்த ஒரு பதவிக்கு, பொருத்தமான ஒருவரை தான் எவ்வாறு வெற்றிகரமாகத் தேர்ந்தெடுத்தார் என்பதை என்னிடம் கூறினார்.

“கணினி அறிவியலில் முனைவர் பட்டம் பெற்ற ஒருவரை பர்டியூ என் துறைக்காக நியமிக்க நான் மும்முரமாக முயற்சித்துக் கொண்டிருந்தேன். இறுதியில், பல்கலைக்கழகத்திலிருந்து பட்டம் பெறவிருந்த, பொருத்தமான தகுதிகளைப் பெற்றிருந்த ஓர் இளைஞரை நான் கண்டுபிடித்தேன். பல தொலைபேசி உரையாடல்களுக்குப் பின், அவருக்கு மற்ற நிறுவனங்களிலிருந்தும் நல்ல வாய்ப்புகள் வந்துள்ளன என்பதை நான் அறிந்தேன். அவற்றில் பல நிறுவனங்கள் எங்கள் நிறுவனத்தைவிடப் பெரிதாகவும் பிரபலமாகவும் இருந்தன. அவர் என்னுடைய நிபந்தனைகளை ஏற்றுக்கொண்டு எங்கள் நிறுவனத்தில் சேர ஒப்புக்கொண்டார். அவர் வேலையில் சேர்ந்த பிறகு, மற்றப் பெரிய நிறுவனங்களை விடுத்து அவர் எங்கள் நிறுவனத்தை ஏன் தேர்ந்தெடுத்தார் என்று நான் அவரிடம் கேட்டேன். அவர் ஒரு கணம் நிதானித்துவிட்டு, “மற்ற நிறுவனங்களின் மேலாளர்கள் என்னிடம் தொலைபேசியில் பேசியபோது மிகவும் கண்டிப்பான, கறாரான குரலில் பேசியதுதான் காரணம் என்று நான் நினைக்கிறேன். அது மற்றொரு வியாபாரப் பரிவர்த்தனைபோல் எனக்குத் தோன்றியது. நீங்கள் பேசியபோது, என்னுடன் பேசுவதில் நீங்கள் மிகவும் மகிழ்ச்சி கொண்டிருந்ததுபோலவும், உங்கள் நிறுவனத்தில் உண்மையிலேயே என்னை ஓர் அங்கமாக ஆக்கிக் கொள்ள விரும்பியதுபோலவும் தோன்றியது,“ என்று கூறினார். நான் தொலைபேசியில் பேசும்போது இப்போதும் புன்னகையுடன்தான் பேசுகிறேன் என்று நீங்கள் உறுதியாக நம்பலாம்.”

தான் பார்த்தவரை, தாங்கள் செய்யும் வேலையில் உற்சாகத்துடனும் குதூகலத்துடனும் இல்லாதவர்கள் எதிலும் வெற்றி பெறுவது அரிது என்று அமெரிக்காவின் மாபெரும் ரப்பர் நிறுவனம் ஒன்றின் இயக்குனர்கள் குழுவின் தலைவர் என்னிடம் கூறினார். கடின உழைப்பு மட்டும்தான் நம் ஆழ்விருப்பங்களுக்கான மந்திரத் திறவுகோல் என்ற பழைய கூற்றில் இத்தொழிற்தலைவருக்கு அவ்வளவாக நம்பிக்கை

இல்லை. “தங்கள் தொழிலை மிகவும் உற்சாகத்துடன் நடத்தியதால் வெற்றி பெற்றப் பலரை நான் அறிவேன். பிறகு, குதூகலம் வேலையாக மாறியவுடன் அவர்களும் மாறியதை நான் பார்த்தேன். வியாபரம் களையிழந்தது. அவர்கள் அதில் மகிழ்ச்சியற்றுப் போனார்கள். இறுதியில் தோற்றுப் போனார்கள்,” என்று அவர் கூறினார்.

மக்கள் உங்களைச் சந்திக்கும்போது மகிழ்ச்சியாக இருக்க வேண்டும் என்று நீங்கள் எதிர்பார்த்தால், நீங்கள் அவர்களைச் சந்திக்கும்போது மகிழ்ச்சியாக இருக்க வேண்டும்.

ஒரு வாரத்திற்கு, ஒவ்வொரு நாளும் ஒருமணி நேரத்திற்கு ஒருமுறை யாரையேனும் பார்த்துப் புன்னகைத்து, அந்த வார முடிவில் என் பயிற்சி வகுப்பிற்கு வரும்போது அதனால் ஏற்பட்ட விளைவுகளை எங்களுடன் பகிர்ந்து கொள்ள வேண்டும் என்று நான் வணிகத் தொழிலில் ஈடுபட்டுள்ள ஆயிரக்கணக்கான மக்களைக் கேட்டுக் கொண்டுள்ளேன். அது என்ன சாதித்தது? நியூயார்க்கில் ஒரு பங்குத் தரகராக வேலை பார்த்த வில்லியம் பி. ஸ்டைன்ஹார்ட் என்பவரிடமிருந்து வந்த ஒரு கடிதம் இது. இவரது விஷயம் தனித்து நிற்கவில்லை. உண்மையில், நூற்றுக்கணக்கானவர்களின் விஷயத்திலும் இவ்வாறுதான் நிகழ்கிறது.

“எனக்குத் திருமணமாகிப் பதினெட்டு வருடங்கள் ஆகியுள்ளன. இந்தப் பதினெட்டு வருடங்களில் நான் என் மனைவியைப் பார்த்துப் புன்னகைத்தத் தருணங்கள் மிகக் குறைவு. நான் காலையில் எழுவதிலிருந்து அலுவலகத்திற்குச் செல்வதற்கு வீட்டைவிட்டுக் கிளம்பும் வரை அவரிடம் இருபது வார்த்தைகள் பேசியிருந்தால் அதிசயம். உலகிலேயே மிக மோசமான, சகிப்புத்தன்மை இல்லாத மனிதன் நானாகத்தான் இருந்திருப்பேன்.

“புன்னகைகளுடனான என் அனுபவத்தைப் பற்றி நான் பேச வேண்டும் என்று என்னை நீங்கள் கேட்டுக் கொண்டபோது. அதை ஒரு வாரம் முயற்சித்துப் பார்க்கலாம் என்று நான் நினைத்தேன். எனவே அடுத்த நாள் காலையில், நான் தலைவாரிக் கொண்டிருந்தபோது, என் இறுகிய முகத்தைக் கண்ணாடியில் பார்த்து, ”பில், உன் முகத்திலுள்ள இறுக்கத்தை இன்று நீ களையப் போகிறாய். நீ புன்னகை

புரியப் போகிறாய். அதுவும் இப்போதே நீ அதைத் துவங்கப் போகிறாய்," என்று எனக்கு நானே கூறினேன். காலை உணவிற்காக நான் உணவு மேசைக்கு வந்து அமர்ந்தபோது, என் மனைவியைப் பார்த்துப் புன்னகைத்து, அவருக்குக் காலை வணக்கம் தெரிவித்தேன்.

"அவர் ஆச்சரியப்படக்கூடும் என்று நீங்கள் என்னை எச்சரித்திருந்தீர்கள். நீங்கள் அவரது பதில்நடவடிக்கையைக் குறைத்து மதிப்பிட்டுவிட்டீர்கள். அவர் திகைத்தார் அதிர்ச்சியடைந்தார். இனிமேல் அவர் என்னிடமிருந்து இதை வழக்கமாக எதிர்பார்க்கலாம் என்று நான் அவரிடம் கூறினேன். ஒவ்வொரு நாள் காலையிலும் தவறாமல் நான் அவரைப் பார்த்துப் புன்னகைத்துக் காலை வணக்கம் தெரிவித்தேன்.

"நான் இவ்வழக்கத்தைத் துவங்கிய இரண்டே மாதத்தில் மாறிய என் மனப்போக்கு, கடந்த வருடத்தில் எங்கள் வீட்டில் நிலவிய மகிழ்ச்சியைவிட அதிகமான மகிழ்ச்சியை எங்கள் வீட்டிற்குள் கொண்டுவந்தது.

"நான் வீட்டைவிட்டுக் கிளம்பும்போது, என் வீட்டின் லி.ஃப்ட் இயக்குனருக்கு ஒரு புன்னகையுடன்கூடிய காலை வணக்கத்தைத் தெரிவிக்கிறேன். வாசல் கதவைத் திறந்துவிடுபவரைப் பார்த்துப் புன்னகைக்கிறேன். சுரங்கப்பாதைச் சாவடியிலுள்ள காசாளரிடம் சில்லறை கேட்கும்போது, நான் அவரைப் பார்த்துப் புன்னகைக்கிறேன். பங்குச் சந்தை அலுவலகத்தில் நின்று கொண்டிருக்கும்போது. சமீபத்தில் நான் புன்னகைத்துப் பார்த்திராத மக்களைப் பார்த்து நான் புன்னகைக்கிறேன்.

"விரைவில், அனைவரும் என்னைப் பார்த்து பதிலுக்குப் புன்னகைப்பதைக் கண்டுகொண்டேன். என்னிடம் குறைகளையும் கோரிக்கைகளையும் கொண்டு வருபவர்களிடம் நான் இன்முகத்துடன் நடந்து கொள்கிறேன். நான் அவர்கள் கூறுவதைப் புன்னகைத்தபடியே கேட்கிறேன். விட்டுக்கொடுப்பது சுலபமாக இருப்பதை நான் கண்டறிந்தேன். புன்னகை என்னிடத்தில் ஒவ்வொரு நாளும் அதிகமான பணத்தைக் கொண்டு வருவதை நான் உணர்ந்தேன்.

"நான் என் அலுவலகத்தை இன்னொரு தரகருடன் பகிர்ந்து கொண்டுள்ளேன். அவரது எழுத்தர்களில் ஒருவர் அனைவராலும் விரும்பத்தக்க ஓர் இளைஞர். நான்

அனுபவித்துக் கொண்டிருந்த விளைவுகள் குறித்து நான் மிகவும் உற்சாகத்துடன் இருந்ததால், மனித உறவுகள் பற்றிய என் புதிய தத்துவத்தைப் பற்றி சமீபத்தில் அவரிடம் கூறினேன். முதன்முதலில் நான் அவரது நிறுவனத்துடன் என் அலுவலகத்தைப் பகிர்ந்து கொள்ள வந்தபோது அவர் என்னை ஒரு கொடுமையான சிடுசிடுப்புக்காரனாக நினைத்திருந்ததாகவும், சமீபத்தில்தான் தன் மனதை மாற்றிக் கொண்டதாகவும் என்னிடம் கூறினார். நான் புன்னகைத்தபோது உண்மையிலேயே மனிதாபிமானம் கொண்டவராகத் தோன்றியதாக அவர் மேலும் கூறினார்.

நீங்கள் அதிகமாகப் புன்னகைக்காத ஒரு நபரா? அதற்கும் வழி இருக்கிறது. நீங்கள் இரண்டு விஷயங்களைச் செய்ய வேண்டும். முதலில், வலுக்கட்டாயமாகப் புன்னகைக்கத் துவங்குங்கள். இரண்டாவது, நீங்கள் தனியாக இருந்தால். வலுக்கட்டாயமாக விசிலடியுங்கள் அல்லது ஒரு ராகத்தையோ அல்லது பாடலையோ முணுமுணுங்கள். நீங்கள் ஏற்கனவே மகிழ்ச்சியாக இருப்பதுபோல் நடந்து கொள்ளுங்கள். அப்போது உங்களுக்கு உண்மையிலேயே மகிழ்ச்சி உண்டாகும். உளவியலாளரும் தத்துவவியலாளருமான வில்லியம் ஜேம்ஸ் அதற்கான வழியை இவ்வாறு கூறியுள்ளார்:

"பொதுவாக, செயல்பாடுகள் உணர்வுகளைப் பின்தொடர்வதுபோல் தோன்றும், ஆனால் உண்மையில் செயல்பாடுகளும் உணர்வுகளும் ஒன்றோடு ஒன்று இணைந்தே செல்கின்றன. நம் மன உறுதியின் நேரடிக் கட்டுப்பாட்டில் இருக்கும் செயல்பாட்டை ஒழுங்குபடுத்துவதன் மூலம், அத்தகையக் கட்டுப்பாட்டில் இல்லாத உணர்வுகளை ஒழுங்குபடுத்த முடியும்.

"உங்களுடைய மகிழ்ச்சியை மறைமுகமாக நீங்கள் தொலைத்துவிட்டிருந்தால், அதை மீண்டும் பெறுவதற்கான தெய்வீகமான, தன்னிச்சையான வழி, மகிழ்ச்சி ஏற்கனவே உங்களிடம் இருப்பதுபோல் பேசவும் நடந்து கொள்ளவும் செய்வதுதான்."

உலகிலுள்ள அனைவரும் மகிழ்ச்சியைத் தேடிக் கொண்டிருக்கிறனர். அதைக் கண்டுபிடிப்பதற்கு ஒரே ஒரு வழிதான் இருக்கிறது. உங்கள் எண்ணங்களைக் கட்டுப்படுத்துவதுதான் அது. மகிழ்ச்சி புறச் சூழல்களைச்

சார்ந்ததல்ல. அது உங்களுக்குள் இருக்கும் மனநிலையைச் சார்ந்தது.

உங்களிடம் என்ன இருக்கிறது, நீங்கள் யார், எங்கிருக்கிறீர்கள், அல்லது என்ன கொண்டிருக்கிறீர்கள் ஆகியவை உங்கள் மகிழ்ச்சிக்கான செய்து அல்லது வருத்தத்திற்கான காரணிகள் அல்ல. அவற்றைப் பற்றிய உங்கள் சிந்தனைதான் உங்கள் மகிழ்ச்சியையோ அல்லது வருத்தத்தையோ தீர்மானிக்கிறது. எடுத்துக்காட்டாக, இரண்டு பேர் ஒரே இடத்தில், ஒரே விஷயத்தைச் செய்து கொண்டிருக்கலாம். இருவரிடமும் சம அளவுப் பணமும் கௌரவமும் இருக்கலாம். இருந்தாலும் ஒருவர் துயரமாகவும் மற்றவர் மகிழ்ச்சியாகவும் இருக்கக்கூடும். ஏன்? இருவரும் வெவ்வேறு மனப்போக்கைக் கொண்டிருப்பதுதான் அதற்குக் காரணம். நியூயார்க், சிக்காகோ, அல்லது லாஸ் ஏஞ்சலீஸ் நகரில் குளிரூட்டப்பட்ட அலுவலகங்களில் எத்தனை மகிழ்ச்சியான முகங்களை நான் பார்த்திருக்கிறேனோ, அதே அளவு மலர்ந்த முகங்களை, வெப்ப மண்டலங்களின் சுட்டெரிக்கும் வெயிலில், தங்கள் பழங்காலக் கருவிகளைக் கொண்டு கடுமையாக உழைக்கும் ஏழை உழவர்கள் மத்தியிலும் நான் பார்த்திருக்கிறேன்.

“நல்லது அல்லது கெட்டது என்று எதுவும் கிடையாது. ஆனால், அவ்வாறு சிந்திப்பதுதான் ஒன்றை நல்லதாகவோ அல்லது கெட்டதாகவோ ஆக்குகிறது,” என்று ஷேக்ஸ்பியர் கூறுகிறார்.

”பெரும்பாலான மக்கள். தாங்கள் எவ்வளவு மகிழ்ச்சியுடன் இருக்க வேண்டும் என்று தங்கள் மனத்தில் முடிவு செய்கிறார்களோ, அவ்வளவு மகிழ்ச்சியுடன் இருக்கிறார்கள்,” என்று ஆபிரகாம் லிங்கன் ஒருமுறை குறிப்பிட்டார். இந்த உண்மையை நிரூபிக்கும் ஒரு நிகழ்ச்சியை நான் என் அனுபவத்தில் பார்த்தேன். நியூயார்க்கில் லாங் ஐலண்ட் இரயில் நிலையத்தின் படிக்கட்டுகளில் நான் ஏறிக் கொண்டிருந்தேன். எனக்கு முன்னால், கால் ஊனமான முப்பது அல்லது நாற்பது சிறுவர்கள், ஊன்றுகோல்கள் மற்றும் பிரம்புகளின் உதவியுடன் படியேறுவதற்குப் போராடிக் கொண்டிருந்தனர். ஒரு சிறுவனைப் படிகளில் தூக்கிச் செல்ல வேண்டியிருந்தது. ஆனால் அவர்களிடையே நிலவிய சிரிப்பும் குதூகலமும் என்னை ஆச்சரியத்தில் ஆழ்த்தின.

அச்சிறுவர்களின் கண்காணிப்பாளர் ஒருவரிடம் நான் அதைப் பற்றிக் கேட்டேன். அதற்கு அவர், “ஒரு சிறுவன், வாழ்நாள் முழுவதும் தான் முடமாக இருக்கப் போகிறோம் என்பதை முதலில் கேள்விப்படும்போது அதிர்ச்சியடைகிறான். ஆனால் அந்த அதிர்ச்சி போனவுடன், அவன் தன் நிலையை ஏற்றுக் கொண்டு, மற்ற சாதாரணமான சிறுவர்களைப்போல் தானும் மகிழ்ச்சியாக இருக்கத் துவங்குகிறான்.'' என்று கூறினார்.

அச்சிறுவர்களுக்குத் தலைவணங்க வேண்டும்போல் எனக்குத் தோன்றியது. நான் ஒருபோதும் மறக்க முடியாத ஒரு படிப்பினையை அவர்கள் எனக்குக் கற்பித்தனர்.

ஓர் அலுவலகத்தில், ஒரு மூடிய அறையில் தனியாக வேலை பார்ப்பது தனிமையானது மட்டுமல்ல. நிறுவனத்தில் உள்ள மற்ற ஊழியர்களுடன் நட்புறவை ஏற்படுத்துவதற்கான ஒரு சிறந்த வாய்ப்பையும் அது மறுக்கிறது. மெக்சிகோ நாட்டைச் சேர்ந்த மரியா கோன்சாலேஸ் அப்படிப்பட்ட ஒரு வேலையில் இருந்தார். நிறுவனத்தில் தங்கள் அலுவலகங்களைப் பகிர்ந்து கொண்டுள்ள ஊழியர்களின் அரட்டையையும் சிரிப்பையும் கேட்டு அவர் பொறாமைப்பட்டார். அவர் வேலைக்குச் சேர்ந்த முதல் சில வாரங்கள், நடைக்கூடத்தின் வழியே அவர் கடந்து சென்றபோது வெட்கத்துடன் அவர் வேறு திசையைப் பார்த்தபடிச் சென்றார்.

ஒருசில வாரங்களுக்குப் பிறகு, ”மரியா, அந்தப் பெண்கள் உன்னிடம் வர வேண்டும் என்று நீ எதிர்பார்க்க முடியாது. நீதான் அவர்களிடம் சென்று அவர்களைச் சந்திக்க வேண்டும்,” என்று அவர் தனக்குத் தானே கூறிக் கொண்டார். அடுத்த முறை அவர் தண்ணீர் குடிக்கச் சென்றபோது, ஒரு பிரகாசமான புன்னகையைத் தன் முகத்தில் வரவழைத்துக் கொண்டு, தான் சந்தித்த ஒவ்வொருவரிடமும், ”ஹாய்! நீங்கள் இன்று எப்படி இருக்கிறீர்கள்?'' என்று கேட்டார். அதன் பலன் உடனடியாக அவருக்குக் கிடைத்தது. புன்னகைகளும் வணக்கங்களும் பரிமாறிக் கொள்ளப்பட்டன. அந்த நடைக்கூடம் அதிகப் பிரகாசமானதாகவும், வேலை மகிழ்ச்சிகரமானதாகவும் தோன்றின. தொடர்புகள் உருவாயின, அவற்றில சில நட்பாகவும் கனிந்தன. அவரது வேலையும் வாழ்க்கையும் அதிக இனிமையானதாகவும் சுவாரசியாமனதாகவும் மாறின.

கட்டுரையாளரும் பதிப்பாளருமான எல்பர்ட் ஹப்பார்டின் இந்த அறிவுரையைக் கூர்ந்து கவனியுங்கள். ஆனால் ஒன்றை நினைவில் கொள்ளுங்கள். வெறுமனே கூர்ந்து கவனிப்பது உங்களுக்கு எந்த நன்மையையும் ஏற்படுத்தாது. அதை நீங்கள் நடைமுறைப்படுத்த வேண்டும்:

> நீங்கள் வெளியே போகும்போதெல்லாம், நிமிர்ந்த நடையுடனும் நேர்கொண்ட பார்வையுடனும் செல்லுங்கள் ஆழ்ந்து சுவாசியுங்கள் கதிரவனின் ஒளியை அனுபவியுங்கள் உங்கள் நண்பர்களுக்குப் புன்னகையுடன் வணக்கம் தெரிவியுங்கள் ஒவ்வொரு முறையும் ஆத்மார்த்தமாகக் கைகுலுக்குங்கள். தவறாகப் புரிந்து கொள்ளப்படுவோம் என்று அச்சப்படாதீர்கள். உங்கள் எதிரிகளைப் பற்றி நினைக்க ஒரு நொடியைக்கூட வீணாக்காதீர்கள். நீங்கள் என்ன செய்ய விரும்புகிறீர்கள் என்பதை உங்கள் மனத்தில் உறுதியாகப் பதிவு செய்ய முயற்சியுங்கள். அப்படிச் செய்யும்போது, திசைமாறிப் போகாமல், நீங்கள் உங்கள் இலக்கை நோக்கி நேராகப் போவீர்கள். நீங்கள் செய்ய விரும்பும் அற்புதமான விஷயங்களில் உங்கள் மனத்தைச் செலுத்துங்கள். பிறகு, நாட்கள் செல்லச் செல்ல, பவளம் தனக்குத் தேவையானவற்றை தன்னைச் சூழ்ந்திருக்கும் நீரில் இருந்து உறிஞ்சிக் கொள்வதைப்போல், உங்கள் விருப்பங்கள் நிறைவேறுவதற்குத் தேவையான வாய்ப்புகளை நீங்கள் உங்களை அறியாமலேயே கைவசப்படுத்துவதை நீங்கள் காண்பீர்கள். நீங்கள் எப்படிப்பட்டத் திறன் வாய்ந்த, ஆர்வமிக்க, உபயோகமான மனிதராக உருவாக விரும்புகிறீர்கள் என்பதை உங்கள் மனத்தில் காட்சிப்படுத்துங்கள். உங்கள் மனத்தில் நீங்கள் நிலைநிறுத்தியுள்ள எண்ணம், ஒவ்வொரு மணிநேரமும் உங்களை அந்தக் குறிப்பிட்ட நபராக மாற்றிக் கொண்டிருக்கிறது. எண்ணம் ஒப்புயர்வற்றது. துணிவு, வெளிப்படையான போக்கு. மற்றும் மகிழ்ச்சி ஆகியவற்றைக் கொண்ட ஒரு நன்னம்பிக்கையான மனப்போக்கை நிரந்தரமாக வரித்துக் கொள்ளுங்கள். சரியாகச் சிந்திப்பது என்பது உருவாக்குவது ஆகும்.

அனைத்தும் ஆழ்விருப்பத்திலிருந்து வருகின்றன. ஒவ்வோர் உண்மையான பிரார்த்தனைக்கும் விடையளிக்கப்படுகிறது. நம் இதயங்கள் எதில் நிலைகொண்டுள்ளனவோ நாம் அதுவாகவே ஆகிறோம்.

பண்டைய சீனர்கள் மிகவும் அறிவார்ந்தவர்கள். உலகின் போக்கை அறிந்த விவேகிகள். அவர்களது ஒரு பழமொழியைப் பிரதி எடுத்து நீங்களும் நானும் நம் பார்வையில் படும் இடத்தில் ஒட்டி வைக்க வேண்டும். அந்தப் பழமொழி இவ்வாறு கூறுகிறது: "புன்னகை இல்லாத முகத்தைக் கொண்டிருப்பவன் ஒரு கடையைத் திறக்கக்கூடாது."

உங்கள் புன்னகை உங்கள் நல்லெண்ணத்தின் தூதுவர். உங்கள் புன்னகை, அதைப் பார்க்கும் அனைவரின் வாழ்விலும் ஒளி சேர்க்கிறது. குறிப்பாக, ஏராளமானோர் கடுநோக்குடன் முகஞ்சுளித்துக் கொண்டோ அல்லது முகத்தைத் திருப்பிக் கொண்டோ போவதைப் பார்த்துள்ள யாரோ ஒருவருக்கு, உங்கள் புன்னகை, மேகங்களைக் கிழித்துக் கொண்டு வெளிவரும் கதிரவனைப்போலத் தோன்றும். குறிப்பாக, அந்த யாரோ ஒருவர் தன் மேலதிகாரிகள், வாடிக்கையாளர்கள், ஆசிரியர்கள், பெற்றோர்கள். அல்லது குழந்தைகளின் நடத்தை காரணமாக மன அழுத்தத்திற்கு ஆளாகியிருக்கும்போது, நிலைமை ஒன்றும் அவ்வளவு மோசமானதல்ல, உலகில் மகிழ்ச்சி இன்னும் நிலைகொண்டுதான் இருக்கிறது என்று அவர் உணர உங்கள் புன்னகை அவருக்கு உதவும்.

இரண்டாவது கொள்கை

புன்னகை புரியுங்கள்.

சில வருடங்களுக்கு முன், நியூயார்க் நகரிலிருந்த ஒரு பல்பொருள் அங்காடி. கிறிஸ்துமஸ் நேரத்தில் வரும் கூட்டத்தின் காரணமாகத் தன் விற்பனையாளர்கள் மன அழுத்தத்திற்கு ஆளாவதை உணர்ந்துகொண்டு. பணம் செலுத்தும் இடத்திற்கு அருகே ஓர் அட்டையில் இவ்வாறு அச்சிட்டு வைத்திருந்தது

கிறிஸ்துமஸ் புன்னகை

புன்னகை இலவசமானது.
ஆனால் அது உருவாக்குவதோ ஏராளம், ஏராளம்.
அது பெறுபவர்களை வளப்படுத்துகிறது.
ஆனால், கொடுப்பவர்களை வறியவர்கள் ஆக்குவதில்லை.
அது மின்னல் வேகத்தில் நிகழ்கிறது.
சமயங்களில் அந்த நினைவு என்றென்றும் நிலைத்து நிற்கிறது.
வீட்டில் அது மகிழ்ச்சியை உருவாக்கும்,
தொழிலில் நற்பெயரை வளர்த்தெடுக்கும்.
அது நட்பிற்கான உறுதிக் கையொப்பம்.
களைத்துள்ளவர்களுக்கு அது இளைப்பாற்றல்,
ஊக்கமிழந்தவர்களுக்குப் பகல்வெளிச்சம்.
வருத்தமுற்றிருப்பவர்களுக்குக் கதிரொளி.
பிரச்சனையுள்ளவர்களுக்கு இயற்கை மருந்து.
ஆனாலும் அதை வாங்க முடியாது.
யாசகமாகவோ கடனாகவோ பெற முடியாது. திருட முடியாது.
ஏனெனில், அது பிறருக்குக் கொடுக்கப்படும்வரை,
அதனால் யாருக்கும் எந்தப் பிரயோஜனமும் கிடையாது.
கிறிஸ்துமஸ் நேரத்துக் கடைசி நிமிட வாடிக்கையாளர்களைச்
சமாளித்து, மிகவும் களைத்துப் போயிருக்கும்
எங்கள் விற்பனையாளர்கள் உங்களுக்கு
ஒரு புன்னகையைக் கொடுக்க மறந்துவிட்டால்,
நீங்கள் ஒரு புன்னகையை அவர்களுக்கு விட்டுச்செல்லுமாறு
நாங்கள் உங்களைக் கேட்டுக் கொள்ளலாமா?
நாம் அனைவரில், அடுத்தவருக்குக் கொடுப்பதற்குத்
தன்னிடம் ஒரு புன்னகைகூட இல்லாத ஒருவருக்குத்தான்
ஒரு புன்னகை அவசியம் தேவைப்படுகிறது!

3

இதைச் செய்யவில்லை என்றால் பிரச்சனைதான்

1898ல், நியூயார்க்கின் ராக்லேண்ட் கவுன்ட்டியில் ஒரு துயரச் சம்பவம் நிகழ்ந்தது. ஒரு குழந்தை இறந்துவிட்டது. அந்தக் குறிப்பிட்ட நாளன்று அதன் இறுதிச் சடங்கிற்குச் செல்வதற்காக அண்டைவீட்டார் அனைவரும் தயாராகிக் கொண்டிருந்தனர். ஜிம் ∴பார்லி தன் குதிரையைத் தயார்படுத்துவதற்காகக் குதிரை இலாயத்திற்குச் சென்றார். நிலம் முழுதும் பனியால் மூடப்பட்டிருந்தது. குளிர்ந்த காற்று பலமாக வீசியது. குதிரையை உடற்பயிற்சி செய்ய வைத்துப் பல நாட்களாகியிருந்தன. தண்ணீர்த் தொட்டிக்கு அது கூட்டிச் செல்லப்பட்டபோது, விளையாடிக் கொண்டே நடந்து வந்த அக்குதிரை, திடீரென்று தன் முன்னங்கால்களை உயரமாகத் தூக்கி உதைத்தது. ஜிம் ∴பார்லி இறந்து போனார். அதனால் ஸ்டோனி பாயின்ட் என்ற அந்தச் சிறிய கிராமம் அந்த வாரம் ஒன்றுக்குப்பதிலாக இரண்டு இறுதிச் சடங்குகளுக்குத் தயாரானது.

இறந்துபோன ஜிம் ∴பார்லிக்கு ஒரு மனைவியும் மூன்று மகன்களும் இருந்தனர். காப்பீட்டில் ஒருசில டாலர்களை மட்டுமே அவர் விட்டுச் சென்றிருந்தார்.

அவரது மூத்த மகனான, பத்து வயதுச் சிறுவன் ஜிம் ஒரு செங்கற்சூளையில் வேலைக்குச் சேர்ந்தான். அங்கு அவன் ஒரு வண்டியில் மண்ணை வைத்துத் கொண்டுபோவது, அதைச் செங்கல் வடிவ வார்ப்புகளில் தள்ளிக் இடுவது, பிறகு சுட்டச் செங்கற்களை வெயிலில் காய வைப்பது ஆகிய வேலைகளைச் செய்தான். அவனுக்கு மேலும் படிப்பதற்கான வாய்ப்புக்

கிடைக்கவில்லை. ஆனால் தன் இனிமையான, ஆர்வத்துடன் பழகும் தன்மையால் மக்களைத் தன்மீது விருப்பம் கொள்ள வைக்கக்கூடிய திறன் அவனுக்கு இயல்பாகவே வாய்த்திருந்தது. பின்னாளில் ஜூனியர் ஜிம் ஃபார்லி அரசியலுக்குள் நுழைந்து, காலப்போக்கில் ஏராளமானோரின் பெயர்களை நினைவில் வைத்துக் கொள்ளும் ஓர் அசாத்தியத் திறனை வளர்த்துக் கொண்டார்.

உயர்நிலைப் பள்ளி எப்படி இருக்கும் என்பதை அவர் பார்த்ததில்லை. ஆனால் அவருக்கு நாற்பத்தாறு வயதாவதற்குள், நான்கு கல்லூரிகள் அவருக்குச் சிறப்பு டாக்டர் பட்டம் வழங்கி கௌரவித்தன. அதோடு, குடியரசுக் கட்சியின் தேசியச் செயற்குழுவின் தலைவராகவும், அமெரிக்கத் தபால் துறைத் தலைவராகவும் அவர் பதவி வகித்தார்.

நான் ஒருமுறை ஜூனியர் ஜிம் ஃபார்லியைச் சந்தித்துப் பேட்டி கண்டபோது, அவரது வெற்றிக்கான இரகசியத்தைக் கேட்டேன். "கடின உழைப்பு," என்று அவர் கூறினார். "விளையாடாதீர்கள்! உண்மையிலேயே நான் உங்கள் வெற்றிக்கான இரகசியத்தைத் தெரிந்து கொள்ள விரும்புகிறேன்." என்று நான் கூறினேன்.

அவரது வெற்றிக்கான காரணமாக நான் எதைக் கருதுகிறேன் என்று அவர் என்னிடம் கேட்டார். "பத்தாயிரம் மக்களை அவர்களது முதற்பெயரைக் கொண்டு உங்களால் அழைக்க முடியும் என்று நான் கேள்விப்பட்டிருக்கிறேன்," என்று நான் பதிலளித்தேன்.

"இல்லை. நீங்கள் கூறுவது தவறு. என்னால் ஐம்பதாயிரம் மக்களை அவர்களது முதற்பெயரைக் கூறி அழைக்க முடியும்," என்று அவர் கூறினார்.

இதை நன்றாக மனத்தில் இருத்திக் கொள்ளுங்கள். 1932ல் ஃபிராங்க்ளின் ரூஸ்வெட்டின் பிரச்சாரத்தை ஜிம் ஃபார்லி நிர்வகித்தபோது, ஏராளமான மக்களின் பெயர்களை நினைவில் வைத்துக் கொள்ளக்கூடிய அந்தத் திறன் ரூஸ்வெல்ட்டை வெள்ளை மாளிகையில் அதிபர் பதவியில் அமர்த்த உதவியது.

ஆரம்பக் காலங்களில் ஜிம் ஃபார்லி ஒரு ஜிப்சம் நிறுவனத்தில் விற்பனையாளராகப் பணியாற்றியபோதும், அதன் பிறகு, ஸ்டோனி பாயின்ட் கிராமத்தில் நகர எழுத்தராகப் பொறுப்பு வகித்தபோதும். பெயர்களை நினைவில் வைத்துக் கொள்வதற்கு ஒரு செயற்திட்டத்தை வகுத்துக் கொண்டார்.

ஆரம்பத்தில் அது மிகவும் எளிதான ஒன்றாக இருந்தது. அவர் ஒரு புதிய நபரைச் சந்திக்கும்போதெல்லாம், அந்நபரின் முழுப் பெயரையும் கேட்டுத் தெரிந்து கொண்டு, அதோடு அவரது குடும்பம். தொழில், அரசியல் அபிப்பிராயங்கள் ஆகியவற்றைப் பற்றிய சில விவரங்களையும் தெரிந்து வைத்துக் கொள்வார். இவை அனைத்தையும் அவர் தன் மனத்தில் ஒரு படமாகக் காட்சிப்படுத்திக் கொள்வார். அடுத்த முறை அவர் அந்நபரைச் சந்திக்கும்போது, அது ஒரு வருடத்திற்குப் பிறகு என்றாலும்கூட, அவருடன் கைகுலுக்கி, அவரது குடும்பத்தைப் பற்றியும், அவரது தோட்டத்திலிருந்த ஹாலிஹாக் பூக்களைப் பற்றியும் விசாரிக்கும் அபாரமான திறன் அவரிடம் இருந்தது. அவரை ஒரு பெரும் கூட்டம் பின்தொடர்ந்ததில் வியப்பேதும் இல்லை.

ரூஸ்வெட்டின் அதிபர் பிரச்சாரம் துவங்குவதற்குப் பல மாதங்களுக்கு முன், மேற்கு மற்றும் வடமேற்கு மாநிலங்கள் நெடுகிலும் இருந்த மக்களுக்குத் தனிப்பட்ட முறையில் ஒவ்வொரு நாளும் நூற்றுக்கணக்கான கடிதங்களை ஜிம் ஃபார்லி எழுதினார். பிறகு அவர் பத்தொன்பது நாட்களில் இருபது மாநிலங்களுக்கு விஜயம் செய்தார். அப்பிரயாணத்தின்போது, பன்னிரண்டாயிரம் மைல்களை அவர் குதிரை வண்டியிலும், இரயிலிலும், காரிலும், படகிலுமாகக் கடந்தார். குறிப்பிட்ட நகரத்திற்குள் அவர் வந்து, காலை உணவின்போதோ அல்லது மதிய உணவின்போதோ, தேனீர் நேரத்திலோ அல்லது இரவு உணவின்போதோ மக்களைச் சந்தித்து, அவர்களிடம் மனம் திறந்து உரையாற்றுவார். பிறகு, அங்கிருந்து புறப்பட்டுத் தன் அடுத்தக் கட்டப் பயணத்திற்குத் தயாராகிவிடுவார்.

மீண்டும் தன் வீட்டிற்குத் திரும்பி வந்தவுடன், ஒவ்வொரு நகரத்திலும் தான் சந்தித்த முக்கியமான நபர் ஒருவருக்கு அவர் ஒரு கடிதம் எழுதினார். தான் பார்த்துப் பேசிய விருந்தினர்கள் அனைவரின் பெயர்களையும் பட்டியலிட்டு அனுப்புமாறு அவர் அதில் கேட்டிருந்தார். இறுதிப் பட்டியலில் ஆயிரக்கணக்கான பெயர்கள் இடம்பெற்று இருந்தன. ஆனாலும், அதிலிருந்த ஒவ்வொருவருக்கும் ஜேம்ஸ் ஃபார்லியிடமிருந்து தனிப்பட்ட முறையில் ஒரு கடிதம் போய்ச் சேர்ந்து, அவர்களைப் பெருமைப்படுத்தியது. அக்கடிதங்கள். “அன்புள்ள

பில்,'' அல்லது "அன்புள்ள ஜேன்,'' என்று துவங்கி, எப்போதும் "ஜிம்" என்று கையெழுத்திடப்பட்டிருந்தது.

ஒரு சராசரி மனிதன் உலகிலுள்ள ஒட்டுமொத்தப் பெயர்களைவிடத் தன் பெயரில்தான் அதிக விருப்பம் கொண்டிருக்கிறான் என்பதை ஜிம் ஃபார்லி தன் வாழ்வின் துவக்கத்திலேயே கண்டுகொண்டார். ஒரு பெயரை நினைவில் வைத்து, அதைச் சுலபமாக உங்களால் அழைக்க முடிந்தால், நீங்கள் ஒரு நேர்த்தியான, மிகவும் ஆற்றல் வாய்ந்த பாராட்டைத் தெரிவித்தருக்கிறீர்கள் என்று அர்த்தம். ஆனால் அந்தப் பெயரை மறந்தாலோ அல்லது தவறாகக் கூறினாலோ. நீங்கள் உங்களை மிகவும் அனுகூலமற்ற ஒரு நிலையில் வைத்துவிட்டீர்கள் என்று பொருள். எடுத்துக்காட்டாக, ஒருமுறை நான் பாரிஸில் மேடைப் பேச்சு பற்றி ஒரு பயிற்சி வகுப்பை நடத்தினேன். அது குறித்தத் தகவல்களைப் பாரிஸ் நகரில் வாழ்ந்து வந்த அனைத்து அமெரிக்கர்களுக்கும் நான் அனுப்பினேன். குறைந்த ஆங்கில அறிவு கொண்டிருந்த பிரெஞ்சுத் தட்டெழுத்தர்கள் அவற்றில் பெயர்களை நிரப்பும்போது, இயல்பாகப் பெரும் தவறுகளைச் செய்துவிட்டனர். பாரீஸிலுள்ள ஒரு பெரும் அமெரிக்க வங்கியின் மேலாளர் ஒருவர். நான் அவருக்கு அனுப்பிய கடிதத்தில் அவரது பெயர் எழுத்துப் பிழைகளுடன் இருந்ததைக் கண்டு எனக்கு கண்டனக் கடிதம் ஒன்றை எழுதி வன்மையான அனுப்பினார்.

சில சமயம் ஒரு பெயரை நினைவில் வைத்துக் கொள்வது சிரமமாகத் தோன்றும், குறிப்பாக, அதை உச்சரிக்க மிகவும் கடினமாக இருக்கும்போது, அதைச் சரியாக உச்சரிக்கக் கற்றுக் கொள்ள முயற்சிப்பதற்கு மாறாக, பலர் அதைப் உதாசீனப்படுத்திவிட்டு அந்நபரை வேறொரு சுருக்கமான, சுலபமான பெயர் கொண்டு அழைக்கின்றனர். நிக்கொடெமஸ் பாப்படௌலஸ் என்ற பெயர் கொண்ட ஒரு வாடிக்கையாளரை சிட் லெவி ஒரு சமயத்தில் பலமுறை சந்திக்க வேண்டியிருந்தது. பெரும்பாலான மக்கள் அந்த வாடிக்கையாளரை வெறுமனே 'நிக்" என்று அழைத்தனர். லெவி எங்களிடம் இவ்வாறு கூறினார்: "அவரைத் தொலைபேசியில் அழைப்பதற்கு முன், பலமுறை அவரது பெயரை நான் உச்சரித்துப் பார்க்க ஒரு சிறப்பு முயற்சி மேற்கொண்டேன். அவரை, "வணக்கம், திரு. நிக்கொடெமஸ் பாப்படௌலஸ்,"

என்று அவரது முழுப் பெயரைச் சொல்லி நான் பேசியபோது அவர் அதிர்ச்சியடைந்தார். சில நிமிடங்கள் அவரிடமிருந்து எந்த பதிலும் வரவில்லை. இறுதியில், அவரது கன்னங்களில் கண்ணீர் வழிந்தோட, "நான் இந்நாட்டில் பதினைந்து வருடங்களாக வாழ்ந்து வருகிறேன். இத்தனை வருடங்களில் ஒருவர்கூட என்னை என் சரியான பெயர் கூறி அழைக்க ஒருபோதும் முயற்சித்ததில்லை," என்று என்னிடம் கூறினார்."

ஆன்ட்ரூ கார்னகியின் வெற்றிக்குக் காரணம் என்ன? அவரை எ∴கு அரசன் என்று அழைத்தனர். இருந்தாலும், எ∴கு உற்பத்தியைப் பற்றி அவருக்குப் பெரிதாக ஒன்றும் தெரியாது. எ∴கைப் பற்றி அவரைவிட அதிகமாகத் தெரிந்து வைத்திருந்த நூற்றுக்கணக்கான மக்கள் அவரிடம் வேலை பார்த்தனர்.

ஆனால், மக்களைக் கையாள்வது எப்படி என்பதை அவர் அறிந்திருந்தார். அதுதான் அவரைப் பணக்காரராக்கியது. அவரது வாழ்வின் துவக்கத்திலேயே, ஒரு நிறுவனத்தைக் கட்டியெழுப்பும் ஆர்வமும், தலைமைத்துவப் பண்பும் அவரிடம் காணப்பட்டது. அவருக்குப் பத்து வயதாக இருந்தபோதே, மக்கள் தங்கள் சொந்தப் பெயருக்கு எவ்வளவு பிரமிப்பூட்டும் முக்கியத்துவம் கொடுக்கின்றனர் என்பதை அவரும் கண்டறிந்தார். பிறரது ஒத்துழைப்பைப் பெறுவதற்கு அவர் அதைப் பயன்படுத்தினார். உதாரணமாக, ஸ்காட்லாந்தில் அவர் ஒரு சிறுவனாக இருந்தபோது ஒரு தாய் முயலைப் பிடித்து வளர்க்கத் துவங்கினார். வெகு விரைவில் அம்முயல் நிறைவாக குட்டிகளைப் போட்டது. ஆனால் அவற்றுக்கு உணவளிக்க அவரிடம் ஏதுமில்லை. ஆனால் அவரிடம் ஓர் அற்புதமான யோசனை இருந்தது. தன் சுற்றுவட்டாரத்திலிருந்த சிறுவர் சிறுமியரை அழைத்து, அவர்கள் அனைவரும் வெளியே சென்று முயல் குட்டிகளுக்கு உணவளிப்பதற்குப் போதுமான இலை தழைகளைக் கொண்டுவந்தால், அவர்களை அங்கீகரிக்கும் பொருட்டு, முயல் குட்டிகளுக்கு அவர்களது பெயர்களை வைப்பதாக அவர் கூறினார்.

அத்திட்டம் மாயமாய் வேலை செய்தது. கார்னகி அதை ஒருபோதும் மறக்கவில்லை.

பல வருடங்களுக்குப் பிறகு, இதே உளவியலை வியாபாரத்தில் பயன்படுத்தியதன் மூலம் அவர் பல கோடி டாலர்களைச் சம்பாதித்தார். எடுத்துக்காட்டாக, அவர் தன்

நிறுவனம் தயாரித்த இரயில் தண்டவாளங்களைப் பென்சில்வேனியா இரயில்வே நிறுவனத்திற்கு விற்க விரும்பினார். அப்போது ஜே. எட்கர் தாம்சன் அந்நிறுவனத்தின் தலைவராக இருந்தார். எனவே கார்னகி, பிட்ஸ்பர்க்கில் ஒரு பெரிய எ.்.குத் தொழிற்சாலையை உருவாக்கி, அதற்கு "எட்கர் தாம்சன் எ.்.கு நிறுவனம்" என்று பெயரிட்டார்.

பென்சில்வேனியா இரயில் நிறுவனத்திற்குத் தண்டவாளங்கள் தேவைப்பட்டபோது, ஜே. எட்கர் தாம்சன் அவற்றை எங்கிருந்து வாங்கியிருப்பார் என்று ஊகிப்பதற்குப் பெரிய திறமை எதுவும் தேவையில்லை.

படுக்கை வசதியுடன்கூடிய இரயில் பெட்டிகளை உருவாக்கும் தொழிலில் முதன்மை நிலை வகிப்பதற்காக, கார்னகியும் ஜார்ஜ் புல்மேனும் ஒருவரோடு ஒருவர் போட்டி போட்டுக் கொண்டிருந்தபோது, அந்த எ.்.கு அரசன் மீண்டும் அந்த முயல்களின் கதையை நினைத்துப் பார்த்தார்.

ஆன்ட்ரூ கார்னகியின் கட்டுப்பாட்டில் இருந்த மத்தியப் போக்குவரத்து நிறுவனம், புல்மேனுக்குச் சொந்தமான நிறுவனத்துடன் சண்டையிட்டுக் கொண்டிருந்தது. ஐக்கியப் பசிபிக் இரயில்வே நிறுவனத்தின், படுக்கை வசதியுடன் கூடிய இரயில் பெட்டிகளுக்கான ஆர்டரைப் பெறுவதற்காக இருவரும் ஒருவரோடு ஒருவர் போட்டி போட்டுக் கொண்டு, விலைகளைக் குறைத்துக் கொண்டு, இலாபத்திற்கான அனைத்து வாய்ப்புகளையும் அழித்துக் கொண்டிருந்தனர். ஐக்கியப் பசிபிக்கின் இயக்குனர்கள் குழுவைச் சந்திப்பதற்காக அவர்கள் இருவரும் நியூயார்க்கிற்குச் சென்றனர். ஒருநாள் மாலையில் செயின்ட் நிக்கோலஸ் ஹோட்டலில் அவர்கள் சந்தித்தபோது, கார்னகி, "வணக்கம், திரு. புல்மேன். நாம் இருவரும் சேர்ந்து ஒருவரை ஒருவர் முட்டாளாக்கிக் கொண்டிருக்கிறோம் இல்லையா?" என்று புல்மேனிடம் கேட்டார்.

"நீங்கள் என்ன கூறுகிறீர்கள்?" என்று புல்மேன் வினவினார்.

பிறகு கார்னகி தன் மனத்தில் இருந்த எண்ணத்தை வெளிப்படுத்தினார். கார்னகி மற்றும் புல்மேன் ஆகிய இருவரது நிறுவனங்களையும் இணைக்கலாம் என்ற யோசனைதான் அது. ஒருவரை ஒருவர் எதிர்ப்பதற்கு மாறாக, இருவரும் இணைந்து வேலை செய்வதில் உள்ள பரஸ்பர அனுகூலங்களை

வண்ணமயமான வார்த்தைகளால் அவர் விரிவாகக் காட்சிப்படுத்தினார். புல்மேன் அதைக் கவனமாகக் கேட்டார். ஆனால், அவருக்கு முழுமையான நம்பிக்கை ஏற்படவில்லை. இறுதியாக, ”புதிய நிறுவனத்தை எந்தப் பெயரில் அழைப்பீர்கள்?'' என்று கேட்டார். அதற்குக் கார்னகி உடனடியாக, ”ஏன், புல்மேன் பேலஸ் கார் நிறுவனம் என்றுதான்,” என்று பதிலளித்தார்.

புல்மேனின் முகம் பிரகாசமடைந்தது. “என் அறைக்குள் வாருங்கள். நாம் அதைப் பற்றிப் பேசலாம்,” என்று கூறினார். அந்தப் பேச்சு தொழிற்துறையில் ஒரு புதிய வரலாற்றிற்கு அடித்தளம் இட்டது.

தன் நண்பர்கள் மற்றும் தொழிற் கூட்டாளிகளின் பெயர்களை நினைவு வைத்து, அவற்றுக்கு மரியாதை செலுத்தும் இக்கொள்கை, ஆன்ட்ரூ கார்னகியின் தலைமைத்துவத்தின் இரகசியங்களில் ஒன்று. தன் தொழிற்சாலையில் வேலை பார்த்தப் பல ஊழியர்களை அவர்களது முதற்பெயரைக் கொண்டு தன்னால் அழைக்க முடிந்தது குறித்துக் கார்னகி மிகவும் பெருமிதம் கொண்டிருந்தார். வெற்றிகரமாக விளங்கிய தன் எஃகு ஆலைகள் தன் தனிப்பட்டக் கட்டுப்பாட்டில் இருந்தபோது, எந்த வேலை நிறுத்தமும் நடைபெறவில்லை என்று அவர் மிகவும் பெருமைப்பட்டார்.

டெக்சாஸ் காமர்ஸ் பேங்க்ஷேர்ஸ் நிறுவனத்தின் தலைவர் பென்டன் லவ் இவ்வாறு கூறுகிறார்: “ஒரு நிறுவனம் பெரிதாக வளர வளர, அது தன் உயிர்த்துடிப்பை இழந்துவிடுகிறது. மீண்டும் அதை உயிர்த்துடிப்புடன் விளங்கச் செய்வதற்கு ஒரு வழி, ஊழியர்களின் பெயர்களை நினைவில் வைத்துக் கொள்வது. பெயர்களைத் தன்னால் நினைவு வைத்துக் கொள்ள முடியாது என்று என்னிடம் கூறும் ஒரு நிர்வாக அதிகாரி, உண்மையில் தன் தொழிலின் ஒரு குறிப்பிடத்தக்கப் பகுதியைத் தன்னால் நினைவில் வைத்துக் கொள்ள முடியாது என்று கூறுவதாகத்தான் நான் எடுத்துக் கொள்வேன்.''

கலிபோர்னியா மாநிலத்தைச் சேர்ந்த கேரன் கிர்ஷ் என்பவர் ட்ரான்ஸ் வேர்ல்டு அட்லான்டிக் விமான நிறுவனத்தில் விமானப் பணிப்பெண்ணாகப் பணியாற்றினார். தன்னால் இயன்ற

அளவுக்கு, விமானத்தில் பயணம் செய்யும் பயணிகளின் பெயர்களைக் கற்றுக் கொள்வதை அவர் ஒரு வழக்கமாகக் கொண்டிருந்தார். பயண நேரத்தில் அவர்களுக்குச் சேவை செய்யும்போது, அவர் அவர்களது பெயர்களைக் கூறிப் பணிவிடை செய்தார். இது அவருக்குப் பல பாராட்டுக்களைப் பெற்றுத் தந்தது. சில சமயம் பயணிகளிடமிருந்து அவருக்கு நேரடியான பாராட்டுக்கள் கிடைத்தன. மற்ற நேரங்களில், அவரைப் பற்றியப் பாராட்டுக்கள் விமான நிறுவனத்திற்குத் தெரிவிக்கப்பட்டன. ஒரு பயணி இவ்வாறு எழுதியிருந்தார்: ”நான் சில காலமாக உங்கள் நிறுவனத்தின் விமானத்தில் பயணம் செய்யவில்லை. ஆனால் இப்போதிலிருந்து நான் இந்த விமானத்தைத் தவிர வேறெதிலும் பயணம் செய்யப் போவதில்லை. உங்கள் நிறுவனம் ஒவ்வொருவருக்கும் ஒரு தனிப்பட்டக் கவனிப்பை வழங்குகிறது என்று நான் நினைக்கும்படிச் செய்திருக்கிறீர்கள். என்னைப் பொறுத்தவரை அது முக்கியமானது.”

மக்கள் தங்கள் பெயர்களைப் பற்றி மிகவும் பெருமிதம் கொண்டுள்ளனர். என்ன விலை கொடுத்தேனும் அதை நிலைத்திருக்கச் செய்வதற்குக் கடுமையாக முயற்சிப்பார்கள். தனது காலத்தில் மிகச் சிறந்து விளங்கிய, ஆணவமிக்க மேடைக் கலைஞரான பி.டி. பார்னம்கூடத் தன் பெயரை முன்னெடுத்துச் செல்வதற்கு மகன்கள் இல்லாததால் ஏமாற்றமடைந்து, அவரது மகள் வயிற்றுப் பேரன் சி.எச். சீலே தன்னை ‘பார்னம்“ சீலே என்று அழைப்பதற்கு ஒப்புக் கொண்டால் 25,000 டாலர்கள் தருவதாக அவர் வாக்குறுதியளித்தார்.

பல நூற்றாண்டுகளாக, மேட்டுக்குடியினரும் செல்வாக்கு மிக்க மனிதர்களும், ஓவியர்கள், இசைக் கலைஞர்கள், மற்றும் நூலாசிரியர்கள் போன்றோரது கலைப் படைப்புகள் தங்கள் பெயரில் அர்ப்பணிக்கப்பட வேண்டும் என்பதற்காக அவர்களை ஆதரித்தனர்.

தங்கள் பெயர் மனித வரலாற்றிலிருந்து அழிக்கப்படுவதை நினைத்துப் பார்ப்பதைக்கூடப் பொறுத்துக் கொள்ளாத மக்களால் எண்ணற்ற நூலகங்களும் அருங்காட்சியகங்களும் பெரும் பயன் அடைந்துள்ளன. நியூயார்க பொது நூலகத்தில் ஏண்டர் மற்றும் லெனாக்ஸின் நன்கொடையால் வாங்கப்பட்டப் புத்தகத் தொகுதிகள்

இருக்கின்றன. பெருநகர் அருங்காட்சியகம் பெஞ்சமின் ஆஸ்ட்மேன் மற்றும் ஜே.பி. மோர்கனின் பெயர்களை நிலைநிறுத்தியுள்ளன. கிட்டதட்ட ஒவ்வொரு தேவாலயத்தையும் அழகுபடுத்தும் வண்ணக் கண்ணாடி சன்னல்கள், அவற்றைத் தானமாகத் கொடுத்தவர்களின் பெயர்களை நினைவுபடுத்துவதாக அமைந்துள்ளன. பெரும்பாலான பல்கலைக்கழகங்களின் வளாகத்திலுள்ள கட்டிடங்கள் அவற்றை நிர்மாணிப்பதற்கு ஏராளமான பணத்தை நன்கொடையாக வழங்கியவர்களின் பெயர்களைக் கொண்டுள்ளன.

பெரும்பாலான மக்கள், பிறரது பெயர்களை நினைவில் வைப்பதில்லை. அதற்கான காரணம், அவற்றின்மீது கவனம் செலுத்தி, அவற்றை மீண்டும் மீண்டும் கூறி. தங்கள் மனத்தில் நிரந்தரமாகப் பதிய வைப்பதற்குத் தேவையான நேரத்தையும் ஆற்றலையும் அவர்கள் செலவிடுவதில்லை.

அவர்கள் ∴பிராங்களின் ரூஸ்வெட்டைவிடவும் அதிகமான வேலைப்பளுவைக் கொண்டிருந்தவர்களாக இருந்திருக்க முடியாது அவர் தான் சந்தித்த ஒவ்வொரு மெக்கானிக்கின் பெயரையும்கூட ஞாபகம் வைத்து நினைவூட்டுவதற்கு நேரம் எடுத்துக் கொண்டார்.

எடுத்துக்காட்டாக, கிரிஸ்லர் நிறுவனம் திரு. குஸ்வெட்டிற்காக ஒரு சிறப்புக் காரை உருவாக்கியது. ரூஸ்வெல்ட்டின் கால்கள் முடக்கு வாதத்தால் பாதிக்கப்பட்டிருந்ததால், அவரால் வழக்கமான காரைப் பயன்படுத்த முடியவில்லை. அதனால் கிரிஸ்லர் நிறுவனத்தைச் சேர்ந்த திரு. சேம்பாலெயினும், ஒரு மெக்கானிக்கும் வெள்ளை மாளிகைக்கு அந்தக் காரைக் கொண்டு வந்தனர். திரு. சேம்பாலெயின் வெள்ளை மாளிகையில் தனக்கு ஏற்பட்ட அனுபவங்களை விவரித்து எழுதியிருந்த ஒரு கடிதம் என் முன் இருக்கிறது: “வழக்கத்தைவிட அதிகமான உபகரணங்களைக் கொண்டிருந்த ஒரு காரை எவ்வாறு கையாள வேண்டும் என்று நான் அதிபர் ரூஸ்வெல்ட்டிற்கு எடுத்துரைத்தேன். ஆனால் மக்களைக் கையாளும் ஓர் அருமையான கலையை அவர் எனக்குக் கற்றுக் கொடுத்தார்.

“நான் வெள்ளை மாளிகைக்குச் சென்றபோது, அதிபர் ரூஸ்வெல்ட் மிகவும் மகிழ்ச்சியாகவும் குதூகலமாகவும்

இருந்தார். அவர் என்னைப் பெயர் சொல்லி அழைத்து, என்னை வசதியாக உணரச் செய்தார். குறிப்பாக, நான் அவரிடம் காட்டி, அவருக்கு விளக்க வேண்டியிருந்த விஷயங்களில் அவர் அதிக ஆர்வம் கொண்டிருந்தது என்னை மிகவும் கவர்ந்தது. முழுக்க கைகளாலேயே இயக்கப்படும் விதத்தில் அந்தக் கார் முழுக்கக் வடிவமைக்கப்பட்டிருந்தது. காரைப் பார்க்க ஒரு பெரும் கூட்டம் அதைச் சுற்றிக் கூடியது. அப்போது அவர், "இக்கார் அற்புதமாக இருக்கிறது. நான் செய்ய வேண்டியதெல்லாம் ஒரு பட்டனைத் தொட வேண்டும், அவ்வளவுதான். கார் தானாகவே நகர்ந்து செல்லும். எந்த முயற்சியும் இன்றி அதை என்னால் ஓட்ட முடியும். இது பிரம்மாண்டமாக உள்ளது. எது அதை இயக்குகிறது என்று எனக்குத் தெரியவில்லை. அதைப் பிரித்துப் பார்த்து, அது எவ்வாறு வேலை செய்கிறது என்பதைத் தெரிந்து கொள்ள எனக்கு நேரம் இருந்தால் நான் மகிழ்வேன்," என்று குறிப்பிட்டார்.

"ரூஸ்வெல்ட்டின் நண்பர்களும் கூட்டாளிகளும் அக்காரை ரசித்துக் கொண்டிருக்கும்போது, அவர்கள் முன்னிலையில் அவர் இவ்வாறு கூறினார்: 'திரு. சேம்பர்லெயின் அவர்களே, இந்தக் காரை உருவாக்குவதற்கு நீங்கள் செலவிட்டுள்ள நேரத்தையும் முயற்சியையும் நான் நிச்சயமாகப் பாராட்டுகிறேன். இது ஓர் அற்புதமான படைப்பு:" காரின் ரேடியேட்டர், சிறப்புப் பின்பார்வைக் கண்ணாடி மற்றும் கடிகாரம், இருக்கைகளின் நேர்த்தி, ஓட்டுனர் இருக்கை அமைப்பு, காரின் பின்புறத்தில் சாமான்கள் வைக்கும் இடத்தில் இருந்த, அவரது பெயரின் முதலெழுத்துக்கள் பொறிக்கப்பட்ட சிறப்புக் கைப்பெட்டிகள் ஆகியவற்றை அவர் வெகுவாக ரசித்தார். வேறு வார்த்தைகளில் கூறுவதானால், நான் பெரும் அக்கறையெடுத்துக் கொண்ட ஒவ்வொரு விஷயத்திலும் அவர் கவனம் செலுத்தினார். பல்வேறுபட்ட இநத் உபகரணங்களை அவா தன மனைவி, தொழிலாளர், செயலாளர், மில் பொருப்பாளர் மற்றும் தன் செயலாளர் ஆகியோரின் கயனத்திற்குக் கொண்டு வந்தார். வெள்ளை மாளிகையில் உதவியாளராக வேலை பார்த்தவரையும் அங்கு வரச் செய்து, "ஜார்ஜ், குறிப்பாக இந்தக் கைப்பெட்டிகளை நீங்கள் பத்திரமாகப் பார்த்துக் கொள்ள வேண்டும்" என்று கூறினார்.

"அந்தக் காரை ஓட்டுவது எப்படி என்பதை நான் அதிபா குண்வெல்ட்டிற்குச் சொல்லிக் கொடுத்தப் பிறகு, அவர்

என்னிடம் திரும்பி, “திரு சேம்பர்லெயின் அவர்களே, ∴பெடரலரிசான போர்டு உறுப்பினர்களை முப்பது நிமிடங்களாக தான் காக்க வைத்துள்ளேன். அதனால் நாள் விடைபெறுகிறேன் என்று கூறினார்.

”நான் என்னுடன் ஒரு மெக்கானிக்கையும் வெள்ளை மாளிகைக்கு அழைத்துச் சென்றேன். அதியர் குஸ்வெல்ட் வந்தபோது அவரையும் நான் அதிபரிடம் அறிமுகம் செய்து வைத்தேன் அவர் அதியருடன் பேசவில்லை. குஸ்வெல்ட்டும் அவரது பெயரை ஒரே ஒரு முறைதான் கேட்டார். அந்த மெக்கானிக அதிகமாக வெட்கப்படும் நபராக இருந்ததால், அவர் அங்கு நடந்த அனைத்தையும் சற்றுப் பின் நின்றே பார்த்துக் கொண்டிருந்தார். ஆனால் எங்களிடமிருந்து விடைபெறுவதற்கு முன், அதிபா குஸ்வெலட் அந்த மெக்கானிக்கை தேடிப் பிடித்து. அவருடன் கைகுலுக்கி, அவரது பெயரைச் சொல்லி அழைத்து, வாஷிங்டனுக்கு வந்ததற்கு நன்றி தெரிவித்தார். அவர் ஒப்புக்காக நன்றி கூறவில்லை உண்மையிலேயே அவர் தன் மனதார நன்றி கூறினார். என்னால் அதை உணர் முடிந்தது.

“நாங்கள் நியூயார்க்கிற்குத் திரும்பிய ஒருசில நாட்களுக்குப் பிறகு அதிபரி குஸ்வெல்ட் கையெழுத்திட்டிருந்த அவரது புகைப்படத்தையும், என் உதவிக்கு மீண்டும் நன்றி தெரிவித்து ஒரு சிறிய நன்றிக் குறிப்பையும் அவர் எனக்கு அனுப்பி வைத்தார். இது போன்றவற்றையெல்லாம் செய்ய அவருக்கு மட்டும் எங்கிருந்து நேரம் கிடைக்கிறது என்பது எனக்குப் புரியாத புதிராக உள்ளது.”

மக்களின் பெயர்களை நினைவில் வைத்து அவர்களை முக்கியமானவர்களாக உணரச் செய்வதுதான் நற்பெயரைப் பெறுவதற்கான எளிய மீக வெளிப்படையான, மிக முக்கியமான வழி என்பதை ∴பிராங்களின் ரூஸ்வெல்ட் அறிந்திருந்தார். நம்மில் எத்தனை பேர் அதைச் செய்கிறோம்!

பல சமயங்களில் நமக்குப் பரிச்சயமில்லாதவரிடம் நாம் அறிமுகப்படுத்தப்படுகிறோம். ஒருசில நிமிடங்கள் அவருடன் பேசிவிட்டு, அவரிடமிருந்து விடைபெறும்போது அவரது பெயர் நமக்கு மறந்துவிடுகிறது.

ஓர் அரசியல்வாதிகளுக்கெல்லாம் முதல் பாடம் இது: ”ஒரு வாக்காளரின் பெயரை நினைவிற்குக் கொண்டு வருவது இராஜதந்திரம் அதை மறப்பது தோல்விக்குச் சமம்”

பெயர்களை நினைவில் கொள்ளும் திறன் அரசியலில் எவ்வளவு முக்கியத்துவம் வாய்ந்ததாக இருக்கிறதோ, அதே அளவு அது வியாபாரத்திலும், சமூகத் தொடர்புகளிலும் முக்கியம் வாய்ந்ததர்கத் திகழ்கிறது.

மாபெரும் தலைவர் நெப்போலியனின் மருமகனும், பிரானசின் போராருமான மூன்றாம் நெய்போலியன், தனக்கு ஏராளமான கடமைகள் இருந்தபோதிலும், தான் சத்திக்கும் ஒவ்வொருவரின் பெயரையும் தன்னால் நினைவில் வைத்திருக்க முடிந்தது குறித்துப் பெருமைப்பட்டார்.

அவர் எந்த உத்தியைப் பயன்படுத்தினார்? அது மிகவும் எனிது அவரால் பெயரைச் சரியாகக் கேட்க முடியாமல் போனால், என்னை மன்னிக்க வேண்டும். நீங்கள் கூறிய பெயர் எனக்குத் தெளிவாகக் கேட்கவில்லை” என்று அவர் கூறுவார். ஒருவேளை அது ஒரு வித்தியாசமான பெயராக இருந்தால், “உங்கள் பெயரை ஒவ்வோர் எழுத்தாக உச்சரித்துக் காட்ட முடியுமா?” என்று அவர் கேட்பார்.

உரையாடலின்போது, அந்தப் பெயரைப் பலமுறை கூறுவதற்கு அவர் பெரும் முயற்சி எடுத்துக் கொள்வார். அந்தப் பெயரை அதற்குரிய நபரின் முகத் தோற்றம், முகபானம் மற்றும் பொதுவான தோற்றம் ஆகியவற்றுடன் தன் மனத்தில் தொடர்புபடுத்திக் கொள்வார்.

குறிப்பிட்ட அந்நபர் மிகவும் முக்கியமானவர் என்றால், நெப்போலியன் இன்னும் அதிக முயற்சியெடுப்பார் அவருக்குத் தனியாக நேரம் கிடைத்தவுடன், ஒரு காகிதத்தில் அந்தப் பெயரை எழுதிக் கொண்டு, அதைப் பார்த்து, அதன்மீது தன் கவனத்தைக் குவித்து, அதைப் பாதுகாப்பாகத் தன் மனத்தில் பதிய வைத்துக் கொண்ட பிறகு அந்தக் காகிதத்தைக் கிழித்துப் போடுவார். இவ்வழியில், செவி வழியாகவும் கண் வழியாகவும் பெயர்களை அவரால் நினைவில் இருத்திக் கொள்ள முடிந்தது.

இவை அனைத்தும் சற்று நேரம் எடுத்துக் கொள்ளும் என்பது உண்மைதான். ஆனால், “நல்ல இங்கிதங்கள் சிறு சிறு தியாகங்களால் ஆனவை,” என்று எமர்சன் கூறியுள்ளார்.

பெயர்களை நினைவில் இருத்தி அவற்றைப் பயன்படுத்துவதன் முக்கியத்துவம் அரசர்களுக்கும் பெருநிறுவன நிர்வாகிகளுக்கும் மட்டும் உள்ள சிறப்புரிமை அல்ல. அது நம் அனைவருக்கும் வேலை செய்யும். இன்டியானா மாநிலத்திலுள்ள ஜெனரல் மோட்டார்ஸ் நிறுவனத்தின் ஊழியரான கென் நாட்டிங்கம் வழக்கமாகத் தன் நிறுவனத்தின் சிற்றுண்டிச்சாலையில் உணவருந்துவார். அங்கு வேலை பார்த்த ஒரு பெண்ணின் முகம் எப்போதும் கடுகடுப்பாக இருப்பதை அவர் கண்டார். "அவர் இரண்டு மணிநேரமாக சான்ட்விச்சுகளைத் தயாரித்துக் கொண்டிருந்தார். அவரைப் பொறுத்தவரை நான் மற்றொரு சான்ட்விச், அவ்வளவுதான். எனக்கு வேண்டியதை நான் அவரிடம் கூறினேன். ஒரு சிறு அளவை இயந்திரத்தில் அவர் இறைச்சியை அளந்து எடுத்து வைத்து, அதோடு முட்டைக்கோஸ்போல இருக்கும் லெட்டஸின் இலை ஒன்றையும் வைத்து, சில உருளைக்கிழங்கு சிப்ஸுடன் என்னிடம் கொடுத்தார்.

"அடுத்த நாள் நான் அதே வரிசையின் வழியாகச் சென்றேன். அதே பெண். அதே கடுகடுப்பு. அன்று நான் அவரது பெயர் அட்டையைப் பார்த்து அவரது பெயரைத் தெரிந்து கொண்டேன். அவரைப் பார்த்துப் புன்னகைத்து, "ஹலோ, யூனிஸ்," என்று அவரிடம் கூறிவிட்டு, எனக்கு வேண்டியதைக் கூறினேன். அவர் அந்த அளவை இயந்திரத்தைக் கண்டு கொள்ளவில்லை. என் தட்டில் இறைச்சியைத் தாராளமாக வைத்து, மூன்று லெட்டஸ் இலைகளுடன், தட்டிலிருந்து கீழே விழும் அளவுக்கு மலைபோல் குவிக்கப்பட்ட உருளைகிழங்கு சிப்ஸையும் எனக்குக் கொடுத்தார்."

ஒரு பெயருக்குள் ஒளிந்திருக்கும் மாயத்தை நாம் அறிந்து கொண்டு, குறிப்பிட்ட இந்த அம்சம், முழுக்க முழுக்க, நாம் கையாண்டு கொண்டிருக்கும் அந்த நபருக்கு மட்டுமே உரிமையானது, வேறு யாருக்கும் சொந்தமானது. அல்ல என்பதை உணர்ந்து கொள்ள வேண்டும். பெயர்தான் ஒரு தனிநபரை வேறுபடுத்துகிறது. பலருக்கு மத்தியில் அதுதான் அவரைத் தனித்துவமாக்குகிறது. ஒரு குறிப்பிட்டச் சூழ்நிலையை, அதில் சம்பந்தப்பட்டுள்ள தனிநபரின் பெயரைக் குறிப்பிட்டுச் சொல்லி நாம் அணுகும்போது, நாம்" அவரிடம் பகிர்ந்து கொள்ளும் தகவல்கள் அல்லது முன்வைக்கும் கோரிக்கைகள் ஆகியவை கூடுதல் முக்கியத்துவத்தைப்

பெறுகின்றன. உணவகத்தில் உள்ள பணிப்பெண் முதல், முதுநிலை உயரதிகாரிகள் வரை, நாம் மற்றவர்களைக் கையாளும்போது, பெயர்கள் நன்மதிப்பை வளர்க்கும்.

மூன்றாவது கொள்கை

எவருக்குமே தனது பெயர்தான் உலகிலேயே மிக இனிமையான, மிக முக்கியமான ஒலி என்பதை நினைவில் கொள்ளுங்கள்.

4

சிறப்பாக உரையாடுவதற்கான சுலபமான வழி

சிறிது காலத்திற்கு முன், நண்பர்கள் கூட்டிய விழா ஒன்றில் நான் கலந்து கொண்டேன். அவர்கள் சீட்டு விளையாடத் துவங்கினர். நான் சீட்டு விளையாடுவதில்லை. அங்கிருந்த ஒரு பெண்ணும் அதை விளையாடவில்லை. திரு. லோவெல் தாமஸ் வானொலியில் வேலைக்குச் சேர்வதற்கு முன் தான் அவரது மேலாளராகப் இருந்ததையும், அவர் ஆற்றவிருந்த பணியாற்றி பயணச் சொற்பொழிவுகளைத் தயாரிப்பதற்கு உதவுவதற்காக நான் அவருடன் ஐரோப்பாவில் அதிகமாகப் பயணித்திருந்தேன் என்பதையும் அவர் அறிந்திருந்தார். எனவே அவர், ”ஹலோ, திரு கார்னகி. ஐரோப்பாவில் நீங்கள் சுற்றிப் பார்த்த அற்புதமான இடங்களைப் பற்றியும், நீங்கள் பார்த்தக் காட்சிகளைப் பற்றியும் நான் கேட்க விரும்புகிறேன்,” என்று கூறினார்.

நாங்கள் சோபாவில் அமர்ந்தபோது, தானும் தன் கணவரும் சமீபத்தில் ஆப்பிரிக்காவிற்குச் சென்றுவிட்டுத் திரும்பியதாகக் குறிப்பிட்டார். அப்போது ”ஆப்பிரிக்காவா! எவ்வளவு அற்புதமான இடம்! எனக்கு எப்போதுமே ஆப்பிரிக்காவைப் பார்க்க வேண்டும் என்ற ஆர்வம் இருந்தது. ஆனால் அல்ஜியர்ஸ் நகரில் இருபத்து நான்கு மணிநேரம் இருந்ததைத் தவிர நான் ஆப்பிரிக்காவில் வேறெங்கும் சென்றதே இல்லை. என்ன, வனவிலங்குகளுக்குப் பெயர்போன அந்தப் பிரபலமான நாட்டிற்குச் சென்றீர்களா? எவ்வளவு அதிர்ஷ்டக்காரர் நீங்கள்! நான் உங்களைப் பார்த்துப்

பொறாமைப்படுகிறேன். அது இருக்கட்டும், ஆப்பிரிக்காவைப் பற்றிக் கூறுங்கள்,''என்று கூறினேன்.

அது அவரை நாற்பத்தைந்து நிமிடங்கள் பேச வைத்தது. அதன் பிறகு, நான் எங்கே சென்றேன். எந்தெந்த இடங்களைப் பார்த்தேன் என்பது பற்றி அவர் என்னிடம் கேட்கவே இல்லை. என் பிரயாணங்களைப் பற்றி நான் கூறுவதை அவர் கேட்க விரும்பவில்லை. அவர் சென்ற இடங்களைப் பற்றி அவர் கூறுவதைக் காதுகொடுத்துக் கேட்பதற்கு ஓர் ஆர்வமான நபர் தேவைப்பட்டார், அவ்வளவுதான். அவருக்குத் அது வழக்கத்திற்கு மாறானதா? இல்லை. பல மக்கள் அவ்வாறுதான் இருக்கின்றனர்.

எடுத்துக்காட்டாக, நியூயார்க்கிலிருந்த ஒரு பதிப்பாளர் அளித்த ஓர் இரவு விருந்தில் நான் தாவரவியலாளரைச் சந்தித்தேன். அதற்கு முன் நான் ஒரு பிரபல எந்தவொரு தாவரவியலாளரிடமும் பேசியதில்லை. அவர் எனக்கு மிகவும் சுவாரசியமானவாரகத் தோன்றினார். அந்நிய தேசத்திலிருந்து வந்த தாவரங்கள், தாவர வாழ்வின் புதிய வடிவங்கள், மற்றும் வீட்டினுள் அமைக்கக்கூடிய தோட்டங்கள் ஆகியவற்றைப் பற்றி அவர் கூறுவதை நான் கூர்ந்து கவனித்துக் கேட்டுக் கொண்டிருந்தபோது நான் உண்மையிலேயே என் நாற்காலியின் விளிம்பில் உட்கார்ந்திருந்தேன். உருளைக்கிழங்குகள் பற்றிய வியத்தகு உண்மைகளைக்கூட அவர் என்னிடம் கூறினார். என் வீட்டிலும் எனக்குச் சொந்தமான ஓர் உட்புறத் தோட்டம் உள்ளது. எனது சில தோட்டப் பிரச்சனைகளை எவ்வாறு தீர்ப்பது என்பது பற்றியும் அவர் எனக்கு ஆலோசனை வழங்கினார்.

நான் ஏற்கனவே கூறியதுபோல், நாங்கள் ஓர் இரவு விருந்தில் இருந்தோம். அங்கு இன்னும் ஏராளமான விருந்தினர்கள் வந்திருந்தனர். ஆனால் அடிப்படை நாகரீகங்களை மீறி, மற்ற அனைவரையும் புறக்கணித்து, அந்தத் தாவரவியலாளரிடம் நான் மட்டும் பல மணிநேரம் பேசிக் கொண்டிருந்தேன்.

நள்ளிரவு வந்தது. அனைவரிடமும் விடைபெற்றுக் கொண்டு நான் அங்கிருந்து புறப்பட்டேன். அப்போது அத்தாவரவியலாளர் எங்களை விருந்துக்கு அழைத்திருந்தவரிடம் என்னைப் பற்றிப் பாராட்டிப் பேசினார்.

நான் ஒரு சிறந்த "ஊக்குவிப்பாளர்" என்று குறிப்பிட்டு, கடைசியில் "கார்னகி மிக சுவாரசியமான உரை நிகழ்த்துபவர்" என்று கூறி முடித்தார்.

ஒரு சுவாரசியமான உரையாடலாளரா? நான் எதுவுமே பேசவில்லையே? பிறகு எப்படி? நாங்கள் பேசிக் கொண்டிருந்த விஷயத்திலிருந்து விலகி வேறு ஏதேனும் பேசாத வரை, என்னால் ஒன்றுமே கூறியிருக்க முடியாது. ஏனெனில், ஒரு பெண்குயின் பறவையின் உடற்கூறு எனக்கு எந்த அளவுக்குத் தெரியுமோ அதைவிட அதிகமாக ஒன்றும் தாவரவியலைப் பற்றி எனக்குத் தெரியாது. ஆனால் நான் ஒன்றை மட்டும் செய்தேன்: அவர் கூறியதை நான் கவனமாகக் கூர்ந்து கேட்டேன். நான் அவ்வாறு கேட்டதற்குக் காரணம், நான் உண்மையிலேயே அதில் ஆர்வம் கொண்டிருந்ததுதான். அதை அவரால் உணர முடிந்தது. இயல்பாக, அது அவருக்கு மகிழ்ச்சியைக் கொடுத்தது. ஒருவர் பேசும்போது அவ்வாறு கவனமாக, ஆர்வமாகக் கேட்பதுதான் நாம் அவருக்குக் அளிக்கக்கூடிய பாராட்டுகளிலேயே மிகச் சிறந்த பாராட்டாகும். 'ஸ்டிரேஞ்சர்ஸ் இன் லவ்" என்ற தன் புத்தகத்தில், ஜாக் உட்ஃபோர்டு இவ்வாறு எழுதியிருக்கிறார் "தான் கூறுவதில் மனம் இலயித்துப் போய், தன் பேச்சைக் கவனமாகக் கேட்பதன் மூலம் மறைமுகமாக ஒருவர் தனக்கு முகஸ்துதி பாடுவதை விரும்பாத மனிதர்கள் வெகு சிலரே." நான் மனம் இலயித்துப் போய் அவரது பேச்சைக் கவனமாகக் கேட்டதோடு நிற்கவில்லை. கூடவே "என் இதயபூர்வமான ஒத்துழைப்பையும், தாராளமான பாராட்டையும்" அவருக்குக் கொடுத்தேன்.

அவரது பேச்சு எனக்கு அதிக உற்சாகத்தையும் மகிழ்ச்சியையும் தந்ததாகவும், அறிவார்ந்ததாக இருந்ததாகவும் நான் அவரிடம் கூறினேன். அது உண்மையும்கூட. அவரது அறிவு எனக்கு இருந்தால் எவ்வளவு நன்றாக இருக்கும் என்று அவரிடம் கூறினேன். நான் உண்மையிலேயே அவ்வாறு விரும்பினேன். அவரோடு வயல்வெளிகளில் காலாற நடந்து சுற்றிப் பார்க்சு விரும்புவதாக அவரிடம் தெரிவித்தேன். அந்த விருப்பமும் உண்மைதான். நான் அவரை மீண்டும் சந்திக்க விரும்புகிறேன் என்று அவரிடம் கூறினேன். அதுவும் உண்மைதான்.

இவை யாவும் சேர்ந்து நான் ஒரு சிறந்த உரையாடலாளர் என்று அவரை நினைக்க வைத்தேன். நான்

வெறுமனே அவர் கூறுவதை ஆர்வத்துடன் கூர்ந்து கவனித்துக் கேட்டு, அவரைப் பேச உற்சாகப்படுத்தினேன், அவ்வளவுதான்.

ஒரு வெற்றிகரமான வியாபாரச் சந்திப்பிற்கான இரகசியம் என்ன? மர்மம் என்ன? முன்னாள் ஹார்வர்டு பல்கலைக்கழகத் தலைவர் சார்லஸ் எலியட் இவ்வாறு கூறியுள்ளார்: "வெற்றிகரமான வியாபாரப் பரிவர்த்தனை குறித்து மர்மம் எதுவும் கிடையாது. உங்களிடம் பேசிக் கொண்டிருக்கும் நபரிடத்தில் நீங்கள் உங்கள் ஒட்டுமொத்தக் கவனத்தையும் செலுத்துவது முக்கியம். அதைவிட அவருக்கு மகிழ்ச்சியூட்டும் விஷயம் வேறெதுவும் இருக்க முடியாது."

கவனித்துக் கேட்கும் கலையில் எலியட்டும் கைதேர்ந்தவர். அமெரிக்காவின் முதல் மாபெரும் நாவலாசிரியர் ஹென்றி ஜேம்ஸ் இவ்வாறு நினைவுகூர்கிறார்: "கவிஞர் எலியட்டின் கவனிப்பு வெறுமனே வாய் பேசாமல் இருக்கும் ஒரு செயல் அல்ல, அது ஒருவிதமான நடவடிக்கை. ஒருவர் பேசுவதைக் கவனிக்கும்போது அவர் நேராக நிமிர்ந்து உட்கார்ந்து, கைகளைத் தன் மடியில் சேர்த்து வைத்துக் கொள்வார். அவர் தன் கைகளின் பெருவிரல்கள் இரண்டையும் வேகமாகவோ அல்லது மெதுவாகவோ ஒன்றையொன்று சுற்றிவரச் செய்வார். அதைத் தவிர அவரிடம் வேறெந்த அசைவும் இருக்காது. அவர் தன்னுடன் உரையாடுபவரை நேருக்கு நேர் பார்த்துத் தன் கண்களாலும் காதுகளாலும் கேட்பதுபோல் தோன்றும். நீங்கள் பேசும்போது அவர் தன் இதயத்தால் கவனித்துக் கேட்பார். நீங்கள் பேசிக் கொண்டிருக்கும் சமயத்தில், நீங்கள் கூறும் விஷயத்தைக் கவனமாகக் கருத்தில் கொள்வார். அந்த சந்திப்பின் முடிவில், அவரோடு பேசிக் கொண்டிருந்த நபர், தான் கூறியதை எலியட் புரிந்து கொண்டார் என்ற உணர்வைப் பெறுவார்."

இது வெளிப்படையானது, இல்லையா? அதைக் கண்டுபிடிப்பதற்கு நீங்கள் ஹார்வர்டில் நான்கு வருடங்கள் படிக்க வேண்டியதில்லை. இருந்தாலும், பல பல்பொருள்

அங்காடி உரிமையாளர்கள் அதிகப் பணம் கொடுத்து ஓரிடத்தை வாடகைக்கு எடுத்து, சிக்கனமான முறையில் பொருட்களை வாங்கி, தங்கள் கடைகளின் சன்னல்களைக் கண்கவர் முறையில் அலங்கரித்து, விளம்பரங்களில் பல்லாயிரம் டாலர்களைச் செலவழித்தப் பிறகு,

வாடிக்கையாளர்கள் கூறுவதை நன்றாகக் கூர்ந்து கவனிக்கும் திறனற்ற "விற்பனையாளர்களை, அதாவது, வாடிக்கையாளர்கள் பேசும்போது குறுக்கே பேசுதல், அவர்களுடன் முரண்படும், அவர்களை எரிச்சல்படுத்தும், மொத்தத்தில் கடையைவிட்டுத் துரத்தும் மக்களை வேலைக்கு அமர்த்துவது பற்றி என்ன சொல்வது!

சிக்காகோவிலிருந்த ஒரு பல்பொருள் அங்காடி, தன்னுடைய விற்பனையாளர்களில் ஒருவர் ஒரு வாடிக்கையாளர் கூறியதைக் காதுகொடுத்துக் கேட்க மறுத்தக் காரணத்தால், அந்தப் பெரிய வாடிக்கையாளரைக் கிட்டத்தட்ட இழக்கும் நிலைக்கு உள்ளாக்கியது. சிக்காகோவில் நடந்த எங்கள் பயிற்சி வகுப்பில் கலந்துகொண்ட திருமதி. ஹென்ரீட்டா டக்லஸ், தள்ளுபடி விலையில் கோட்டு ஒன்றை அந்த அங்காடியிலிருந்து வாங்கியிருந்தார். வீட்டிற்கு வந்த பிறகு அதைப் பிரித்துப் பார்த்தபோது ஓரிடத்தில் தையல் விட்டிருப்பதைக் கண்டார். அடுத்த நாள் அவர் அக்கடைக்குச் சென்று, அதை மாற்றித் தருமாறு ஒரு விற்பனைப் பெண்ணிடம் கேட்டார். அவரது பிரச்சனை என்ன என்பதைக்கூட அந்தப் பெண் கவனிக்கவில்லை. "நீங்கள் இதைத் தள்ளுபடி விலையில் வாங்கியிருக்கிறீர்கள்," என்று அவரிடம் கூறிவிட்டு, சுவரில் தொங்கிக் கொண்டிருந்த ஓர் அறிவிப்பைச் சுட்டிக்காட்டி, "அதைப் படியுங்கள். 'அனைத்து விற்பனைகளும் இறுதியானவை? ஒருமுறை நீங்கள் வாங்கிவிட்டால் அதை நீங்களேதான் வைத்துக் கொள்ள வேண்டும். தையல் விட்டுப்போயிருக்கும் இடத்தை நீங்களே தைத்துக் கொள்ளுங்கள்." என்று அவள் கூறினாள்.

"ஆனால் இது மோசமான சரக்கு," என்று திருமதி. டக்லஸ் குறைகூறினார்.

"அது ஒரு பொருட்டே அல்ல. நாங்கள் அதைத் திருப்பி எடுத்துக் கொள்ள முடியாது," என்று அந்த விற்பனைப் பெண் கூறினார்.

இனிமேல் அந்தக் கடைக்குத் தான் ஒருபோதும் வரப்போவதில்லை என்ற முடிவுடன் கோபத்தோடு அவர் வெளியேற முற்பட்டபோது அக்கடையின் மேலாளர் அவருக்கு வணக்கம் தெரிவித்தார். திருமதி. டக்லஸ் பல வருடங்களாக அக்கடையின் வாடிக்கையாளராக இருந்ததால் அந்த மேலாளர்

அவரை நன்கு அறிந்திருந்தார். நடந்தது அனைத்தையும் திருமதி. டக்லஸ் அவரிடம் கூறினார்.

அந்த மேலாளர் முழுக் கதையையும் கவனமாகக் கேட்டப் பிறகு, கோட்டை வாங்கி ஆராய்ந்துவிட்டு, ”சிறப்பு விற்பனைகள் மூலம் விற்கப்படும் சரக்குகளை நாங்கள் திரும்ப எடுத்துக் கொள்ளாததற்குக் காரணம், அந்தப் பருவத்தின் முடிவில் துணிகளை நாங்கள் முழுவதுமாக விற்று முடிக்க வேண்டும் என்பதால்தான். ஆனால் ‘திரும்ப எடுத்துக் கொள்வதில்லை“ என்ற கொள்கை மோசமான சரக்குகளுக்குப் பொருந்தாது. நாங்கள் நிச்சயமாக அதைச் சரி செய்து தருவோம் அல்லது மாற்றித் தருவோம். அல்லது நீங்கள் விரும்பினால், உங்கள் பணத்தை உங்களிடம் திருப்பிக் கொடுத்துவிடுவோம்.'' என்று கூறினார்.

ஒரே விஷயத்தை இரண்டு பேர் எவ்வளவு வித்தியாசமாகக் கையாண்டிருக்கின்றனர்! அந்த மேலாளர் மட்டும் அந்த வாடிக்கையாளரின் குறையைக் கேட்காமல் இருந்திருந்தால் ஒரு நீண்டகால ஆதரவாளரை அந்த அங்காடி இழந்திருக்கும்.

காதுகொடுத்துக் கேட்பது என்பது வியாபார உலகில் எந்த அளவு முக்கியமானதோ அந்த அளவு ஒருவரது குடும்ப வாழ்க்கையிலும் முக்கியமானது. நியூயார்க் மாநிலத்தின் க்ரான்டன்-ஆன்-ஹட்சன் என்ற ஊரைச் சேர்ந்த மில்லீ எஸ்பொசீட்டோ, தன் குழந்தைகள் தன்னிடம் பேச விரும்பியபோது, அவர்கள் கூறுவதைக் கவனமாகக் கேட்பதை ஒரு வழக்கமாக்கிக் கொண்டார். ஒருநாள் மாலையில், அவர் தன் மகன் ராபர்ட்டுடன் சமையலறையில் அமர்ந்திருந்தார். தன் மனத்திலிருந்த ஏதோ ஒரு விஷயத்தைப் பற்றித் தன் அம்மாவிடம் சுருக்கமாகக் கலந்துரையாடிய பிறகு, ராபர்ட், ”அம்மா, நீங்கள் என்னை மிகவும் நேசிக்கிறீர்கள் என்று எனக்குத் தெரியும்,'' என்று கூறினான்.

அது அவரது இதயத்தைத் தொட்டது. அவர் மனமகிழ்ந்து, “ஆம், நான் நிச்சயமாக உன்னை மிகவும் நேசிக்கிறேன். அதில் உனக்கு ஏதேனும் சந்தேகம் இருக்கிறதா?'' என்று கேட்டார்.

அதற்கு ராபர்ட், “இல்லை. ஆனால், நீங்கள் என்னை நேசிக்கிறீர்கள் என்று எனக்கு உண்மையிலேயே தெரியும்.

ஏனென்றால், நான் உங்களிடம் பேச விரும்பும்போது, நீங்கள் செய்து கொண்டிருக்கும் வேலையை அப்படியே விட்டுவிட்டு, நான் கூறுவதைக் கூர்ந்து கவனிக்கிறீர்கள்,'' என்று விடையளித்தான்.

எதற்கெடுத்தாலும் குறைகூறும், அதிகமாகக் கோபப்படும் நபர்கூட, அடுத்தவர் கூறுவதைப் பொறுமையோடும் பரிவுள்ளத்தோடும் கவனமாகக் கேட்கும் ஒருவரின் முன்னிலையில், அமைதியாகி, அடங்கிவிடுவார். எடுத்துக்காட்டாக, வாடிக்கையாளர் சேவைப் பிரதிநிதிகளை வரைமுறையின்று வசைமாரி பொழிந்த, மனிதாபிமானமற்ற ஒரு வாடிக்கையாளரைத் தான் கையாள வேண்டியிருந்ததை, நியூயார்க் தொலைபேசி நிறுவனம் ஒருசில வருடங்களுக்கு முன்பு கண்டறிந்தது. அவர் அப்பிரதிநிதிகளிடம் கடுமையான வார்த்தைகளைப் பயன்படுத்தினார். அவர் அதிகமாகக் கூச்சலிட்டார். தொலைபேசியை வேரோடு பிடுங்கி எறியப் போவதாக மிரட்டினார். சில கட்டணங்கள் பொய்யானவை என்று கூறி, அவற்றைக் கட்ட மறுத்தார். செய்தித்தாள்களுக்கு அது குறித்துக் கடிதங்கள் எழுதினார். பொதுமக்கள் சேவைக் குழுமத்திடம் அவர் எண்ணற்றக் குறைகளைச் சமர்ப்பித்தார். தொலைபேசி நிறுவனத்திற்கு எதிராகப் பல வழக்குகளைத் தொடர்ந்தார்.

இறுதியில், அந்தப் பிரச்சனைக்குரிய, கோபக்கார வாடிக்கையாளரைச் சந்திப்பதற்கு பிரச்சனைகளைத் தீர்ப்பதில் மிகத் திறமை வாய்ந்த ஒருவரை அவரது நிறுவனம் அனுப்பி வைத்தது. அங்கு சென்ற அவர், அந்த சண்டைக்கார வாடிக்கையாளர் தன் குறைகள் அனைத்தையும் மகிழ்ச்சியாகக் கொட்டித் தீர்க்கும் வரை அமைதியாகக் கேட்டுக் கொண்டிருந்தார். அந்த வாடிக்கையாளர் கூறிய எல்லாவற்றுக்கும் அவர் 'ஆமாம்,'' என்று தலையாட்டிவிட்டு, அவரது குறைகளுக்காக வருத்தம் தெரிவித்தார்.

அவர் என் பயிற்சி வகுப்பு ஒன்றில் அனைவர் முன்னிலையிலும் தன் அனுபவங்களை இவ்வாறு விவரித்தார்: ''அந்த வாடிக்கையாளர் மூன்று மணி நேரமாகச் சொல்லிக் கொண்டிருந்தார். நானும் மூன்று மணிநேரமாகக் கேட்டுக் கொண்டிருந்தேன். அதன் பிறகு நான் நான்கு முறை அவரைச் சந்தித்தேன். நான்காவது சந்திப்பு நிறைவடைவதற்கு முன்,

அவர் துவங்கவிருந்த ஒரு நிறுவனத்தில் நான் ஓர் உறுப்பினரானேன். "தொலைபேசி வாடிக்கையாளர்களின் பாதுகாப்புப் பேரவை" என்று அவர் அதை அழைத்தார். நான் இன்றும் அந்த நிறுவனத்தின் உறுப்பினராக இருக்கிறேன். எனக்குத் தெரிந்த வரையில், அந்த வாடிக்கையாளர் தவிர அந்நிறுவனத்தில் இருந்த ஒரே உறுப்பினர் நான் ஒருவன்தான்.

"இந்த சந்திப்புகளின்போது அவர் கூறிய ஒவ்வொரு கருத்தையும் நான் உன்னிப்பாய்க் கேட்டு என் பரிவை வெளிப்படுத்தினேன். எந்தவொரு தொலைபேசிப் பிரதிநிதியும் அவரிடம் அதற்கு முன் அவ்வாறு பேசியதில்லை என்பதால், அவர் என்னுடன் நட்போடு பழகத் துவங்கினார். நான் எது குறித்து அவரைப் பார்க்கப் போனேனோ, அது குறித்து முதல் மூன்று சந்திப்புகளிலும் நான் அவரிடம் எதுவும் பேசவில்லை. நான்காவது சந்திப்பில் நான் அப்பிரச்சனையைத் தீர்வு கண்டுவிட்டேன். அவர் தான் செலுத்த வேண்டிய கட்டணங்கள் அனைத்தையும் முழுமையாகச் செலுத்தினார். தொலைபேசி நிறுவனத்துடனான அவரது பிரச்சனைகளின் வரலாற்றில் முதன்முறையாக அவர். தொலைபேசி நிறுவனத்திற்கு எதிரான அனைத்து மனுக்களையும் பொதுமக்கள் சேவைக் குழுமத்திலிருந்து திரும்பப் பெற்றுக் கொண்டார்."

இரக்கமற்றச் சுரண்டல்களை எதிர்த்துப் பொதுமக்களின் உரிமையைப் பாதுகாக்கும் ஓர் அறப்போர் நாயகனாக அவர் தன்னை நினைத்திருந்தார். ஆனால் உண்மையில் அவர் விரும்பியதெல்லாம், தனக்கு ஒரு முக்கியத்துவ உணர்வு கிடைக்க வேண்டும் என்பதைத்தான். முதலில் சத்தமிடுவதன் மூலமும் குறை கூறுவதன் மூலமும் அவருக்கு அவ்வுணர்வு கிடைத்தது. அதையே அவர் தொலைபேசி நிறுவனத்தின் ஒரு பிரதிநிதியிடமிருந்து பெற்றவுடன் அவரது கற்பனையான மனக்குறைகள் காற்றில் மறைந்துவிட்டன.

பல வருடங்களுக்கு முன், ஒரு காலை வேளையில், டெட்மர் உல்லன் நிறுவனத்தின் நிறுவனர் ஜூலியன் டெட்மரின் அலுவகத்திற்குள், கோபம் கொண்ட ஒரு வாடிக்கையாளர் விரைந்து வந்தார். அந்நிறுவனம் பின்னாளில் தையல் வர்த்தகத்திற்குக் கம்பளி விநியோகம் செய்வதில் உலகிலேயே பெரிய விநியோக நிறுவனமாக உருவெடுத்தது.

டெட்மர் என்னிடம் இது பற்றி விளக்கிக் கூறினார் "இந்நபர் எங்களுக்குச் செலுத்த வேண்டியிருந்த ஒரு சிறு தொகையைப் பாக்கி வைத்திருந்தார். அந்த வாடிக்கையாளர் அதைத் தர மறுத்தார். ஆனால் அவர் தவறாகக் கூறுகிறார் என்பது எங்களுக்குத் தெரியும். எனவே அவர் கண்டிப்பாக அத்தொகையைச் செலுத்தியாக வேண்டும் என்று எங்கள் கடன் வசூலிப்புத் துறை அவரைக் கட்டாயப்படுத்தியது. அத்துறையிலிருந்து பல கடிதங்கள் அவருக்குக் கிடைத்தவுடன், அவர் நேரடியாகப் புறப்பட்டு எங்கள் அலுவலகத்திற்கு வந்தார். தான் அந்தக் கட்டணத் தொகையைச் செலுத்தப் போவதில்லை என்பதையும், டெட்மர் உல்லன் நிறுவனத்திடமிருந்து தான் எதையும் இனி வாங்கப் போவதில்லை என்பதையும் என்னிடம் தெரிவிப்பதற்காக அவர் என்னுடைய அறைக்குள் நுழைந்தார்.

"அவர் கூற விரும்பிய அனைத்தையும் நான் பொறுமையாகக் கேட்டேன். அவ்வப்போது குறுக்கிட்டுப் பேச முற்பட்டேன். ஆனால் அது தவறான கொள்கை என்று உணர்ந்து அவர் பேச விரும்பும் வரை பேசட்டும் என்று விட்டுவிட்டேன். ஒருவழியாக அவர் அமைதியாகி, ஏற்றுக் கொள்ளும் மனநிலையைப் பெற்றபோது நான் அமைதியாக இவ்வாறு கூறினேன்: "இதைப் பற்றி என்னிடம் கூறுவதற்காக நீங்கள் சிக்காகோவிற்கு வந்ததற்கு நான் உங்களுக்கு நன்றி கூற விரும்புகிறேன். நீங்கள் எனக்கு ஒரு பெரிய உதவியைச் செய்திருக்கிறீர்கள்.எங்கள் கடன் துறை உங்களை எரிச்சல்படுத்தியுள்ளது என்றால், அது இன்னும் பல நல்ல வாடிக்கையாளர்களையும் எரிச்சலடைய வைத்திருக்கக் கூடும். அது ஒரு விரும்பத்தகாத சூழல். இதைக் கூற உங்களுக்கு இருக்கும் ஆர்வத்தைவிட, அதைக் கேட்க நான் அதிக ஆர்வத்துடன் இருக்கிறேன்."

"நான் அவ்வாறு கூறுவேன் என்று அவர் எதிர்பார்க்கவே இல்லை. அவர் சற்று ஏமாற்றமடைந்தார் என்று நான் நினைக்கிறேன். ஏனெனில், என்னிடம் ஓரிரு விஷயங்களைப் பற்றிக் கூறுவதற்காக அவர் சிக்காகோவிற்கு வந்திருந்தார். ஆனால் நான் அவரை எதிர்ப்பதற்குப் பதிலாக, அவருக்கு நன்றி கூறிக் கொண்டிருந்தேன். அவர் பெயரிலுள்ள கட்டணத் தொகையை நாங்கள் முழுவதுமாக நீக்கிவிட்டு, அதைப் பற்றி நாங்கள் மறந்துவிடுவதாக அவருக்கு உறுதியளித்தேன். ஏனெனில் அவர் ஓர் எச்சரிக்கையான மனிதர் கவனத்துடன்

கையாள்வதற்கு ஒரே ஒரு கணக்கு மட்டுமே அவரிடம் இருந்தது. ஆனால் எங்கள் எழுத்தாளர்கள் ஆயிரக்கணக்கான வாடிக்கையாளர்களைக் கையாள வேண்டியிருந்தது. எனவே, தவறு செய்யும் வாய்ப்பு அவரைவிட எங்களுக்கு மிக அதிகமாக இருந்தது என்றும் அவரிடம் தெரிவித்தேன்.

“அவர் எவ்வாறு உணர்கிறார் என்பது எனக்குப் புரிந்துள்ளது என்றும், நான் அவருடைய இடத்தில் இருந்திருந்தால், சந்தேகத்திற்கிடமின்றி, அவர் செய்ததைத்தான் துல்லியமாக நானும் செய்திருப்பேன் என்றும் அவரிடம் கூறினேன். எங்களிடமிருந்து அவர் இனி வாங்கப் போவதில்லை என்பதால், வேறு சில கம்பளி நிறுவனங்களை நான் அவருக்குப் பரிந்துரைத்தேன்.

“கடந்த காலத்தில், அவர் சிக்காகோவிற்கு வந்தபோதெல்லாம் நாங்கள் இருவரும் சேர்ந்து மதிய உணவு உண்ணுவது வழக்கம். எனவே அன்றும் என்னுடன் உணவருந்த அவரை நான் அழைத்தேன். சற்றுத் தயக்கத்துடன் அவர் அதை ஏற்றுக் கொண்டார். ஆனால் நாங்கள் திரும்பி வந்தபோது, அதற்கு முன் அவர் எங்களுக்குக் கொடுத்திருந்த அனைத்து ஆர்டர்களைவிடவும் ஒரு பெரிய ஆர்டரை என்னிடம் கொடுத்தார். அமைதியான மனநிலையில் அவர் வீடு திரும்பினார். நாங்கள் நியாயமாக நடந்து கொண்டதுபோல் அவரும் எங்களுடன் நியாயமாக நடந்து கொள்ள விரும்பி, தன் அதற்கான ரசீதுகளை எல்லாம் புரட்டிப் பார்த்து, ஒரு ரசீது தவறுதலாக வேறு இடத்தில் வைக்கப்பட்டிருந்ததைக் கண்டுபிடித்தார். உடனே தன் தவறுக்கு வருந்தி மன்னிப்புத் தெரிவித்து ஒரு கடிதம் எழுதி, அத்துடன் அவர் செலுத்த வேண்டிய கட்டணத்
தொகைக்கான காசோலையையும் சேர்த்து எங்களுக்கு அனுப்பி வைத்தார்.

”சில காலத்திற்குப் பிறகு, அவருக்கு ஓர் ஆண் குழந்தை பிறந்தது. அவர் தன் மகனுக்குப் பெயர் சூட்டியபோது, டெட்மர் என்ற பெயரை, அக்குழந்தைக்குச் சூட்டப்பட்ட மூன்று பெயர்களில் இடைப்பட்டப் பெயராக வைத்தார். இருபத்திரண்டு வருடங்களுக்குப் பிறகு அவர் இறந்துபோகும் வரையில், என் நண்பராகவும் எங்கள் நிறுவனத்தின் வாடிக்கையாளராகவும் அவர் தொடர்ந்து நீடித்தார்.”

பல வருடங்களுக்கு முன், நெதர்லாந்து நாட்டிலிருந்து வந்து குடியேறிய ஒரு குடும்பத்தைச் சேர்ந்த ஒரு சிறுவன், தன் குடும்பத்திற்குப் பொருளாதாரரீதியாக உதவுவதற்காகப் பள்ளியைவிட்டு வந்த பிறகு ஒரு பேக்கரிக் கடையின் சன்னல்களைக் கழுவினான். அவனது குடும்பம் மிகவும் ஏழ்மையில் இருந்ததால், கூடுதலாக அவன் ஒவ்வொரு நாளும் ஒரு கூடையை எடுத்துக்கொண்டு தெருவிற்குச் சென்று, நிலக்கரி வண்டிகளிலிருந்து சிதறிய நிலக்கரித் துண்டுகளைச் சேகரித்தான். எட்வர்டு பாக் என்ற அச்சிறுவன் தன் வாழ்வில் ஆறு வருடங்களுக்கு மேல் பள்ளிப் படிப்பைப் பெறவில்லை. இருந்தாலும் இறுதியில், அமெரிக்க இதழியல் வரலாற்றில், மிக வெற்றிகரமான இதழாசிரியர்களில் ஒருவராகத் தன்னை உருவாக்கிக் கொண்டார். அவர் எவ்வாறு அதைச் செய்தார்? அது ஒரு நீண்ட கதை. ஆனால் அவருக்கு ஒரு துவக்கம் எவ்வாறு கிடைத்தது என்பதை மட்டும் இங்கு நாம் பார்க்கலாம். இந்த அத்தியாயத்தில் பரிந்துரைக்கப்பட்டுள்ள கொள்கையைப் பயன்படுத்தி அவர் தன் வாழ்வில் ஒரு நல்ல துவக்கத்தைப் பெற்றார்.

அவருக்குப் பதிமூன்று வயதாக இருந்தபோது பள்ளியைவிட்டு நின்றுவிட்டு, வெஸ்டர்ன் யூனியன் என்னும் தந்தி நிறுவனத்தில் எடுபிடி வேலை செய்யும் வேலையில் சேர்ந்தார். ஆனால், படிப்பைப் பற்றி அவர் ஒரு கணம்கூட மறக்கவில்லை. மாறாக, அவர் தனக்குத் தானே கற்பிக்கத் துவங்கினார். அவர் தன் பிரயாணக் கட்டணங்களை மிச்சப்படுத்தி, மதிய உணவைத் தவிர்த்து, அதன் மூலம் போதுமான பணம் சேர்த்து அமெரிக்க வாழ்க்கை வரலாற்றுக் கலைக்களஞ்சியத்தை வாங்கினார். பிறகு யாரும் கேள்விப்பட்டிராத ஒரு விஷயத்தை அவர் செய்தார். பிரபலமான மக்களின் வாழ்க்கை வரலாறுகளைப் படித்து, அவர்களது பிள்ளைப்பருவம் பற்றியக் கூடுதல் தகவல்களைக் கேட்டு அவர்களுக்குக் கடிதம் எழுதினார். அவர் நன்றாகக் கூர்ந்து கேட்கும் திறன் கொண்டவர். பிரபலமான் மனிதர்களைப் பற்றிய அதிகமான விஷயங்களை அவர்களிடமே அவர் கேட்டுத் தெரிந்து கொண்டார். அதிபர் பதவிக்குப் போட்டியிட்டுக் கொண்டிருந்த தளபதி ஜேம்ஸ் ஏ. கார்ஃபீல்டிற்கு, முன்பு ஒருமுறை அவர் ஒரு கால்வாயில் வேலை பார்த்தது உண்மையா என்று கேட்டு எட்வர்டு ஒரு கடிதம் எழுதினார்.

கார்.ஃபீல்டு அதற்கு பதில் கடிதம் அனுப்பினார். பிறகு, ஒரு குறிப்பிட்ட யுத்தத்தைப் பற்றிக் கேட்டு, தளபதி கிராண்ட்டிற்கு ஒரு கடிதம் எழுதினார். கிராண்ட் ஒரு வரைபடத்தை வரைந்து அவருக்கு அனுப்பி வைத்து, அந்தப் பதினான்கு வயதுச் சிறுவனைத் தன்னுடன் இரவு உணவருந்த வருமாறு அழைப்பு விடுத்து, மாலைப் பொழுது முழுவதும் அச்சிறுவனுடன் பேசிக் கொண்டிருந்தார்.

விரைவில் வெஸ்டர்ன் யூனியனில் எடுபிடி வேலை செய்த எட்வர்டு பாக், நாட்டின் மிகப் பிரபலமான மக்களுடன் தொடர்புகளை ஏற்படுத்திக் கொண்டிருந்தார்: ரால்ஃப் வால்டோ எமர்சன், ஆலிவர் வென்டெல் ஹோம்ஸ், லாங்ஃபெல்லோ. திருமதி. ஆபிரகாம் லிங்கன், லூயிசா மே அல்காட், ஜெனரல் ஷெர்மேன் மற்றும் ஜெஃபர்சன் டேவிஸ். பிரபலமான இம்மக்களுடன் அவர் கடிதப் போக்குவரத்து மட்டும் கொண்டிருக்கவில்லை. எப்போதெல்லாம் அவருக்கு விடுமுறை கிடைத்ததோ. அப்போதெல்லாம் அவர்களில் பலரை அவர்கள் வீட்டிற்கு அவர்களுடைய விருந்தினராகச் சென்று சந்தித்தார். இந்த அனுபவம் விலைமதிப்பற்ற ஒரு நம்பிக்கையை அவரிடம் தோற்றுவித்தது. அவர்கள் அனைவரும் ஒரு முன்னோக்கையும் இலட்சிய வெறியையும் அவரிடத்தில் ஏற்படுத்தினர். அது அவரது வாழ்வை வடிவமைத்தது. நான் மீண்டும் கூற விரும்புகிறேன் - இவை அனைத்தும் நாம் இங்கு விவாதித்துக் கொண்டிருக்கும் கொள்கைகளை நடைமுறைப்படுத்தியதால் மட்டுமே சாத்தியமாயிற்று.

தங்களுக்குச் சாதகமான ஓர் அபிப்பிராயத்தைத் தோற்றுவிப்பதில் பலர் தோல்வியடைவதற்குக் காரணம், அடுத்தவர் கூறுவதை அவர்கள் காதுகொடுத்துக் கவனமாகக் கேட்காததுதான் என்று, நூற்றுக்கணக்கான பிரபலங்களைப் பேட்டி கண்ட நிருபர் ஐசக் மார்கோசன் தெரிவிக்கிறார். "அடுத்துத் தாங்கள் என்ன கூறப் போகிறோம் என்பதில் அவர்கள் மிகவும் அக்கறை கொண்டிருப்பதால், தங்கள் காதுகளைத் திறந்து வைத்திருப்பதில்லை. நன்றாகப் பேசுபவர்களைவிட நன்றாகக் கவனிப்பவர்களைத் தாங்கள் விரும்புவதாகப் பல முக்கியமான நபர்கள் என்னிடம் கூறியுள்ளனர். பிற நல்ல பண்புநலன்களைப் போலவே, கவனித்துக் கேட்கும் திறனும் அரிதாக உள்ளதாகவே தோன்றுகிறது."

தாங்கள் பேசுவதை நன்றாகக் கேட்கக்கூடிய ஒருவருக்காக முக்கியமான, பிரபலமான மக்கள் மட்டும் ஏங்குவதில்லை, சாதாரண மனிதர்களும்கூட அதே ஏக்கத்தைக் கொண்டுள்ளனர். ரீடர்ஸ் டைஜஸ்ட் பத்திரிகை ஒருமுறை இவ்வாறு தெரிவித்திருந்தது: "பல நபர்கள் மருத்துவர்களிடம் போவதற்கான உண்மையான காரணம், தங்கள் மனக்குறையைக் கொட்டித் தீர்ப்பதற்கு அவர்களுக்கு ஒரு நபர் தேவைப்படுவதால்தான்."

அமெரிக்க உள்நாட்டுப் போர் உச்சகட்டத்தில் இருந்தபோது, இல்லினாய் மாநிலத்தின் ஸ்பிரிங்ஃபீல்டு நகரில் இருந்த தன் பழைய நண்பர் ஒருவரை வாஷிங்டனுக்கு வருமாறு ஆபிரகாம் லிங்கன் அழைப்பு விடுத்தார். தன்னுடைய சில பிரச்சனைகளை அவருடன் கலந்துரையாட விரும்புவதாக அவர் தெரிவித்திருந்தார். அந்த நண்பர் வெள்ளை மாளிகைக்கு வந்தபோது அடிமை வியாபாரத்தைத் தடை செய்வதற்கு அரசுப் பொது அறிவிப்பை வெளியிடுவது உகந்ததா இல்லையா என்பது பற்றி மணிக்கணக்கில் லிங்கன் அவரோடு பேசிக் கொண்டிருந்தார். பிறகு அப்படிப்பட்ட ஒரு நடவடிக்கைக்குச் சாதகமான மற்றும் எதிரான விவாதங்களை லிங்கன் பட்டியலிட்டார். அடிமைகளை விடுதலை செய்யாததற்காக அவரைக் கண்டித்து எழுதப்பட்ட செய்தித்தாள் கட்டுரைகள் மற்றும் கடிதங்களையும், அவர்களை விடுதலை செய்யப் போவது குறித்த பயத்தில் அவரைப் பழித்து எழுதப்பட்டக் கட்டுரைகள் மற்றும் கடிதங்களையும் அவர் படித்தார். பல மணிநேரங்கள் பேசிய பிறகு, லிங்கன் தன் நண்பருடன் கைகுலுக்கி, விடைபெற்றுக் கொண்டு, அவரை அவரது ஊருக்கு அனுப்பி வைத்தார். அவரது அபிப்பிராயத்தை லிங்கன் கேட்கவே இல்லை. அந்தப் பேச்சு லிங்கனின் மனத்தைத் தெளிவுபடுத்தியதுபோல் தோன்றியது. "அப்பேச்சிற்குப் பிறகு அவர் மனம் லேசானதுபோல் தோன்றியது," என்று அந்த நண்பர் கூறினார். லிங்கனுக்கு ஆலோசனை தேவைப்படவில்லை. தன் சுமைகளை இறக்கி வைப்பதற்கு, நட்புணர்வுடைய, மனிதாபிமானமிக்க, காதுகொடுத்துக் கேட்கக்கூடிய ஒரு நபர்தான் தேவைப்பட்டார். பிரச்சனையில் இருக்கும்போது நாம் விரும்புவதெல்லாம் அதுதான். எரிச்சலடைந்த வாடிக்கையாளர்களும், திருப்தியிழந்த

ஊழியர்களும். காயப்பட்ட நண்பர்களும் பெரும்பாலும் அதைத்தான் விரும்புகின்றனர்.

பிறர் கூறுவதைக் கவனமாகக் காதுகொடுத்துக் கேட்பதில் சிக்மன்ட் ஃபிராய்டு சிறந்து விளங்கினார். ஃபிராய்டைச் சந்தித்த ஒருவர் அது பற்றி இவ்வாறு விவரிக்கிறார்: "அவரை நான் ஒருபோதும் மறக்க முடியாத அளவிற்கு அது என்னில் ஆற்றல் மிக்கத் தாக்கத்தை ஏற்படுத்தியது. மற்ற எவரிடமும் நான் பார்த்திராத பண்புநலன்களை நான் அவரிடம் பார்த்தேன். "ஆன்மாவை ஊடுருவிப் பார்க்கும் பார்வை" எதுவும் அவரிடம் இல்லை. அவரது கண்கள் கனிவாகவும் இனிமையாகவும் இருந்தன. அவரது குரல் மென்மையாகவும் அன்பாகவும் இருந்தது. வெகுசில முகபாவங்களே அவரிடம் காணப்பட்டன. ஆனால் அவர் எனக்குக் கொடுத்த கவனமும், நான் கூறியதற்கு அவர் அளித்தப் பாராட்டும். அதை நான் மோசமாகக் கூறியபோதும்கூட, மிகவும் அசாதாரணமானவையாக இருந்தன. அவ்வாறு ஒருவரால் கவனித்துக் கேட்கப்படுவது எவ்வளவு ஆழ்ந்த பொருள் கொண்டது என்பது பற்றி உங்களால் யோசித்துக்கூடப் பார்க்க முடியாது,"

உங்கள் முதுகிற்குப் பின்னால் மக்கள் உங்களை வெறுக்க வேண்டுமா? உங்களைப் பார்த்துச் சிரிக்க வேண்டுமா? இகழ வேண்டுமா? அப்படியானால் இப்படிச் செய்யுங்கள்:

எவரொருவர் பேசுவதையும் அதிக நேரம் காதுகொடுத்துக் கேட்காதீர்கள். உங்களைப் பற்றி விடாமல் பேசிக் கொண்டேயிருங்கள். அடுத்தவர் பேசிக் கொண்டிருக்கும்போது உங்களுக்கு ஒரு யோசனை தோன்றினால், அவர் தன் பேச்சை முடிப்பதற்காக நீங்கள் காத்திருக்காதீர்கள் அவர் பேச்சில் குறுக்கிட்டு, அவர் பாதி பேசிக் கொண்டிருக்கும்போது இடையூறு செய்யுங்கள்.

அப்படிப்பட்ட மக்களை உங்களுக்குத் தெரியுமா? துரதிர்ஷ்டவசமாக, அப்படிப்பட்டவர்களை நான் அறிவேன். இதில் . வியக்க வைக்கும் விஷயம் என்னவென்றால், அவர்களில் சிலர் மிகவும் பிரபலமானவர்கள் .

அவர்கள் சலிப்பை ஏற்படுத்துபவர்கள். தங்கள் சொந்த இறுமாப்பால் போதையூட்டப்பட்டு, தங்கள் சொந்த முக்கியத்துவத்தில் மயங்கிப் போயிருப்பவர்கள் அவர்கள்.

தங்களைப் பற்றி மட்டுமே பேசும் மக்கள், தங்களைப் பற்றி மட்டுமே சிந்திப்பவர்கள். கொலம்பியா பல்கலைக்கழகத்தில் நீண்ட காலம் தலைவராகப் பதவி வகித்து வந்த டாக்டர் நிக்கோலஸ் முர்ரே பட்லர் இவ்வாறு கூறியுள்ளார்: "தங்களைப் பற்றி மட்டுமே சிந்திக்கும் மக்கள் கல்வியறிவற்றவர்கள். அவர்கள் எவ்வளவு பயிற்றுவிக்கப்பட்டிருந்தாலும் சரி, அவர்கள் கற்றறிந்தவர்கள் அல்ல,"

எனவே நீங்கள் ஒரு சிறந்த உரையாடலாளராக ஆக விரும்பினால், கவனமாகக் கேட்பவராக மாறுங்கள். பிறர் உங்கள்மீது ஆர்வம் கொள்ள வேண்டுமானால், நீங்கள் பிறரிடம் ஆர்வத்துடன் இருங்கள். அடுத்தவர் மகிழ்ச்சியுடன் பதிலளிக்கக்கூடிய கேள்விகளைக் கேளுங்கள். தங்களைப் பற்றியும் தங்கள் சாதனைகளைப் பற்றியும் பேச அவர்களை ஊக்கப்படுத்துங்கள்.

நீங்கள் பேசிக் கொண்டிருக்கும் மக்கள். உங்கள்மீதும் உங்கள் பிரச்சனைகள்மீதும் கொண்டிருக்கும் விருப்பத்தைவிட நூறு மடங்கு அதிகமாகத் தங்கள்மீதும் தங்கள் விருப்பங்கள்மீதும் தங்கள் பிரச்சனைகள் மீதும் ஆர்வம் கொண்டிருக்கின்றனர் என்பதை நினைவில் வைத்திருங்கள். சீனாவில் பத்து இலட்சம் பேரைப் பலி வாங்கிய பஞ்சத்தைவிட, ஒருவருக்கு அவரது பல் வலிதான் அதிக முக்கியமானது. ஆப்பிரிக்காவில் ஏற்படும் நாற்பது நிலநடுக்கங்களைவிட, ஒருவருக்கு அவரது கழுத்தில் உள்ள ஒரு கொப்பளம்தான் அதிகக் கவலையைக் கொடுக்கும். அடுத்த முறை நீங்கள் ஓர் உரையாடலைத் துவங்கும்போது இதை மறக்காதீர்கள்.

நான்காவது கொள்கை

அடுத்தவர் பேசுவதைக் கவனமாகக் கேட்பதில் சிறந்தவராக இருங்கள். தங்களைப் பற்றிப் பேசுவதற்கு மற்றவர்களை ஊக்கப்படுத்துங்கள்

5

மக்களிடம் ஆர்வத்தைத் தூண்டுவது எப்படி

தியோடோர் ரூஸ்வெல்ட்டின் விருந்தினராக இருந்த ஒவ்வொருவரும் அவரது பரந்துபட்ட அறிவையும், அந்த அறிவின் வீச்சையும் கண்டு வியந்திருக்கின்றனர். அவரது விருந்தினர் மேய்ச்சல் கால்நடைகளை நிர்வகிப்பவராக இருந்தாலும் சரி. நியூயார்க்கைச் சேர்ந்த அரசியல்வாதியாக இருந்தாலும் சரி, அல்லது ஓர் அரசுத் தூதுவராக இருந்தாலும் சரி, அவரிடம் சரியாக என்ன கூற வேண்டும். என்பதை ரூஸ்வெல்ட் அறிந்திருந்தார். அவர் அதை எப்படிச் செய்தார்? இதில் இரகசியம் ஏதுமில்லை. ஒரு விருந்தினரின் வருகையை அவர் எதிர்பார்த்தபோதெல்லாம். அந்த விருந்தினருக்கு எதில் ஈடுபாடு அதிகம் என்பதை அவர் அறிந்திருந்ததால், அவர் வருவதற்கு முந்தைய நாள் இரவு நெடுநேரம் வரை கண்விழித்து அது தொடர்பான விஷயங்களைப் படித்தார்.

ஒருவரின் இதயத்தைச் சென்றடைவதற்கான இராஜ வீதி, அவர் பொக்கிஷமாகப் பாதுகாக்கும் விஷயங்களைப் பற்றிப் பேசுவது என்பதை அனைத்துத் தலைவர்களும் அறிந்துள்ளதுபோல் ரூஸ்வெல்ட்டும் அறிந்திருந்தார்.

கட்டுரையாளராகவும், யேல் பல்கலைக்கழகத்தில் இலக்கியப் பேராசிரியராகவும் இருந்த, பழகுவதற்கு இனியவரான வில்லியம் லயன் ∴பெல்ப்ஸ், இப்படிப்பினையைத் தன் வாழ்வின் துவக்கக் காலங்களிலேயே கற்றுக் கொண்டார்.

மனித இயல்பு பற்றி அவர் எழுதிய கட்டுரையில், இவ்வாறு அவர் குறிப்பிட்டுள்ளார்: “எனக்கு எட்டு வயதாக இருந்தபோது, ஹூசடானிக் நதிக்கரையில் அமைந்த ஸ்ட்ராட்ஃபோர்டு என்னும் ஊரில் வசித்த என் அத்தை லிப்பி லின்ஸ்லேயின் வீட்டிற்கு ஒரு வார இறுதியில் நான் சென்றேன். ஒருநாள் மாலை ஒரு நடுத்தர வயதுக்காரர் எங்கள் வீட்டிற்கு வந்து, என் அத்தையுடன் சிறிது நேரம் பேசிக் கொண்டிருந்துவிட்டு என்மீது தன் கவனத்தைத் திருப்பினார். அந்த நேரத்தில், நான் படகுகள் குறித்து மிகவும் ஆர்வமாக இருந்தேன். படகுகளைப் பற்றி அந்த விருந்தினர் என்னிடம் பேசிய விதம் எனக்கு மிகவும் ஆர்வமூட்டுவதாக இருந்தது. அவர் அங்கிருந்து புறப்பட்டுச் சென்ற பிறகு, அவரைப் பற்றி நான் உற்சாகமாகப் பேசிக் கொண்டிருந்தேன். எப்படிப்பட்ட ஒரு மனிதர்! ஆனால், அவர் நியூயார்க்கைச் சேர்ந்த ஒரு வழக்கறிஞர் என்றும், படகுகளைப் பற்றி அவருக்கு எந்த அக்கறையும் கிடையாது என்பதால் அது பற்றி அவருக்குச் சிறிதுகூட ஆர்வம் கிடையாது என்றும் என் அத்தை என்னிடம் கூறினார்.

“ஆனால் அவர் என்னுடன் பேசிக் கொண்டிருந்த நேரம் முழுக்கப் படகுகளைப் பற்றியே பேசிக் கொண்டிருந்தாரே“ என்று நான் கேட்டேன்.

“ஏனெனில் அவர் ஒரு பண்புள்ள மனிதர். நீ படகுகள்மீது ஆர்வமாக இருந்ததை அவர் பார்த்தார். எனவே நீ விரும்பும் விஷயங்களையும் உன்னை மகிழ்விக்கும் விஷயங்களையும் பற்றி அவர் உன்னிடம் பேசினார். அவர் உன் விருப்பங்களுடன் ஒத்துப் போனார்“ “என் அத்தையின் வார்த்தையை நான் ஒருபோதும் மறக்கவில்லை,” என்று வில்லியம் லயன் ஃபெல்ப்ஸ் மேலும் கூறினார்.

நான் இந்த அத்தியாயத்தை எழுதிக் கொண்டிருக்கும் இந்நேரத்தில், சிறுவர் சாரணர் இயக்க வேலையில் முனைப்புடன் ஈடுபட்டிருந்த எட்வர்டு எல். சாலிஃப் என்பவரிடமிருந்து வந்த ஒரு கடிதம் என் முன் இருக்கிறது. ”ஒருநாள் எனக்கு ஓர் உதவி தேவைப்பட்டது. ஐரோப்பாவில் ஒரு பெரும் சாரணர் திருவிழா நடைபெற இருந்தது. என் மாணவர்களில் ஒருவனை அங்கு அனுப்பி வைக்க விரும்பினேன். அமெரிக்காவின் மாபெரும் நிறுவனம் ஒன்றின் தலைவர் அப்பிரயாணத்திற்கான அனைத்துச் செலவுகளையும்

ஏற்றுக் கொண்டால் நன்றாக இருக்கும் என்று நான் நினைத்தேன்.

"அதிர்ஷ்டவசமாக, நான் அவரைப் பார்க்கச் செல்வதற்கு முன், அவர் யாரோ ஒருவருக்குப் பத்து இலட்சம் டாலர்களுக்கான ஒரு காசோலையை வழங்கியதாகவும், அந்தப் பரிவர்த்தனை முடிந்த பிறகு அக்காசோலையை வங்கியிடமிருந்து வாங்கி, அதைச் சட்டம் போட்டுத் தன் அலுவலகத்தில் மாட்டி வைத்திருப்பதாகவும் நான் கேள்விப்பட்டேன்.

"எனவே நான் அவரது அலுவலகத்திற்குள் நுழைந்தவுடன் முதல் வேலையாக அந்தக் காசோலையைப் பார்க்க விரும்புவதாக அவரிடம் கூறினேன். பத்து இலட்சம் டாலர்களுக்கான காசோலை! யாரும் அவ்வளவு பெரிய தொகைக்குக் காசோலை எழுதியதாக கேள்விப்பட்டதில்லை என்றும், நான் உண்மையிலேயே நான் பத்து இலட்சம் டாலர்களுக்கான காசோலையைப் பார்த்ததை என் மாணவர்களிடம் தெரிவிக்கப் போவதாகவும் நான் அவரிடம் கூறினேன். அவர் மகிழ்ச்சியுடன் அதை என்னிடம் காட்டினார். நான் அதை வெகுவாக ரசித்தேன். அந்தக் காசோலைக்குப் பின்னால் உள்ள நிகழ்ச்சியைப் பற்றிக் கூறுமாறு அவரிடம் கேட்டேன்."

திரு. சாலி∴ப், சாரணர் இயக்கத்தைப் பற்றியோ அல்லது ஐரோப்பாவில் நடக்கவிருந்த திருவிழாவைப் பற்றியோ அல்லது தனக்கு என்ன வேண்டும் என்பது பற்றியோ கூறித் தன் பேச்சைத் துவக்கவில்லை. அடுத்தவரின் ஆர்வம் குறித்து முதலில் அவர் பேசினார். அதன் விளைவு இது:

"நான் உரையாடிக் கொண்டிருந்த நபர், "அது இருக்கட்டும், நீங்கள் எதற்காக என்னைப் பார்க்க வந்தீர்கள்?" என்று என்னிடம் கேட்டார். எனவே நான் அவரைப் பார்க்க வந்த விஷயத்தை அவரிடம் கூறினேன்.

"அவர் என்னைப் பெரும் ஆச்சரியத்திற்கு உள்ளாக்கினார். அவர் நான் கேட்டதை உடனடியாகக் கொடுத்ததோடு மட்டுமல்லாமல், இன்னும் அதிகமானவற்றைக் கொடுத்தார். நான் ஒரே ஒரு சிறுவனை மட்டும் ஐரோப்பாவிற்கு அனுப்பி வைக்கும்படி அவரிடம் கேட்டிருந்தேன். ஆனால் அவர், ஐந்து சிறுவர்களையும் என்னையும் அனுப்பி வைத்து, ஆயிரம் டாலர்களுக்கு வங்கி உத்தரவாதக் கடிதம் ஒன்றையும்

என்னிடம் கொடுத்து, ஐரோப்பாவில் ஏழு வாரங்கள் இருந்துவிட்டு வரும்படிக் கூறினார். அவர் தன் கிளை மேலாளர்களுக்கு என்னைப் பற்றிய அறிமுகக் கடிதங்களையும் என்னிடம் கொடுத்து, அவர்கள் எங்களுக்கு உதவுமாறு செய்தார். பாரீஸில் அவரே எங்களை நேரில் வந்து சந்தித்து, அந்நகரை எங்களுக்குச் சுற்றிக் காட்டினார். பின்னர், எங்கள் குழுவில் இருந்த சில பையன்களுக்கு அவர் வேலை வழங்கியுள்ளார். அந்தப் பையன்களின் பெற்றோர்களுக்கு அது மிகவும் தேவையாக இருந்தது. அதோடு, இன்றும் அவர் எங்கள் குழுவில் முனைப்பாகச் செயல்படுகிறார்.

“ஆனால், அவர் எதில் ஆர்வமாக உள்ளார் என்பதை நான் கண்டுபிடித்திருக்கவில்லை என்றால், அவரை அணுகுவது எனக்குச் சுலபமாக இருந்திருக்காது என்பதை நான் அறிவேன்.”

இந்த உத்தி வியாபாரத்தில் பயன்படுத்தும் அளவுக்கு விலைமதிப்பு வாய்ந்ததா இல்லையா? என்பதை இப்போது பார்க்கலாம். நியூயார்க்கில் உள்ள, மொத்த விற்பனை செய்யும் ஒரு பேக்கரி நிறுவனமான “டுவெர்னாய் அன்ட் சன்ஸி“ன் உரிமையாளர் ஹென்றி ஜி. டுவெர்னாய் என்பவரை நாம் எடுத்துக் கொள்ளலாம்.

நியூயார்க்கிலுள்ள ஒரு குறிப்பிட்ட உணவகத்திற்குத் தன் நிறுவனத்தில் தயாரிக்கப்படும் ரொட்டியை விற்கத் திரு. டுவெர்னாய் முயற்சித்துக் கொண்டிருந்தார். அவர் நான்கு வருடங்களாக அந்த உணவகத்தின் மேலாளரை வாரம் ஒருமுறை சென்று சந்தித்து வந்தார். அந்த மேலாளர் செல்லும் அதே சமூக நிகழ்ச்சிகளில் தானும் சென்று கலந்து கொண்டார். அந்த உணவகத்தில் தான் வாடிக்கையாளராக மாற வேண்டும் என்பதற்காக, அந்த இடத்திலேயெ தங்கினார். ஆனால் எதுவுமே பலனளிக்கவில்லை.

திரு. டுவெர்னாய் இவ்வாறு கூறினார்: ”மனித உறவுகளைப் பற்றி நான் படித்தப் பிறகு என் உத்திகளை மாற்றுவதென்று தீர்மானித்தேன். அந்த மேலாளர் எதன்மீது ஆர்வமாக இருந்தார் என்பதையும், எது அவரை உற்சாகப்படுத்துகிறது என்பதையும் கண்டுபிடிக்க முடிவு செய்தேன்.

” உணவகத்தில் பணியாற்றும் நிர்வாக அதிகாரிகள் அடங்கிய, “ஹோட்டல் கிரீட்டர்ஸ் ஆ்.ப் அமெரிக்கா“ என்ற ஓர் அமைப்பைச் சேர்ந்தவர் அவர் என்பதை நான் கண்டறிந்தேன். அவர் வெறுமெனே அதில் உறுப்பினர் மட்டுமல்ல. மாறாக, அவரது உற்சாகப் பெருக்கு அவரை அந்நிறுவனத்தின் தலைவராகவும், “இன்டர்நேஷனல் கிரீட்டர்ஸ்“ நிறுவனத்தின் தலைவராகவும் ஆக்கியிருந்தது. அந்நிறுவனங்களின் சந்திப்புகள் எங்கு நடைபெற்றாலும் அவர் அங்கு இருப்பார்.

“எனவே அடுத்த நாள் நான் அவரைப் பார்த்தபோது ‘கிரீட்டர்ஸ்’ நிறுவனத்தைப் பற்றி அவரிடம் பேசினேன். எத்தகைய அற்புதமான ஒரு சந்திப்பு அது! உற்சாகம் தெறிக்கும் குரலில் அவர் கிரீட்டர்ஸைப் பற்றி அரைமணிநேரமாகப் பேசிக் கொண்டிருந்தார். கிரீட்டர்ஸ் அமைப்பு அவரது பொழுதுபோக்கு மட்டுமல்ல, அதுதான் அவரது வாழ்வின் ஆழ்விருப்பம் என்பதை என்னால் வெளிப்படையாகப் பார்க்க முடிந்தது.

“அப்போது, நான் ரொட்டியைப் பற்றி அவரிடம் எதுவும் கூறியிருக்கவில்லை. ஆனால் ஒருசில நாட்களுக்குப் பிறகு, மாதிரிகளோடும். அவற்றுக்கான விலைகளோடும் வந்து அவரைச் சந்திக்குமாறு எனக்கு அழைப்பு வந்தது. “நீங்கள் அந்த வயதானவருக்கு என்ன செய்தீர்கள் என்று எனக்குத் தெரியவில்லை. ஆனால் அவருக்கு உங்களை மிகவும் பிடித்துப்போய்விட்டது.” என்று கூறி அந்த விடுதியின் ஊழியர் ஒருவர் என்னை வரவேற்றார்.

“யோசித்துப் பாருங்கள்! அவரிடமிருந்து எனக்கு ஆர்டர் கிடைக்க வேண்டும் என்பதற்காக நான்கு வருடங்களாக. நான் அவர் பின்னால் நாயாக அலைந்தேன். இறுதியாக அவர் எதன்மீது ஆர்வம் கொண்டிருக்கிறார். எதைப் பற்றிப் பேசுவதில் மகிழ்ச்சியடைகிறார். என்பதை கண்டுபிடிக்காமல் இருந்திருந்தால், ஆர்டருக்காக இன்னும் அவர் பின்னால் நான் அலைந்து கொண்டுதான் இருந்திருப்பேன்.”

மேரிலேண்ட் மாநிலத்தின் ஹேகர்ஸ்டவுன் நகரைச் சேர்ந்த எட்வர்டு ஈ. ஹாரிமேன், தன் இராணுவ சேவையை நிறைவேற்றிய பிறகு மேரிலேண்டின் அழகிய கம்பர்லேண்ட் பள்ளத்தாக்கில் வாழ்வதென்று முடிவு செய்தார். துரதிர்ஷ்டவசமாக, அந்த நேரத்தில் அப்பகுதியில் வெகுசில

வேலைகளே இருந்தன. ஒரு சிறிய ஆராய்ச்சிக்குப் பிறகு திரு. ஹாரிமேன் ஓர் உண்மையைக் கண்டறிந்தார். அப்பகுதியில் இருந்த பல நிறுவனங்கள், ஆர்.ஜே. ஃபக்ங்ஹவுசர் என்ற, வழக்கத்திற்கு மாறான, ஆர்வ வெறி கொண்ட ஒரு தொழிலதிபருக்கு உரிமையானவையாகவோ அல்லது அவரால் கட்டுப்படுத்தப்படுபவையாகவோ இருந்தன. ஃபங்க்ஹவுசர் ஏழையாக இருந்து பணக்காரராக உயர்ந்தவர். இது திரு. ஹாரிமேனின் ஆர்வத்தைத் தூண்டியது. ஆனாலும், வேலை தேடுபவர்கள் தன்னை வந்து சந்திக்க ஃபங்ஹவுசர் ஒருபோதும் இடமளித்ததில்லை. திரு. ஹாரிமேன் எனக்கு இவ்வாறு எழுதினார்:

"நான் பலரைப் பேட்டி கண்டபோது அவர்கள் அனைவரும் கூறியதிலிருந்து, அதிகாரத்தையும் பணத்தையும் அடைவதில்தான் அவர் குறியாக இருந்தார் என்பதைக் கண்டுபிடித்தேன். பதினைந்து வருடங்களாக அர்ப்பணிப்புடன் அவரிடம் பணி புரிந்து வந்த, மிகவும் கண்டிப்பான அவரது செயலாளர் என்னைப் போன்றவர்களிடமிருந்து அவரைப் பாதுகாத்து வந்தார். அதனால், முதலில் நான் அச்செயலாளரின் விருப்பங்களையும் இலக்குகளையும் தெரிந்துகொண்டு, பிறகு ஒருநாள் முன்னறிவிப்பின்றி அச்செயலாளரின் அலுவலகத்திற்கு விஜயம் செய்தேன். நான் திரு. ஃபங்க்ஹவுசருக்காக ஒரு திட்டத்தைக் கொண்டு வந்திருப்பதாகவும், அது அவருக்குப் பொருளாதார வெற்றியையும் அரசியல் வெற்றியையும் தரும் என்றும் அவரிடம் கூறியபோது அவர் உற்சாகமடைந்தார். திரு. ஃபங்க்ஹவுசரின் வெற்றியில் அச்செயலாளரது ஆக்கபூர்வமான பங்களிப்புக் குறித்தும் நான் அவரிடம் உரையாடினேன். இந்த உரையாடலைத் தொடர்ந்து நான் திரு. ஃபங்க்ஹவுசரைச் சந்திக்க அவர் ஏற்பாடு செய்தார்.

"எனக்கு வேலை வேண்டும் என்று நேரடியாகக் கேட்கக்கூடாது என்ற முடிவோடு நான் அவரது பிரமிப்பூட்டும் அலுவலகத்திற்குள் நுழைந்தேன். ஒரு பெரிய மேசைக்குப் பின்னால் அவர் அமர்ந்திருந்தார். "என்ன விஷயம்?" என்று என்னைப் பார்த்து இடிபோல் முழங்கினார். "திரு. ஃபங்க்ஹவுசர் அவர்களே, என்னால் உங்களுக்கு அதிகப் பணத்தை உருவாக்கித் தர முடியும் என்று நான் நம்புகிறேன்," என்றேன் நான். அவர் உடனடியாகத் தன் இருக்கையைவிட்டு எழுந்து, ஒரு பெரிய, வசதியான நாற்காலியில் வந்து அமரும்படி

என்னைக் கேட்டுக் கொண்டார். நான் என் யோசனைகளைப் பட்டியலிட்டு, அந்த யோசனைகளைச் செயல்படுத்தி வெற்றி பெறுவதற்கு என்னிடமிருந்த தகுதிகளையும் எடுத்துரைத்தேன். அதோடு, அவை அவரது தனிப்பட்ட வெற்றிக்கும், அவரது தொழில்களுக்கும் எவ்வாறு ஆக்கபூர்வமான பங்காற்றும் என்பதையும் நான் கூறினேன்.

“அவர் என்னை உடனடியாக வேலைக்கு எடுத்துக் கொண்டார். அவரை நான் ‘ஆர்.ஜே.“ என்று அழைக்கத் துவங்கினேன். இருபது வருடங்களுக்கும் மேலாக நான் அவரது நிறுவனங்களில் வளர்ந்து வந்துள்ளேன். நாங்கள் இருவரும் பரஸ்பரம் பலனடைந்து இருக்கிறோம்.”

ஐந்தாவது கொள்கை

பிறர் ஆர்வம் கொண்டுள்ள
விஷயம் குறித்துப் பேசுங்கள்.

6

மக்களை உங்கள்மீது விருப்பம் கொள்ள வைப்பது எப்படி

நியூயார்க்கில் உள்ள ஓர் அஞ்சல் நிலையத்தில் ஓர் அஞ்சலைப் பதிவு செய்வதற்காக நான் வரிசையில் காத்துக் கொண்டிருந்தேன். அங்கிருந்த எழுத்தர் தன் வேலையில் மிகவும் சலிப்படைந்திருப்பதை நான் கவனித்தேன். அஞ்சல் உறைகளை எடைபோடுவது, அஞ்சல் தலைகளை விநியோகிப்பது, சில்லறைகள் கொடுப்பது, ரசீதுகளைக் கொடுப்பது என்று வருடா வருடம் அதே சலிப்பூட்டும் வேலைகள். எனவே நான் எனக்குள் இவ்வாறு கூறிக் கொண்டேன்: ”அந்த எழுத்தரை என்மீது விருப்பம் கொள்ளச் செய்யப் போகிறேன். அதற்கு நான் ஏதேனும் ஓர் இனிய விஷயத்தைக் கூற வேண்டும் - என்னைப் பற்றியல்ல, அவரைப் பற்றி.'' எனவே என்னை நானே இவ்வாறு கேட்டுக் கொண்டேன்: ”அவரைப் பற்றிய எந்த விஷயம் உண்மையிலேயே எனக்கு பிரமிப்பூட்டுகிறது?” சில சமயங்களில் அந்தக் கேள்விக்கு விடையளிப்பது சற்று சிரமமானது, குறிப்பாக, நமக்கு முன்பின் அறிமுகமில்லாதவர்களிடத்தில் இது சற்று சிரமமாகத்தான் இருக்கும். ஆனால் இந்த விஷயத்தில், எனக்கு அது சுலபமாக இருந்தது. அக்கணத்தில் நான் அவரிடம் ஒன்றைக் கண்டு பிரமித்து நின்றேன்.

எனவே அவர் என் அஞ்சல் உறையை எடைபோட்டபோது, ”உங்கள் தலைமுடி எனக்கு இருந்தால். நான் மிகவும் மகிழ்ச்சியடைவேன்,” என்று உற்சாகத்துடன் குறிப்பிட்டேன்.

அவர் பாதி திடுக்கிட்டவராக என்னை ஏறிட்டுப் பார்த்து, புன்னகை மின்னும் முகத்துடன், "முன்பு இதைவிட அதிகமான முடி என் தலையில் இருந்தது." என்று அடக்கத்துடன் கூறினார். அதன் அளவு சற்றுக் குறைந்திருந்தாலும், அது இன்னும் அற்புதமாகத்தான் உள்ளது என்று நான் அவருக்கு உறுதியளித்தேன். அவர் எல்லையில்லா மகிழ்ச்சியடைந்தார். நாங்கள் ஒரு சிறிய, இனிய உரையாடலை மேற்கொண்டோம். நான் அங்கிருந்து புறப்படும்போது, இறுதியாக அவர் கூறிய வார்த்தைகள்: "என் தலைமுடியைப் பலரும் ரசித்துள்ளனர்."

அன்று மதியம் அவர் உணவருந்தச் சென்றபோது காற்றில் மிதந்து சென்றிருப்பார் என்று என்னால் நிச்சயமாகக் கூற முடியும். இரவு வீட்டிற்குச் சென்றவுடன் தன் மனைவியிடம் இதைப் பற்றி நிச்சயமாகக் கூறியிருப்பார். கண்ணாடியில் தன்னைப் பார்த்து, "எவ்வளவு அழகான தலைமுடி எனக்கு!" என்று மகிழ்ந்திருப்பார்.

நான் ஒருமுறை இக்கதையைப் பொது மேடையில் கூறியபோது, சிறிது நேரம் கழித்து ஒருவர் என்னிடம் வந்து, "அவரிடமிருந்து நீங்கள் எதைப் பெறுவதற்கு முயற்சித்தீர்கள்?" என்று கேட்டார்.

நான் அவரிடமிருந்து எதைப் பெற முயற்சித்தேன்!!! நான் அவரிடமிருந்து எதைப் பெற முயற்சித்தேன்!!!

அடுத்தவரிடமிருந்து ஏதேனும் பெற முயற்சிக்காமல் நம்மால் ஒரு சிறு மகிழ்ச்சியை வெளிப்படுத்தி, நேர்மையான ஒரு சிறிய பாராட்டை ஒருவருக்குக் கொடுக்க முடியாத அளவுக்கு நாம் வடிகட்டிய சுயநலத்தோடு இருக்கிறோம் என்றால், நம் ஆன்மாக்கள் வாடி வதங்கிப்போன ஆப்பிள்களைவிடச் சிறியதாக இருக்கிறது என்றால், நாம் சந்திக்கவிருக்கும் தோல்விகளுக்கு நாம் தகுதி வாய்ந்தவர்கள்தாம்!

ஆம், அவரிடமிருந்து நான் ஒன்றை எதிர்பார்த்தேன். அவரிடமிருந்து விலைமதிப்பற்ற ஒரு பொருளைப் பெற நான் விரும்பினேன். அதை நான் பெறவும் செய்தேன். அவரால் பதிலுக்கு எனக்கு எதுவும் செய்ய இயலாதபடி அவருக்கு நான் ஏதோ ஒன்றைச் செய்திருக்கிறேன் என்ற உணர்வை நான் பெற்றேன். அந்த உணர்வு, அந்த நிகழ்வு கடந்துபோய் நெடுங்காலத்திற்குப் பின்னும் உங்கள் நினைவில் ஒலித்துக் கொண்டிருக்கும்.

மனித நடத்தை பற்றிய மிக முக்கியமான விதி ஒன்று உள்ளது. அந்த விதிக்குக் கீழ்ப்படிந்து நடந்தால் நாம் பெரும்பாலும் பிரச்சனைகளில் சிக்கிக் கொள்ள மாட்டோம். நாம் அதை மதித்து நடந்தால், அது நமக்கு எண்ணற்ற நண்பர்களையும், நிரந்தர மகிழ்ச்சியையும் கொண்டு வரும். ஆனால் நாம் அவ்விதியை மீறும் அக்கணத்தில், எல்லையில்லாப் பிரச்சனைக்கு ஆளாவோம். அவ்விதி இதுதான்: எப்போதும் அடுத்தவரை முக்கியமானவராக உணரச் செய்யுங்கள். நான் முன்பே குறிப்பிட்டுள்ளதுபோல், முக்கியமானவராகக் கருதப்பட வேண்டும் என்ற விருப்பம்தான் மனித இயல்பில் உள்ள ஆழமான தூண்டுதல் என்று ஜான் டூவி கூறியுள்ளார். வில்லியம் ஜேம்ஸ் இவ்வாறு கூறியுள்ளார்: ”மனித இயல்பில் உள்ள ஆழமான அம்சம், பாராட்டப்படுவதற்கான தீவிர வேட்கைதான்.'' நான் ஏற்கனவே சுட்டிக்காட்டியதுபோல, இந்தத் தூண்டுதல்தான் நம்மை விலங்குகளிடமிருந்து வேறுபடுத்துகிறது. இத்தூண்டுதல்தான் மனித நாகரீகத்திற்கே வழிவகுத்தது.

ஆயிரக்கணக்கான வருடங்களாகத் தத்துவவியலாளர்கள் மனித உறவுகளின் விதிகளைப் பற்றி ஊகித்து வந்துள்ளனர். அந்த அனைத்து ஊகங்களிலிலும் தனித்துவமாகத் தன்னை வெளிப்படுத்திக் கொண்டது ஒரே ஒரு கொள்கை மட்டுமே. அது ஒன்றும் புதிதல்ல. வரலாற்றைப் போன்றே அது மிகப் பழமையானது. இரண்டாயிரத்து ஐநூறு ஆண்டுகளுக்கு முன்பு பாரசீகத்தில் தன் சீடர்களுக்கு ஜோரோஸ்டர் அதைக் கற்றுக் கொடுத்தார். இருபத்து நான்கு நூற்றாண்டுகளுக்கு முன் சீனாவில் கன்பூசியஸ் அதைப் போதித்தார். கிறிஸ்துவிற்கு ஐநூறு ஆண்டுகளுக்கு முன், புனிதமான கங்கைக் கரையில் புத்தர் போதித்தார். தாவோக் கொள்கையைத் தோற்றுவித்த லாதூ, ஹான் பள்ளத்தாக்கில் தன் சீடர்களுக்கு அதைக் கற்பித்தார். அதற்கும் பல ஆயிரம் ஆண்டுகளுக்கு முன்னர் இந்துக்களின் புனித நூலகள் அதைக் கற்பித்தன. இருபது நூற்றாண்டுகளுக்கு முன்பு ஜூடாவின் கற்குன்றுகளிடையே இயேசு அதைக் கற்றுக் கொடுத்தார். இயேசு அதை ஒரே ஓர் எண்ணத்தால் தொகுத்துக் கூறினார்: ”பிறர் உங்களுக்கு என்ன செய்ய வேண்டும் என்று நீங்கள் விரும்புகிறீர்களோ, அதையே நீங்கள் அடுத்தவர்களுக்கும் செய்யுங்கள்.” இதுதான் உலகிலேயே மிக முக்கியமான விதியாக இருக்கக்கூடும்.

நீங்கள் தொடர்பு கொண்டிருக்கும் மக்களின் ஒப்புதலை நீங்கள் பெற விரும்புகிறீர்கள். உங்கள் உண்மையான மதிப்பு அங்கீகரிக்கப்பட வேண்டும் என்று நீங்கள் விரும்புகிறீர்கள். உங்கள் சிறிய உலகத்தில் நீங்கள் முக்கியமானவர் என்ற ஓர் உணர்வைப் பெற விரும்புகிறீர்கள். மலிவான, போலியான பாராட்டுக்களை நீங்கள் விரும்பவில்லை. ஆனால் உண்மையான பாராட்டின்மீது தீவிர கொண்டிருக்கிறீர்கள். உங்கள் நண்பர்களும் கூட்டாளிகளும், சார்லஸ் ஆவல் ஷ்வாப் கூறியதுபோல், "இதயபூர்வமான ஒப்புதலையும் தாராளமான பாராட்டுக்களையும்" தர வேண்டும் என்று விரும்புகிறீர்கள். நாம் அனைவரும் அதைத்தான் விரும்புகிறோம்.

எனவே நாம் அந்தப் "பொன்விதி "க்குக் கீழ்ப்படிந்து நடப்போம். அடுத்தவர்கள் நமக்கு எதைக் கொடுக்க வேண்டும் என்று நாம் விரும்புகிறோமோ, அதை நாம் அடுத்தவர்களுக்குக் கொடுப்போம்.

எப்படி? எப்போது? எங்கு? எல்லா நேரங்களிலும், எல்லா இடங்களிலும் என்பதுதான் இதற்கான விடை.

விஸ்கான்சின் மாநிலத்திலுள்ள யூ கிளேர் நகரைச் சேர்ந்த டேவிட் ஜி. ஸ்மித்திடம், தர்ம காரியம் ஒன்றிற்காக நடைபெற்ற இசை நிகழ்ச்சி ஒன்றில் புத்துணர்வூட்டும் பானங்கள் மற்றும் சிற்றுண்டிகளின் விற்பனையை நிர்வகிக்கும் பொறுப்பை ஏற்றுக்கொள்ளுமாறு கேட்டுக்கொள்ளப்பட்டபோது, அங்கு ஏற்பட்ட ஓர் இக்கட்டான சூழ்நிலையைத் தான் சமாளித்த விதத்தைப் பற்றி அவர் எங்கள் பயிற்சி வகுப்பு ஒன்றில் பகிர்ந்து கொண்டார்.

"நிகழ்ச்சி நடைபெற்ற இரவில் நான் பூங்காவிற்கு வந்தபோது, வயதான இரண்டு பெண்கள் மிகவும் மோசமான மனநிலையில் சிற்றுண்டிகளும் பானங்களும் விற்கப்படும் இடத்திற்கு அருகே நின்று கொண்டிருந்தனர். அவர்கள் ஒவ்வொருவரும் அந்த வேலை அவர்கள் பொறுப்பில் விடப்பட்டிருந்ததாக நினைத்திருந்தனர். என்ன செய்வது என்று யோசித்தவாறு நான் அங்கு நின்று கொண்டிருந்தபோது, அந்த நிகழ்ச்சிக்குப் பண உதவி செய்து, ஆதரவளித்துக் கொண்டிருந்த குழுமத்தின் உறுப்பினர் ஒருவர் என்னிடம் பணப் பெட்டியைக் கொடுத்துவிட்டு, அந்தப் பொறுப்பை நான் ஏற்றுக் கொண்டுள்ளதற்கு நன்றி கூறினார். பிறகு அவர் ரோஸ் மற்றும்

ஜேன் ஆகியோரை என் உதவியாளர்கள் என்று அறிமுகம் செய்துவிட்டு அங்கிருந்து ஓடிவிட்டார்.

“ஒரு பெரும் அமைதி நிலவியது. பணப் பெட்டி என்பது அதிகாரத்திற்கான ஓர் அடையாளம் என்பதை உணர்ந்துகொண்டு, நான் அதை ரோஸிடம் கொடுத்து, பணத்தை என்னால் சரியாகப் பார்த்துக் கொள்ள முடியாது என்பதால் அவர் அதைக் கவனித்துக் கொண்டால் எனக்கு நிம்மதியாக இருக்கும் என்று அவரிடம் விளக்கினேன். பிறகு எங்களுக்கு உதவுவதற்காக அங்கு வந்திருந்த இரண்டு இளைஞர்களை நான் ஜேனுக்கு அறிமுகம் செய்து வைத்து, சோடா இயந்திரத்தை எவ்வாறு இயக்குவது என்று அவர்களுக்குக் காட்டுமாறு அவரிடம் தெரிவித்து, அந்த வேலைக்கான பொறுப்பை ஏற்றுக் கொள்ளுமாறு அவரிடம் கூறினேன்.

“அந்த மாலைப் பொழுதில், ரோஸ் மகிழ்ச்சியுடன் பணத்தை எண்ணிக் கொண்டிருந்தார் ஜேன் அந்த இரண்டு இளைஞர்களையும் கண்காணித்துக் கொண்டிருந்தார் நான் மகிழ்ச்சியாக இசை நிகழ்ச்சியை அனுபவித்துக் கொண்டிருந்தேன்.”

பாராட்டு என்பதைப் பயன்படுத்துவதற்கு நீங்கள் பிரான்சு நாட்டின் தூதுவராகவோ அல்லது ஒரு பெரும் கழகத்தின் தலைவராகவோ ஆவதற்காகக் காத்துக் கொண்டிருக்க வேண்டியதில்லை. கிட்டத்தட்ட ஒவ்வொரு நாளும் அதைக் கொண்டு உங்களால் அற்புதங்களைப் படைக்க முடியும்.

உதாரணமாக, ஓர் உணவகத்திற்குச் சென்று நீங்கள் உருளைக்கிழங்கு வறுவல் ஆர்டர் செய்திருக்கிறீர்கள் என்று வைத்துக் கொள்வோம். ஆனால் உங்களுக்குக் கொடுக்கப்பட்டதோ உருளைக்கிழங்கு மசியல், ”நான் உங்களைத் தொந்தரவு செய்வதற்கு என்னை மன்னிக்க வேண்டும். ஆனால் நான் கேட்டது உருளைக்கிழங்கு வறுவல்,” என்று உங்களுக்கு உணவு பரிமாறியவரிடம் நீங்கள் கூறினால், அதற்கு அவர், “அது ஒன்றும் பிரச்சனையே அல்ல,” என்று கூறி, நீங்கள் கேட்ட உணவைக் கொண்டுவரக்கூடும். ஏனெனில் நீங்கள் அவரை மரியாதையாக நடத்தியிருக்கிறீர்கள்.

”நான் உங்களைத் தொந்தரவு செய்வதற்கு என்னை மன்னிக்க வேண்டும்.” “தயவு செய்து இதை நீங்கள்

செய்வீர்களா?'' "உங்களுக்கு ஒன்றும் ஆட்சேபணை இல்லையே?'' "நன்றி'' போன்ற சிறு சொற்றொடர்கள், சிறு நல்லியல்புகள், அன்றாட வாழ்வில் இயந்திரத்தனமாகச் சுழன்று கொண்டிருக்கும் பற்சக்கரங்களின் சீரான இயக்கத்திற்கு உதவும் எண்ணெயாக அமையும். மேலும். இவைதான் நல் வளர்ப்புக்கான அடையாள முத்திரைகள்.

நாம் மற்றுமோர் எடுத்துக்காட்டைப் பார்க்கலாம். கெயின் எழுதிய "த கிறிஸ்டியன்," "த டீம்ஸ்டர்," "த ஹால் மேன்ஸ்மேன்" ஆகிய நாவல்கள் சென்ற நூற்றாண்டின் துவக்கக் காலத்தில் பெருமளவில் விற்பனையாயின. பல இலட்சம் மக்கள் அவரது நாவல்களைப் படித்தனர். அவர் ஓர் இரும்புக் கொல்லரின் மகனாகப் பிறந்தார். தன் வாழ்நாளில் எட்டு வருடப் பள்ளிப் படிப்பை மட்டுமே பெற்றார். இருந்தாலும் அவர் இறக்கும்போது, அவரது காலத்தில் வாழ்ந்த வளமான இலக்கியவாதியாகத் திகழ்ந்தார்.

அந்தக் கதை இவ்வாறு செல்கிறது: சோனெட் என்ற பதினான்கு வரிச் செய்யுள்களையும் நாட்டுப் பாடல்களையும் ஹால் கெயின் பெரிதும் விரும்பினார். எனவே அவர் டான்டே கேப்ரியல் ராசெட்டியின் கவிதைகளைத் தீவிர ஆர்வத்தோடு படித்தார். ராசெட்டியின் கலைத்திறன்மிக்கச் சாதனைகளைப் புகழ்ந்து ஒரு சொற்பொழிவை எழுதி, அதன் ஒரு பிரதியை ராசெட்டிக்கு அனுப்பி வைத்தார். ராசெட்டி பெருமகிழ்ச்சி அடைந்தார். "என் திறன்மீது இவ்வளவு மேன்மையான அபிப்பிராயத்தைக் கொண்டிருக்கும் எந்தவோர் இளைஞனும் மிகவும் புத்திசாலியாகத்தான் இருக்க வேண்டும்," என்று ராசெட்டி தனக்குள் கூறியிருக்கக்கூடும். எனவே அவர் அந்த இரும்புக் கொல்லரின் மகனை இலண்டனுக்கு வரச் சொல்லி, தன் செயலாளராக இருக்குமாறு கேட்டுக் கொண்டார். அது ஹால் கெயினின் வாழ்வில் ஒரு திருப்புமுனையாக அமைந்தது. ஏனெனில் அவர் தன் புதிய பதவியில் அந்நாளின் இலக்கியக் கலைஞர்கள் பலரைச் சந்தித்தார். அவர்களது அறிவுரைகளால் அவர் பலனடைந்தார் அவர்களது ஊக்குவிப்பால் உத்வேகமடைந்தார் அதனால் உந்தப்பட்டு அவர் இலக்கியத்தில் குதித்தார். அது அவருக்கு உலகப் புகழைக் கொண்டு வந்தது.

ஐல் ஆ. ்.ப் மேன் என்னுமிடத்தில் உள்ள, கிரீபா காசில் என்று அழைக்கப்பட்ட அவரது வீடு, உலகெங்கிலும் இருந்து வரும்

சுற்றுலாப் பயணிகளின் மெக்காவாக மாறியது. அவர் இறந்தபோது, பல இலட்சம் டாலர்கள் பெறுமானமுள்ள சொத்துக்களை விட்டுச் சென்றார். இருந்தாலும், ஒரு பிரபலமான மனிதரிடம் தான் கொண்டிருந்த பிரமிப்பை வெளிப்படுத்தி அவர் மட்டும் ஒரு கட்டுரையை எழுயிருக்காவிட்டால், அவர் ஏழையாகவும் ஊர் பேர் தெரியாதவராகவும் இறந்துபோயிருக்கலாம். யாருக்குத் தெரியும்?

உண்மையான, இதயபூர்வமான பாராட்டுதலுக்கு அத்தகைய அதீதமான ஆற்றல் உள்ளது.

ராசெட்டி தன்னை முக்கியமானவராகக் கருதினார். அது ஒன்றும் வினோதமானதல்ல. உலகில் உள்ள ஒவ்வொருவரும் தங்களை மிக முக்கியமானவர்களாகத்தான் கருதுகின்றனர்.

அவர்கள் முக்கியமானவர்கள் என்று யாரேனும் அவர்களை உணரச் செய்தால், பல மக்களின் வாழ்க்கையில் மாற்றம் ஏற்படக்கூடும். கலிபோர்னியாவில் எங்கள் பயிற்சி வகுப்பை நடத்தும் பயிற்றுவிப்பாளரான ரொனால்டு ஜே. ரோலேன்ட், கைவினைப் பொருட்கள் செய்யக் கற்றுக் கொடுக்கும் ஓர் ஆசிரியரும்கூட. தன் வகுப்பில் கலந்துகொண்ட கிறிஸ் என்ற மாணவரைப் பற்றி அவர் எங்களுக்குக் கடிதம் எழுதினார்:

கிறிஸ் ஓர் அமைதியான, கூச்ச சுபாவம் கொண்ட, சுயநம்பிக்கையற்ற ஒரு மாணவன். தனக்குக் கிடைக்க வேண்டிய கவனிப்புக் கிடைக்காத ஒருவன். நான் ஒரு சிறப்பு வகுப்பையும் நடத்தி வருகிறேன். அதில் பங்கு பெறுவது ஒரு சமூக அந்தஸ்துக்கான அறிகுறியாகவும். சிறப்பு உரிமையாகவும் மாணவர்களால் கருதப்படுகிறது.

புதன்கிழமையன்று, கிறிஸ் விடாமுயற்சியுடன் தன் வேலையைச் செய்து கொண்டிருந்தான். ஒரு நெருப்பு அவனுள் ஆழமாக ஒளிந்து கொண்டிருந்ததாக நான் உணர்ந்தேன். என் சிறப்பு வகுப்பில் கலந்து கொள்ள விருப்பமா என்று அவனிடம் கேட்டேன். கிறிஸ்ஸின் முகத்தில் ஏற்பட்ட வெளிப்பாடுகளை, கூச்ச சுபாவம் கொண்ட அந்தப் பதினான்கு வயதுச் சிறுவனின் உணர்ச்சிகளை நான் என்னவென்று கூறுவது? அவன் தன் கண்ணீரைக் கட்டுப்படுத்த முயன்று கொண்டிருந்தான்.

"யார், நானா? திரு. ரோலேன்ட் அவர்களே, நான் அதற்குத் தகுதி வாய்ந்தவனா?"

"ஆமாம். கிறிஸ். நீ அதற்குத் தகுதி வாய்ந்தவன்தான்." என் கண்களில் கண்ணீர்த் துளிர்த்ததால் நான் அங்கிருந்து கிளம்ப வேண்டியதாயிற்று. அன்று கிறிஸ் தன் வகுப்பிலிருந்து வெளியேறியபோது இரண்டு அங்குலம் உயர்ந்திருந்ததாக எனக்குத் தோன்றியது. தன் ஒளிவீசும் நீலக் கண்களால் அவன் என்னைப் பார்த்து, நம்பிக்கை தொனிக்கும் குரலில், "நன்றி!" என்று கூறினான்.

நான் ஒருபோதும் மறக்க முடியாத ஒரு பாடத்தைக் கிறிஸ் எனக்குக் கற்றுக் கொடுத்தான். நாம் முக்கியமானவராக உணரப்பட வேண்டும் என்று நம்முள் இருக்கும் ஆழ்விருப்பம்தான் அது. அந்த விதியை நான் எப்போதும் நினைவில் வைத்துக் கொள்ள வேண்டும் என்பதற்காக அதை ஓர் அறிவிப்பாக மாற்றினேன்: 'நீங்கள் முக்கியமானவர்" என்று எழுதி அதை அனைவரின் பார்வைக்காகவும், நான் எதிர்கொள்ளும் ஒவ்வொரு மாணவனும் முக்கியமானவன் என்று எனக்கு நானே நினைவூட்டிக் கொள்வதற்காகவும் என் வகுப்பின் முன்னால் தொங்கவிட்டுள்ளேன்.

கிட்டத்தட்ட நீங்கள் சந்திக்கும் ஒவ்வொருவரும் ஏதோ ஒரு வழியில் தாங்கள் உங்களைவிட உயர்ந்தவர்கள் என்று நம்புகின்றனர். அவர்கள் இதயத்தை வெற்றி கொள்வதற்கான ஒரு நிச்சயமான வழி, நீங்கள் அவர்களது முக்கியத்துவத்தை அங்கீகரிப்பதுதான். அதை நீங்கள் உண்மையாக அங்கீகரிக்கிறீர்கள் என்று அவர்களை உணரச் செய்வதுதான் இதில் முக்கியமானது.

இதில் பரிதாபகரமான விஷயம் என்னவென்றால், அத்தகைய ஒரு சாதனை உணர்வைப் பெறுவதற்குத் தங்களிடம் எந்தத் தகுதியும் இல்லாதவர்கள், தங்கள் சுயமதிப்பை வலுப்படுத்திக் கொள்வதற்காக, அகங்காரத்தை வெளிப்படுத்தி, அமளியை ஏற்படுத்துகின்றனர். அது அனைவரையும் வெறுப்படையச் செய்வதாக அமைகிறது.

என் பயிற்சி வகுப்புகளில் கலந்து கொண்ட தொழிலதிபர்கள் இக்கொள்கைகளை நடைமுறைப்படுத்தி, குறிப்பிடத்தக்க விளைவுகளை எவ்வாறு பெற்றனர் என்பதை நான் உங்களுக்குக் கூறப் போகிறேன். கனெக்டிகட் நகரைச் சேர்ந்த ஒரு வழக்கறிஞரை எடுத்துக் கொள்வோம்.

பயிற்சி வகுப்பில் சேர்ந்த சில நாட்களுக்குள்ளாகவே அவர். தன் மனைவியின் உறவினர்கள் சிலரைச்

சந்திப்பதற்காகத் தன் மனைவியுடன் லாங் ஐலன்டிற்கு விஜயம் செய்தார். இவருடன் உரையாட, அந்த வீட்டின் சொந்தக்காரரான தன் வயதான அத்தை ஒருவரை வைத்துவிட்டு அவரது மனைவி வேறு சில உறவினர்களைப் பார்க்கச் சென்றுவிட்டார். வெகு விரைவில், பாராட்டுதல் கொள்கைகளை அவர் எவ்வாறு நடைமுறைப்படுத்தினார். என்பதைப் பற்றி எங்கள் வகுப்பில் அவர் உரையாற்ற வேண்டியிருந்ததால். இந்த வயதான பெண்மணியுடன் பேசுவதன் மூலம் சில மதிப்பு வாய்ந்த அனுபவங்களைத் தான் பெறக்கூடும் என்று அவர் நினைத்தார். தான் உண்மையிலே ரசித்துப் பாராட்டுவதற்கு அந்த வீட்டில் என்ன இருக்கிறது என்பதைக் கண்டறிவதற்காக வீடு முழுக்கச் சுற்றிப் பார்த்தார்.

“இந்த வீடு சுமார் 1890ல் கட்டப்பட்டிருக்குமா?” என்று அவர் விசாரித்தார்.

“ஆமாம், துல்லியமாக அதே வருடம்தான் இவ்வீடு கட்டப்பட்டது,” என்று அப்பெண்மணி பதிலளித்தார்.

“இது நான் பிறந்த வீட்டை எனக்கு நினைவூட்டுகிறது. இவ்வீடு மிகவும் அழகாக உள்ளது. சிறப்பாகக் கட்டப்பட்டுள்ளது. நன்றாக இடம் கொடுத்துக் கட்டப்படுள்ளது. இப்போதெல்லாம் இது போன்ற வீடுகளை யாரும் கட்டுவதில்லை தெரியுமா?”

“நீங்கள் கூறுவது முற்றிலும் சரிதான். இக்காலத்து இளைஞர்கள் அழகான வீடுகள்மீது அக்கறை கொள்வதில்லை. அவர்களுக்குத் தேவையெல்லாம் தீப்பெட்டிப் போன்ற ஒரு வீடும் வேகமாகச் செல்லும் காரும்தான்.” என்று அவர் குறைபட்டுக் கொண்டார்.

“இது ஒரு கனவு வீடு. இந்த வீடு செங்கற்களால் கட்டப்படவில்லை் காதலால் கட்டப்பட்டது. இதைக் கட்டுவதற்கு முன், பல வருடங்களாக நானும் என் கணவரும் இதைப் பற்றிக் கனவு கண்டோம். எங்களிடம் கட்டிடக்கலை நிபுணர் யாரும் இல்லை. நாங்கள் இருவருமாகவே சேர்ந்து திட்டமிட்டுக் கட்டினோம்,” என்று மெல்லிய நினைவுகள் அதிர்ந்த ஒரு குரலில் அவர் கூறினார்.

அப்பெண்மணி அவருக்குத் தன் வீட்டைச் சுற்றிக் காண்பித்தார். பிரயாணங்களின்போது பல அவர் சேகரித்திருந்த, நெடுங்காலமாக மகிழ்ச்சியோடு பராமரித்து வந்த பல அழகிய பொக்கிஷங்களைப் பார்த்து ரசித்த அந்த வழக்கறிஞர் தன் இதயபூர்வமான பாராட்டை அவருக்குத் தெரிவித்தார். பெயிஸ்லி என்ற ஒருவகையான கம்பளி சால்வை, பழைய ஆங்கிலேயே தேனீர்க் கோப்பைகள் அடங்கிய ஒரு செட், பிரெஞ்சுக் கட்டில்கள் மற்றும் நாற்காலிகள், இத்தாலிய ஓவியங்கள், முன்பு பிரெஞ்சுக் கோட்டையை அலங்கரித்தப் பட்டுத் திரைச்சீலைகள் ஆகியவை அவரது பொக்கிஷங்களில் சில.

தன் வீட்டைச் சுற்றிக் காட்டிய பிறகு, அவர் தன் கார்களை நிறுத்தி வைக்கும் இடத்திற்கு அவரை அழைத்துச் சென்றார். அங்கு அழகிய பேக்கார்டு கார் ஒன்று மிகக் கச்சிதமான நிலையில் நிறுத்தி வைக்கப்பட்டிருந்தது.

பிறகு அப்பெண், மிக மெல்ல குரலில், “என் கணவர் இறப்பதற்குச் சில நாட்களுக்கு முன்பு இந்தக் காரை எனக்கு வாங்கிக் கொடுத்தார். அவர் இறந்ததிலிருந்து நான் இதை ஓட்டியதே இல்லை. நீங்கள் அருமையான விஷயங்களை ரசிக்கிறீர்கள், பாராட்டுகிறீர்கள். நான் இந்தக் காரை உங்களுக்குக் கொடுக்கப் போகிறேன்,” என்று கூறினார்.

“எதற்காக அப்படிச் செய்கிறீர்கள்? நீங்கள் என்னைத் திக்குமுக்காட வைக்கிறீர்கள். உங்கள் தயாள குணத்தை நான் நிச்சயமாகப் பாராட்டுகிறேன். ஆனால், என்னால் இதை ஏற்றுக் கொள்ள முடியாது. நான் உங்கள் சொந்தக்காரர்கூட இல்லை. என்னிடம் ஒரு புதிய கார் இருக்கிறது. இந்தக் காரை வைத்துக் கொள்ள உங்கள் உறவினர்களில் பலரும் விரும்புவார்கள்.”

”உறவினர்களா? ஆமாம், அந்தக் காரை எடுத்துக் கொள்வதற்காகவே பல உறவினர்கள் நான் இறக்கும் நாளை எதிர்பார்த்துக் காத்துக் கொண்டிருக்கிறார்கள். ஆனால் அவர்களுக்கு அது கிடைக்கப் போவதில்லை,” என்று அவர் உணர்ச்சிவசப்பட்டுப் பேசினார்.

“அதை நீங்கள் அவர்களுக்குக் கொடுக்க விரும்பவில்லை என்றால், பழைய கார்களை விற்கும் ஒருவரிடம் நீங்கள் அதைச் சுலபமாக விற்கலாமே?” என்று அவரிடம் கூறினேன்.

“விற்பதா? நான் இந்தக் காரை விற்பேன் என்று நீங்கள் நினைக்கிறீர்களா? என் கணவர் எனக்காக வாங்கிக் கொடுத்த அந்தக் காரை எனக்குப் பரிச்சயமில்லாதவர்கள் இத்தெருவின் வழியாக மேலும் கீழும் ஓட்டிச் செல்வதை என்னால் பார்க்க முடியும் என்று நினைக்கிறீர்களா? இக்காரை நான் என் கனவிலும் விற்க மாட்டேன். நான் அதை உங்களுக்குக் கொடுக்கப் போகிறேன். நீங்கள் அழகான பொருட்களைப் பாராட்டுகிறீர்கள்,” என்று கூறினார்.

அந்த வழக்கறிஞர் எவ்வளவோ தடுத்துப் பார்த்தார். ஆனால் அப்பெண்மணியின் உணர்வுகளைக் காயப்படுத்தாமல் அவரால் அதைச் செய்ய முடியவில்லை.

ஒரு பெரிய வீட்டில், தன் பெயிஸ்லி சால்வையோடும். பிரஞ்சுக் கட்டில்கள் மற்றும் நாற்காலிகளோடும், தன் காதல் வாழ்க்கையின் நினைவுகளோடும் தனிமையில் காலம் கழித்துக் கொண்டிருந்த அவர் ஒரு சிறிய அங்கீகாரத்திற்காக ஏங்கிக் கொண்டிருந்தார். ஒரு காலத்தில் அவர் இளமையாகவும், அழகாகவும். பிறரால் விரும்பப்படுபவராகவும் இருந்தார். முன்பொரு காலத்தில் அன்போடு ஒரு வீட்டைக் கட்டி. அதை அழகுபடுத்துவதற்காக ஐரோப்பா நெடுகிலும் இருந்து பொருட்களைச் சேகரித்திருந்தார். இப்போது, முதுமையின் தனிமையில், அவர் ஒரு சிறு மனித அரவணைப்பிற்காக, உண்மையான சின்னஞ்சிறு பாராட்டிற்காக ஏங்கினார். ஆனால் அதை யாரும் அவருக்குக் கொடுக்கவில்லை. அது அவருக்கு என் மூலமாகக் கிடைத்தபோது, தன் நன்றியுணர்வை வெளிப்படுத்துவதற்குத் பொக்கிஷமாகக் கட்டிக் காத்து வந்த பேக்கார்டு காரைப் தான் பரிசாகக் கொடுப்பதற்குக் குறைச்சலாக அவரால் எதையும் நினைத்துப் பார்க்க முடியவில்லை.

நாம் இன்னோர் எடுத்துக்காட்டைப் பார்க்கலாம். நியூயார்க் மாநிலத்தின் ரய் நகரில், செடிகொடிகளை வளர்க்கும் லூயிஸ் அன்ட் வேலன்டைன் நர்சரியில் வேலை பார்த்து வந்த ஊழியர்களையும் தோட்டக்கலை வல்லுனர்களையும் கண்காணிக்கும் பொறுப்பை வகித்த டொனால்டு விவரிக்கிறார். எம். மெக்மஹான் இந்த நிகழ்வை ”“நண்பர்களை எளிதாகக் கவர்வதும் மக்களிடம் செல்வாக்குடன் விளங்குவதும் எப்படி“ என்பது குறித்தப் பயிற்சி வகுப்பில் நான் கலந்துகொண்ட

ஒருசில நாட்களுக்கு உள்ளாகவே ஒரு பிரபல நீதிபதியின் மாளிகையில் மரம், செடி, கொடிகளுடன் ஓர் அழகிய சுற்றுச்சூழலை உருவாக்கிக் கொண்டிருந்தேன். அந்த நீதிபதி வெளியே வந்து, தான் சில பூச்செடிகளை ஒரு குறிப்பிட்ட இடத்தில் வைக்க விரும்புவதாக என்னிடம் கூறி, அது குறித்துச் சில உத்தரவுகளை எனக்குக் கொடுத்துவிட்டுச் சென்றார்.

""நீதிபதி அவர்களே, நீங்கள் ஓர் அருமையான பொழுதுபோக்கைக் கொண்டிருக்கிறீர்கள். நான் உங்கள் அழகான நாய்களைப் பார்த்து ரசித்துக் கொண்டிருந்தேன். மேடிசன் ஸ்கொயர் கார்டனில் நடைபெறும் நாய்க் கண்காட்சியில் நீங்கள் பல பரிசுகளைப் வென்றிருக்கிறீர்கள் என்று நான் படித்திருக்கிறேன், என்று கூறினேன்.

“என்னுடைய இச்சிறு பாராட்டு ஒரு குறிப்பிடத்தக்க விளைவை ஏற்படுத்தியது.

""ஆமாம். என் நாய்களுடன் நான் செலவழிக்கும் நேரம் மிகவும் குதூகலமானது. அதை நான் மகிழ்ச்சியோடு அனுபவிக்கிறேன். நான் வளர்த்து வரும் நாய்களைப் பார்க்க விரும்புகிறீர்களா?“ என்று அந்த நீதிபதி கேட்டார்.

”அவர் தன் நாய்களையும், தான் வென்றிருந்த பரிசுகளையும் என்னிடம் சுமார் ஒரு மணிநேரமாகக் காட்டிப் பேசிக் கொண்டிருந்தார். அவர் தன் ஜாதிநாய்களை வெளியே கூட்டி வந்து, அவற்றின் அழகுக்கும் அறிவுக்கும் காரணமான வம்சாவழியைப் பற்றி எனக்கு விளக்கினார்.

”இறுதியாக, என்னைப் பார்த்து, “உங்களுக்குச் சிறு குழந்தைகள் இருக்கிறார்களா?“ என்று கேட்டார்.

"‘ஆமாம், எனக்கு ஒரு சின்னஞ்சிறு மகன் இருக்கிறான்.“

"‘அவனுக்கு நாய்க்குட்டிகள் பிடிக்குமா?“ என்று அவர் கேட்டார்.

“ஆமாம். நாய்கள் என்றால் அவனுக்குக் கொள்ளைப் பிரியம்.

“அப்படியானால், நான் அவனுக்கு ஒரு நாய்க்குட்டியைத் தரப் போகிறேன்,“ என்று அவர் அறிவித்தார்.

“நாய்குட்டிக்கு எப்படிப் பால் கொடுக்க வேண்டும் என்று அவர் என்னிடம் கூறத் துவங்கினார். பிறகு சற்று நிறுத்திவிட்டு, ‘நான் கூறினால் நீங்கள் மறந்துவிடுவீர்கள்.

உணவு நான் எழுதித் தருகிறேன்." என்று கூறிவிட்டுத் தன் வீட்டிற்குள் சென்று, ஜாதிநாய்க்கான விதிமுறைகளைத் தட்டச்சு செய்து, பலநூறு டாலர்கள் பெறுமானமுள்ள ஒரு நாய்க்குட்டியையும், அவரது பொன்னான ஒன்றேகால் மணிநேரத்தையும் அவர் எனக்குக் கொடுத்தார். இவ்வளவும் எதற்காக? அவரது பொழுதுபோக்கையும் சாதனைகளையும் குறித்து நான் என் உண்மையான பாராட்டை வெளிப்படுத்தியதற்காக,"

ஈஸ்ட்மேன் கோடக் நிறுவனத்தின் நிறுவனர் ஜார்ஜ் ஈஸ்ட்மேன் கண்டுபிடித்த ஒளிபுகும் ஃபிலிம், திரைப்படங்களைச் சாத்தியமாக்கியது பத்து கோடி டாலர்கள் செல்வத்தைக் அவருக்குக் குவித்துக் கொடுத்தது உலகில் மிகவும் பிரபலமான தொழிலதிபராக அவரை மாற்றியது. இருந்தாலும், இவ்வளவு மாபெரும் சாதனைகளைப் படைத்திருந்தபோதும், உங்களையும் என்னையும் போலவே அவர் சிறு அங்கீகாரங்களுக்காக ஏங்கினார்.

எடுத்துக்காட்டாக, ராச்செஸ்டர் நகரில் ஈஸ்ட்மேன் இசைப் பள்ளியையும் கில்போர்ன் அரங்கத்தையும் ஈஸ்ட்மேன் உருவாக்கிக் கொண்டிருந்தபோது, நியூயார்க்கிலிருந்த சுப்பீரியர் சீட்டிங் நிறுவனத்தின் தலைவர் ஜேம்ஸ் ஆடம்சன், அந்த இரண்டு கட்டிடங்களுக்கும் தேவையான அரங்க நாற்காலிகளை ஈஸ்ட்மேனிற்கு விற்பதற்கான ஆர்டர்களைப் பெற விரும்பினார். கட்டிடக்கலை நிபுணரைத் தொலைபேசியில் அழைத்து, ராச்செஸ்டரில் ஈஸ்ட்மேனைச் சந்திக்க ஏற்பாடு செய்தார்.

ஆடம்சன் அங்கு வந்தபோது, அந்தக் கட்டிடக்கலை நிபுணர், "ஜார்ஜ் ஈஸ்ட்மேனின் நேரத்தில் ஐந்து நிமிடங்களுக்கு மேல் நீங்கள் எடுத்துக் கொண்டால் உங்களுக்கு அந்த ஆர்டர் கிடைப்பதற்கான வாய்ப்பு இல்லை என்பதை நான் இப்போதே கூறிவிடுகிறேன். அவர் ஒரு கண்டிப்பான ஒழுங்கைக் கொண்டவர். அவர் தன் வேலையில் மிகவும் மும்முரமாக இருக்கிறார். எனவே உங்கள் கதையை விரைவாகக் கூறிவிட்டு வெளியேறிவிடுங்கள்," என்று கூறினார்.

அதற்கு ஆடம்சன் தன்னைத் தயார்படுத்திக் கொண்டார். அவர் ஈஸ்ட்மேனின் அறைக்குள் அழைத்துச் செல்லப்பட்டபோது, திரு. ஈஸ்ட்மேன். தன் மேசையில் இருந்த காகிதங்களைப் புரட்டிக் கொண்டிருப்பதை அவர் கண்டார். திரு.

ஈஸ்ட்மேன் அவர்கள் இருவரையும் ஏறிட்டுப் பார்த்து, கட்டிடக்கலை வல்லுனரையும் ஆடம்சனையும் நோக்கி நடந்து வந்து, “வணக்கம். என்ன விஷயமாக என்னைப் பார்க்க வந்திருக்கிறீர்கள்?” என்று கேட்டார்.

கட்டிடக்கலை வல்லுனர் அவர்களை ஒருவருக்கொருவர் அறிமுகம் செய்து வைத்தார். அப்போது ஆடம்சன், “நாங்கள் உங்களுக்காகக் காத்துக் கொண்டிருந்தபோது நான் உங்கள் அலுவலகத்தை ரசித்துக் கொண்டிருந்தேன். இப்படிப்பட்ட ஓர் அறையில் வேலை செய்வதை யார்தான் விரும்ப மாட்டார்கள்? நான் உட்புற மர வேலைப்பாடு செய்யும் தொழிலில் இருக்கிறேன். என் வாழ்நாளில் இது போன்ற அழகான ஓர் அலுவலகத்தை நான் பார்த்ததே இல்லை.” என்று கூறினார்.

“நான் கிட்டத்தட்ட மறந்துவிட்ட ஒரு விஷயத்தை நீங்கள் எனக்கு நினைவூட்டியிருக்கிறீர்கள். இது மிகவும் அழகான அலுவலகம் இல்லையா? நான் இதை முதன்முதலில் கட்டியபோது மகிழ்ச்சியோடு அனுபவித்தேன். ஆனால் நான் இப்போது இங்கு வரும்போதெல்லாம் ஏராளமான பிற விஷயங்கள் என் மனத்தை ஆக்கிரமித்துள்ளதால், சில சமயங்களில் வாரக்கணக்கில் நான் என் அறையைப் பார்ப்பதுகூட இல்லை,” என்று ஜார்ஜ் ஈஸ்ட்மேன் பதிலளித்தார்.

ஆடம்சன் நடந்து சென்று ஒரு மரச் சட்டத்தைத் தன் கைகளால் தேய்த்துப் பார்த்தார். ”இது ஆங்கிலேயக் கருவாலி மரம் இல்லையா? இத்தாலியக் கருவாலி மரத்தைவிடச் சற்று வித்தியாசமான மேற்புறத்தைக் கொண்டது.

“ஆம், இது இறக்குமதி செய்யப்பட்ட ஆங்கிலேயக் கருவாலி மரம். நுண்ணிய மர வேலைகளில் திறமை பெற்ற என் நண்பர் ஒருவர் எனக்காக இதைத் தேர்ந்தெடுத்தார்,” என்று ஈஸ்ட்மேன் பதிலளித்தார்.

பிறகு ஈஸ்ட்மேன், ஆடம்சனுக்கு அந்த அறையைச் சுற்றிக் காட்டி. அதன் அளவு விகிதாச்சாரங்கள், வண்ணங்கள், கை வேலைப்பாடுகள், மற்றும் தான் திட்டமிட்டுச் செயல்படுத்திய பிற விஷயங்களைப் பற்றி விரிவாக எடுத்துரைத்தார்.

மர வேலைப்பாடுகளை ரசித்தவாறு அறையைச் சுற்றி வருகையில் அவர்கள் ஒரு சன்னலின் முன் நின்றனர். ராச்செஸ்டர் பல்கலைக்கழகம். பொது மருத்துவமனை, ஹோமியோபதி மருத்துவமனை, ஃப்ரென்ட்லி ஹோம்,

குழந்தைகள் மருத்துவமனை போன்ற சில நிறுவனங்கள் மூலமாக மனிதகுலத்திற்குத் தான் செய்து வரும் உதவிகளைப் பற்றி. ஜார்ஜ் ஈஸ்ட்மேன், தன் அடக்கமான, மெல்லிய குரலில் சுட்டிக்காட்டினார். மனிதகுலத்தின் வேதனைகளை மட்டுப்படுத்துவதற்காக ஈஸ்ட்மேன் தன் செல்வத்தை ஒரு மாபெரும் இலட்சியத்தோடு பயன்படுத்தி வந்ததைப் பற்றி ஆடம்சன் குறிப்பிட்டு, அவரை இதமாகப் பாராட்டினார். அப்போது அவர் ஒரு கண்ணாடிக் கூட்டைத் திறந்து, அவர் முதன்முதலில் வாங்கிய ஒரு புகைப்படக் கருவியை வெளியே எடுத்தார். அந்தக் கண்டுபிடிப்பை அவர் ஓர் ஆங்கிலேயரிடமிருந்து வாங்கியிருந்தார்.

வியாபாரத்தில் வெற்றி பெறத் துவங்குவதற்கு முன் அவர் சந்தித்தப் போராட்டங்களைப் பற்றி ஆடம்சன் ஈஸ்ட்மேனிடம் விலாவாரியாகக் கேட்டார். ஈஸ்ட்மேன் தன் குழந்தைப் பருவத்து ஏழ்மையைப் பற்றியும், தான் ஒரு காப்பீட்டு அலுவலகத்தில் எழுத்தராக இருந்தபோது தன் விதவைத் தாயார் ஒரு தங்கும் விடுதியை நடத்தி வந்ததைப் பற்றியும் உண்மையான உணர்வோடு பேசினார். ஏழ்மையின் கொடுமை அவரை இரவு பகலாக வாட்டியெடுத்தது. எனவே, தன் தாயார் இனிமேல் என்றென்றும் வேலை செய்யத் தேவையில்லாத அளவுக்குப் போதுமான பணம் சம்பாதிக்க வேண்டும் என்று தீர்மானித்தார். திரு. ஆடம்சன் அவரை மேலும் பல கேள்விகள் கேட்டார். உலர்ந்த ஒளிப்படச் சுருளுடன் தான் மேற்கொண்ட பரிசோதனைகள் குறித்துத் திரு. ஈஸ்ட்மேன் கூறிய கதைகளைக் கவனமாகக் கேட்டு, அவற்றை உள்வாங்கிக் கொண்டார். ஓர் அலுவலகத்தில் நாள் முழுவதும் வேலை பார்த்ததையும், சில சமயங்களில் இரவு முழுவதும் பரிசோதனைகளை மேற்கொண்டு, வேதிப்பொருட்கள் வேலை செய்து கொண்டிருந்தபோது இடையிடையே தான் குட்டித் தூக்கங்கள் போட்டதையும், சில சமயங்களில் ஆடை மாற்றக்கட நேரமின்றி, தொடர்ந்து 72 மணிநேரங்கள் வேலை பார்த்ததையும் தூங்கியதையும் பற்றி ஈஸ்ட்மேன் கூறினார்.

ஜேம்ஸ் ஆடம்சன் ஈஸ்ட்மேனின் அலுவலகத்திற்குள் அழைத்துச் செல்லப்பட்டபோது காலையில் மணி 10:15. ஐந்து நிமிடங்களுக்கு மேல் அவர் எடுத்துக் கொள்ளக்கூடாது என்று அவரிடம் எச்சரிக்கப்பட்டிருந்தது. ஆனால் ஒரு மணிநேரம்

கடந்துவிட்டிருந்தது. பிறகு இரண்டு மணிநேரங்கள் கடந்தன. அவர்கள் இன்னமும் பேசிக் கொண்டிருந்தனர்.

இறுதியாக, ஜார்ஜ் ஈஸ்ட்மேன் ஆடம்சனைத் திரும்பிப் பார்த்து, “கடந்த முறை நான் ஜப்பான் சென்றிருந்தபோது சில நாற்காலிகளை வாங்கி, என் வீட்டிற்குக் கொண்டுவந்து, என் வீட்டு முற்றத்தில் போட்டு வைத்தேன். ஆனால் வெயிலில் காய்ந்ததில் அவற்றிலிருந்த வர்ணப்பூச்சு உரிந்துவிட்டது. எனவே அந்த நாற்காலிகளில் பூசுவதற்காக சில வர்ணங்களை வாங்கி வந்து, அவற்றுக்கு நானே வர்ணப்பூசச் செய்தேன். நாற்காலிகளுக்கு என்னால் எவ்வளவு அழகாக வர்ணப்பூச்சு செய்ய முடியும் என்று நீங்கள் பார்க்க விரும்புகிறீர்களா? அப்படியானால் என் வீட்டிற்கு என்னோடு உணவருந்த வாருங்கள். அப்போது நான் அந்த நாற்காலியை உங்களுக்குக் காட்டுகிறேன்,” என்று கூறினார்.

மதிய உணவிற்குப் பிறகு, ஜப்பானிலிருந்து தான் வாங்கி வந்த நாற்காலிகளை அவர் ஆடம்சனிற்குக் காட்டினார். அவற்றின் மதிப்பு ஒருசில டாலர்களுக்கு மேல் இருக்காது. ஆனால், கோடீஸ்வரராக இருக்கும் ஜார்ஜ் ஈஸ்ட்மேன் அது குறித்து மிகவும் பெருமிதம் கொண்டிருந்தார். ஏனெனில், அவரே அவற்றுக்கு வர்ணம் பூசியிருந்தார்.

அந்த அரங்கங்களுக்குத் தேவையான நாற்காலிகளின் மொத்த மதிப்பு 90,000 டாலர்கள். யாருக்கு அந்த ஆர்டர் கிடைத்தது என்று நினைக்கிறீர்கள் — ஜேம்ஸ் ஆடம்சனுக்கா அல்லது அவரது போட்டியாளர்களில் ஒருவருக்கா?

இந்தக் கதை நிகழ்ந்ததிலிருந்து, திரு. ஈஸ்ட்மேன் இறக்கும் வரை, அவரும் ஜேம்ஸ் ஆடம்சனும் நெருங்கிய நண்பர்களாக இருந்தனர்.

பிரான்சு நாட்டின் ரூயென் நகரில் உணவகம் ஒன்றின் உரிமையாளரான திரு. கிளாட் மரைஸ், இக்கொள்கையைப் பயன்படுத்தி ஒரு முக்கியமான ஊழியரின் இழப்பிலிருந்து தன் உணவகத்தைக் காப்பாற்றினார். இப்பெண் அவரது உணவகத்தில் ஐந்து வருடங்களாக வேலை பார்த்து வந்தார். திரு. கிளாடிற்கும் அவரது இருபத்தோர் ஊழியர்களுக்கும் இடையேயான ஓர் இன்றியமையாத பாலமாக அவர் விளங்கினார். தான் வேலையிலிருந்து விலகுவதாக அப்பெண்

அனுப்பியிருந்த பதிவு அஞ்சலைப் படித்தவுடன் திரு. கிளாட் அதிர்ச்சியடைந்தார்.

அவர் இவ்வாறு தெரிவித்தார்: ”எனக்கு ஆச்சரியமாக இருந்தது. அதைவிட, அதிர்ச்சியாக இருந்தது. ஏனெனில் நான் அவரிடம் நியாயமாக நடந்து கொண்டிருந்தேன் என்றும், அவரது தேவைகளை நன்றாகக் கவனித்துக் கொண்டிருந்தேன் என்றும் நினைத்திருந்தேன். அவர் ஒரு தோழியாகவும் ஒரு நல்ல ஊழியராகவும் இருந்தார். அவர்மீது அதிக உரிமை எடுத்துக் கொண்டேன் என்று தோன்றுகிறது. அதோடு, மற்ற ஊழியர்களைக் காட்டிலும் அவரிடமிருந்து நான் இன்னும் அதிகமாக எதிர்பார்த்தேன் என்றும் நான் நினைக்கிறேன்.

“எந்தவிதமான விளக்கங்களும் இல்லாமல் அவர் வேலையிலிருந்து விலகுவதை என்னால் ஏற்றுக்கொள்ள முடியவில்லை. நான் அவரைத் தனியாக அழைத்துச் சென்று, ‘பாலெட், என்னால் உங்கள் வேலை விலகல் கடிதத்தை ஏற்றுக் கொள்ள முடியாது என்பதை நீங்கள் புரிந்து கொள்ள வேண்டும். நீங்கள் எனக்கும், இந்த நிறுவனத்திற்கும் மாபெரும் சொத்து. இந்த உணவகத்தின் வெற்றிக்கு நான் எவ்வளவு பங்களித்திருக்கிறேனோ, அதே அளவு அதில் உங்கள் பங்கும் இருக்கிறது,“ என்று கூறினேன். மீண்டும் இதை நான் என் அனைத்து ஊழியர்கள் முன்னிலையிலும் கூறினேன். நான் அவரை என் வீட்டிற்கு அழைத்துச் சென்று, என் குடும்பத்தார் முன்னிலையிலும் அவர்மீது நான் கொண்டிருக்கும் நம்பிக்கையை வலியுறுத்தினேன்.

”பாலெட் தன் வேலை விலகல் கடிதத்தைத் திரும்பப் பெற்றுக் கொண்டார். முன்பைவிடவும், நான் அவரை இப்போது இன்னும் அதிகமாகச் சார்ந்திருக்கிறேன். அவர் செய்யும் வேலைகளுக்காக அவரைப் பாராட்டுவதன் மூலமும், அவர் எனக்கும் இந்த உணவகத்திற்கும் எவ்வளவு முக்கியமானவர் என்பதை அவரிடம் வெளிப்படுத்துவதன் மூலமும் நான் இதை அடிக்கடி அவருக்கு வலியுறுத்தி வருகிறேன்.”

ஆங்கிலேய சாம்ராஜ்யத்தை ஆட்சி செய்த விவேகத்திற்குப் பெயர்போன மனிதரான டிஸ்ரேலி,“மக்களிடம் அவர்களைப் பற்றியே பேசுங்கள், மணிக்கணக்கில் அவர்கள் கேட்டுக் கொண்டிருப்பார்கள்,” என்று கூறியுள்ளார்.

ஆறாவது கொள்கை

அடுத்தவரை முக்கியமானவராக உணரச் செய்யுங்கள் - அதை உண்மையாகச் செய்யுங்கள்.

மக்களை உங்கள்மீது விருப்பம் கொள்ளச் செய்வதற்கான வழிகள்

முதல் கொள்கை
அடுத்தவரிடத்தில் உண்மையிலேயே ஆர்வம் காட்டுங்கள்

இரண்டாவது கொள்கை
புன்னகை புரியுங்கள்.

மூன்றாவது கொள்கை
எவருக்குமே தனது பெயர்தான் உலகிலேயே மிக இனிமையான, மிக முக்கியமான ஒலி என்பதை நினைவில் கொள்ளுங்கள்.

நான்காவது கொள்கை
அடுத்தவர் பேசுவதைக் கவனமாகக் கேட்பதில் சிறந்தவராக இருங்கள். தங்களைப் பற்றிப் பேசுவதற்கும் மற்றவர்களை ஊக்கப்படுத்துங்கள்.

ஐந்தாவது கொள்கை
பிறர் ஆர்வம் கொண்டுள்ள விஷயம் குறித்துப் பேசுங்கள்.

ஆறாவது கொள்கை
அடுத்தவரை முக்கியமானவராக உணரச் செய்யுங்கள் - அதை உண்மையாகச் செய்யுங்கள

பகுதி மூன்று

உங்களோடு ஒத்துப் போகும்படி மக்களை மாற்றுவது எப்படி

1

எந்த விவாதத்திலும் உங்களால் வெற்றி பெற முடியாது

முதலாம் உலகப் போர் முடிந்த சில நாட்களில், இலண்டன் நகரில் ஓர் இரவில் ஒரு விலைமதிப்பற்றப் படிப்பினை எனக்குக் கிடைத்தது. அப்போது நான் சர் ராஸ் சுமித்தின் மேலாளராக இருந்தேன். போரின்போது அதிக விமானங்களைச் சுட்டு வீழ்த்திச் சாதனை படைத்திருந்த, ஆஸ்திரேலிய நாட்டைச் சேர்ந்த சர் ராஸ் சுமித், பாலஸ்தீனத்தில் இருந்து போரிட்டார். அமைதிப் பிரகடனம். செய்யப்பட்டப் பிறகு, அவர் முப்பது நாட்களில் பாதி உலகைத் தன் விமானத்தில் சுற்றி வந்து உலக மக்களை வியப்பில் ஆழ்த்தினார். அத்தகைய ஒரு சாதனை அதற்கு முன்பு ஒருபோதும் செயல்படுத்தப்பட்டதில்லை. அது ஒரு மாபெரும் பரபரப்பை ஏற்படுத்தியது. ஆஸ்திரேலிய அரசாங்கம் அவருக்கு ஐம்பதாயிரம் டாலர்கள் வெகுமதியளித்தது இங்கிலாந்து அரசர் அவருக்கு “சர்“ பட்டம் வழங்கிக் கௌரவித்தார் இங்கிலாந்தில் மக்கள் அவரைப் பற்றி நெடுங்காலம் பேசி வந்தனர். சர் ராஸைக் கௌரவிக்கும் பொருட்டு ஏற்பாடு செய்யப்பட்டிருந்த விருந்து ஒன்றில் நான் கலந்து கொண்டேன். விருந்தின்போது, எனக்குப் பக்கத்தில் அமர்ந்திருந்த ஒருவர் ஒரு நகைச்சுவையான கதையைக் கூறினார். அது “நாம் எவ்வளவுதான் மாற்ற முயற்சித்தாலும், நம் விதியை ஒரு தெய்வீக சக்தி வடிவமைக்கிறது“ என்ற மேற்கோளை மையமாகக் கொண்டிருந்தது.

மிகத் திறமையாகவும் நகைச்சுவையாகவும் கதை கூறிய அவர், அந்த மேற்கோள் பைபிளில் இருந்து எடுக்கப்பட்டுள்ளதாகக் கூறினார். ஆனால் அது தவறு என்று எனக்கு நிச்சயமாகத் தெரியும். அதில் எனக்கு எள்ளளவும் சந்தேகமில்லை. எனவே, ஒரு முக்கியத்துவ உணர்வைப் பெறவும், என் மேன்மையை வெளிப்படுத்தவும். யாரும் என்னைக் கேட்காமலேயே, யாரும் என்னை வரவேற்காமலேயே. அவரைத் திருத்துவதற்காக என்னை நானே நியமித்துக் கொண்டேன். அவர் தன் வாதத்தில் உறுதியாக இருந்தார். “என்ன? அந்த மேற்கோள் ஷேக்ஸ்பியரிலிருந்து எடுக்கப்பட்டதா? இருக்கவே இருக்காது. அபத்தம்! அந்த மேற்கோள் பைபிளில் உள்ளதுதான்,” என்று கூறினார்.

கதை கூறியவர் என் வலப்பக்கத்தில் அமர்ந்திருந்தார். ஃபிராங்க் கேமான்ட் என்ற என் பழைய நண்பர் ஒருவர். என் இடப்பக்கத்தில் அமர்ந்திருந்தார். ஷேக்ஸ்பியரின் புத்தகங்களைப் படிப்பதற்குத் திரு. கேமான்ட் பல வருடங்களை எடுத்துக்கொண்டார். எனவே நானும், கதை கூறியவரும் எங்கள் கேள்வியைத் திரு. ஃபிராங்க் கேமான்ட்டிடம் சமர்ப்பித்தோம். அவர் அதைக் கேட்டு, மேசைக்கு அடியில் என்னைக் காலால் உதைத்துவிட்டு, “டேல், நீங்கள் கூறுவது தவறு. அவர் கூறுவதுதான் சரி. அது பைபிள் மேற்கோள்,” என்று கூறினார்.

அன்றிரவு நாங்கள் வீட்டிற்குத் திரும்பிச் செல்லும் வழியில், ”ஃபிராங்க், அந்த மேற்கோள் ஷேக்ஸ்பியரின் புத்தகத்திலிருந்து எடுக்கப்பட்டது என்று உங்களுக்குத் தெரியும் அல்லவா?” என்று திரு. கேமான்ட்டிடம் நான் கேட்டேன்.

”நிச்சயமாக எனக்குத் தெரியும். ஹேம்லெட், ஐந்தாம் நாடகம், இரண்டாவது காட்சி. ஆனால், ஒரு மகிழ்ச்சியான இடத்திற்கு நாம் விருந்தினர்களாகப் போயிருந்தோம். என் அன்பிற்குரிய டேல், நாம் ஏன் ஒரு மனிதன் தவறு செய்துள்ளதாக நிரூபிக்க வேண்டும்? அது அவர் உங்களை விரும்புவதற்கு வழிவகுக்கப் போகிறதா? அவர் தன் கௌரவத்தைக் காப்பாற்றிக் கொள்ள நாம் ஏன் அனுமதிக்கக்கூடாது? அவர் உங்கள் அபிப்பிராயத்தைக் கேட்கவில்லை. அதை அவர் விரும்பவும் இல்லை. பிறகு ஏன் அவரிடம் விவாதிக்க வேண்டும்? எப்போதும் குறுகிய

கோணத்தைத் தவிர்த்துவிடுங்கள்,” என்று ஃபிராங்க் கூறினார். இதை, என்னால் ஒருபோதும் மறக்க முடியாத ஒரு படிப்பினையையும் அவர் எனக்குக் கற்றுக் கொடுத்தார். என் விவாதத்தின் மூலம் நான் அந்தக் கதை கூறியவரை மட்டும் சங்கடத்தில் ஆழ்த்தவில்லை. என் நண்பரையும் நான் ஓர் இக்கட்டான சூழ்நிலையில் மாட்டிவிட்டிருந்தேன். நான் மட்டும் விவாதிக்காமல் இருந்திருந்தால், எவ்வளவு நன்றாக இருந்திருக்கும்?

அந்தப் படிப்பினை எனக்கு அவசியம் தேவைப்பட்டது. ஏனெனில், நான் எப்போதும் விடாமல் விவாதிப்பவனாக இருந்தேன். என் இளமைப் பருவத்தில், உலகிலுள்ள அனைத்து விஷயங்களைப் பற்றியும் என் சகோதரனோடு நான் விவாதித்தேன். கல்லூரிக்குச் சென்றபோது, நான் தர்க்க சாஸ்திரத்தையும் வாத-விவாதங்களையும் பாடங்களாக எடுத்துப் படித்து, விவாதப் போட்டிகளில் கலந்து கொண்டேன். அதன்பின், நியூயார்க்கில் தர்க்க சாஸ்திரத்தையும் வாத-விவாதங்களையும் நான் பிறருக்குக் கற்றுக் கொடுத்தேன். அதைப் பற்றி ஒரு புத்தகம் எழுதுவதற்குக்கூட நான் ஒருமுறை திட்டமிட்டேன். இப்போது அதை நினைத்துப் பார்த்தால் அவமானமாக இருக்கிறது. அப்போதிலிருந்து நான் ஆயிரக்கணக்கான விவாதங்களைப் பார்த்திருக்கிறேன், கேட்டிருக்கிறேன், அவற்றில் பங்கெடுத்துக் கொண்டும் இருந்திருக்கிறேன். விவாதங்கள் என் வாழ்விலும் பிறரது வாழ்விலும் ஏற்படுத்தும் விளைவுகளைப் பார்த்திருக்கிறேன். இவை அனைத்தின் விளைவாக, நான் ஒரு முடிவுக்கு வந்திருக்கிறேன்: ஒரு விவாதத்திலிருந்து சிறந்த பலனைப் பெறுவதற்கு ஒரே ஒரு வழி மட்டும்தான் உள்ளது விவாதத்தைத் தவிர்ப்பதுதான் அது. பாம்புகளையும் பூகம்பங்களையும் எவ்வாறு தவிர்ப்பீர்களோ, அதேபோல் விவாதங்களையும் தவிர்த்துவிடுங்கள்.

பத்திற்கு ஒன்பது முறைகள், ஒவ்வொரு விவாதத்தின் முடிவிலும், அதில் பங்குகொண்ட இரண்டு போட்டியாளர்களும் தாங்கள்தான் முற்றிலும் சரியானவர்கள் என்று அதிக உறுதியான நம்பிக்கை கொள்கின்றனர்.

உங்களால் ஒரு விவாதத்தில் வெற்றி பெற முடியாது. ஏனெனில், விவாதத்தில் நீங்கள் தோற்றால், நீங்கள் தோற்றுவிட்டீர்கள் வெற்றி பெற்றால், அப்போதும் நீங்கள் தோற்றுவிடுகிறீர்கள். ஏன்? உங்களோடு விவாதிப்பவரை நீங்கள் வெற்றிகொண்டு, அவரது விவாதங்கள் முழுக்கத் துளைகளிட்டு, அவர் அவ்வளவு அறிவார்ந்தவர் அல்ல என்று நீங்கள் நிரூபித்துள்ளதாக வைத்துக் கொள்வோம். பிறகு என்ன நிகழும்? நீங்கள் மகிழ்ச்சியாக இருப்பீர்கள். ஆனால், அவரது நிலை என்ன? அவரைத் தாழ்ந்தவராக நீங்கள் உணரச் செய்துவிட்டீர்கள். அவரது பெருமிதத்தை நீங்கள் காயப்படுத்திவிட்டீர்கள். அவர் உங்கள் வெற்றியின்மீது கடுங்கோபம் கொள்வார்.

பல வருடங்களுக்கு முன், பேட்ரிக் ஜே. ஓஹேர் என்பவர் என் பயிற்சி வகுப்பு ஒன்றில் கலந்துகொண்டார். அவர் மிகக் குறைவாகப் படித்திருந்தார். ஆனால் விவாதிப்பதில் பேரார்வம் கொண்டிருந்தார். ஒரு காலத்தில் அவர் ஒரு கார் ஓட்டுனராக வேலை பார்த்திருந்தார். அவர் என்னிடம் வந்ததற்குக் காரணம், அவர் எவ்வளவு முயற்சி செய்தும் லாரிகளை விற்பதில் அவரால் வெற்றி பெற முடியவில்லை. அவரிடம் ஒருசில கேள்விகள் கேட்டதிலிருந்து, அவர் யாரிடம் லாரிகளை விற்க முயற்சித்தாரோ, அவர்களிடமே அவர் தொடர்ந்து வாதிட்டு, அவர்களை எதிர்த்துக் கொண்டிருந்தார் என்ற உண்மை தெரிய வந்தது. லாரி வாங்க விரும்பும் ஒருவர், அவர் விற்றுக் கொண்டிருந்த லாரிகளைப் பற்றி யாரேனும் தரக் குறைவாக ஏதேனும் கூறிவிட்டால். பேட்ரிக் அந்த வாடிக்கையாளரின் கழுத்தில் கை வைத்துவிடுவார். அந்தக் காலத்தில் அவர் பல விவாதங்களில் வெற்றி பெற்றார். பிறகு அவர் என்னிடம் இவ்வாறு கூறினார்: ”ஓர் அலுவலகத்தைவிட்டு வெளியேறும்போது, “இன்று நான் அவருக்கு ஒரு நல்ல பாடம் புகட்டினேன்,“ என்று நான் அடிக்கடிக் கூறியிருக்கிறேன். நான் அவருக்குப் பாடம் புகட்டியது என்னவோ உண்மைதான். ஆனால் நான் அவரிடம் எதுவுமே விற்கவில்லை என்பது அதைவிடக் கசப்பான உண்மை.”

என் முதல் பிரச்சனை பேட்ரிக் ஜே. ஓஹேருக்குப் பேசக் கற்றுக் கொடுப்பது அல்ல. பேசாமல் இருப்பதற்கும், வாய்ச் சண்டைகளைத் தவிர்ப்பதற்கும் அவருக்குப் பயிற்சி அளிப்பதுதான் என் உடனடி வேலையாக இருந்தது. திரு.

ஓஹேர், நியூயார்க்கிலிருந்த ஒயிட் மோட்டார் நிறுவனத்தின் முதன்மை விற்பனையாளர்களில் ஒருவராக உருவானார். அவர் அதை எவ்வாறு செய்தார்? அவரது கதையை அவரது சொந்த வார்த்தைகளில் இங்கே கொடுத்திருக்கிறேன்: “இப்போது நான் ஒரு வாடிக்கையாளரின் அலுவலகத்திற்கு செல்லும்போது. ‘என்ன? ஒயிட் நிறுவன லாரியா? அது எதற்கும் பயன்படாது. அதை நீங்கள் எனக்கு இலவசமாகக் கொடுத்தால்கூட, நான் அதை வாங்க மாட்டேன். நான் ஹூசிட் லாரி வாங்கப் போகிறேன், என்று அவர் கூறினால், உங்கள் முடிவு சரியானதுதான். ஹூசிட் லாரிகள் ஒரு நல்ல நிறுவனத்தால் தயாரிக்கப்பட்டு, நல்ல விற்பனையாளர்களால் விற்கப்படுகின்றன“ என்று நான் அவரிடம் கூறுவேன்.

“அப்போது அந்த வாடிக்கையாளர் வாயடைத்துப் போவார். அங்கு விவாதத்திற்கு இடமில்லை. ஹூசிட் லாரிதான் சிறந்தது என்று அவர் கூறும்போது, நான் அதை ஒப்புக் கொண்டால், அவர் தன் பேச்சை நிறுத்த வேண்டும். நான் அவரோடு ஒத்துப்போகும்போது, அதுதான் சிறந்தது. என்று நாள் எப்பொழுது அவரிடம் கூறிக் கொண்டிருக்க முடியாது. பிறகு நாங்கள் ஹூசிட் பற்றியப் பேச்சை நிறுத்திவிட்டு, எங்கள் நிறுவனத்தின் லாரியிலுள்ள நல்ல விஷயங்களைப் பற்றிப் பேசத் துவங்குவோம்.

“ஒரு காலத்தில், அவரது முதல் கூற்று என் கோபத்தைக் கிளறியிருக்கும். ஹூசிட் லாரிக்கு எதிராக நான் வாதாடத் துவங்கியிருப்பேன். நான் அதற்கு எதிராக எவ்வளவு அதிகமாக வாதிடுகிறேனோ, என் வாடிக்கையாளர் அவ்வளவு அதிகம் அதற்குச் சாதகமாக வாதாடுவார். அவர் அதிகமாக விவாதித்தால், என் போட்டியாளரின் பொருளை அவர் வாங்கிவிட்டார் என்று பொருள்.

“நான் என் கடந்த காலத்தைத் திரும்பிப் பார்க்கும்போது, விவாதத்தின் காரணமாக என் வாழ்நாளின் பல வருடங்களை நான் இழந்திருப்பதை உணர்கிறேன். இப்போது தான் என் வாயை மூடிக் கொள்கிறேன். அது நல்ல பலனைத் தருகிறது.”

விவேகமான மனிதரான பெஞ்சமின் ஃபிராங்க்ளின்

இவ்வாறு கூறுவது வழக்கம்:

நீங்கள் விவாதித்தாலோ, எதிர்த்தாலோ, அல்லது முரண்பட்டாலோ, சில சமயங்களில் உங்களுக்கு வெற்றி கிட்டலாம். ஆனால் அது ஒரு வெறுமையான வெற்றியாகத்தான் இருக்கும். ஏனெனில், உங்கள் எதிராளியின் நன்மதிப்பை உங்களால் ஒருபோதும் பெற முடியாது.

எனவே நீங்களே ஆராய்ந்து பார்த்துக் கொள்ளுங்கள். நீங்கள் எதைப் பெற விரும்புவீர்கள்? ஒரு தர்க்கரீதியான வெற்றியையா அல்லது ஒருவரது நன்மதிப்பையா? இரண்டையும் ஒரே நேரத்தில் பெறுவது அரிதான விஷயம்.

ஒரு வருமான வரி ஆலோசனையாளரான ஃபிரெடரிக் எஸ். பார்சன்ஸ். ஓர் அரசாங்க வருமான வரி ஆய்வாளருடன் ஒரு மணிநேரத்திற்கும் மேலாக விவாதித்துக் கொண்டும், தகராறு செய்து கொண்டும் இருந்தார். ஒன்பதாயிரம் டாலர்கள் பெறுமானமுள்ள ஒரு விற்பனைதான் தர்க்கத்திற்கான காரணம். அது உண்மையிலேயே தனக்கு ஒரு மோசமான இழப்பு என்றும், அந்த விற்பனையிலிருந்து வர வேண்டிய பணம் ஒருபோதும் தனக்குக் கிடைக்கப் போவதில்லை என்றும், அதனால் அதற்கு வரி விலக்கு அளிக்கப்பட வேண்டும் என்று திரு. பார்சன்ஸ் வாதிட்டார். "இழப்போ இல்லையோ, ஆனால் அது கண்டிப்பாக வரி விதிக்கப்பட வேண்டிய ஒன்றுதான்," என்று அந்த வரி ஆய்வாளர் கூறினார்.

அந்தக் கதையை எங்கள் வகுப்பில் பகிர்ந்துகொண்டபோது, திரு. பார்சன்ஸ் இவ்வாறு கூறினார்: "அந்த ஆய்வாளர் ஆணவக்காரராகவும், பிடிவாதக்காரராகவும் இருந்தார். காரணங்களும், உண்மைகளும் வீணாக்கப்பட்டன. எங்கள் விவாதம் அதிகரிக்க அதிகரிக்க, அவரது பிடிவாதமும் அதிகரித்துக் கொண்டே போனது. எனவே நான் விவாதத்தைத் தவிர்த்துவிட்டு, பேச்சை மாற்றி, அவரைப் பாராட்டுவது என்று தீர்மானித்தேன்.

'நீங்கள் உண்மையிலேயே கவனம் செலுத்த வேண்டிய முக்கியமான, சிரமமான தீர்மானங்களோடு ஒப்பிடும்போது, இது மிக அற்பமான விஷயம். வரி விதிப்பு முறை பற்றி நானும் படித்திருக்கிறேன். ஆனால் நான் அந்த அறிவைப் புத்தகங்களிலிருந்துதான் பெற வேண்டியிருந்தது. ஆனால் நீங்கள் உங்கள் அனுபவங்களிலிருந்து அந்த அறிவைப் பெற்றுக் கொண்டிருக்கிறீர்கள். உங்களுக்கு கிடைத்த வேலை

எனக்குக் கிடைத்தால் எவ்வளவு நன்றாக இருக்கும் என்று நான் சில சமயங்களில் நினைத்ததுண்டு. அதிலிருந்து என்னால் ஏராளமானவற்றைக் கற்றுக் கொள்ள முடியும். என்று நான் கூறினேன். நான் கூறிய ஒவ்வொரு வார்த்தையையும், நான் உண்மையிலேயே அவற்றின் பொருள் உணர்ந்து கூறினேன்.

“அந்த ஆய்வாளர் தன் நாற்காலியில் நிமிர்ந்து உட்கார்ந்து, பின்னால் சாய்ந்து கொண்டு, தன் வேலையைப் பற்றியும். தான் கண்டுபிடித்த சில புத்திசாலித்தனமான மோசடிகளைப் பற்றியும் என்னிடம் நீண்ட நேரம் பேசினார். அவரது குரல் மெல்லிய மெதுவாக அன்பான குரலாக மாறியது. பிறகு அவர் தன் குழந்தைகளைப் பற்றிப் பேசினார். அவர் அங்கிருந்து புறப்பட்டபோது, என் பிரச்சனைகளை மேலும் பரீசிலித்துவிட்டு, ஒருசில நாட்களில் தன் முடிவை என்னிடம் தெரிவிப்பதாகக் கூறிவிட்டுச் சென்றார்.

”மூன்று நாட்களுக்குப் பிறகு அவர் என்னை என் அலுவலகத்திற்கு வந்து பார்த்து, நான் என் வருமான வரிக் கணக்கை எப்படிச் சமர்ப்பித்திருந்தேனோ, அதேபோலவே இருக்கலாம் என தீர்மானித்துள்ளதாக என்னிடம் தெரிவித்தார்.” தான்

இந்த வருமான வரி ஆய்வாளர், மனிதர்களிடம் காணப்படும் பொதுவான ஒரு பலவீனத்தை வெளிப்படுத்தினார். அவர் தான் முக்கியமானவராகக் கருதப்படும் ஓர் உணர்வை விரும்பினார். திரு. பார்சன்ஸ் அவரோடு விவாதித்துக் கொண்டிருக்கும் வரை, அவர் தன் அதிகாரத்தைப் பெருத்த சத்தத்துடன் நிலை நாட்டியதன் மூலம் தன் முக்கியத்துவ உணர்வைப் பெற்றார். ஆனால் அவரது முக்கியத்துவம் திரு. பார்சன்ஸால் அங்கீகரிக்கப்பட்டு, விவாதம் நிறுத்தப்பட்டு, அவர் தனது சுயமதிப்பை விரிவுபடுத்திக் கொள்ள அனுமதி அளிக்கப்பட்டவுடன், அன்பும் பரிவும் கொண்ட ஒரு மனிதராக மாறினார்.

புத்தர் இவ்வாறு கூறியுள்ளார்: “வெறுப்பை ஒருபோதும் வெறுப்பால் முடிவுக்குக் கொண்டுவர முடியாது. அன்பால் மட்டுமே அது சாத்தியம்.” ஒரு தவறான புரிதல் ஒரு விவாதத்தால் முடிவுக்கு வருவதில்லை. பக்குவம், செயல் நயம், சமரசம், மற்றும் அடுத்தவரது கண்ணோட்டத்தைப் பார்ப்பதற்கான ஒரு பரிவான விருப்பம் ஆகியவற்றால் மட்டுமே அது சாத்தியம்.

ஆபிரகாம் லிங்கன் ஒருமுறை, தன் கூட்டாளியுடன் ஓர் ஆக்ரோஷமான சர்ச்சையில் ஈடுபட்டதற்காக ஓர் இளம் இராணுவ அதிகாரியைக் கடிந்துரைத்தார். “தன்னை முழுமையாகப் பயன்படுத்திக் கொள்ளத் தீர்மானித்திருக்கும் எவரிடத்திலும், தனிப்பட்ட வாதத்திற்காகச் செலவிட நேரம் இருக்காது. ஒரு நாய் உங்கள் குறுக்கே வந்தால், யார் முதலில் போவது என்று உரிமைக்குப் போட்டியிட்டு அதனால் நாயிடமிருந்து கடி வாங்குவதைவிட, அதற்கு வழி விட்டுவிடுவது நல்லது. நாயைக் கொன்றால்கூட அது நீங்கள் பட்ட நாய்க்கடியைக் குணப்படுத்தாது,” என்று அவர் கூறினார்.

பிட்ஸ் அன்ட் பீசஸ் என்ற பத்திரிகையில் வெளிவந்த ஒரு கட்டுரையில், கருத்து வேறுபாடு விவாதமாக மாறுவதைத் தடுப்பது எப்படி என்பது பற்றி சில பரிந்துரைகள் கூறப்பட்டிருந்தன்:

கருத்து வேறுபாட்டிற்கு வரவேற்பு அளியுங்கள்

இரண்டு கூட்டாளிகள் எப்போதுமே ஒத்துப்போகும்போது, அவர்களில் ஒருவர் தேவையில்லை,“ என்ற முழக்கத்தை நினைவில் கொள்ளுங்கள். நீங்கள் சிந்தித்திருக்காத ஏதேனும் ஒரு கருத்து உங்கள் கவனத்திற்குக் கொண்டுவரப்பட்டால், அதற்காக நன்றி கூறுங்கள். ஒருவேளை நீங்கள் ஒரு பெரிய தவறைச் செய்வதற்கு முன், உங்களைத் திருத்திக் கொள்வதற்கான ஒரு வாய்ப்பாக இக்கருத்து வேறுபாடு அமையக்கூடும்.

உங்களுக்கு முதலில் தோன்றும் உள்ளுணர்வு அபிப்பிராயத்தை நம்பாதீர்கள்

ஒரு கருத்து வேறுபாடு ஏற்பட்டுள்ள சூழ்நிலையில், நமக்கு முதலில் ஏற்படும் இயல்பான எண்ணம் தற்காப்புதான். எச்சரிக்கையாக இருங்கள்! உங்களை அமைதிப்படுத்திக் கொண்டு, உங்கள் முதல் நடவடிக்கையைக் கவனியுங்கள். அது உங்களது மிக மோசமான நடவடிக்கையாக இருக்கக்கூடும்.

உங்கள் கோபத்தைக் கட்டுப்படுத்துங்கள்

ஒருவரை எந்த விஷயம் கோபப்படுத்துகிறது என்பதைக் கொண்டு அவரை எடைபோட முடியும் என்பதை நினைவில் கொள்ளுங்கள்.

முதலில் காதுகொடுத்துக் கேளுங்கள்

உங்கள் எதிராளி பேசுவதற்கு ஒரு வாய்ப்புக் கொடுங்கள். அவர்கள் பேசி முடிக்கட்டும். அதை எதிர்க்காதீர்கள், தற்காப்புப் பேச்சில் ஈடுபடாதீர்கள். விவாதிக்காதீர்கள். புரிந்து கொள்வதற்கான பாலங்களை அமைக்க முயற்சி செய்யுங்கள். தவறான புரிதலுக்கு வழிவகுக்கும் வகையில் தடைகளை உருவாக்காதீர்கள்.

கருத்து உடன்பாடு உள்ள பகுதிகளைக் கண்டுபிடியுங்கள்

உங்கள் எதிராளி முழுவதுமாகப் பேசி முடித்தவுடன், நீங்கள் அவரோடு ஒத்துப்போகும் கருத்துக்களைப் பற்றி முதலில் சிந்தித்துப் பாருங்கள்.

நேர்மையாக இருங்கள்

உங்கள் தவறை நீங்கள் ஒப்புக்கொள்ளக்கூடிய பகுதிகளைக் கண்டுபிடித்து, அதை ஒப்புக்கொள்ளுங்கள். உங்கள் தவறுகளுக்கு வருத்தம் தெரிவியுங்கள். அது உங்கள் எதிராளிகளை வலுவிழக்கச் செய்து, அவர்களுடைய தற்காப்புத்தன்மையைக் குறைத்துவிடும்.

உங்கள் எதிராளியின் கருத்துக்களை மதியுங்கள்

அதை உண்மையிலேயே உணர்ந்து கூறுங்கள். உங்கள் எதிராளிகள் கூற்று சரியானதாக இருக்கலாம். இச்சமயத்தில் அவர்களது கருத்தைப் பற்றிச் சிந்தித்துப் பார்க்க ஒப்புக் கொள்வது எளிது. இல்லாவிட்டால், இன்னும் விவாதித்து, ”நாங்கள் உங்களிடம் எடுத்துக்கூற முயற்சித்தோம். நீங்கள்தான் கவனிக்க மறுத்துவிட்டீர்கள்,” என்று எதிராளி உங்களைப் பற்றிக் கூறும் நிலைக்கு நீங்களே உங்களைக் கொண்டுபோய் நிறுத்தக்கூடும்.

உங்கள் எதிராளிகளின் ஆர்வத்திற்காக அவர்களிடம் மனமார்ந்த நன்றியை தெரிவியுங்கள். உங்களுடன் கருத்து வேறுபாடு கொள்ள நேரத்தைச் செலவழித்துள்ள ஒருவர் நீங்கள் ஆர்வம் கொண்டுள்ள அதே விஷயங்களில் ஆர்வம் கொண்டிருக்கிறார். உண்மையிலேயே உங்களுக்கு உதவ விரும்புபவர்களாக அவர்களைக் கருதுங்கள். அப்போது நீங்கள் உங்கள் எதிராளிகளை நண்பர்களாக மாறக்கூடும்.

நடவடிக்கையைத் தள்ளிபோடுங்கள், பிரச்சனையை இரு தரப்பினரும் ∴ முழுமையாக அலசிப் பார்க்க நேரம் கொடுங்கள். அனைத்து உண்மைகளும் அலசி ஆராயபட்டுவிட்ட நிலையில், அன்றோ அல்லது அடுத்த நாளோ ஒரு புதிய சந்திப்பிற்குப் பரிந்துரையுங்கள். இந்த சந்திப்பிற்கு உங்களைத் தயார்படுத்திக் கொள்வதற்காக, சில கடினமான கேள்விகளை உங்களிடம் நீங்களே கேட்டுக் கொள்ளுங்கள்:

என் எதிராளிகள் கூறுவது முழுவதும் சரியாக இருக்குமா? ஓரளவு சரியாக இருக்குமா? அவர்கள் நிலையிலோ அல்லது வாதத்திலோ ஏதேனும் உண்மை அல்லது மதிப்பு இருக்கிறதா? என் நடவடிக்கை, பிரச்சனைக்குத் தீர்வாக அமையுமா அல்லது என் விரக்திக்கு நிவாரணமாக அமையுமா? என் நடவடிக்கை என் எதிராளிகள் என்னிடமிருந்து இன்னும் அதிக தூரம் விலகிச் செல்ல வைக்குமா அல்லது அவர்களை என் அருகில் கொண்டு வருமா? என் நடவடிக்கை நல்ல மக்கள் என்மீது கொண்டுள்ள மதிப்பை உயர்த்துமா? நான் வெற்றி பெறுவேனா அல்லது தோற்பேனா? நான் வெற்றி பெற்றால் அதற்கு ஈடாக நான் எதைக் கொடுக்க வேண்டியிருக்கும்? நான் அதைப் பற்றி அமைதியாக இருந்தால், அந்தக் கருத்து வேறுபாடு மறைந்துவிடுமா? இந்தக் கடினமான சூழ்நிலை எனக்குக் கிடைத்துள்ள ஒரு வாய்ப்பா?

திருமணமாகி சுமார் ஐம்பது வருடங்களுக்குப் பிறகு, ஒப்பெரா பாடகர் ஜேன் பியர்ஸ் ஒருமுறை இவ்வாறு கூறினார்: ”நானும் என் மனைவியும் நெடுங்காலத்திற்கு முன்பு ஓர் ஒப்பந்தம் செய்து கொண்டோம். நாங்கள் ஒருவர்மீது மற்றொருவர் எவ்வளவு கோபப்பட்டாலும், அந்த ஒப்பந்தத்தை நாங்கள் ஒருபோதும் மீறியதில்லை. ஒருவர் பேசும்போது, அடுத்தவர் அமைதியாக கேட்க வேண்டும்.

ஏனெனில், இரண்டு நபர்கள் பேசினால், அங்கு எந்தக் கருத்துப் பரிமாற்றமும் இருக்காது. வெறும் சத்தமும் மோசமான அதிர்வுகளுமே இருக்கும்.”

முதல் கொள்கை

ஒரு விவாதத்திலிருந்து சிறந்த பலனைப் பெறுவதற்கான ஒரே வழி, அதைத் தவிர்ப்பதுதான்.

2

எதிரிகளை உருவாக்குவதற்கு நிச்சயமான வழி

தியோடோர் ரூஸ்வெல்ட் வெள்ளை மாளிகையில் இருந்தபோது, தன்னால் 75 சதவீத நேரம் சரியாக இருக்க முடிந்தால், தான் தன்னிடம் கொண்டுள்ள உச்சபட்ச எதிர்பார்ப்பை அடைந்துவிட்டதாகப் பொருள் என்று பிரகடனம் செய்தார்.

இருபதாம் நூற்றாண்டின் மிகப் புகழ்பெற்ற மனிதர்களில் ஒருவர் அடைய விரும்பும் மிக உயர்ந்த மதிப்பீடு அது என்றால், நீங்களும் நானும் நம்மிடமிருந்து எதை எதிர்பார்க்கப் போகிறோம்?

உங்களால் 55 சதவீத நேரம் சரியானவராக இருக்க முடிந்தால், வால்-ஸ்டிரீட்டிற்குச் சென்று ஒவ்வொரு நாளும் உங்களால் 10 இலட்சம் டாலர்களைச் சம்பாதிக்க முடியும். உங்களால் 55 சதவீத நேரம்கூடச் சரியானவராக இருக்க முடியாதபோது, மற்றவர்கள் தவறானவர்கள் என்று நீங்கள் ஏன் அவர்களிடம் கூற வேண்டும்?

அடுத்தவர் கூறுவது தவறு என்று அவர்களிடம் தெரிவிப்பதற்கு நீங்கள் திறமையான வார்த்தைகளைப் பயன்படுத்துவதுபோலவே, ஒரே ஒரு பார்வை அல்லது முகபாவத்தைக் கொண்டும் அதே கருத்தை அவரிடம் உங்களால் தெரிவிக்க முடியும். அவர்கள் கருத்து தவறானது என்று நீங்கள் அவர்களிடம் கூறுவதன் மூலம் அவர்களை உங்களுடன் ஒத்துப்போக வைக்க முடியும் என்று நீங்கள் நினைக்கிறீர்களா? அது உங்களால் ஒருபோதும் முடியாது. ஏனெனில், நீங்கள் அவர்களது அறிவு, மதிப்பீடு, பெருமிதம்,

சுயமரியாதை ஆகியவற்றின்மீது ஒரு நேரடியான தாக்குதலை நடத்திவிட்டீர்கள். அது அவர்கள் உங்களைத் திருப்பித் தாக்குவதற்கு அவர்களைத் தூண்டும். ஆனால் அது ஒருபோதும் அவர்கள் தங்கள் மனங்களை மாற்றிக் கொள்ள அனுமதிக்காது. நீங்கள் எவ்வளவுதான் ஒரு பிளாட்டோ அல்லது ஒரு இம்மானுவேல் கன்ட் ஆகியோரைப்போல் அறிவுபூர்வமான விவாதங்களை அவர்கள்மீது அள்ளி வீசினாலும், அவர்கள் கொண்டிருக்கும் அபிப்பிராயங்களை உங்களால் மாற்ற முடியாது. ஏனெனில், நீங்கள் அவர்களது உணர்வுகளைக் காயப்படுத்திவிட்டீர்கள்.

”நான் உங்களுக்கு அதை நிரூபிக்கப் போகிறேன்.” என்ற அறிவிப்பின் மூலம் ஒருபோதும் உங்கள் பேச்சைத் தொடங்காதீர்கள். அது ஒரு மோசமான தொடக்கம். அது, “நான் உங்களைவிட சாமர்த்தியசாலி, உங்கள் மனத்தை நீங்கள் மாற்றிக் கொள்வதற்கு, நான் ஓரிரு விஷயங்களை உங்களிடம் கூறப் போகிறேன்.” என்று கூறுவதற்குச் சமம்.

அது சவாலுக்கு அழைப்பதற்கு ஒப்பானது. அது எதிர்ப்பை உருவாக்கி. நீங்கள் துவங்குவதற்கு முன்பே உங்களுடன் சண்டையிடுவதற்கு உங்கள் எதிராளியைத் தூண்டும்.

மிகவும் சாதகமான சூழ்நிலைகளில்கூட, மக்களின் மனங்களை மாற்றுவது என்பது மிகவும் கடினம். எனவே அதை ஏன் இன்னும் அதிகக் கடினமாக்க வேண்டும்? நீங்கள் ஏன் உங்களையே ஊனப்படுத்திக் கொள்ள வேண்டும்?

நீங்கள் ஏதேனும் ஒன்றை நிரூபிக்கப் போகிறீர்கள் என்றால், அதை வேறு யாரும் அறியாதபடி பார்த்துக் கொள்ளுங்கள். நீங்கள் ஒன்றை நிரூபித்துக் கொண்டிருக்கிறீர்கள் என்பதைப் பிறர் உணராதபடி நேர்த்தியாக, சுலபமாகச் செய்யுங்கள். இதை இரத்தினச் சுருக்கமாக அலெக்சாண்டர் போப் வெளிப்படுத்தினார்:

தங்களுக்குக் கற்றுக் கொடுக்கப்படுகிறது என்பதை அவர்கள் அறியாதபடி நீங்கள் மக்களுக்குக் கற்றுக் கொடுக்க வேண்டும். அவர்கள் அறியாத விஷயங்களை நீங்கள் அவர்களுக்கு எடுத்துரைக்கும்போது, அவர்கள் மறந்துபோன

விஷயங்கள் அவர்களுக்கு நினைவூட்டப்படுவதுபோல் அவர்கள் உணரும் விதத்தில் எடுத்துரைக்க வேண்டும்.

முன்னூறு வருடங்களுக்கு முன்பு கலீலியோ இவ்வாறு கூறியுள்ளார்.

ஒரு மனிதனுக்கு உங்களால் எதையும் கற்றுக் கொடுக்க முடியாது அவன் அதைத் தனக்குள் தேடிக் கொள்ள மட்டுமே உங்களால் அவனுக்கு உதவ முடியும்.

செஸ்டர்ஃபீல்டு பிரபு தன் மகனிடம் இவ்வாறு கூறினார்:

உன்னால் முடிந்தால் மற்றவர்களைவிட அதிக புத்திசாலியாக இருந்து கொள் ஆனால் நீ அதை அவர்களிடம் கூறிவிடாதே.

ஏதன்ஸ் நகரில் சாக்ரடீஸ் தன் சீடர்களிடம் மீண்டும் மீண்டும் இவ்வாறு கூறினார்:

எனக்கு ஒரே ஒரு விஷயம் மட்டும்தான் தெரியும்.

எனக்கு எதுவுமே தெரியாது என்பதுதான் அது.

சாக்ரடீஸைவிட அதிக சாமர்த்தியசாலியாக ஆவேன் என்ற நம்பிக்கை எனக்கு இல்லை. எனவே அடுத்தவர்கள் கருத்து தவறு என்று கூறுவதை நான் நிறுத்திவிட்டேன். அது நல்ல பலனைக் கொடுப்பதை நான் காண்கிறேன்.

ஒருவரது கூற்று தவறு என்று நீங்கள் நினைக்கிறீர்கள் என்றால், அது தவறுதான் என்று உங்களுக்கு உறுதியாகத் தெரிந்திருந்தால்கூட, “அப்படியா? நான் வேறுவிதமாக நினைத்திருந்தேன். ஆனால் நான் கூறுவது தவறாக இருக்கலாம். அடிக்கடி நான் தவறாகக் கூறிவிடுகிறேன். ஒருவேளை என் கூற்று தவறாக இருந்தால் என்னைத் திருத்திக் கொள்ள விரும்புகிறேன். எனவே நாம் அந்த உண்மைகளை ஆராயலாமா?” என்று தொடங்குவது சிறந்ததல்லவா?

“நான் கூறுவது தவறாக இருக்கலாம். அடிக்கடி நான் தவறாகக் கூறிவிடுகிறேன். நாம் அந்த உண்மைகளை ஆராயலாமா?” போன்ற சொற்றொடர்களில் மந்திர சக்தி உள்ளது, நேர்மறையான மந்திர சக்தி.

“நான் கூறுவது தவறாக இருக்கலாம். நாம் உண்மைகளை ஆராயலாமா?” என்று நீங்கள் கூறுவதற்கு, அந்த விண்ணுலகில் உள்ளவர்களும் சரி, இந்த மண்ணுலகில் உள்ளவர்களும் சரி, யாரும் எதிர்ப்பு தெரிவிக்க மாட்டார்கள்.

இந்த அணுகுமுறையை எங்கள் வகுப்பில் பயின்ற ஹரால்டு ரெயின்கே என்பவர் தன் வாடிக்கையாளர்களைச் சமாளிப்பதற்காகப் பயன்படுத்தினார். அவர் மான்டானா மாநிலத்தின் பில்லிங்ஸ் நகரில் “டாட்ஜ்“ கார்கள் விற்கும் ஒரு விற்பனை நிலையத்தின் உரிமையாளர். கார் விற்பனைத் தொழிலில் உள்ள பிரச்சனைகள் காரணமாக, டிக்கையாளர்களின் குறைகளைக் கையாளும்போது, வாடிக் தான் அடிக்கடி மிகவும் கடுமையாகவும் இரக்கமற்றும் நடந்து கொண்டதாக அவர் தெரிவித்தார். இதன் விளைவாக, நிம்மதியின்மையும், வாடிக்கையாளர் இழப்பும். இனிமையற்ற சூழ்நிலையும் ஏற்பட்டன.

அவர் தன் வகுப்பில் இவ்வாறு கூறினார்: “இந்த அணுகுமுறை நான் விரும்பும் இடத்திற்கு என்னை விரைவாகக் கொண்டு செல்லாது என்று உணர்ந்த நான், வேறு ஒரு புதிய முறையை முயற்சித்தேன். “எங்கள் விற்பனை நிலையம் பல தவறுகளைச் செய்துள்ளது. அதற்காக நான் வெட்கப்படுகிறேன். உங்கள் விஷயத்தில் நாங்கள் ஏதேனும் தவறு செய்திருக்கலாம். விஷயம் என்னவென்று என்னிடம் கூறுங்கள். என்பது போன்று நான் ஏதேனும் கூறுவேன்.

”இந்த அணுகுமுறை பிறரை வலுவிழக்கச் செய்வதாக அமைகிறது. வாடிக்கையாளர் தன் உணர்ச்சிகளை எல்லாம் கொட்டித் தீர்த்த பிறகு, பிரச்சனைக்குத் தீர்வு காண்பது என்று வரும்போது, பொதுவாக அதிக நியாயத்துடன் நடந்து கொள்கிறார். உண்மையில், அத்தகையப் புரிந்துகொள்ளும் மனப்போக்குடன் நான் நடந்து கொள்வதற்காகப் பல வாடிக்கையாளர்கள் எனக்கு நன்றி கூறியுள்ளனர். அவர்களில் இருவர் புதிய கார்களை வாங்குவதற்குத் தங்கள் நண்பர்களையும் அழைத்து வந்தனர். அதிகப் போட்டி நிலவும் இத்தொழிலில், இவர்களைப் போன்ற வாடிக்கையாளர்கள் நமக்கு அதிகம் தேவை. வாடிக்கையாளர்களின் அனைத்து அபிப்பிராயங்களையும் மதித்து, அவர்களை நயம்படவும், பணிவன்புடனும் நடத்துவது போட்டியைத் தகர்த்தெறிய உதவும் என்று நான் நம்புகிறேன்.”

நீங்கள் தவறு செய்திருக்கக்கூடும். என்பதை ஒப்புக்கொள்வதன் மூலம் நீங்கள் ஒருபோதும் பிரச்சனையில் சிக்க மாட்டீர்கள். அது அனைத்து விவாதங்களையும்

நிறுத்திவிட்டு, உங்களைப்போல் உங்கள் எதிராளியும் நியாயமாகவும், திறந்த மனத்துடனும், பரந்த மனப்பான்மையுடனும் நடந்து கொள்ள உத்வேகமூட்டும். தானும் தவறு செய்திருக்கக்கூடும் என்று அவரை ஒப்புக்கொள்ள வைக்கும்.

ஒரு நபர் கூறுவது தவறு என்று உங்களுக்கு நிச்சயமாகத் தெரிந்திருந்து, அதை அவரிடம் முகத்தில் அடித்தாற்போல் நீங்கள் கூறினால் என்ன நிகழும்? அது தொடர்பான ஓர் உதாரணத்தை நாம் பார்க்கலாம். நியூயார்க்கைச் சேர்ந்த இளம் வழக்கறிஞர் ஒருவர் ஒருமுறை அமெரிக்க உச்சநீதிமன்றத்தில் ஒரு முக்கியமான வழக்கில் வாதாடினார். அந்த வழக்கில் குறிப்பிடத்தக்க அளவிற்குப் பணமும், ஒரு முக்கியமான சட்டக் கேள்வியும் அடங்கியிருந்தன. விவாதத்தின்போது உச்சநீதிமன்ற நீதிபதிகளில் ஒருவர், “சட்டப்படி, கடலாண்மைப் பிரிவில் கால வரம்பு ஆறு ஆண்டுகள் இல்லையா?” என்று அவரிடம் கேட்டார்.

அந்த இளம் வழக்கறிஞர் தன் வாதத்தை நிறுத்திவிட்டு, நீதிபதியை ஒரு கணம் ஏறிட்டுப் பார்த்து, “கணம் நீதிபதி அவர்களே, கடலாண்மைப் பிரிவில் கால வரம்புகள் கிடையாது” என்று முகத்திலடித்தாற்போல் கூறினார்.

அவர் தனக்கு ஏற்பட்ட அனுபவத்தை ஒரு பயிற்சி வகுப்பில் இவ்வாறு விவரித்தார்: ”நீதிமன்றத்தில் ஒரு கடும் மௌனம் நிலவியது. அந்த அறையின் வெப்ப நிலை பூஜ்யமாகக் குறைந்துவிட்டதுபோல் தோன்றியது. நான் கூறியது சரி. நீதிபதி கூறியது தவறு. அதை நான் அவரிடம் கூறிவிட்டேன். அது அவர் என்னிடம் நட்பாக நடந்து கொள்ளச் செய்ததா? இல்லை. சட்டம் எனக்குச் சாதகமாக இருந்தது என்று நான் இன்னும் நம்புகிறேன். நான் அதுவரை பேசியிருக்காத அளவிற்கு மிகவும் சிறப்பாகப் பேசினேன் என்பதும் எனக்குத் தெரியும். ஆனால் நான் கூறியதை அவரை ஒப்புக் கொள்ள வைக்க என்னால் முடியவில்லை. மிகவும் கற்றறிந்த, பிரபலமான ஒரு மனிதரிடம், அவர் கூற்று தவறு என்று நான் வெளிப்படையாகக் கூறி ஒரு மாபெரும். தவறைச் செய்துவிட்டேன்.”

ஒருசில மக்களே காரண காரியத்துடன் நடந்து கொள்கின்றனர். நம்மில் பெரும்பாலானவர்கள், பாரபட்சத்தோடும். ஒருதலைபட்சமாகவும் நடந்து கொள்கிறோம். நம்மில் பெரும்பாலானோர், ஏற்கனவே தீர்மானிக்கப்பட்ட எண்ணங்கள், பொறாமை, சந்தேகம், வயிற்றெரிச்சல், பயம், தலைக்கனம் ஆகியவற்றால் சூளப்பட்டிருக்கிறோம். மேலும், பெரும்பாலான மக்கள், தங்கள் மதம், தங்கள் சிகை அலங்காரம், சமூகம், அல்லது தங்களுக்கு மிகவும் பிடித்தமான திரை நட்சத்திரம் ஆகியோரைப் பற்றித் தங்கள் எண்ணங்களை மாற்றிக் கொள்ள விரும்புவதில்லை. அவர்கள் கூற்று தவறானது என்று அவர்களிடம் கூறியே தீருவது என்ற முடிவுடன் நீங்கள் இருக்கிறீர்கள் என்றால், தினமும் காலை உணவு உண்பதற்கு முன், கீழ்க்காணும் பகுதியைத் தயவு செய்து படியுங்கள். ஜேம்ஸ் ஹார்வே ராபின்சன் எழுதிய “த மைன்ட் இன் த மேக்கிங்“ என்ற புத்தகத்திலிருந்து இது எடுத்தாளப்பட்டுள்ளது:

> **சில சமயங்களில் எந்தவிதமான எதிர்ப்போ அல்லது மனதை அழுத்தும் உணர்ச்சிகளோ இல்லாமல் நம் மனங்களை நாம் மாற்றிக் கொள்கிறோம். ஆனால் நாம் தவறானவர்கள் என்று நம்மிடம் நேரடியாகக் கூறப்படும்போது, அவ்வாறு குற்றம் சுமத்தப்படுவதைக் கண்டு நாம் கோபமடைந்து நம் இதயங்களைக் கல்லாக்கிக் கொள்கிறோம். நம் நம்பிக்கைகளை உருவாக்குவதில் நாம் கண்மூடித்தனமாகச் செயல்படுகிறோம். அந்த நம்பிக்கைகளை நம்மிடமிருந்து எவரேனும் களைய முயற்சிக்கும்போது, நாம் அவற்றின்மீது தீவிரமான விருப்பம் கொள்கிறோம். நம் கருத்துக்கள்மீது நமக்குப் பெரிதாக நேசம் ஒன்றும் இல்லை. ஆனால், அச்சுறுத்தப்பட்டிருக்கும் நம் சுயமதிப்பைப் பாதுகாக்கத்தான் நாம் உண்மையிலேயே எண்ணுகிறோம் என்பது வெளிப்படை, “என்னுடைய“ என்ற சிறிய வார்த்தைதான் மனித விவகாரங்களில் மிகவும் முக்கியமானது. அதை முறையாகக் கருத்தில் கொள்வதுதான் விவேகத்தின் தொடக்கம். “என்“ உணவு, “என்“ நாய், “என்“ வீடு, “என்“ தந்தை, “என்“ நாடு, “என்“ கடவுள் என்று, எதுவாக இருந்தாலும் அது அதே ஆற்றலோடு விளங்குகிறது. நம் கைக்கடிகாரம்**

> தவறான நேரத்தைக் காட்டுகிறது அல்லது நம் கார் மிகவும் அலங்கோலமாக இருக்கிறது என்று குற்றம் சுமத்தப்படுவதை மட்டும் நாம் வெறுக்கவில்லை. செவ்வாய்க் கிரகத்திலுள்ள கால்வாய்களைப் பற்றிய நம் கருத்தும், “சூப்பரின்டென்டென்ட்“ என்ற வார்த்தையை நாம் உச்சரிக்கும் விதமும் தவறு என்று கூறப்பட்டாலும் நாம் மிகவும் கோபம் கொள்கிறோம். நாம் ஏற்றுக் கொள்ளப் பழகிவிட்ட செயல்கள்மீது நாம் தொடர்ந்து நம்பிக்கை வைக்க விரும்புகிறோம். நம் அனுமானங்களில் ஏதேனும் ஒன்று சந்தேகிக்கப்படும்போது நமக்குள் உண்டாகும் கோபம், அந்த அனுமானம் சரி என்று நிரூபிப்பதற்குத் தேவையான அனைத்துவிதமான சாக்குப்போக்குகளையும் கண்டுபிடிக்க நம்மைத் தூண்டும். இதன் விளைவாக, நம் பகுத்தறிவின் பெரும் பகுதி, நாம் ஏற்கனவே நம்புபவற்றின்மீது தொடர்ந்து நாம் நம்பிக்கை கொள்வதற்குச் சாதகமான விவாதங்களைக் கண்டுபிடிப்பதை உள்ளடக்கியுள்ளது.

கார்ல் ராஜர்ஸ் என்ற பிரபலமான உளவியலாளர், ‘ஆன் பிக்கமிங் எ பெர்சன்“ என்ற தன் புத்தகத்தில் இவ்வாறு எழுதியுள்ளார்:

> அடுத்தவரைப் புரிந்து கொள்ள என்னை நான் அனுமதிக்கும்போது அது எனக்கு மிகவும் மதிப்பு வாய்ந்ததாக அமைகிறது என்பதை உணர்ந்துகொண்டேன். நான் இந்த வாக்கியத்தை நான் அமைத்துள்ள விதம் உங்களுக்கு வினோதமாகத் தோன்றக்கூடும். அடுத்தவரைப் புரிந்து கொள்வதற்கு ஒருவர் தனக்கு அனுமதியளிக்க வேண்டியது அவசியமா? ஆம்! அது அவசியம் என்று நான் நினைக்கிறேன். பெரும்பாலான விஷயங்களை நாம் மற்றவர்கள் மூலம் கேள்விப்படும்போது நாம் மேற்கொள்ளும் முதல் நடவடிக்கை, அதைப் புரிந்து கொள்ள முயற்சிப்பதற்கு மாறாக மதிப்பீடு செய்கிறோம் அல்லது சீர்தூக்கிப் பார்க்கிறோம். யாரேனும் ஒருவர் ஏதேனும் ஓர் உணர்வையோ, மனப்போக்கையோ, அல்லது நம்பிக்கையையோ வெளிப்படுத்தும்போது,

கிட்டத்தட்ட உடனடியாக 'அது சரிதான்,“ அல்லது 'அது முட்டாள்தனம், அல்லது “அது நியதிக்குப் புறம்பானது,“ அல்லது 'அது நியாயமற்றது,“ அல்லது “அது தவறு,“ அல்லது 'அது நன்றாக இல்லை“ என்று கூறுவதுதான் நம் போக்காக இருக்கிறது. அந்த வாக்கியம் அடுத்தவருக்குத் துல்லியமாக என்ன பொருள்படுகிறது என்பதைப் புரிந்து கொள்வதற்கு நாம் எப்போதாவதுதான் நம்மை அனுமதித்துக் கொள்கிறோம்.

ஒருமுறை என் வீட்டில் திரைச்சீலைகளை வடிவமைப்பதற்காக வீட்டு அலங்கரிப்பாளர் ஒருவரை நியமித்தேன். அதற்கான ரசீது வந்தபோது நான் உற்சாகமிழந்தேன்.

ஒருசில நாட்களுக்குப் பிறகு, என் தோழி ஒருவர் என் வீட்டிற்கு வந்து திரைச்சீலைகளைப் பார்த்தார். அவற்றின் விலையை நான் குறிப்பிட்டபோது, ஒரு வெற்றிக் களிப்புடன், “என்ன? அவ்வளவு விலையா? அவர் உங்கள்மீதும் ஒரு திரையைப் போட்டுவிட்டார் என்று நினைக்கிறேன்,” என்று கூறினார்.

அது உண்மையா? ஆம், அவர் உண்மையைத்தான் கூறியிருந்தார். ஆனால், தங்கள் கணிப்பை மதிப்பீடு செய்யும் உண்மைகளைக் கேட்பதற்கு வெகுசிலரே விரும்புவார்கள். எனவே, நானும் ஒரு சாதாரண மனிதன் என்ற முறையில் என்னைத் தற்காத்துக் கொள்ள முயற்சித்தேன். தரமான, கலை நயத்துடன் உள்ள பொருட்கள் அடிமாட்டு விலைக்குக் கிடைக்காது என்றும், இன்னும் ஏராளமானவற்றையும் கூறி நான் தொடர்ந்து வாதிட்டேன்.

அடுத்த நாள் இன்னொரு நண்பர் திரைச்சீலைகளை ரசித்தார் உற்சாகத்தை வெளிப்படுத்தினார் அத்தகைய நுட்பமான வேலைப்பாடுகளுடன்கூடிய படைப்புகளைத் தன் வீட்டிற்காகத் தானும் வாங்கக்கூடிய வசதி தனக்கு இருந்தால் எவ்வளவு நன்றாக இருக்கும் என்று தன் விருப்பத்தைக் கூறினார். இதற்கு என் பதில் முற்றிலும் மாறாக இருந்தது. “உண்மையைக் கூற வேண்டுமென்றால், என்னால் அதற்கு அவ்வளவு செலவழிக்க முடியாதுதான். நான் மிக அதிக விலை கொடுத்து வாங்கி விட்டேன். அதை ஏன் வாங்கினேன் என்று இப்போது நான் வருத்தப்படுகிறேன்.” என்று நான் கூறினேன்.

தவறு நம்மீது இருந்தால், அதை நாம் நம்மிடம் ஏற்றுக் கொள்வோம். நாம் மென்மையாகவும் பக்குவமாகவும் கையாளப்பட்டால், நம் தவறை நாம் அடுத்தவர்களிடமும் ஒத்துக்கொள்ளக்கூடும். அதோடு, நாம் வெளிப்படையாகவும் பரந்த மனப்பான்மையோடும் இருப்பது குறித்துப் பெருமிதம் கொள்ளக்கூடக்கூடும். ஆனால் நம்மால் ஏற்றுக் கொள்ள முடியாத செயல்களை நம் தொண்டைக்குழிக்குள் யாரேனும் வலுக்கட்டாயமாகத் திணிக்க முயற்சிக்கும்போது, பொதுவாக அதை ஏற்றுக் கொள்ள நாம் விரும்புவது இல்லை.

அமெரிக்க உள்நாட்டுப் போரின்போது மிகவும் பிரபலமாக விளங்கிய பதிப்பாசிரியர் ஹோரேஸ் கிரீலி, லிங்கனின் திட்டங்களோடு ஒத்துப் போக மூர்க்கத்தனமாக மறுத்தார். விவாதம், கேலி, மற்றும் வசவு ஆகியவை அடங்கிய ஒரு பிரச்சாரத்தை லிங்கனுக்கு எதிராக முடுக்கிவிடுவதன் மூலம் லிங்கனைத் தன்னோடு ஒத்துப் போகும்படிச் செய்ய முடியும் என்று அவர் நம்பினார். இந்த மோசமான பிரச்சாரத்தை அவர் ஒவ்வொரு மாதமும், பல வருடங்களாகத் தொடர்ந்து செய்து கொண்டே இருந்தார். வாஸ்தவத்தில், அதிபர் லிங்கன் சுட்டுக் கொல்லப்பட்ட இரவன்று, அவர் ஒரு காட்டுமிராண்டித்தனமான, கசப்பான, ஏளனமான, தனிப்பட்டத் தாக்குதலை உள்ளடக்கிய ஒரு பத்தியை எழுதினார்.

ஆனால் இவை அனைத்தும் லிங்கனை கிரீலியோடு ஒத்துப் போகச் செய்தனவா? இல்லவே இல்லை! ஏளனமும். இழிவும் ஒருபோதும் ஒருவரை நம்மோடு ஒத்துப் போகச் செய்வதில்லை.

மக்களைக் கையாள்வது, உங்களை நிர்வகிப்பது, மற்றும் உங்கள் ஆளுமையை மேம்படுத்துவது பற்றிய சில அற்புதமான பரிந்துரைகளை நீங்கள் விரும்பினால், பெஞ்சமின் ஃபிராங்க்ளினின் சுயசரிதையைப் படியுங்கள். இதுவரை எழுதப்பட்டதிலேயே மிகவும் கவர்ந்திழுக்கும் வகையில் எழுதப்பட்டக் கதை அது. அமெரிக்க இலக்கியத்தின் ஒரு புகழ்மிக்கப் படைப்பு அது. விவாதம் என்னும் தன் கொடிய பழக்கத்தை வெற்றி கொண்டு, அமெரிக்க வரலாற்றில், மிகவும் திறன் வாய்ந்த, இசைவுத்தன்மை கொண்ட, பக்குவமிக்கச் சிறந்த மனிதராகத் தன்னை மாற்றிக் கொண்டது எப்படி என்பது பற்றி அவர் தன் சுயசரிதையில் கூறுகிறார்.

பெஞ்சமின் ஃபிராங்க்ளின், ஓர் இளைஞனாகப் பல பெரும் தவறுகளைச் செய்துகொண்டிருந்த காலத்தில், ஒருநாள் ஒரு நண்பர் அவரை அழைத்து, சில கசப்பான உண்மைகளை அவரிடம் கடுமையாகக் கூறினார்:

> **பெஞ்சமின், உன்னைத் திருத்தவே முடியாது. உன்னுடன் முரண்படும் ஒவ்வொருவருக்கும் உன் அபிப்பிராயங்கள் வாயிலாக நீ சவுக்கடி கொடுக்கிறாய். உன் அபிப்பிராயங்கள் எல்லை மீறிவிட்டதால் இப்போதெல்லாம் யாரும் அவற்றைப் பொருட்படுத்துவதில்லை. நீ அருகில் இல்லாதபோதுதான் தாங்கள் மிகவும் மகிழ்ச்சியாக இருப்பதாக உன் நண்பர்கள் நினைக்கிறார்கள். உனக்கு ஏராளமான விஷயங்கள் தெரியும். அதனால் எந்த மனிதராலும் உன்னிடம் எதுவும் கூற முடியாது. உண்மையில், உன்னிடம் எதுவும் கூறுவதற்கு யாரும் முயற்சிக்கப் போவதில்லை. ஏனெனில், அவர்களது முயற்சி இறுதியில் அசௌகரியத்தையும் கடின உழைப்பையும் மட்டுமே அவர்களுக்குக் கொண்டு வரும். எனவே உனக்கு இப்போது தெரிந்திருப்பதைவிட இனி அதிகமாக ஒன்றும் தெரியப் போவதில்லை. அதோடு, நீ இப்போது தெரிந்து வைத்திருப்பது மிகவும் குறைவுதான்.**

வலி ஏற்படுத்திய அந்தக் கண்டனத்தை அவர் ஏற்றுக் கொண்ட விதம், பெஞ்சமின் ஃபிராங்க்ளினைப் பற்றி நானறிந்த அருமையான விஷயங்களில் ஒன்று. தன் நண்பர் கூறிய அனைத்தும் உண்மை என்பதையும், தோல்வியையும் சமுதாயத்தால் தூற்றப்படுவதையும் நோக்கித் தன் வாழ்வு சென்று கொண்டிருக்கிறது என்பதையும் உணர்ந்து கொள்ளக்கூடிய அளவுக்கு அவர் விசாலமானவராகவும், விவேகம் கொண்டவராகவும் இருந்தார். அவர் தன் தவறை உணர்ந்தார். இழிவாகப் பேசும் பழக்கத்தையும், கண்மூடித்தனமான அபிப்ராயங்களை இறுகப் பற்றிக் கொள்ளும் பழக்கத்தையும் அவர் உடனடியாக மாற்றத் துவங்கினார்.

ஃபிராங்க்ளின் இவ்வாறு கூறினார்: "அடுத்தவரது உணர்வுகளுக்கு எதிரான நேரடி முரண்பாடுகளையும், என் சொந்தக் கருத்துக்களை வலியுறுத்துவதையும் தவிர்த்துவிடுவது என்று நான் ஒரு விதியை ஏற்படுத்தினேன். 'நிச்சயமாக,'

‘சந்தேகமின்றி’ போன்ற ஒரு குறிப்பிட்ட அபிப்பிராயத்தை நிலைநாட்டும் வார்த்தைகளையும் சொற்றொடர்களையும் பயன்படுத்த எனக்கு நானே தடை விதித்துக் கொண்டேன். அவற்றுக்குப் பதிலாக, ஒன்றைக் குறித்து நான் இவ்வாறு “கருதுகிறேன்“, “உணர்கிறேன்.“ அல்லது “கற்பனை செய்கிறேன்“ போன்ற வார்த்தைகளை நான் தத்தெடுத்துக் கொண்டேன். வேறொருவர் ஏதேனும் ஒன்றை வலியுறுத்தும்போது அது எனக்குத் தவறாகப் பட்டால், முகத்தில் அடித்தாற்போல் அவரை மறுத்துக் கூறுவதையும், அவரது கூற்றில் உள்ள அபத்தத்தை அவருக்கு எடுத்துக் கூறுவதையும் நான் நிறுத்தினேன். அவரது கூற்றுக்கு விடையளிக்கும்போது, சில விஷயங்களில் அல்லது சில சூழ்நிலைகளில் அவரது அபிப்பிராயம் சரியாக இருக்கும் என்றும், இந்த விஷயத்தைப் பொறுத்தவரை சில வேறுபாடுகள் உள்ளதுபோல் எனக்குத் தோன்றுகிறது என்றும் கூறி என் பேச்சைத் துவங்குவேன். மனப்போக்கில் ஏற்பட்ட இந்த மாற்றம் கொண்டுவந்த அனுகூலத்தை நான் கண்டேன். நான் ஈடுபட்ட என் உரையாடல்கள் அனைத்தும் இனிமையானவையாக அமைந்தன. நான் என் அபிப்பிராயங்களை அடக்கத்துடன் வெளிப்படுத்தியது, அவர்கள் அவற்றை ஏற்றுக் கொள்வதற்கு ஏதுவாகவும், முரண்பாடுகளைக் குறைப்பதாகவும் அமைந்தது. என்மீது தவறு கண்டுபிடிக்கப்படும்போது நான் அது குறித்து வெட்கப்படுவது குறைந்தது. நான் சரியான பக்கத்தில் இருக்கும்போது, அடுத்தவர்கள் தங்கள் தவறுகளைக் களைந்துவிட்டு. என்னுடன் வந்து எளிதாகச் சேர்ந்து கொள்ளவும் வழிவகுத்தது.

“முதலில் இந்த அணுகுமுறையைப் பயன்படுத்தியபோது என் இயல்பான குணத்துடன் சற்றுப் போராட வேண்டியிருந்தது. ஆனால், காலப்போக்கில் அது சுலபமாகி, அந்த அணுகுமுறை என் பழக்கமாகவே மாறிவிட்டது. கடந்த ஐம்பது வருடங்களுக்கும் மேலாக எந்தவொரு மூர்க்கத்தனமான வார்த்தையும் என்னிடமிருந்து வெளிவந்து யாரும் கேட்டதில்லை. நான் புதிய கருத்துக்களை முன்மொழிந்தபோதோ அல்லது பழையவற்றில் மாற்றங்களை ஏற்படுத்தியபோதோ என் சக மனிதர்களின் ஆதரவைப் பெற்றதற்கும், நான் பொதுக் குழுவில் உறுப்பினராக ஆனபோது என் செல்வாக்கு அதிகரித்ததற்கும், என் நாணயத்திற்கு

அடுத்ததாக, எனது இந்தப் பழக்கம்தான் முக்கியக் காரணம். ஏனெனில், நான் ஒரு மோசமான பேச்சாளன் ஒருபோதும் என்னிடம் சொற்திறன் இருந்ததில்லை வார்த்தைகளைத் தேர்ந்தெடுப்பதற்கு நான் மிகவும் சிரமப்பட்டேன் மொழியை நான் சரியாகக் கையாண்டதில்லை இருந்தாலும், நான் என் கருத்துக்களைப் பிறர் ஏற்றுக் கொள்ளும்படிச் செய்தேன்.''

பெஞ்சமின் ஃபிராங்க்ளினின் வழிமுறைகள் வியாபாரத்தில் எப்படிச் செயலாற்றும்? நாம் இரண்டு எடுத்துக்காட்டுகளைப் பார்க்கலாம்.

வடக்குக் கரோலினா மாநிலத்தின் கிங்ஸ் மௌன்டன்ஸ் நகரைச் சேர்ந்த கேத்தரீன் ஏ. ஆல்ரெட், நூற்பாலை ஒன்றில் பொறியியல் கண்காணிப்பாளராக வேலை பார்த்தார். எங்கள் வகுப்பில் சேர்வதற்கு முன்னும் அதற்குப் பின்னும் அவர் ஓர் இக்கட்டான பிரச்சனையை எப்படிக் கையாண்டார் என்பதைப் பற்றி எங்கள் பயிற்சி வகுப்பு ஒன்றில் அவர் கூறினார்.

''எங்கள் ஊழியர்கள் அதிகமான நூல்களைத் தயாரிப்பதன் மூலம் அதிகப் பணம் சம்பாதிப்பதை ஊக்குவிப்பதற்காக, ஊக்கத்தொகைத் திட்டங்களையும் தரங்களையும் நிர்ணயிப்பதும் அவற்றைப் நிர்வகிப்பதும் என் பொறுப்புகளின் ஒரு பகுதி. நாங்கள் பயன்படுத்தி வந்த திட்டம், எங்களிடம் இரண்டு அல்லது மூன்று வகையான நூல்களை மட்டுமே இருந்தபோது சிறப்பாக வேலை செய்து. ஆனால், பன்னிரண்டிற்கும் மேற்பட்ட வகையான நூல்களைக் கையாள்வதற்காக நாங்கள் சமீபத்தில் எங்கள் சரக்குக் கையிருப்புகளையும் திறன்களையும் விரிவுபடுத்தியுள்ளோம். எங்கள் ஊழியர்கள் செய்யும் வேலைக்கு அவர்களுக்கு நியாயமாக ஊதியம் வழங்குவதற்கும். உற்பத்தியை அதிகரிக்க அவர்களுக்கு ஊக்கத்தொகை வழங்குவதற்கும் நாங்கள் தற்போது பயன்படுத்தி வரும் திட்டம் போதுமானதாக இல்லை. அதனால் நான் ஒரு புதிய திட்டத்தை உருவாக்கியிருந்தேன். கையில் என் புதிய திட்டத்தோடும், என் திட்டம்தான் சரியான அணுகுமுறை என்று நிர்வாகத்தினருக்கு நிரூபிக்கும் உறுதியான தீர்மானத்துடனும், சந்திப்பு நடைபெறவிருந்த அறைக்குள் நான் நுழைந்தேன். அவர்கள் எங்கு தவறு செய்கிறார்கள், எந்த இடங்களில் நியாயமின்றி நடந்து கொள்கிறார்கள் என்பவற்றைப் பற்றி அவர்களிடம் விரிவாக

விளக்கிக் கூறி, அவர்களுக்குத் தேவையான அனைத்து விடைகளும் என்னிடம் இருப்பதை அவர்களிடம் தெரிவித்தேன். விளைவு? சுருக்கமாகக் நான் படுபயங்கரமான தோல்வியைச் சந்தித்தேன்! என் புதிய திட்டத்தின்மீதான என் நிலையைத் தற்காத்துக் கொள்வதில் நான் மும்முரமாக இருந்த காரணத்தால், பழைய திட்டத்தில் இருந்த பிரச்சனைகளை அவர்கள் கௌரவமாக ஒத்துக் கொள்ள அவர்களுக்கு நான் இடம் அளிக்கவில்லை. அந்தப் பிரச்சனை அப்படியே கிடப்பில் இடப்பட்டது.

"இப்பயிற்சியில் நான் கலந்து கொண்ட பிறகு, எங்கெல்லாம் நான் தவறுகள் செய்திருக்கிறேன் என்பதை உணர்ந்தேன். இன்னொரு சந்திப்பிற்கு அவர்களை நான் அழைத்தேன். இந்த முறை, அவர்களது பிரச்சனைகள் எங்கு இருப்பதாக அவர்கள் உணர்கிறார்கள் என்று அவர்களிடம் கேட்டேன். நாங்கள் ஒவ்வொரு கருத்தையும் கலந்து ஆலோசித்தோம். அடுத்து எடுக்க வேண்டிய நடவடிக்கைகளுக்கான சிறந்த வழி எது என்பது குறித்து அவர்களது அபிப்பிராயத்தைக் கேட்டேன். முறையான இடைவெளிகளில், என் பணிவான பரிந்துரைகளை எடுத்துரைத்து, என் திட்டத்தை அவர்களே உருவாக்க நான் வாய்ப்பளித்தேன். அந்த சந்திப்பின் முடிவில் நான் என் திட்டத்தை வழங்கியபோது அவர்கள் அதை உற்சாகத்துடன் ஏற்றுக் கொண்டனர்.

"ஒருவர் தவறு செய்துள்ளதாக அவரிடம் நேரடியாகக் கூறுவதால் எந்த நன்மையும் ஏற்படப் போவதில்லை, மாறாக, ஏராளமான பாதிப்புகள் மட்டுமே ஏற்படும் என்பதை நான் உறுதியாக நம்புகிறேன். அடுத்தவரது சுயமதிப்பைக் களைவதில் மட்டுமே நீங்கள் வெற்றி பெறுகிறீர்கள். எந்தக் கலந்தாய்விலும் வரவேற்கப்படாத விருந்தினராக இருக்கும் நிலைக்கு உங்களை நீங்களே தள்ளிவிடுகிறீர்கள்."

மற்றோர் எடுத்துக்காட்டைப் பார்க்கலாம். நான் இங்கு எடுத்தாளும் உதாரணங்கள் அனைத்தும் பிற ஆயிரக்கணக்கான மக்களின் அனுபவங்களைப் போன்றதே என்பதை நினைவில் கொள்ளுங்கள். ஆர்.வீ.குரோலி என்பவர் நியூயார்க்கிலிருந்த, மரம் விற்பனை செய்யும் ஒரு நிறுவனத்தில் ஒரு விற்பனையாளராகப் பணியாற்றி வந்தார்ர். மரத்தை ஆய்வு

செய்ய வரும், அனுபவம் வாய்ந்த ஆய்வாளர்களிடம், அவர்கள் கூறுவது தவறு என்று வருடக்கணக்கில் தான் கூறி வந்துள்ளதை அவர் ஒப்புக்கொண்டார். அந்த விவாதங்களில் அவர் வெற்றியும் பெற்றிருந்தார். ஆனால் அவற்றால் எந்தப் பயனும் ஏற்படவில்லை. ”இந்த மர ஆய்வாளர்கள் அனைவரும் பேஸ்பால் நடுவர்களைப் போன்றவர்கள். ஒருமுறை தீர்மானித்துவிட்டால் அதை அவர்கள் ஒருபோதும் மாற்றுவதில்லை,” என்று திரு. குரோலி கூறினார்.

தான் வெற்றி பெற்ற விவாதங்கள் வாயிலாகத் தன் நிறுவனத்திற்கு ஆயிரக்கணக்கான டாலர்கள் இழப்பு ஏற்படுவதை அவர் கண்டார். எனவே என் பயிற்சி வகுப்பில் கலந்துகொண்டபோது, அவர் தன் உத்திகளை மாற்றி, விவாதங்களைக் கைவிடத் தீர்மானித்தார். அதனால் என்ன விளைவுகள் ஏற்பட்டன? தன் வகுப்பில் உள்ள பிறரிடம் அவர் தன் அனுபவத்தை பகிர்ந்து கொண்டார்: அவரது வார்த்தைகளில்:

”ஒருநாள் காலையில் என் அலுவலகத்தில் தொலைபேசி மணி ஒலித்தது. மறுமுனையில், பிரச்சனையிலிருந்த ஒருவர் மிகவும் கோபமாகப் பேசினார். சமீபத்தில் அவரது தொழிற்சாலைக்கு நாங்கள் அனுப்பி வைத்திருந்த வெட்டு மரங்கள் திருப்திகரமாக இல்லை என்று அவர் தெரிவித்தார். சரக்கை இறக்குவதை அவரது நிறுவனம் நிறுத்தி வைத்துவிட்டு, உடனடியாக எங்கள் சரக்கு முழுவதையும் தங்கள் இடத்திலிருந்து திருப்பி எடுத்துச் செல்லுமாறு எங்களிடம் கேட்டுக் கொண்டது. எங்கள் வண்டியிலிருந்து சுமார் நான்கில் ஒரு பகுதி மரம் அங்கு இறக்கி வைக்கப்பட்டப் பிறகு, மரத்தின் தரம் 55 சதவீதத்திற்கும் குறைவாக உள்ளதாக அவர்களது மர ஆய்வாளர் தெரிவித்தார். அந்தச் சூழ்நிலையில் அவர்கள் எங்கள் மரத்தை வாங்க மறுத்தனர்.

”நான் உடனடியாக அவரது தொழிற்சாலைக்குப் புறப்பட்டேன். போகும் வழியில், இந்தச் சூழ்நிலையைக் கையாளவதற்கான சிறந்த வழி எது என்று யோசித்தவாறே சென்றேன். நானே ஒரு மர ஆய்வாளராக இருந்துள்ள காரணத்தால், சாதாரணமாக இத்தகைய சூழல்களில் என் சொந்த அனுபவத்தையும் அறிவையும் கொண்டு தர விதிகளை மேற்கோள் காட்டி, நாங்கள் அனுப்பி வைத்துள்ள மரம் தரம் வாய்ந்ததுதான்

என்று அந்த மர ஆய்வாளரை ஒப்புக் கொள்ள வைத்து, அவர் தன் ஆய்வில் விதிகளைத் தவறாகப் புரிந்து கொண்டிருப்பதைச் சுட்டிக்காட்ட முயற்சித்திருப்பேன். இருந்தாலும், நான் இப்பயிற்சியில் கற்றுள்ள கொள்கைகளை நடைமுறைப்படுத்த எண்ணினேன்.

“நான் அவர்களது தொழிற்சாலைக்குச் சென்றபோது, அங்கிருந்த கொள்முதல் முகவரும் மர ஆய்வாளரும் மோசமான மனநிலையில் இருந்தனர். அவர்கள் இருவரும் ஒரு வாக்குவாதத்திற்கும் சண்டைக்கும் தயாராக இருந்தனர். சரக்கு இறக்கப்பட்டுக் கொண்டிருந்த வண்டியை நோக்கி நாங்கள் மூவரும் சென்றோம். வண்டியிலுள்ள மரத்தின் தரம் எவ்வாறு இருக்கிறது என்று நான் பார்க்க விரும்புவதால் சரக்குகள் இறக்குவது தொடர்ந்து நடைபெறட்டும் என்று அவர்களிடம் நான் வேண்டுகோள் விடுத்தேன். தரக்குறைவான மரங்களை ஒரு பக்கமாகவும், நல்ல மரங்களை வேறொரு பக்கமாகவும் பிரித்து வைக்கும்படி நான் அந்த ஆய்வாளரைக் கேட்டுக் கொண்டேன்.

“சிறிது நேரம் அந்த ஆய்வாளரைக் கண்காணித்ததிலிருந்து ஒரு விஷயம் எனக்குத் தெளிவாகப் புலப்படத் துவங்கியது. அவரது ஆய்வு உண்மையிலேயே மிகவும் கண்டிப்பானதாக இருந்ததோடு. விதிகளையும் அவர் தவறாகப் புரிந்து கொண்டிருந்தார். குறிப்பிட்ட இந்த மரம் வெள்ளை தேவதாரு மரமாகும். கடினமான மர வகைகளைத் தரம் பிரிப்பதில் இந்த ஆய்வாளர் நன்றாகப் பயிற்றுவிக்கப்பட்டிருந்தார் என்பதும், வெள்ளை தேவதாரு மரத்தைப் பொறுத்தவரை அவர். அவ்வளவு தகுதியானவரோ அல்லது அனுபவம் வாய்ந்தவரோ அல்ல என்பதும் எனக்குத் தெரியும். வெள்ளை தேவதாரு மரத்தைப் பற்றி எனக்கு நன்றாகத் தெரியும், ஆனால் அவர் அவற்றைத் தரம் பிரிக்கும்போது நான் அவரது குறுக்கிடவில்லை. நான் அவரைத் தொடர்ந்து கவனித்துக் வழியில் கொண்டிருந்தேன். அவர் நிராகரித்த மரத் துண்டுகளை அவரிடம் காட்டி, ஏன் அவை திருப்திகரமாக இல்லை என்பது குறித்துச் சில கேள்விகளை மெல்ல மெல்ல அவரிடம் கேட்கத் துவங்கினேன். அவர் தவறு செய்கிறார் என்று நான் அவரிடம் மறைமுகமாகக்கூடத் தெரிவிக்கவில்லை. நான் கேள்வி கேட்பதற்கான ஒரே காரணம், இனிவரும் காலங்களில் அவர்கள் குறிப்பாக எதை

விரும்புகிறார்களோ, அந்த மரங்களை நாங்கள் அனுப்பி வைப்பதற்காகத்தான் என்று நான் வலியுறுத்தினேன்.

”நட்பான, ஒத்துழைப்பான முறையில் கேள்விகள் கேட்டதன் மூலமும், அவர்களது வேலைக்கு உதவாத மரத் துண்டுகளை அவர்கள் ஒதுக்கி வைப்பது சரிதான் என்று தொடர்ந்து நான் ஒப்புக் கொண்டதன் மூலமும் அந்த ஆய்வாளரை உற்சாகப்படுத்தினேன். அதன் விளைவாக, எங்களுக்கு இடையே நிலவிய பகையுணர்வு கரைந்தோடத் துவங்கியது. எச்சரிக்கையுடன் அவ்வப்போது நான் கூறிய சில கருத்துக்கள், அவர் நிராகரித்த சில மரத் துண்டுகள் உண்மையிலேயே அவர்கள் ஆர்டர் கொடுத்திருந்த தரத்திற்கு உட்பட்டவையாக இருக்கக்கூடும். ஆனால் தற்போது அவர்களுக்குத் தேவைப்படுவது இன்னும் அதிகத் தரமுடைய மரம் என்ற எண்ணத்தை அவர் மனத்தில் தோற்றுவித்தன. இருந்தாலும் நான் இந்த நிகழ்வைக் குறிப்பிடுவதாக அவர் எண்ணக்கூடாது என்பதில் நான் கவனமாக இருந்தேன்.

”மெல்ல மெல்ல அவரது ஒட்டுமொத்த மனப்போக்கும் மாறியது. இறுதியில், வெள்ளை தேவதாரு மரத்தில் தனக்கு அனுபவம் இல்லை என்று அவர் என்னிடம் ஒப்புக்கொண்டு, வண்டியிலிருந்து இறக்கப்பட்ட ஒவ்வொரு மரத் துண்டையும் பற்றிக் கேள்விகள் கேட்கத் தொடங்கினார். ஒவ்வொரு துண்டும் ஏன் அவர்கள் குறிப்பிட்டுள்ள தரத்திற்கு உட்பட்டு வருகிறது என்பதை நான் அவருக்கு விளக்கினேன். இருந்தாலும், அது அவர்களது வேலைக்குப் பொருத்தமானதாக இல்லாவிட்டால் அவர் அதை எடுத்துக் கொள்ளத் தேவையில்லை என்பதை நான் தொடர்ந்து வலியுறுத்தினேன். முடிவில், அவர் ஒவ்வொரு முறை ஒரு மரத் துண்டை நிராகரிக்க வேண்டி வந்தபோதும் குற்ற உணர்வு கொள்ளும் நிலையை அடைந்தார். தவறு அவர்கள்மீதுதான் என்பதை அவர் இறுதியில் உணர்ந்தார். ஏனெனில், மரத்திற்கான ஆர்டரை அவர்கள் எங்களிடம் கொடுத்தபோது அவர்களுக்குத் தேவையான தரத்தை எங்களிடம் தெரிவித்திருக்கவில்லை.

”கடைசியில் நடந்தது இதுதான்: நான் அங்கிருந்து புறப்பட்டுச் சென்றவுடன், அவர் மீண்டும் அந்த மொத்தச் சரக்கையும் ஆய்வு செய்து, அனைத்து மரத் துண்டுகளையும் ஏற்றுக் கொண்டார். மொத்தப் பணத்திற்கான காசோலை எங்களுக்கு வந்து சேர்ந்தது.

”நான் பக்குவமாக நடந்து கொண்டதும், தவறு அவர்மீதுதான் என்பதை நான் அவரிடம் கூறாமல் தவிர்த்ததும், என் நிறுவனத்திற்குக் குறிப்பிடத்தக்கப் பணத்தை மிச்சப்படுத்தியது. அதோடு. எங்கள் நிறுவனத்தின் மதிப்பும் வானளாவாக உயர்ந்தது.”

அமெரிக்காவின் கறுப்பர் இன அதிகாரிகளிலேயே மிக உயர்ந்த பதவி வகித்த, விமானப் படைத் தளபதியாக இருந்த டேனியல் ஜேம்ஸைப் பார்த்து அமைதி விரும்பியான நீங்கள் ஏன் பிரமிக்கிறீர்கள் என்று மார்ட்டின் லூதர் கிங்கிடம் கேட்கப்பட்டபோது, ”நான் மக்களை அவர்களது சொந்தக் கொள்கைகளைக் கொண்டு சீர்தூக்கிப் பார்க்கிறேன், என் கொள்கைகளை வைத்து அல்ல,” என்று டாக்டர் கிங் பதிலளித்தார்.

அதேபோல், ஒருமுறை ஜெனரல் ராபர்ட் ா, அமெரிக்காவின் கூட்டமைப்பு மாநிலங்களின் அதிபராக இருந்த ஜெ.ஃபர்சன் டேவிஸிடம் தன் அதிகாரத்தின் கீழிருந்த ஒரு குறிப்பிட்ட அதிகாரியைப் பற்றி மிகவும் புகழ்ந்து பேசினார். அவருடன் இருந்த மற்றோர் அதிகாரி மிகவும் வியப்படைந்து, ”தளபதி அவர்களே, நீங்கள் யாரைப் பற்றிப் புகழ்ந்து பேசினீர்களோ அவர் உங்கள் மோசமான எதிரிகளில் ஒருவர் என்பதும், உங்களைப் பழித்துப் பேசுவதற்கான ஒரு வாய்ப்பைக்கூட தவறவிடுவதில்லை என்பதும் உங்களுக்குத் தெரியாதா?” என்று கேட்டார். “ஆமாம், எனக்குத் தெரியும். ஆனால், அதிபர் என்னிடம் கேட்டது அந்த அதிகாரியைப் பற்றிய என் அபிப்பிராயத்தைத்தான் என்னைப் பற்றிய அவரது அபிப்பிராயத்தை அல்ல,” என்று ஜெனரல் லீ பதிலளித்தார்.

இந்த அத்தியாயத்தில் நான் புதிதாக எதையும் உங்களுக்கு வெளிப்படுத்தவில்லை. இரண்டாயிரம் ஆண்டுகளுக்கு முன்னர் இயேசு இவ்வாறு கூறியுள்ளார்: ”உங்கள் எதிரிகளோடு விரைவில் ஒத்துப் போய்விடுங்கள்.”

கிறிஸ்து பிறப்பதற்கு 2,200 ஆண்டுகளுக்கு முன்பு, எகிப்து அரசர் அக்டோய் தன் மகனுக்குச் சில புத்திசாலித்தனமான அறிவுரையைக் கொடுத்தார். அந்த அறிவுரை நமக்கு இன்று மிகவும் அவசியமாகத் தேவைப்படுகிறது. ”நயமாக நடந்துகொள். அப்போது உன்

வார்த்தை ஏற்றுக் கொள்ளப்பட்டு, உனக்கு அதிக நன்மை உண்டாகும்." என்று அந்த அரசர் ஆலோசனை வழங்கினார்.

வேறு வார்த்தைகளில் கூறுவதானால், உங்கள் வாடிக்கையாளருடனோ அல்லது உங்கள் வாழ்க்கைத் துணைவருடனோ அல்லது உங்கள் எதிரியுடனோ விவாதம் செய்யாதீர்கள். அவர்கள் கூறுவது தவறு என்று கூறாதீர்கள், அவர்கள் கோபத்தைத் தூண்டாதீர்கள். சற்று பக்குவமாக நடந்து கொள்ளுங்கள்.

இரண்டாவது கொள்கை

அடுத்தவரது அபிப்பிராயங்களுக்கு மதிப்புக் கொடுங்கள். "நீங்கள் கூறுவது தவறு," என்று ஒருபோதும் கூறாதீர்கள்.

3

தவறு உங்களுடையதாக இருந்தால் தயங்காமல் ஒப்புக் கொள்ளுங்கள்

எங்கள் வீட்டிற்கு வெகு அருகில் பசுமையான சோலை ஒன்று உள்ளது. அங்குள்ள பிளாக்பெர்ரி பழங்கள் நிறைந்த அடர் புதர்கள், வசந்தகாலத்தில் பஞ்சுப் பொதிகள்போல் காட்சியளிக்கும். அக்காட்டில் அணில்கள் கூடு கட்டிக் கும்மாளம் போட்டுக் கொண்டிருந்தன. களைகள் ஆளுயரம் வளர்ந்திருக்கும். நாசப்படுத்தப்படாத இந்தக் காட்டுப் பகுதி "ஃபாரெஸ்ட் பார்க்" என்று அழைக்கப்பட்டது. அது உண்மையிலேயே ஒரு காடுதான். கொலம்பஸ் அமெரிக்காவைக் கண்டுபிடித்தபோது இந்தக் காடு எப்படி இருந்ததோ. அதேபோலத்தான் இப்போதும் தோற்றமளிக்கிறது. அதிக வேறுபாடு ஏதும் இருப்பதாகத் தெரியவில்லை. நான் இந்தக் காட்டில் ரெக்ஸ் என்ற என் நாயுடன் அடிக்கடி நடப்பேன். ரெக்ஸ் ஒரு நண்பனைப்போல் பழகும், யாருக்கும் தீங்கு விளைவிக்காத ஒரு சிறிய வேட்டை நாய். அந்தக் காட்டில் நாங்கள் வெகு அரிதாகவே யாரையேனும் சந்தித்ததால், நான் ரெக்ஸை சங்கிலி அல்லது வாய்க்கட்டு ஏதுமின்றி என்னுடன் அழைத்துச் செல்வது வழக்கம்.

ஒருநாள் நாங்கள் குதிரைமேல் ரோந்து வந்துகொண்டிருந்த ஒரு காவல்துறை அதிகாரியை எதிர்கொண்டோம். அவர் தன் அதிகாரத்தைக் காட்டுவதற்குத் காத்துக் கொண்டிருந்தார்.

"நீங்கள் அந்த நாய்க்கு வாய்க்கட்டு அல்லது சங்கிலி ஏதும் போடாமல் வெறுமனே இந்தக் காட்டில் அலைய

விட்டிருப்பதற்கு என்ன பொருள்? அது சட்ட விரோதமானது என்று உங்களுக்குத் தெரியுமா?'' என்று என்னிடம் கடுமையாகப் பேசினார்.

"ஆமாம், எனக்குத் தெரியும். ஆனால் என் நாயால் இங்கு எந்தத் தீங்கும் நேராது என்று நான் நினைத்தேன்,'' என்று மெல்லிய குரலில் பதிலளித்தேன்.

"எந்தத் தீங்கும் நேராது என்று நீங்கள் நினைத்தீர்களா? அப்படியா? நீங்கள் என்ன நினைக்கிறீர்கள் என்பதைப் பற்றிச் சட்டத்திற்கு அக்கறை இல்லை. அந்த நாய் ஓர் அணிலையோ அல்லது ஒரு குழந்தையையோ கடிக்கக்கூடும். இந்த முறை நான் உங்களை விட்டுவிடுகிறேன். ஆனால் சங்கிலியோ அல்லது வாய்க்கட்டோ இல்லாமல் இந்த நாயை மீண்டும் நான் இங்கு பார்த்தால், நீங்கள் நீதிமன்றத்திற்கு வந்து பதிலளிக்க வேண்டியிருக்கும்.'' என்று அவர் என்னை எச்சரித்தார்.

நான் அவ்வாறே செய்வதாகப் பணிவுடன் வாக்குறுதி அளித்தேன்.

நான் ஒருசில முறைகள் என் வாக்குறுதியைக் காப்பாற்றினேன். ஆனால் ரெக்ஸிற்கு அதன் வாய்க்கட்டு பிடிக்கவில்லை. எனக்கும்கூடத்தான். எனவே நாங்கள் மீண்டும் ஒருமுறை முயன்று பார்ப்பது என்று தீர்மானித்தோம். ஒருசில நாட்களுக்கு எல்லாமே ஒழுங்காகத்தான் சென்று கொண்டிருந்தது. பிறகு ஒருநாள் ஒரு பிரச்சனை ஏற்பட்டது. நானும் ரெக்ஸும் ஒரு மதிய வேளையில் ஒரு குன்றை நோக்கி வேகமாக ஓடினோம். திடீரென்று, சட்டக் காவலர் குதிரையில் வருவதை நான் பார்த்தேன். ரெக்ஸ் அவரை நோக்கி வேகமாக ஓடியது.

நான் வசமாக மாட்டிக் கொண்டேன் என்பதை அறிந்தேன். எனவே அந்தக் காவல்துறை அதிகாரி பேசும் வரை நான் காத்திருக்கவில்லை. நான் அவரை முந்திக் கொண்டு, "அதிகாரி அவர்களே, நீங்கள் என்னைக் கையும் களவுமாகப் பிடித்துவிட்டீர்கள். நான் குற்றத்தை ஒப்புக் கொள்கிறேன். என்னிடம் எந்த சாட்சியும் இல்லை. நான் எந்தச் சாக்குப் போக்கும் கூற விரும்பவில்லை. வாய்க்கட்டு இல்லாமல் நாயை இங்கு கூட்டி வந்தால் எனக்கு அபராதம் விதிக்கப் போவதாகக் கடந்த வாரம் நீங்கள் என்னை எச்சரித்தீர்கள், " என்று கூறினேன்.

"யாரும் இல்லாதபோது இதுபோன்ற ஒரு சிறிய நாயை இங்கு ஓடவிடுவதற்கு ஒரு ஆசை ஏற்படுவது சகஜம்தான் என்று எனக்குத் தெரியும்." என்று அவர் மிக மெல்லிய குரலில் பதிலளித்தார். "சபலம்தான்! ஆனால், அது சட்ட விரோதமானது," என்று நான் கூறினேன்.

"இத்தகைய ஒரு சிறிய நாய் யாரையும் எதுவும் செய்துவிடப் போவதில்லை," என்று அவர் வாதிட்டார்.

"ஆனால் அது அணில்களைக் கொலை செய்யக்கூடும்," என்று நான் பதிலுக்குக் கூறினேன். "நீங்கள் இதைச் சற்றுத் தீவிரமாக எடுத்துக் கொண்டிருக்கிறீர்கள் என்று நான் நினைக்கிறேன். நீங்கள் என்ன செய்ய வேண்டும் என்று நான் கூறுகிறேன். என் பார்வைக்கு எட்டாத இடத்தில் நீங்கள் உங்கள் நாயை அந்தக் குன்றில் ஓடவிடுங்கள். நாம் இதைப் பற்றி மறந்துவிடுவோம்." என்று கூறினார்.

அந்த அதிகாரியும் ஒரு மனிதர்தான். அவருக்கும் ஒரு முக்கியத்துவ உணர்வு தேவைப்பட்டது. எனவே இம்முறை என்னை நானே கண்டிக்கத் துவங்கியபோது, எனக்குக் கருணை காட்டும் தாராள மனப்போக்கை வெளிப்படுத்துவதுதான் அவர் தன்னுடைய சுயமதிப்பை உயர்த்திக் கொள்வதற்கான ஒரே வழியாக இருந்தது.

ஆனால் ஒருவேளை நான் என்னைத் தற்காத்துக் கொள்ள முயற்சி செய்திருந்தால் என்ன நிகழ்ந்திருக்கும்? காவல்துறையைச் சேர்ந்தவர் எவரிடமேனும் நீங்கள் எப்போதாவது விவாதித்திருக்கிறீர்களா?

நான் அவரோடு போட்டியாக நிற்பதற்கு மாறாக, அவர் செய்தது முற்றிலும் சரி என்றும் நான் செய்தது முற்றிலும் தவறு என்றும் நான் வெளிப்படையாக, உற்சாகமாக ஒப்புக்கொண்டேன். அதன் விளைவாக, நான் அவர் பக்கம் பரிந்து பேசவும், அவர் என் பக்கம் பரிந்து பேசவும், விஷயம் சுமுகமாக முடிவடைந்தது.

நாம் கண்டனத்திற்கு ஆளாகப் போகிறோம் என்பது நமக்கு நன்றாகத் தெரியும் பட்சத்தில், அடுத்தவரை முந்திக்கொண்டு நமக்கு நாமே அதைச் செய்து கொள்வது சிறந்ததல்லவா? அந்நியரின் வாயிலிருந்து வரும் கண்டனத்தைத் தாங்கிக் கொள்வதைவிட, சுயமாக நம்மை நாமே விமர்சிப்பதைக் கேட்பது சுலபமல்லவா? அடுத்தவர்

உங்களைப் பற்றி நினைக்கும் அல்லது கூற விரும்பும் அல்லது கூற முயற்சிக்கும் தரக்குறைவான விஷயங்களை, நீங்களே உங்களைப் பற்றிக் கூறிவிடுங்கள் - அதுவும். அவர் அவற்றைக் கூறுவதற்கு ஒரு வாய்ப்புக் கிடைக்கும் முன்பு நீங்கள் கூறிவிடுங்கள். குதிரையில் வந்த காவல்துறை அதிகாரி என்னிடமும் ரெக்ஸிடமும் நடந்து கொண்டதுபோல், ஒரு தாராளமான மனப்போக்கு வெளிப்படுத்தப்பட்டு, உங்கள் தவறுகள் மன்னிக்கப்படுவதற்கான வாய்ப்பு அதிகமாகும்.

வணிக நோக்குடன் படங்கள் வரைந்த ஃபெர்டினான்டு ஈ. வாரென், இந்த உத்தியைப் பயன்படுத்தி, ஒரு வெடுவெடுப்பான, திட்டும் மனப்போக்கைக் கொண்ட ஒரு வாடிக்கையாளரின் நன்மதிப்பைப் பெற்றார்.

”விளம்பரங்களுக்கும் பிரசுரங்களுக்கும் படங்கள் வரையும்போது, துல்லியமாகவும் சுச்சிதமாகவும் இருக்க வேண்டியது மிகவும் முக்கியம்,” என்று கூறி, திரு. வாரென் தன் கதையைக் கூறினார்.

”சில விளம்பர நிறுவனங்கள் தங்கள் படங்கள் உடனடியாக வரைந்து கொடுக்கப்பட வேண்டும் என்று வலியுறுத்தும். இதுபோன்ற சமயங்களில் சில தவறுகள் ஏற்படுவது சகஜம். சிறு சிறு விஷயங்களில் குறை கண்டுபிடிப்பதில் மிகுந்த ஆர்வம் கொண்ட ஒரு குறிப்பிட்ட விளம்பர நிறுவன அதிகாரி ஒருவரை நான் அறிவேன். அடிக்கடி நான் அவரது அலுவலகத்தைவிட்டு வெறுப்போடு வெளியேறியிருக்கிறேன் - அவரது விமர்சனத்தால் அல்ல, மாறாக, அவர் என்னைத் தாக்கிய விதத்தால்தான். சமீபத்தில் நான் ஓர் அவசர வேலையை அவருக்கு முடித்துக் கொடுத்தேன். தன் அலுவலகத்திற்கு உடனே வருமாறு அவர் என்னைத் தொலைபேசியில் அழைத்தார். ஏதோ தவறு நடந்துள்ளதாக அவர் கூறினார். நான் அங்கு சென்றபோது, நான் சரியாக எதை எதிர்பார்த்தேனோ, அதையே கண்டேன் - பயம் என்னை ஆட்கொண்டது. அவர் பகையுணர்வை வெளிப்படுத்தி, என்னை விமர்சிப்பதற்குத் தனக்கு ஒரு வாய்ப்புக் கிடைத்த மகிழ்ச்சியில் திளைத்துக் கொண்டிருந்தார். நான் சிலவற்றை ஏன் செய்தேன் அல்லது செய்யவில்லை என்று என்னைக் கடுமையாகக் கேள்வி கேட்டு விமர்சித்தார். நான் படித்துக் கொண்டிருக்கும் சுயவிமர்சனத்தை

நடைமுறைப்படுத்துவதற்கான நேரம் வந்தது. எனவே நான். “நீங்கள் கூறுவது உண்மையாக இருந்தால், தவறு என்மீதுதான். பெருந்தவறுக்கு என்னால் என் எந்தவிதமான சாக்குப்போக்கையும் கூற முடியாது. நான் உங்களுக்கு நெடுநாட்களாக வரைந்து கொடுத்துக் கொண்டிருக்கிறேன். இந்நேரத்திற்கு உங்கள் விருப்பத்தை நான் நன்றாகப் புரிந்து கொண்டிருக்க.்.வேண்டும்,” என்று கூறினேன்.

”உடனடியாக அவர் எனக்கு ஆதரவாகப் பேசத் துவங்கினார். ‘நீங்கள் கூறுவது சரிதான். ஆனால் இது ஒன்றும் அவ்வளவு பெரிய தவறு கிடையாது. அது வெறும்

”நான் அவரைக் குறுக்கிட்டு, “எந்தத் தவறும் சிறியது கிடையாது. தவறுகள் அனைத்தும் எரிச்சல் ஏற்படுத்துபவைதான்,“ என்று கூறினேன்.

“அவர் ஏதோ கூற முற்பட்டார். ஆனால் நான் விடவில்லை. தான் சந்தோஷத்தை அனுபவித்துக் கொண்டிருந்தேன். என் வாழ்வில் முதன்முறையாக என்னை நானே விமர்சித்துக் கொண்டிருந்தேன். அதை நான் மிகவும் ரசித்தேன்.

”‘நான் அதிக எச்சரிக்கையுடன் இருந்திருக்க வேண்டும். நீங்கள் எனக்கு நிறைய வேலைகள் கொடுக்கிறீர்கள். சிறந்த படைப்புகளைப் பெறுவது உங்கள் உரிமை. நான் இந்தப் படத்தை மீண்டும் முதலிலிருந்து தொடங்கி உங்களுக்குத் திருப்திகரமாக அமையுமாறு வரைந்து தருகிறேன்,“ என்று நான் கூறினேன்.

“‘“அதெல்லாம் தேவையில்லை. உங்களுக்கு அந்தத் தொல்லையைக் கொடுக்க நான் விரும்பவில்லை. அவர் என் வேலையைப் புகழந்து பாராட்டினார். ஒரு சிறு திருத்தம் மட்டுமே வேண்டியிருப்பதாகவும், என் சிறிய தவறால் தன் நிறுவனத்திற்கு எந்தப் பண இழப்பும் ஏற்படவில்லை. என்றும், கவலைப்படுமளவுக்கு அது ஒன்றும் பெரிய தவறல்ல என்றும் அவர் கூறினார்.

”என்னை நானே விமர்சனம் செய்து கொள்ள நான் கொண்டிருந்த ஆர்வம், அவரது போராட்டக் குணத்தை அவரிடமிருந்து தூக்கி எறிந்தது. மதிய உணவிற்கு அவர்

என்னை வெளியே கூட்டிச் சென்றார். நாங்கள் விடைபெற்றபோது, அவர் எனக்கு அவ்வேலைக்கான காசோலையையும், இன்னொரு வேலையையும் கொடுத்தார்.”

ஒருவர் தன் தவறுகளை ஒப்புக் கொள்வதற்குத் துணிவதில் ஒரு குறிப்பிட்ட அளவு நிம்மதி உள்ளது. அது அவரது குற்ற உணர்வையும் தற்காப்புத் தன்மையையும் மட்டும் போக்குவதில்லை. மாறாக, நிகழ்ந்த தவறால் ஏற்பட்டப் பிரச்சனையைத் தீர்க்கவும் உதவுகிறது.

நியூ மெக்சிகோ மாநிலத்தின் ஆல்புகெர்க் நகரைச் சேர்ந்த புரூஸ் ஹார்வீ, நோய்க்கால விடுப்பில் இருந்த ஓர் ஊழியருக்கு முழுமையான ஊதியத்தை வழங்குவதற்கான ஒப்புதலை வழங்கிவிட்டார். அவர் தன் தவறைக் கண்டறிந்தபோது, அதை அவர் அந்த ஊழியரின் கவனத்திற்குக் கொண்டு வந்தார். அந்தத் தவறைத் திருத்துவதற்கு, அடுத்தமுறை அவருக்கு வழங்கப்படும் ஊதியத்தில் இந்த மொத்தத் தொகையும் கழிக்கப்படும். என்று அவர் அந்த ஊழியரிடம் விளக்கிக் கூறினார். அது தனக்கு ஒரு பெரும் பொருளாதாரப் பிரச்சனையை ஏற்படுத்தும் என்பதால், அதைச் சிறிது சிறிதாக ஒரு குறிப்பிட்டக் காலத்திற்குள் கட்டி முடிப்பதற்குத் தன்னை அனுமதிக்குமாறு அந்த ஊழியர் அவரிடம் கெஞ்சினார். அவ்வாறு செய்வதற்குத் தன் மேலதிகாரியின் ஒப்புதலைத் தான் பெற வேண்டும் என்று அவர் விளக்கம் அளித்தார். ”இது ஒரு பெரும் பிரளயத்தை ஏற்படுத்தும் என்பதை நான் அறிந்தேன். இந்தச் சூழ்நிலையை எவ்வாறு சிறப்பாகக் கையாள்வது என்று தீர்மானிக்க நான் முயற்சித்தபோது, இந்த மொத்தப் பிரட்சனையுமே என் தவறால்தான் ஏற்பட்டது என்பதை உணர்ந்தேன். எனவே நான் என் மேலதிகாரியிடம் சென்று தவறு என்னுடையது என்று கூற முடிவு' செய்தேன்,” என்று ஹார்வீ தெரிவித்தார்.

மேலும் அவர் இவ்வாறு கூறினார்: “நான் என் மேலதிகாரியின் அலுவலகத்திற்குள் சென்று, நான் ஒரு தவறு செய்துவிட்டதாகக் கூறி, ஒட்டுமொத்த உண்மைகளையும் அவரிடம் தெரிவித்தேன். அது மனிதவளத் துறையின் தவறு என்று கோபமாகக் கூறினார். அது என் தவறுதான் என்று நான் மீண்டும் கூறினேன். கணக்கியல் துறையின் கவனக்குறைவைச் சுட்டிக்காட்டி, அது அவர்களது தவறு என்று அவர் கத்தினார். அது என் தவறு என்று மீண்டும் நான் அவரிடம் விளக்கினேன். அலுவலகத்தில் இருந்த மேலும் இருவரை அவர் குறை கூறினார். ஆனால் ஒவ்வொரு முறையும் அது என் தவறு என்று தொடர்ந்து நான் கூறிக் கொண்டே இருந்தேன். இறுதியில்,

என்னைப் பார்த்து, “சரி, அது உன் தவறுதான். இப்போது அதைச் சரி செய்,“ என்று கூறினார். தவறு சரிசெய்யப்பட்டது. யாரும் பிரச்சனைக்கு ஆளாகவில்லை. ஓர் இறுக்கமான சூழ்நிலையை நான் திறமையாகக் கையாண்டது குறித்தும், எந்தச் சாக்குப்போக்கையும் கூறாமல், பிரச்சனையைத் துணிவோடு எதிர்கொண்டது குறித்தும் நான் மிகவும் சிறப்பாக உணர்ந்தேன். என் மேலதிகாரி என்மீது வைத்திருந்த நன்மதிப்பு அன்றுமுதல் இன்னும் அதிகமாகியது.

எந்தவொரு முட்டாளாலும் தன் தவறுகளைத் தற்காத்துக் கொள்ள முயற்சிக்க முடியும். பெரும்பாலான முட்டாள்கள் அதைத்தான் செய்து கொண்டிருக்கின்றனர். ஆனால் ஒருவர் தன் தவறுகளை ஒப்புக் கொள்ளும்போது, அது அவரை மற்றவர்களிடமிருந்து வேறுபடுத்தி உயர்த்துவதோடு, அவருக்குப் பெருந்தன்மை உணர்வையும் மகிழ்ச்சியையும் கொடுக்கிறது. எடுத்துக்காட்டாக, கெட்டிஸ்பர்க்கில் நடந்த பிக்கெட் தாக்குதலில் ஏற்பட்டத் தோல்விக்கு ஜெனரல் ராபர்ட் லீ தன்னை மட்டுமே குறைகூறிய விதம், வரலாற்றில் பதிவு செய்யப்பட்ட மிக அற்புதமான செயல்களில் ஒன்று.

மேற்கத்திய உலகில் நடைபெற்றத் தாக்குதல்களிலேயே, பிக்கெட் தாக்குதல்தான், சந்தேகத்திற்கு இடமின்றி மிகச் சிறப்பு வாய்ந்த, மிக நேர்த்தியான தாக்குதல். ஜெனரல் ஜார்ஜ் பிக்கெட்டே மிகவும் அழகானவர். அவர் நீண்ட தலைமுடியைக் கொண்டிருந்தார். அவரது சிவந்த பழுப்பு நிற முடி. கிட்டத்தட்ட அவரது தோள்களைத் தொடும் அளவுக்கு நீளமாக இருந்தது. நெப்போலியன் செய்ததுபோல, இவரும் போர்க்களத்திலிருந்து கிட்டத்தட்ட ஒவ்வொரு நாளும் ரகசியமான காதல் கடிதங்களை எழுதினார். ஜூலை மாதத்தின் அந்தத் துயரமான மதிய வேளையில், அவரது படைகள் அவரை உற்சாகப்படுத்த, அவரது தொப்பி அவரது வலது காதுக்கு மேலே ஒயிலாக அமர்ந்திருக்க, ஐக்கிய எல்லைகளை நோக்கி அவர் மிடுக்குடன் புறப்பட்டார்.

கொடிகள் பறக்க, கதிரவனின் ஒளியில் துப்பாக்கி முனைக் கத்திகள் பிரகாசமாக மின்ன, உற்சாகக் குரல்கள் விண்ணைப் பிளக்க, அவரது படைகள் அவரைப் பின்தொடர்ந்து சென்றது. அது ஒரு கண்கொள்ளாக் காட்சியாக இருந்தது. மிகவும் துணிச்சலான செயல். அற்புதமான செயல். ஐக்கிய

எல்லைகளில் இருந்தவர்கள் பிரமித்தபடி அந்தக் காட்சியைப் பார்த்துக் கொண்டிருந்தனர்.

பிக்கெட்டின் படைகள் பழத்தோட்டங்கள், சோள வயல்கள் ஆகியவற்றின் ஊடாகச் சென்று, ஒரு புல்வெளியைக் கடந்து, ஒரு குறுகிய பள்ளத்தாக்கைத் தாண்டிச் சுலபமாக முன்னேறிச் சென்று கொண்டிருந்தன. அந்த நேரம் முழுதும், எதிரியின் பீரங்கி அவர்களது வீரர்கள்மீது குண்டுமழை பொழிந்து கொண்டிருந்தது. ஆனால் அவர்கள் உறுதியுடன், தொடர்ந்து முன்னேறினர். அவர்களைத் தடுத்து நிறுத்துவது இயலாத காரியமாக இருந்தது.

சிமெட்டரி ரிட்ஜில் இருந்த ஒரு கற்சுவருக்குப் பின்னால் ஒளிந்திருந்த ஐக்கியக் காலாட்படை வீரர்கள் திடீரென்று எழுந்து நின்று, முன்னேறி வரும் பிக்கெட்டின் படைகள்மீது சரமாரியாகச் சுட்டனர். தீப்பிழம்பாக மாறியது. ஒளிவீச்சைப்போல் மலை அது முகடு முழுவதும் எரிமலையின் ஒருசில காட்சியளித்தது. நிமிடங்களுக்குள். ஒரே ஒருவரைத் தவிர, பிக்கெட்டின் படைத் தலைவர்கள் அனைவரும் ஒருவர் பின் ஒருவராக மண்ணில் சரிந்தனர். ஆயிரம் படைவீரர்களே மிஞ்சி இருந்தனர்.

இறுதிக்கட்டப் படைக்குத் தலைமை வகித்த ஜெனரல் லூயிஸ் ஏ. ஆர்மிஸ்டெட். முன்னால் ஓடிப் போய், கற்சுவரில் ஏறி நின்று, தன் தொப்பியைத் தன் வாளின் முனையில் வைத்து அசைத்தவாறு, “என்னருமை வீரர்களே, எ.்.கு முனையை அவர்களுக்குக் காட்டுங்கள்!” என்று கத்தினார்.

அவர்களும் அவ்வாறே செய்தனர். அவர்கள் அனைவரும் சுவரின்மீது ஏறிச் சென்று, எதிரிகளைத் தங்கள் துப்பாக்கி முனையால் குத்திக் கொன்று, அவர்களது தலைகளைக் கைத்துப்பாக்கியால் உடைத்து, தென்திசையின் போர்க்கொடிகளை சிமெட்டரி ரிட்ஜின்மீது நிலைநாட்டினார்கள்.

அந்தக் கொடிகள் ஒரு கணம் மட்டுமே அங்கு பறந்தது. ஆனால், அந்த ஒரு குறுகிய கணம், கூட்டமைப்பின் வரலாற்றுச் சிறப்புமிக்கக் கணமாக மாறியது.

இருந்தாலும், மிகச் சிறந்த, துணிச்சலான பிக்கெட் தாக்குதல், முடிவின் துவக்கம்தான். லீ தோற்றிருந்தார். அவரால் வடக்கில் ஊடுருவிச் செல்ல முடியவில்லை. அதை அவர் அறிந்தார். தெற்கு வீழ்ந்தது.

லீ மிகவும் வருந்தினார் பெரும் அதிர்ச்சியடைந்தார் ‘தகுதி வாய்ந்த இளைஞன்“ ஒருவனைத் தனக்கு பதிலாக நியமிக்குமாறு கூறி, கூட்டமைப்பின் அதிபரான ஜெ.ஃ.பர்சன் டேவிஸிற்குத் தன் இராஜினாமா கடிதத்தை அனுப்பினார். பிக்கெட் தாக்குதலில் ஏற்பட்ட படுபயங்கரத் தோல்விக்கு வேறு யாரையேனும் லீ குறைகூற விரும்பியிருந்தால் அவருக்குப் பலிகடாக்களுக்குப் பஞ்சம் இருந்திருக்காது. அவரது பிரிவின் சில படைத்தலைவர்கள் அவரைக் கைவிட்டுவிட்டனர். காலாட்படையினரின் தாக்குதலுக்குத் துணையாக, குதிரைப் படையினர் சரியான நேரத்தில் வரவில்லை. இங்கொன்றும் அங்கொன்றுமாகப் பல விஷயங்கள் தவறாகப் போயிவிட்டது.

ஆனால் அடுத்தவர்களைக் குறைகூறும் அளவுக்கு லீ தரம் தாழ்ந்துவிடவில்லை. தோல்வியுற்று. குருதியில் நனைந்து போயிருந்த பிக்கெட் படையினர் தங்கள் எல்லைக்குத் திரும்பி வந்தபோது, ராபர்ட் லீ, தானே தனியொருவராகச் சென்று அவர்களைச் சந்தித்து, ”இவை அனைத்தும் எனது தவறு. இந்தப் போரில் நாம் தோல்வியுற்றதற்கு நான் ஒருவன் மட்டுமே காரணம்,” என்ற சுயகண்டனத்துடன், அவர்களை வரவேற்றார்.

வரலாற்றில் ஒருசில ஜெனரல்கள் மட்டுமே அவ்வாறு ஒப்புக் கொள்ளக்கூடிய துணிச்சலையும் குணநலத்தையும் பெற்றிருந்தனர்.

ஹாங்காங்கில் எங்கள் பாடத்திட்டத்தைப் பயிற்றுவிக்கும் மைக்கேல் சுங் என்பவர், சீனக் கலாச்சாரத்தில் உள்ள சில சிறப்புப் பிரச்சனைகளைப் பற்றி எடுத்துரைத்து, பழைய பாரம்பரியத்தில் உழன்று கொண்டிருப்பதற்கு மாறாக, புதிய கொள்கையை நடைமுறைப்படுத்துவது எப்படி அதிக பயன்களைத் தரும் என்பதை உணர்ந்து கொள்வதன் அவசியத்தையும் விளக்கினார். பல வருடங்களாகத் தன் மகனிடமிருந்து பிரிந்து, எந்தத் தொடர்பும் இல்லாதிருந்த ஒரு நடுத்தர வயது மனிதர் மைக்கேலின் வகுப்பில் இருந்தார். அந்தத் தந்தை போதை மருந்துக்கு அடிமையாகியிருந்து, இப்போது குணமடைந்திருந்தார். சீனப் பாரம்பரியப்படி, வயதில் மூத்தவர்கள் முதலடியை எடுத்து வைக்கக்கூடாது. ஒரு சமரசம் ஏற்படுவதற்குத் தன் மகன்தான் முதலில் முன்வர வேண்டும் என்று அவர் நினைத்தார். முந்தைய ஒரு வகுப்பில், தான் பார்த்திராத பேரக் குழந்தைகளைப் பற்றியும். தான் தன்

மகனோடு மீண்டும் சேர்ந்து வாழ விரும்புவது பற்றியும் கூறினார். அவரது வகுப்பில் இருந்த சக மாணவர்கள் (அவர்கள் அனைவருமே சீனர்கள்), அவரது விருப்பத்திற்கும். நீண்டகாலமாக நிலைநாட்டப்பட்டுள்ள பாரம்பரியத்திற்கும் இடையேயான அவரது முரண்பாட்டைப் புரிந்து கொண்டனர். இளைஞர்கள் பெரியவர்களுக்கு மரியாதை கொடுக்க வேண்டும் என்றும், தன் விருப்பத்திற்காகத் தன் பாரம்பரியத்தை விட்டுக் கொடுக்காதது சரிதான் என்றும் நினைத்தார். தன் மகன் தன்னைத் தேடி வரும் வரை அவர் காத்திருக்க விரும்பினார்.

அடுத்த வகுப்பில் அவர் மீண்டும் தன் வகுப்பினரிடையே ஓர் உரையாற்றினார்: "நான் இந்தப் பிரச்சனையைப் பற்றி யோசித்தேன். "தவறு உங்களுடையதாக இருந்தால், அதை விரைவாகவும் மனப்பூர்வமாகவும் ஏற்றுக் கொள்ளுங்கள். என்று டேல் கார்னகி கூறுகிறார். நான் என் தவறை விரைவாக ஏற்றுக் கொள்வதற்கு அதிக தாமதமாகிவிட்டது. ஆனால் என்னால் துணிச்சலாக அதை ஒப்புக் கொள்ள முடியும். நான் என் மகன்மீது குற்றம் சுமத்தினேன். அவன் என்னைப் பார்க்க விரும்பாததும், என்னைத் தன் வாழ்வில் இருந்து விலக்கி வைத்ததும் சரிதான். என்னைவிட வயது குறைந்தவரிடம் மன்னிப்புக் கேட்பது எனக்கு அவமானத்தை ஏற்படுத்தலாம். ஆனால், தவறு செய்தது நான்தான். எனவே அதை ஏற்றுக் கொள்ளும் பொறுப்பும் என்னுடையதுதான்." அனைவரும் கைதட்டி அவரைப் பாராட்டி, அவருக்குத் தங்கள் முழு ஆதரவையும் கொடுத்தனர். அடுத்த வகுப்பிற்கு அவர் வந்தபோது, தான் எவ்வாறு தன் மகனுடைய வீட்டிற்குச் சென்று, அவரிடம் மன்னிப்புக் கோரி, அது கிடைக்கப் பெற்று, இப்போது தன் மகன், மருமகள், மற்றும் பேரக்குழந்தைகளுடன் ஒரு புதிய உறவைத் தொடங்கியிருக்கிறேன் என்பது பற்றிக் கூறினார். தன் எழுத்துக்களால் நாட்டை உலுக்கிய பிரபல எழுத்தாளரான எல்பர்ட் ஹப்பார்டின் கடுமையான விமர்சனங்கள் மக்களிடையே பெருங்கோபத்தை ஏற்படுத்தியது. ஆனால் மக்களைக் கையாளும் தன் அரிய திறமையால் அவர் தன் எதிரிகளை நண்பர்களாக மாற்றினார்.

எடுத்துக்காட்டாக, எரிச்சலடைந்த ஏதேனும் ஒரு வாசகர், ஹப்பார்டு எழுதிய ஒரு குறிப்பிட்டக் கட்டுரையில் தனக்கு உடன்பாடு இல்லை என்று கூறி அவரை இழிவாகத் திட்டி

அவருக்கு ஒரு கடிதம் எழுதினால், ஹப்பார்டு இவ்வாறு அவருக்கு விடையளிப்பார்:

அதை இப்போது யோசித்துப் பார்த்தால், அந்தக் கட்டுரையின்மீது எனக்கும் முழுமையான உடன்பாடு இல்லை என்று தோன்றுகிறது. நேற்று நான் எழுதிய ஒவ்வொன்றும் இன்று எனக்குப் பிடித்தவையாக இல்லை. அந்தக் கட்டுரையைப் பற்றிய உங்கள் கருத்தைக் கேட்டதில் நான் மிகவும் மகிழ்ச்சி அடைகிறேன். அடுத்த முறை நீங்கள் இந்தப் பக்கம் வரும்போது கண்டிப்பாக என்னைச் சந்திக்க வேண்டும். நாம் அதைப் பற்றி விவாதித்து ஒரு முடிவுக்கு வரலாம். பல மைல் தூரத்திலிருந்து உங்களுடன் ஒரு கைகுலுக்கல்.

உங்கள் உண்மையுள்ள,

உங்களை இவ்வாறு நடத்துபவரிடம் உங்களால் என்ன கூற முடியும்?

மூன்றாவது கொள்கை

தவறு உங்களுடையதாக இருந்தால்,

அதை விரைவாகவும் மனப்பூர்வமாகவும்.

ஒத்துக் கொள்ளுங்கள்.

4

ஒரு துளித் தேன்

ஒருவர் உங்கள் கோபத்தைத் தூண்டி. அதன் காரணமாக நீங்கள் ஏதேனும் ஓரிரு வார்த்தைகள் கூற நேர்ந்தால், உங்கள் மனத்தில் இருக்கும் உணர்ச்சிகளைக் கொட்டுவதற்கு உங்களுக்கு ஒரு நல்ல வாய்ப்பாக அது அமைந்துவிடும் என்பதில் சந்தேகமில்லை. ஆனால் உங்கள் எதிரில் இருப்பவரின் நிலையைப் பற்றி சிந்தித்துப் பார்த்தீர்களா? அவர் உங்கள் மகிழ்ச்சியில் பங்கு கொள்பவரா? உங்களது ஆக்ரோஷமான தொனியும், உங்கள் விவாத மனப்போக்கும் உங்களுடன் அவர் சுலபமாக ஒத்துப் போவதற்கு வழிவகுக்குமா?

“நீங்கள் என்னிடம் சண்டையிட என்னை நோக்கி வந்தால், நான் அதைப்போல் இரண்டு மடங்கு வேகமாக உங்களை நோக்கி வருவேன் என்று என்னால் உங்களுக்கு உறுதியாகக் கூற முடியும். ஆனால் நீங்கள் என்னிடம் சமாதானமாக வந்து, “நாம் இருவரும் ஒன்றாக அமர்ந்து, கலந்து ஆலோசிக்கலாம். நம்மிடையே கருத்து வேறுபாடு இருந்தால், அந்த வேறுபாடு ஏன் நிலவுகிறது என்பதையும், எந்தெந்தக் கருத்துக்களில் நாம் வேறுபடுகிறோம். என்பதையும் நாம் புரிந்து கொள்ளலாம்.“ என்று கூறினால், நாம் இருவரும் தற்போது வெகுவாக விலகி இருக்கவில்லை. என்பதையும், ஒருசில கருத்துகளில் மட்டுமே நாம் வேறுபட்டு நிற்கிறோம் என்பதையும், நாம் இருவரும் உடன்பாடு கொண்டிருக்கும் கருத்துக்கள் ஏராளம் என்பதையும், நாம் ஒன்றுசேர்வதற்கான பொறுமையும். திறந்த மனமும், ஆழ்ந்த விருப்பமும் நம் இருவரிடமும் இருந்தால் நாம் ஒன்றுசேர்வோம் என்பதையும் நாம் கண்டுகொள்வோம்.” என்று உட்ரூ வில்சன் கூறினார்.

உட்ரு வில்சனின் இந்த உண்மையை ஜான் டி. ராக்ஃபெல்லர் ஜூனியர் உணர்ந்த அளவு வேறு யாரும் உணர்ந்திருக்க மாட்டார்கள். 1915ல், கொலராடோ மாநிலத்தில் மக்களால் மிகவும் அதிகமாக வெறுக்கப்பட்டவர் ராக்ஃபெல்லராகத்தான் இருந்திருக்க வேண்டும். அமெரிக்கத் தொழிற்துறை வரலாற்றிலேயே மிகவும் கொடூரமான வேலை நிறுத்தங்களில் ஒன்று அந்த மாநிலத்தை இரண்டு வருடங்களாகப் பெரும் அவதிக்கு உள்ளாக்கியிருந்தது. பெருங்கோபத்துடனும், ஆக்ரோஷத்துடனும் இருந்த சுரங்கத் தொழிலாளர்கள், ராக்ஃபெல்லரின் கட்டுப்பாட்டில் இருந்த கொலராடோ எரிபொருள் மற்றும் இரும்பு நிறுவனத்திடமிருந்து அதிக ஊதியம் கேட்டுப் போராடினர். சொத்துக்கள் சேதப்படுத்தப்பட்டன, இராணுவப் படைகள் வரவழைக்கப்பட்டிருந்தது. இரத்தம் சிந்தப்பட்டது. வேலை நிறுத்தத்தில் ஈடுபட்டிருந்த ஊழியர்களின் உடல்கள் துப்பாக்கிக் குண்டுகளால் சல்லடையாக்கப்பட்டது.

காற்றில் பகையுணர்வு மேலோங்கி நின்ற அப்படிப்பட்ட ஒரு நேரத்தில், ராக்ஃபெல்லர் அந்த ஊழியர்களைத் தன் பக்கம் ஈர்க்க விரும்பினார். அதில் அவர் சாதிக்கவும் செய்தார். அது எப்படி அவருக்குச் சாத்தியப்பட்டது? தொடர்ந்து கதையைப் படியுங்கள். வாரங்கள் பல கடந்து பல நண்பர்களைப் பெற்ற பிறகு, வேலை நிறுத்தத்தில் ஈடுபட்டிருந்த ஊழியர்களின் பிரதிநிதிகளிடையே அவர் உரையாற்றினார். அப்பேச்சு. வரலாற்றில் பொன்னெழுத்துக்களால் பொறிக்கப்பட வேண்டிய ஒன்றாகத் திகழ்ந்தது. அது வியத்தகு விளைவுகளை ஏற்படுத்தியது. ராக்ஃபெல்லரைக் அழிக்கும் அளவிற்கு ஆற்றல் வாய்ந்த பகை அலைகளை அது அமைதிப்படுத்தியது. அது அவருக்குப் பல ரசிகர்களைப் பெற்றுத் தந்தது. உண்மைகளை அவர் அந்த உரையில் மிகவும் நட்பான முறையில் எடுத்துரைத்தார். அதைக் கேட்ட ஊழியர்கள், தாங்கள் எந்த ஊதிய உயர்வு கேட்டுப் போராடி இரத்தம் சிந்தினார்களோ, அது குறித்து ஒரு வார்த்தைகூடப் பேசாமல் மீண்டும் சென்றனர்.

குறிப்பிடத்தக்க அந்த உரையின் துவக்கம் இப்பகுதியில் தொடர்ந்து வருகிறது. அதில் நட்புறவு எவ்வாறு ஒளிர்கிறது என்று பாருங்கள். ஒருசில நாட்களுக்கு முன் ராக்ஃபெல்லரைத் தூக்கில் தொங்கவிட விரும்பிய அதே

மக்களிடம்தான் அவர் பேசிக் கொண்டிருந்தார் என்பதை நினைவில் கொள்ளுங்கள். ஒரு மருத்துவ உதவிக் குழுவினரிடையே பேசியிருந்தால்கூட அவர் இவ்வளவு பெருந்தன்மையோடும், நட்புணர்வோடும் பேசியிருக்க மாட்டார். "தான் இங்கு இருப்பதற்கு மிகவும் பெருமைப்படுகிறேன். 'உங்கள் வீடுகளுக்கு நான் விஜயம் செய்து, உங்கள் மனைவியர் மற்றும் குழந்தைகளில் பலரையும் சந்தித்தப் பிறகு நாம் இங்கு அந்நியர்களாகக் சந்திக்கவில்லை. மாறாக, நண்பர்களாகச் சந்திக்கிறோம்." "பரஸ்பர நட்புணர்வுடன், 'நம் அனைவருக்கும் இடையே உள்ள பொதுவான ஆர்வங்கள், "உங்கள் கருணையால்தான் நான் இங்கு இருக்கிறேன்" போன்ற சொற்றொடர்களால் அவரது உரை ஒளிவீசியது.

ராக்க.ஃ.பெல்லரின் உரை இவ்வாறு தொடங்கியது: "இன்று என் வாழ்வில் ஒரு மிக முக்கியமான நாள். இந்த மாபெரும் நிறுவனத்தின் ஊழியர்கள் பிரதிநிதிகளையும், அதன் அதிகாரிகளையும், கண்காணிப்பாளர்களையும் ஒருசேரச் சந்திக்கும் வாய்ப்பு எனக்கு முதன்முறையாக இன்றுதான் கிடைத்தது. நான் இங்கு இருப்பதற்கு மிகவும் பெருமைப்படுகிறேன் என்பதையும், இந்த சந்திப்பை என் வாழ்நாள் உள்ள வரை நான் என் நினைவில் வைத்திருப்பேன் என்பதையும் என்னால் உங்களிடம் உறுதியாகக் கூற முடியும். இரண்டு வாரங்களுக்கு முன்பு இந்த சந்திப்பு நிகழ்ந்திருந்தால், உங்கள் முன்னால் ஓர் அந்நியனைப்போல் நான் நின்றிருந்திருப்பேன். கடந்த வாரம் தெற்கிலுள்ள நிலக்கரிப் பகுதியிலுள்ள அனைத்து முகாம்களுக்கும் சென்று பார்வையிடும் வாய்ப்பும், அந்த நேரத்தில் அங்கு இல்லாத பிரதிநிதிகளைத் தவிர பிற அனைத்துப் பிரதிநிதிகளிடமும் தனித்தனியாகப் பேசக்கூடிய, சந்தர்ப்பமும் எனக்குக் கிடைத்தது. அப்போது உங்கள் வீடுகளுக்கு நான் விஜயம் செய்து, உங்கள் மனைவியர் மற்றும் குழந்தைகளில் பலரையும் சந்தித்தேன். இன்று நாம் இங்கு அந்நியர்களாகக் கூடவில்லை, மாறாக,

நண்பர்களாகச் சந்திக்கிறோம். அந்தப் பரஸ்பர நட்புணர்வில், நம் அனைவருக்கும் இடையே உள்ள பொதுவான ஆர்வங்கள் குறித்துக் கலந்து ஆலோசிக்க எனக்கு இந்த வாய்ப்புக் கிடைத்துள்ளதை நினைத்து நான் பெருமகிழ்ச்சி கொள்கிறேன்.

“இந்த சந்திப்பு இந்நிறுவனத்தின் அதிகாரிகளுக்கும் பணியாளர் பிரதிநிதிகளுக்கும் இடையே நிகழ்கின்ற ஒன்று என்பதால், உங்கள் தயவில்தான் நான் இங்கு இருக்கிறேன். ஏனெனில், ஓர் அதிகாரியாகவோ அல்லது பணியாளர் பிரதிநிதியாகவோ இருக்கும் பாக்கியம் எனக்கு இல்லை. பங்குதாரர்கள் மற்றும் இயக்குனர்களின் பிரதிநிதியாக நான் இருப்பதால், உங்களுடன் நான் மிகவும் நெருங்கிய தொடர்பு கொண்டுள்ளதாக உணர்கிறேன்.”

இது எதிரிகளை நண்பர்களாக மாற்றும் நேர்த்தியான கலைக்கு ஓர் அருமையான எடுத்துக்காட்டு அல்லவா?

ஒருவேளை ராக்ஃபெல்லர் வேறொரு வழிமுறையைக் கையாண்டிருந்தால்? அவர் அந்தச் சுரங்கத் தொழிலாளர்களுடன் வாக்குவாதம் செய்து, அப்பட்டமான உண்மைகளை அவர்கள் முகத்தில் வீசி எறிந்திருந்தால்? தவறு ஊழியர்களுடையது என்று அவர்கள்மீது அவர் குற்றம் சுமத்தியிருந்தால்? அனைத்துக் காரண காரியங்களையும் ஆராய்ந்து பார்த்து, தவறு அவர்களுடையதுதான் என்று அவர் அவர்களுக்கு நிரூபித்திருந்தால்? அப்போது என்ன நிகழ்ந்திருக்கும்? இருவருக்கும் இடையே கோபம் அதிகரித்திருக்கும், விரோதம் அதிகமாக வளர்ந்திருக்கும், கலகம் இன்னும் பெரிதாக உருவாயிருக்கும்.

ஒருவர் உங்களைக் குறித்துத் தன் மனம் முழுக்க முரண்பாடுகளையும் பகையுணர்வையும் கொண்டிருந்தால், இவ்வுலகிலுள்ள அறிவுபூர்வமான அனைத்துக் காரணங்களையும் ஒன்றுதிரட்டி வாதிட்டாலும், உங்களால் அவரை உங்கள் வழிக்குக் கொண்டுவர முடியாது. மக்கள் தங்கள் மனங்களை மாற்றிக்கொள்ள விரும்புவதில்லை என்பதை, வரம்புமீறி தண்டிக்கும் பெற்றோர்களும், சர்வாதிகாரம் செலுத்தும் மேலதிகாரிகளும், மேலாதிக்கம் செலுத்தும் கணவன்மார்களும், நச்சரிக்கும் மனைவிகளும் உணர்ந்து கொள்ள வேண்டும். உங்களுடனோ அல்லது என்னுடனோ அவர்கள் ஒத்துப் போக வேண்டும் என்று அவர்களை யாராலும் கட்டாயப்படுத்த முடியாது. ஆனால் நாம் நயமாகவும் தோழமையுணர்வோடும் நடந்து கொண்டால், அதன் விளைவு அவர்கள் நம்முடன் ஒத்துப் போக வழிவகுக்கும்.

இதனை நூறு ஆண்டுகளுக்கு முன்பு ஆபிரகாம் லிங்கன் கூறியுள்ளார். அவரது வார்த்தைகள் கீழே கொடுக்கப்பட்டுள்ளது:

“ஒரு கலன் இரத்தத்தைவிட ஒரு துளி தேன் அதிக ஈக்களை ஈர்க்கும்,” என்பது பொதுவாக ஏற்றுக் கொள்ளப்பட்ட ஒரு பழைய உண்மை. இதேபோல், ஒருவரை உங்கள் வழிக்கு ஒன்றிவரச் செய்ய வேண்டும் என்று நீங்கள் விரும்பினால், முதலில் நீங்கள் அவரது உண்மையான நண்பன் என்று அவரை நீங்கள் நம்ப வைக்க வேண்டும். அவரது இதயத்தைக் கவர்ந்திழுக்கும் ஒரு துளி தேன் அங்குதான் உள்ளது அவரை உங்கள் வழிக்குக் கொண்டுவருவதற்கான பாதையும் அதுதான்.

வேலை நிறுத்தம் செய்பவர்களுடன் தோழமையாக நடந்துகொள்வது நல்ல பலனைத் தரும் என்பதை வணிகத் தொழிலில் உள்ள அதிகாரிகள் உணர்ந்து செயல்படுகின்றனர். எடுத்துக்காட்டாக, ஒயிட் மோட்டார் நிறுவனத்தின் தொழிற்சாலையில் 2,500 தொழிலாளர்கள் ஊதிய உயர்வு கேட்டும். அங்கீகரிக்கப்பட்டத் தொழிற்சங்கம் கேட்டும் வேலை நிறுத்தப் போராட்டத்தில் அந்நிறுவனத்தின் தலைவர் ராபர்ட் எ.ஃப். பிளாக் அதைக் கண்டு கோபப்படவில்லை. அவர்களுக்கு கண்டனம் தெரிவிக்கவில்லை, அவர்களை அச்சுறுத்தவில்லை. கம்யூனிஸ்ட்களைப் பற்றியும் எதுவும் கொடுங்கோன்மை பற்றியும் பேசவில்லை. அவர் உண்மையிலேயே அவர்களைப் பாராட்டினார். வேலை நிறுத்தப் போராட்டத்தைத் தன் ஊழியர்கள் அமைதியான முறையில் செய்து வந்ததை பாராட்டி அவர் கிளீவ்லேண்டில் இருந்த செய்தித்தாள்கள் அனைத்திலும் விளம்பரம் வெளியிட்டார். வேலை நிறுத்தப் போராட்டத்தில் ஈடுபட்டிருந்த ஊழியர்கள் செவ்வனே இருப்பதைப் பார்த்த திரு. ராபர்ட் பிளாக், அவர்களுக்கு சில பேஸ்பால் மட்டைகளையும் கையுறைகளையும் வாங்கிக் கொடுத்து, காலியாக இருந்த இடங்களில் விளையாட

அழைப்பு விடுத்தார். “பௌலிங்“ விளையாட்டை விரும்பியவர்களுக்கு, அந்த விளையாட்டு அரங்கத்தை வாடகைக்கு எடுத்துக் கொடுத்தார்.

திரு. பிளாக்கின் இந்த நட்புறவு. எப்போதும் நட்புறவு எதை உருவாக்குமோ அதையே விளைவித்தது - அது

அவருக்கு நட்புறவைப் பெற்றுத் தந்தது. வேலை நிறுத்தப் போராளிகள் துடப்பங்களையும், மண்வெட்டிகளையும், குப்பை அள்ளும் வண்டிகளையும் எடுத்துக் கொண்டு, தொழிற்சாலையைச் சுற்றிச் சிதறிக் கிடந்த தீப்பெட்டிகள், காகிதங்கள், சிகரெட் துண்டுகள், பீடித் துண்டுகள் ஆகியவற்றைப் எடுத்துத் துவங்கினர். ஊதிய உயர்வும், தொழிற்சங்க அங்கீகாரமும் வேண்டிப் போராடும் ஊழியர்கள், தொழிற்சாலை. வளாகங்களைத் தூய்மைப்படுத்துவதை உங்களால் கற்பனை செய்து பார்க்க முடிகிறதா? அமெரிக்க வேலை நிறுத்தப் போராட்டங்களின் நீண்ட, கொந்தளிப்பான வரலாற்றில் இது போன்ற ஒன்றை அதற்கு முன்பு யாரும் கேள்விப்பட்டதில்லை. ஓர் உடன்பாடு எற்கப்பட்டு, எந்தவிதமான பகையுணர்வோ அல்லது பிணக்கமோ இன்றி அந்த வேலை நிறுத்தம் ஒரே வாரத்தில் முடிவுக்கு வந்தது.

டேனியல் வெப்ஸ்டர் என்னும் பிரபல வழக்கறிஞர் தன் ஆற்றல் வாய்ந்த விவாதங்களைக்கூட, நட்பான குறிப்புரைகளுடன்தான் தொடங்குவார். “இது நடுவர் குழு கருத்தில் கொள்ள வேண்டிய ஒன்று,” “இது குறித்துச் சிந்திப்பது ஒருவேளை நல்ல பலனைத் தரலாம்,” “மனித இயல்பு குறித்து உங்கள்வசம் உள்ள அபார அறிவைக் கொண்டு, இவ்வுண்மைகளின் முக்கியத்துவத்தை உங்களால் சுலபமாக உணர்ந்து கொள்ள முடியும்” போன்றவை அவற்றுள் சில, அவரது விவாதங்களில் எந்தக் கட்டாயப்படுத்துதலும் இருக்காது. எந்தவிதமான தூண்டுதல் முறைகளும் இருக்காது. அடுத்தவர்கள்மீது தன் அபிப்பிராயங்களைத் திணிக்கும் முயற்சியும் இல்லை. மெல்லிய குரலில், அமைதியாகவும், நட்புணர்வோடும் அவர் நடுவர் குழுவை அணுகினார். அது அவர் பிரபலமாவதற்கு அடிகோலியது.

ஒரு வேலை நிறுத்தத்தை முடிவுக்குக் கொண்டு வர வேண்டிய பொறுப்போ அல்லது ஒரு வழக்கில் வாதாட

வேண்டிய தேவையோ உங்களுக்கு இல்லாமல் இருக்கலாம். ஆனால் நீங்கள் குடியிருக்கும் வீட்டின் வாடகையைக் குறைக்க விரும்பலாம் அல்லவா? நட்புறவான அணுகுமுறை அப்போது உங்களுக்கு உதவுமா? அதையும் பார்க்கலாம்.

ஓ.எல்.ஸ்டிராப் என்ற ஒரு பொறியியல் வல்லுனர் தான் குடியிருக்கும் வீட்டின் வாடகையைக் குறைக்க விரும்பினார்.

ஆனால் அவரது வீட்டின் சொந்தக்காரர் மிகவும் கண்டிப்பானவர். எங்கள் வகுப்பு ஒன்றில் ஊழியர் ஒருவர் உரையாற்றியபோது, இவ்வாறு கூறினார்: “என் வாடகை ஒப்பந்தம் முடிந்த பிறகு, நான் என் வீட்டைக் காலி செய்யப் போவதாக அவருக்கு ஒரு கடிதம் எழுதினேன். உண்மை என்னவென்றால், நான் அங்கிருந்து போக விரும்பவில்லை. என் வாடகையைக் குறைத்தால், நான் அங்கு தொடர்ந்து குடியிருக்க விரும்பினேன். ஆனால் சூழ்நிலை மிகவும் நம்பிக்கையற்றதாக இருந்தது. அவரது பிற வீடுகளில் குடியிருப்போர் அனைவரும் இதைப்போல் வாடகையைக் குறைக்க முயற்சித்துப் பார்த்துத் தோற்றுப் போயிருந்தனர். வீட்டின் சொந்தக்காரரைச் சமாளிப்பது மிகவும் கடினம் என்று அவர்கள் என்னிடம் கூறினர். ஆனால் நான், “மக்களை எவ்வாறு கையாள்வது என்பதைப் பற்றிய ஒரு பயிற்சி வகுப்பில் நான் படித்துக் கொண்டிருக்கிறேன். எனவே நான் அதை அவரிடம் முயற்சி செய்து, அது எவ்வாறு வேலை செய்கிறது என்பதைப் பார்க்கப் போகிறேன்.“ என்று எனக்கு நானே கூறிக் கொண்டேன்.

“என் கடிதம் கிடைத்தவுடன் வீட்டுச் சொந்தக்காரரும் அவரது செயலாளரும் என்னைப் பார்க்க வந்தனர், என் வீட்டு வாசலில் அவர்களை நான் சந்தித்து, தோழமையுணர்வோடு வரவேற்றேன். நான் உற்சாகமாகவும் இணக்கமாகவும் அவரோடு உரையாடினேன். வாடகை எவ்வளவு அதிகமாக உள்ளது என்பது பற்றி நான் அவரிடம் பேசவில்லை. மாறாக, அவரது வீடு எனக்கு எவ்வளவு பிடித்திருந்தது. என்று கூறி நான் பேசத் தொடங்கினேன். அவரது வீட்டை நான் மனம் திறந்து பாராட்டினேன். அந்த மொத்தக் கட்டிடத்தையும் அவர் எந்த அளவு சிறப்பாக நிர்வகித்துக் கொண்டிருந்தார் என்பதைப் பற்றிப் அவரிடம் புகழ்ந்து பேசினேன். நான் இன்னொரு வருடம் அங்கு

குடியிருக்க விரும்புவதாகவும், ஆனால் வாடகை எனக்குக் கட்டுப்படியாகாது என்றும் நான் அவரிடம் எடுத்துரைத்தேன்.

“வாடகைக்கு இருக்கும் ஒருவரிடமிருந்து இப்படிப்பட்ட ஒரு வரவேற்பை அதுவரை அவர் பெற்றிருக்கவில்லை என்பது வெளிப்படையாகத் தெரிந்தது. அந்தச் சூழ்நிலையில் எப்படி நடந்து கொள்ள வேண்டும் என்று அவருக்குத் தெரியவில்லை.

“பிறகு அவர் தனது பிரச்சனைகளை என்னிடம் கூறத் தொடங்கினார். குறைகூறும் வாடகைதாரர்கள்தான் அவருக்குப் பெரும் பிரச்சனை. ஒரு வாடகைதாரர் அவருக்குப் பதினான்கு கடிதங்களை எழுதியிருந்தார். அவற்றில் சில கடிதங்கள் அவரைப் பழித்து, அவமானப்படுத்தும் வகையில் எழுதப்பட்டிருந்தது. இன்னொருவர், தான் குடியிருக்கும் தளத்திற்கு மேலே உள்ள தளத்தில் குடியிருக்கும் ஒருவர் குறட்டைவிடுவதை இந்த உரிமையாளர் தடுத்து நிறுத்தவில்லை என்றால், தன் வாடகை ஒப்பந்தத்தை முறிக்கப் போவதாக அச்சுறுத்தினார். “உங்களைப் போன்ற ஒரு திருப்தியான வாடகைதாரரைப் பெற்றிருப்பது எவ்வளவு நிம்மதியாக இருக்கிறது தெரியுமா?” என்று என் வீட்டின் சொந்தக்காரர் என்னிடம் கூறினார். அதன் பிறகு, நான் எதுவும் கூறாமலேயே அவர் என் வாடகையை ஓரளவு குறைத்துக் கொள்ள விருப்பம் தெரிவித்தார். நான் இன்னும் சற்றுக் குறைக்க விரும்பினேன். எனவே என்னால் எவ்வளவு வாடகை தர முடியும் என்பதை அவரிடம் நான் கூறினேன். ஒரு வார்த்தைக்கூடப் பேசாமல் அவர் அதை ஏற்றுக்கொண்டார்.

“அவர் விடைபெற்றபோது, என்னை நோக்கித் திரும்பி. ‘உங்கள் வீட்டில் நான் வேறு ஏதேனும் அலங்காரங்கள் செய்து தர வேண்டுமா?” என்று கேட்டார்.

“மற்ற வாடகைதாரர்களைப்போல் நானும் அவர்கள் பயன்படுத்திய அதே வழிமுறைகளை போல வாடகையைக் குறைக்க முயற்சித்திருந்தால், அவர்கள் சந்தித்த அதே தோல்வியைத்தான் நானும் சந்தித்திருப்பேன் என்று நான் உறுதியாக நம்புகிறேன். என்னுடைய தோழமையான, பரிவான, பாராட்டு அணுகுமுறைதான் என்னை வெற்றி பெறச் செய்தது.”

பென்சில்வேனியா மாநிலத்திலுள்ள பிட்ஸ்பர்க் நகரைச் சேர்ந்த டீன் உட்காக், ஓர் உள்ளூர் மின் நிறுவனத்தில் ஒரு துறையின் கண்காணிப்பாளராகப் பணியாற்றி வந்தார். உயரமான ஒரு மின் கம்பத்தின் மேலிருந்த ஏதோ ஒரு பாகத்தைச் சரிசெய்வதற்காக அவரது துறையைச் சேர்ந்த ஊழியர்கள் அழைக்கப்பட்டிருந்தனர். இத்தகைய வேலைகள் முன்பு வேறொரு துறையினரால் செய்யப்பட்டு வந்தன. அவரது துறையைச் சேர்ந்தவர்களும் இதுபோன்ற வேலைகளில் ஈடுபடப் பயிற்சி பெற்றிருந்தபோதும், உண்மையிலேயே அதைச்

செய்வதற்கு அப்போதுதான் முதன்முறையாக அவர்கள் அழைக்கப்பட்டிருந்தனர். அவரது ஆட்களால் அந்த வேலையைச் செய்ய முடியுமா என்பதையும், அவர்கள் எவ்வாறு அதைச் செய்யப் போகின்றனர் என்பதையும் பார்ப்பதற்கு நிறுவனத்திலிருந்த அனைவரும் ஆர்வமாக இருந்தனர். திரு. உட்காக், அவரது உதவி மேலாளர்கள். மற்றும் பிற துறையைச் சேர்ந்த உறுப்பினர்கள் அனைவருமாக அந்த வேலையைப் பார்வையிடச் சென்றனர். பல கார்களும் லாரிகளும் அங்கு நிறுத்தப்பட்டிருந்தன. கம்பத்தின் உச்சியில் இரண்டு பேர் வேலை பார்த்துக் கொண்டிருந்ததைக் கீழே நின்றுகொண்டு பலர் வேடிக்கை பார்த்துக் கொண்டிருந்தனர்.

அங்கு நடப்படவற்றைக் கண்காணித்துக் கொண்டிருக்கையில், தெருமுனையில் ஒருவர் தன் காரிலிருந்து கையில் கேமராவுடன் இறங்குவதை உட்காக் பார்த்தார். அந்நபர் அந்தக் காட்சியைத் தன் கேமராவில் படம் பிடிக்கத் துவங்கினார். இருவர் செய்ய வேண்டிய வேலைக்கு ஒரு முழு நிறுவனமும் அங்கு கூடி இருப்பதைப் பார்த்து, கையில் கேமராவுடன் இருந்த அந்த நபர் என்ன நினைத்திருப்பார் என்பதை திரு. உட்காக் திடீரென்று உணர்ந்தார். உடனடியாக அவரை நோக்கி விரைந்தார்.

”எங்கள் வேலையில் நீங்கள் ஆர்வமாக இருக்கிறீர்கள்போல் தோன்றுகிறது,” என்றார் திரு. உட்காக்.

“எனது தாயார் என்னைவிட அதிக ஆர்வம் கொள்வார். அவர் உங்கள் நிறுவனத்தில் பங்குகளை வாங்கியுள்ளார். இது அவருக்குத் தெளிவை ஏற்படுத்தும். உங்கள் நிறுவனத்தில் தான் செய்துள்ள முதலீடு தவறானது என்பதை அவர் உணர்ந்து கொள்வார். உங்களைப் போன்ற

நிறுவனங்களில் பல வெட்டி வேலைகள் நடைபெறுகின்றன. என்று நான் பல வருடங்களாக அவரிடம் கூறி வருகிறேன். இது அதை நிரூபிக்கிறது. செய்தித்தாள்களும் இப்புகைப்படங்களை விரும்பக்கூடும்,” என்றார் அவர்.

“இது வெட்டி வேலைபோலத் தோன்றுகிறது என்பதில் சந்தேகமில்லை. உங்கள் நிலையில் நான் இருந்தால், நானும் அப்படித்தான் நினைப்பேன். ஆனால் இது ஒரு தனித்துவமான சூழ்நிலை,'' என்று திரு. உட்காக் கூறினார். இத்தகைய வேலை தன் துறைக்கு இதுதான் முதல் முறை என்பதையும்.

மேலதிகாரிகளிலிருந்து கீழ்நிலையில் உள்ளவர்கள் வரை அனைவரும் அதில் மிகவும் ஆர்வத்தோடு இருப்பதையும் திரு. உட்காக் அவரிடம் விளக்கினார். சாதாரணச் சூழ்நிலைகளில் இந்த வேலையை இரண்டு பேரால் சமாளிக்க முடியும் என்று அவர் மேலும் அந்நபருக்கு உறுதியளித்தார். அப்புகைப்படக்காரர் தன் கேமராவை ஓரமாக வைத்துவிட்டு, திரு. உட்காக்குடன் கைகுலுக்கிவிட்டு, சூழ்நிலையைத் தன்னிடம் விளக்கியதற்காக நன்றி தெரிவித்துவிட்டுச் சென்றார்.

டீன் உட்காக்கின் தோழமையான அணுகுமுறை, ஓர் இக்கட்டான சூழ்நிலையில் இருந்தும் மோசமான விளம்பரத்திலிருந்தும் அவரது நிறுவனத்தைக் காப்பாற்றியது.

எங்கள் பயிற்சி வகுப்பு ஒன்றில் உறுப்பினராக இருந்த, நியூ ஹாம்ஷயர் மாநிலத்தின் லிட்டில்டன் நகரைச் சேர்ந்த ஜெரால்டு, தோழமையான தன் அணுகுமுறை எவ்வாறு ஒரு திருப்திகரமான இழப்பீட்டுத் தொகையைத் தனக்குப் பெற்றுத் தந்தது என்று எங்களிடம் விளக்கினார்.

“வசந்தகாலத் துவக்கத்தில், குளிர்காலத்தில் கொட்டிய பனி, நிலத்திலிருந்து கரைந்தோடுவதற்கு முன், வழக்கத்திற்கு மாறான வகையில் ஒரு பெரும் புயல்மழை ஏற்பட்டது. வழக்கமாகப் பள்ளங்களையும், சாலையோரம் கட்டப்பட்டிருக்கும் வெள்ள வடிகால்களையும் நோக்கிப் பாய்ந்தோடும் மழை நீர், அன்று, நான் அப்போதுதான் புதிதாய்க் கட்டியிருந்த வீடு இருந்த பகுதிக்குள் புகுந்தது.

”தண்ணீர் அங்கிருந்து வெளியேற முடியாததால், வீட்டின் அஸ்திவாரத்தைச் சுற்றித் தண்ணீரின் அழுத்தம் அதிகரித்தது. அடித்தளத்திலிருந்த கான்கிரீட் தரைக்கு அடியில் தண்ணீர் வேகமாகப் பாய்ந்து சென்று, அதை உடைத்தது. வீட்டின் கீழ்தளம் முழுவதும் தண்ணீர் நிறைந்தது. அங்கிருந்த பல பொருட்கள் சேதமடைந்தன. இந்தச் சேதத்தைச் சரிசெய்வதற்கு இரண்டாயிரம். டாலர்களுக்கு மேல் செலவாகும் என்று மதிப்பிடப்பட்டது. இத்தகைய சேதங்களுக்கு என்னிடம் எந்தக் காப்பீடும் இருக்கவில்லை.

“இருந்தாலும், இப்பகுதியின் உரிமையாளர் என் வீட்டின் அருகில் வெள்ள வடிகால் அமைப்பை ஏற்படுத்தத் தவறிவிட்டார் என்பதை நான் விரைவில் கண்டுபிடித்தேன். வெள்ள வடிகால் இருந்திருந்தால் நீர் அதன் வழியாக

வடிந்திருக்கும். அவரைச் சந்திப்பதற்கு நான் முன்னனுமதி பெற்றேன். என் வீட்டிலிருந்து சுமார் நாற்பது கிலோமீட்டர் தூரத்தில் இருந்த அவரது அலுவலகத்திற்குப் போகும் வழியில், நான் என் சூழ்நிலையைக் கவனமாக மறுபரிசீலனை செய்தேன். இப்பயிற்சி வகுப்பில் நான் கற்றுக் கொண்ட கொள்கைகளை நினைவுபடுத்தி, என் கோபத்தை வெளிக்காட்டுவது எந்தப் பயனும் விளைவிக்காது என்று தீர்மானித்தேன். அங்கு சென்றடைந்தபோது நான் மிகவும் அமைதியாக நடந்து கொண்டேன். சமீபத்தில் அவர் மேற்கிந்தியத் தீவுகளுக்கு விடுமுறைக்குச் சென்றதைப் பற்றி நான் பேசத் துவங்கினேன். பிறகு சரியான தருணத்தில், மழைநீரால் ஏற்பட்ட “சிறு“ சேதத்தைப் பற்றி நான் அவரிடம் குறிப்பிட்டேன். பிரச்சனையைச் சரிசெய்வதற்குத் தன் பங்குக்கு உரியவற்றைச் செய்வதாக அவர் உடனே ஒப்புக் கொண்டார்.

“ஒருசில நாட்களுக்குப் பிறகு அவர் என்னை அழைத்து, இழப்புக்கான முழுத் தொகையையும் ஈடுகட்டிவிடுவதாகவும், எதிர்காலத்தில் மீண்டும் இதுபோல் தான் நிகழாமல் இருப்பதற்காக வெள்ள வடிகால் அமைப்பு ஒன்றைப் பொருத்தித் தருவதாகவும் அவர் கூறினார். “அது அவரது தவறாக இருந்தபோதும், நான் தோழமையான முறையில் பேசத் துவங்கியிருக்காவிட்டால், மொத்த இழப்பையும் ஈடுசெய்வதற்கு அவரை ஒப்புக் கொள்ளச் செய்வது மிகவும் கடினமானதாக இருந்திருக்கும்.”

பல வருடங்களுக்கு முன், வடமேற்கு மிசௌரி மாநிலத்தில், செருப்புக்கூட அணியாமல் காட்டு வழியாக ஒரு கிராமப் பள்ளிக்கு நான் சென்று கொண்டிருந்த

காலத்தில், சூரியன் மற்றும் காற்றைப் பற்றிய ஒரு நீதிக்கதையை நான் படித்தேன். அவர்கள் இருவரில் யார் வலிமையானவர் என்பது குறித்து அவர்களுக்கிடையே சர்ச்சை எழுந்தது. ”நான் அதை நிரூபிக்கிறேன். ஒரு கோட்டு அணிந்து கொண்டு ஒரு வயதான மனிதர் அங்கு இருக்கிறார் அல்லவா? உன்னைவிட விரைவாக, அவரைத் தனது கோட்டைக் கழற்றச் செய்ய என்னால் முடியும். பந்தயத்திற்கு நீ தயாரா? ” என்று காற்று கேட்டது.

சூரியன் ஒரு மேகத்திற்குப் பின்னால் சென்று மறைந்துகொண்டது. காற்று வேகமாக வீசத் துவங்கியது.

கிட்டத்தட்ட அது ஒரு பெரும் சூறாவளி நிலைக்கு வந்தது. காற்றின் வேகம் அதிகரிக்க அதிகரிக்க, வயதான அந்த மனிதர் தன் கோட்டை இன்னும் இறுக்கமாகப் பற்றிக் கொண்டார்.

இறுதியில், காற்று சாந்தமடைந்து, தன் முயற்சியைக் கைவிட்டது. பிறகு, மேகங்களுக்குப் பின்னாலிருந்த சூரியன் வெளியே வந்து அந்த மனிதன்மீது அன்பாகப் புன்னகைத்தது. அவர் தன் புருவங்களில் துளிர்த்த வியர்வையைத் துடைத்துவிட்டுத் தன் கோட்டைக் கழற்றினார். அப்போது, ஆற்றல் மற்றும் ஆக்ரோஷத்தைவிட, மென்மையும் தோழமையும் எப்போதுமே வலிமையானவை என்று சூரியன் காற்றைப் பார்த்துக் கூறியது.

அடிப்படையான இந்த மனித இயல்பை அறிந்த மனிதர்கள் மென்மை மற்றும் தோழமையின் பயன்பாட்டை ஒவ்வொரு நாளும் வெளிப்படுத்தி வருகின்றனர். மேரிலேண்ட் மாநிலத்தின் லூதர்வில் நகரைச் சேர்ந்த கேல் கானர் இதை நிரூபித்தார். ஒரு புதிய காரை வாங்கி நான்கே மாதங்கள் ஆகியிருந்த நிலையில், மூன்றாவது முறையாக அதை அவர் அந்தக் கார் விற்பனையாளரின் சேவைப் பிரிவிற்கு எடுத்து சென்றார். அவர் எங்கள் வகுப்பினரிடையே இவ்வாறு கூறினார்: ”சேவைப் பிரிவின் மேலாளரிடம் பேசுவதோ. விவாதிப்பதோ, அல்லது கத்துவதோ ஒரு திருப்திகரமான தீர்வுக்கு வழிவகுக்கப் போவதில்லை என்பது எனக்கு வெளிப்படையாகத் தெரிந்தது.

”நான் அந்த விற்பனை நிலையத்திற்குச் சென்று, அதன் உரிமையாளர் திரு. ஒயிட்டைப் பார்க்க விரும்புவதாகக் கூறினேன். ஒரு சிறு காத்திருப்பிற்குப் பின், அவரது அறைக்கு நான் அழைத்துச் செல்லப்பட்டேன். நான் அவரிடம் என்னை அறிமுகப்படுத்திக் கொண்டு. அவரது நிறுவனத்துடன் திருப்திகரமான, மகிழ்ச்சியான அனுபவங்களைப் பெற்றிருந்த என் நண்பர்களின் பரிந்துரையின் பேரில் நான் அவரிடமிருந்து கார் வாங்கியிருந்ததை அவரிடம் தெரிவித்தேன். அவரது விலைகள் சகாயமாக இருப்பதாகவும், அவரது சேவை மிகச் சிறப்பாக இருப்பதாகவும் அவரிடம் கூறினேன். நான் கூறியதைக் கவனமாகக் கேட்ட அவர் திருப்தியுடன் ।புன்னகைத்தார். அதன் பிறகு, அவரது சேவை பிரிவில் எனக்கு இருந்த பிரச்சனையைப்

பற்றி அவரிடம் நான் விளக்கினேன். “உங்கள் நிறுவனத்தின் நற்பெயருக்குப் பாதிப்பு ஏற்படுத்தக்கூடிய எந்தவொரு சூழ்நிலையையும் நீங்கள் அறிந்து கொள்ள விரும்புவீர்கள் என்று நான் நினைத்தேன்,“ என்று மேலும் கூறினேன். அதைத் தன் கவனத்திற்குக் கொண்டு வந்ததற்காக எனக்கு நன்றி தெரிவித்துவிட்டு, என் பிரச்சனைக்குத் தீர்வு காணப்படும் என்று உறுதியளித்தார். என் பிரச்சனையைத் தீர்ப்பதற்கு அவர் தனிப்பட்ட முறையில் ஈடுபட்டதோடு, என் கார் பழுது பார்க்கப்பட்டுக் கொண்டிருந்தபோது என் உபயோகத்திற்காக அவர் தன் காரையே எனக்கு இரவல் கொடுத்தார்.

சூரியனால், காற்றைவிட வேகமாக உங்கள் கோட்டைக் கழற்றச் செய்ய முடியும்: ஆக்ரோஷத்தையும் பகையுணர்வையும்விட, அன்பான, தோழமையான, பாராட்டு அணுகுமுறையின் மூலம் பிறரை மனமுவந்து தங்கள் மனங்களை மாற்ற வைப்பது எளிது.

நான்காவது கொள்கை

ஒரு தோழமையான முறையில் துவங்குங்கள்

5

சாக்ரடீஸின் இரகசியம்

மக்களுடன் பேசும்போது, அவர்களோடு நீங்கள் கருத்து வேறுபாடு கொண்டிருக்கும் விஷயங்களைக் குறிப்பிட்டு உங்கள் பேச்சைத் தொடங்காதீர்கள். மாறாக, நீங்கள் அவர்களோடு உடன்பாடு கொண்டிருக்கும் விஷயங்களை வலியுறுத்தி பேசத் தொடங்குங்கள். தொடர்ந்து அவற்றை வலியுறுத்திக் கொண்டே இருங்கள். முடிந்தால், நீங்களும் உங்கள் எதிரே இருப்பவரும் ஒரே விளைவிற்காகத்தான் கடுமையாக முயற்சிக்கிறீர்கள் என்பதையும். உங்களுக்கு இடையே இருக்கும் ஒரே வேறுபாடு அந்த விளைவைப் பெறுவதற்கான வழிமுறையில்தான் உள்ளதே தவிர, குறிக்கோளில் அல்ல என்பதையும் தொடர்ந்து வலியுறுத்துங்கள்.

ஆரம்பத்தில், நீங்கள் கூறும் அனைத்திற்கும் அடுத்தவர் ‘ஆமாம், ஆமாம்“ என்று சொல்லும்படி செய்யுங்கள். உங்கள் எதிராளி ‘இல்லை“ என்று சொல்லாதபடி பார்த்துக் கொள்ளுங்கள்.

பேராசிரியர் ஹேரி ஏ. ஓவர்ஸ்டிரீட் இவ்வாறு கூறுகிறார்: ““இல்லை“ என்ற பதில், நம்மால் மீண்டுவர முடியாத அளவுக்கு மிகக் கடினமான ஓர் இடையூறு. ஒருமுறை நீங்கள் ‘இல்லை’ என்று கூறிவிட்டால், அதை மாற்றிக் கொள்ள உங்கள் கர்வம் இடம் கொடுக்காது. “இல்லை“ என்று நீங்கள் கூறியது தவறு என்று பின்னர் நீங்கள் உணரக்கூடும். இருந்தாலும், விலைமதிக்க முடியாத உங்கள் கர்வத்தை நீங்கள் கருத்தில் கொள்ள வேண்டியுள்ளதே! நீங்கள் ஒருமுறை ஒரு விஷயத்தைக் கூறிவிட்டால் அதிலிருந்து மாறவே கூடாது என்பதாக உணர்வீர்கள். எனவே ஒருவரை உடன்பாடான

திசையில் துவங்கச் செய்வது பெரும் முக்கியத்துவம் வாய்ந்தது.”

ஒரு திறமையான பேச்சாளர், துவக்கத்தில், பார்வையாளர்களிடமிருந்து “ஆமாம்“ என்ற பதிலை வரவழைக்கும் பல கேள்விகளைக் கேட்பார். இது, அவரது பேச்சைக் கேட்டுக் கொண்டிருப்பவர்களுடைய மனம் உடன்பாடான திசையில் செல்ல வழிவகுக்கும். இது ஒரு பில்லியர்ட்ஸ் பந்தைப் போன்றது. ஒரு திசையை நோக்கி அதைத் தள்ளுகிறீர்கள் என்று வைத்துக் கொள்வோம் அதன் போக்கை மாற்றுவதற்குச் சிறிது ஆற்றல் தேவைப்படும் அதை அதற்கு நேர் எதிரான திசையில் பின்னால் வரவழைக்க வேண்டுமென்றால் இன்னும் அதிகமான ஆற்றல் தேவைப்படும்.

பொதுவாக மனப்போக்கு இப்படித்தான் இருக்கும். ஒரு நபர் உண்மையிலேயே “இல்லை“ என்று கூறும்போது, அவர் வெறுமனே அந்த மூன்றெழுத்து வார்த்தையைத் தாண்டி, இன்னும் அதிகமானவற்றைச் செய்கிறார். அவரது ஒட்டுமொத்த உடலும் ஒரு நிராகரிப்புச் நிலைக்குள் சென்றுவிடுகிறது. ஒரு விலகல் அல்லது விலகுவதற்கான ஒரு விருப்பம் அங்கு காணப்படுகிறது. ஒட்டுமொத்த நரம்புத்தசை மண்டலமும் ஒப்புதல் நிலைக்கு எதிராகத் தன்னைப் பாதுகாத்துக் கொள்கிறது. மாறாக, ஒரு நபர் ‘ஆமாம்“ என்று கூறும்போது, எந்தவிதமான தற்காப்பு நடவடிக்கைகளும் அங்கு நிகழ்வதில்லை. நம் உடலியக்கம், ஏற்றுக்கொள்ளும், திறந்த மனப்போக்கைக் கடைபிடிக்கிறது. எனவே துவக்கத்தில் அதிகமான “ஆமாம்“களை நாம் பெற்றால், நம் இறுதிக் குறிக்கோளை அடைவதற்கு அவர்களது கவனத்தைக் கவர்வதற்கான வாய்ப்புகள் பெருமளவிற்கு அதிகரிக்கும்.

“ஆமாம்“ என்ற பதிலை வரவழைப்பது ஓர் எளிய உத்தி. இருந்தாலும், இது அதிக அளவில் புறக்கணிக்கப்பட்டு வருகிறது. பேச்சின் துவக்கத்தில் அடுத்தவரை எதிர்ப்பதன் மூலம் மக்கள் தங்கள் சொந்த முக்கியத்துவத்தைப் பெற முயற்சிப்பதுபோல் தோன்றுகிறது.

ஒரு மாணவரையோ, வாடிக்கையாளரையோ, குழந்தையையோ, கணவனையோ, அல்லது மனைவியையோ துவக்கத்தில் ‘இல்லை“ என்று கூற வையுங்கள். அந்த விறைப்பான எதிர்மறை வார்த்தையை, உடன்பாட்டிற்கான

"“ஆமாம்” என்ற வார்த்தையாக மாற்றுவதற்கு அசாத்தியப் பொறுமை தேவைப்படும்.

நியூயார்க் நகரிலிருந்த கிரீன்விச் சேமிப்பு வங்கியில் காசாளராக இருந்த ஜேம்ஸ் எபர்சன், இந்த “ஆமாம்” உத்தியைப் பயன்படுத்தி, வாடிக்கையாளராகக்கூடிய சாத்தியம் நிறைந்த ஒருவரை இழப்பதிலிருந்து தன் வங்கியைப் பாதுகாத்தார்.

திரு. எபர்சன் இவ்வாறு கூறினார்: “அந்த இளைஞர் ஒரு சேமிப்புக் கணக்கைத் துவங்குவதற்காக எங்கள் வங்கிக்கு வந்தார். நான் எங்கள் வழக்கமான விண்ணப்பப் படிவத்தை அவரிடம் கொடுத்தேன். சில கேள்விகளுக்கு அவர் ஆர்வத்துடன் பதிலளித்தார். ஆனால் வேறு சில கேள்விகளுக்கு விடையளிக்க அவர் வெளிப்படையாக மறுத்தார்.

“மனித உறவுகளைப் பற்றி நான் படிக்கத் துவங்குவதற்கு முன் இப்படி நடந்திருந்தால், படிவத்தில் கேட்கப்பட்டுள்ள அனைத்துத் தகவல்களையும் அவர் தராவிட்டால் அவரது விண்ணப்பத்தை எங்களால் ஏற்றுக் கொள்ள முடியாது என்று நான் இந்த வாடிக்கையாளராகக் கூடியவரிடம் கூறியிருப்பேன். கடந்த காலத்தில் நான் அத்தகைய தவறுகளைச் செய்திருப்பதை நினைத்து மிகவும் வெட்கப்படுகிறேன். இயல்பாக, அப்படிப்பட்ட இறுதி எச்சரிக்கையை நான் ஒருவருக்கு வழங்கும்போது அது எனக்கு மகிழ்ச்சியைத் தந்தது. அப்படிச் செய்ததன் மூலம் யார் மேலானவர் என்பதையும், வங்கியின் விதிமுறைகளை உதாசீனப்படுத்த முடியாது என்பதையும் நான் அவருக்குக் காட்டினேன். ஆனால் அத்தகைய மனப்போக்கு, எங்களுக்கு ஆதரவு தருவதற்காக எங்கள் வங்கிக்குள் வந்த ஒருவருக்கு, தான் வரவேற்கப்படுகிறோம் என்ற உணர்வையும், முக்கியமானவன் என்ற உணர்வையும் கொடுக்கவில்லை.

“கொஞ்சம் புத்திசாலித்தனமாகச் செயல்படலாம் என்று இன்று காலையில் நான் தீர்மானித்தேன். வங்கிக்கு என்ன வேண்டும். என்பதைப் பற்றிப் பேசாமல், வாடிக்கையாளருக்கு என்ன வேண்டும் என்பதைப் பற்றிப் பேசுவது என்று நான் தீர்மானித்தேன். அனைத்திற்கும் மேலாக, துவக்கத்திலிருந்தே அவரை “ஆமாம்” என்று கூற வைக்க நான் முடிவு செய்தேன்.

எனவே நான் அவர் கூறியதை ஒப்புக் கொண்டேன். அவர் தர மறுத்தத் தகவல்கள் அவ்வளவு முக்கியமாகத் தேவைப்படுபவை அல்ல என்று நான் அவரிடம் கூறினேன்.

'இருந்தாலும், நீங்கள் இறக்கும்போது உங்கள் கணக்கில் பணம் இருந்தால், சட்டப்படி அதை உங்கள் அடுத்த வாரிசின் பெயரில் மாற்றிக் கொடுக்க வேண்டும் என்று நீங்கள் விரும்புவீர்கள் இல்லையா?" என்று நான் அவரிடம் கேட்டேன்.

'நிச்சயமாக நான் விரும்புவேன்." என்று அவர் பதிலளித்தார்.

"நீங்கள் இறக்க நேரிட்டால், எந்தவிதமான தவறுமின்றி, தாமதமும் இன்றி உங்கள் விருப்பத்தை நாங்கள் நிறைவேற்றுவதற்கு உதவியாக, உங்களது அடுத்த வாரிசின் பெயரை நீங்கள் எங்களுக்குக் கொடுப்பது நல்ல யோசனை அல்லவா?"

"மீண்டும் அவர். "ஆமாம்," என்று கூறினார்.

"நாங்கள் அத்தகவல்களை எங்கள் நன்மைக்காக அவரிடம் கேட்கவில்லை, மாறாக, அவரது நன்மைக்காகவே கேட்கிறோம் என்பதை அந்த இளைஞர் உணர்ந்தபோது, அவரது மனப்போக்கு மாறியது. வங்கியைவிட்டு அவர் வெளியேறுவதற்கு முன், அவர் தன்னைப் பற்றிய முழு விபரங்களையும் என்னிடம் கொடுத்ததோடு மட்டுமல்லாமல், என் பரிந்துரையின் பேரில், ஓர் அறக்கட்டளைக் கணக்கையும் துவக்கி, அதற்குத் தன் தாயாரைப் பயனாளராக நியமித்து. தன் தாயாரைப் பற்றிய அனைத்துக் கேள்விகளுக்கும்கூட மகிழ்ச்சியோடு விடையளித்தார்.

"முதலிலிருந்தே அவரை நான் 'ஆமாம், ஆமாம்" என்று கூற வைத்ததால், அவர் தன் பிரச்சனையை மறந்துவிட்டு, நான் பரிந்துரைத்த அனைத்தையும் மகிழ்ச்சியோடு செய்தார் என்பதை நான் கண்டுகொண்டேன்.''

வெஸ்டிங்ஹவுஸ் மின் நிறுவனத்தில் ஒரு விற்பனைப் பிரதிநிதியாகப் பணி புரிந்த ஜோசப் ஆலிசன், தன் கதையை இவ்வாறு கூறினார்: "நாங்கள் விற்பனை செய்து கொண்டிருந்த பகுதிக்குள் இருந்த ஒருவருக்கு எங்கள் பொருட்களை விற்க எங்கள் நிறுவனம் அதிக ஆவலாக இருந்தது. எனக்கு முன்பு என் வேலையைப் பார்த்து வந்தவர், பத்து வருடங்களாக முயற்சித்துப் பார்த்தும் அவரிடம் எதையும் விற்க

முடியவில்லை. நான் அப்பகுதிக்குப் பொறுப்பேற்றுக் கொண்டபோது, தொடர்ந்து மூன்று வருடங்களாக முயற்சித்தும், அவரிடமிருந்து ஓர் ஆர்டரைக்கூட என்னால் பெற முடியவில்லை. இறுதியில், பதிமூன்று வருடக் கடும் முயற்சிக்குப் பிறகு அவர் எங்களிடமிருந்து ஒருசில மோட்டார்களை வாங்கினார். இந்த மோட்டார்கள் அனைத்தும் சரியாக வேலை செய்தால், இன்னும் பல நூறு மோட்டார்களுக்கான ஆர்டர் எங்களுக்கு விரைவில் வரும் என்று நான் எதிர்பார்த்தேன்.

“சரியாக வேலை செய்தாலா? அவை சரியாக வேலை செய்யும் என்று எனக்குத் தெரியும். எனவே மூன்று வாரங்களுக்குப் பிறகு, அதிக உற்சாகத்தோடு அவரது நிறுவனத்தைத் தொலைபேசியில் தொடர்பு கொண்டேன்,

“அந்நிறுவனத்தின் தலைமைப் பொறியியலாளர் என்னிடம் நலம் விசாரித்துவிட்டு, இந்த அதிர்ச்சிகரமான செய்தியை எனக்குத் தெரிவித்தார்: “ஆலிசன், உங்களிடமிருந்து மேலும் மோட்டார்களை எங்களால் வாங்க முடியாது.“

‘எதனால் அப்படி?“ என்று நான் கேட்டேன். “ஏனெனில் உங்கள் மோட்டார்கள் மிகவும் சூடாகிவிடுகின்றன. என்னால் அவற்றின்மீது கைவைக்கக்கூட முடியவில்லை.”

”அவரோடு விவாதிப்பதால் எந்தப் பயனும் ஏற்படப் போவதில்லை என்பதை நான் அறிந்தேன். நான் நெடுங்காலமாக விவாதித்துப் பார்த்துத் தோற்றிருக்கிறேன். எனவே அவரிடமிருந்து “ஆமாம், ஆமாம்“ என்ற பதிலை வரவழைப்பதென்று தீர்மானித்தேன்.

“திரு. ஸ்மித், நீங்கள் கூறுவதை நான் 100 சதவீதம் ஒத்துக் கொள்கிறேன். அந்த மோட்டார்கள் மிகவும் சூடாக இயங்கினால், அதுபோன்ற மோட்டார்களை இனிமேல் நீங்கள் வாங்கக்கூடாதுதான். தேசிய மின் உற்பத்தியாளர்கள் அமைப்பு நிர்ணயித்துள்ள தரங்களைவிட அதிக சூடாக இயங்காத மோட்டார்களைத்தான் நீங்கள் வாங்க வேண்டும். நான் கூறுவது சரிதானே?” என்று நான் கேட்டேன்.

”அவர் அதை ஒப்புக் கொண்டார். முதல் “ஆமாம்“ எனக்குக் கிடைத்துவிட்டது.

”தேசிய மின் உற்பத்தியாளர்கள் அமைப்பின்விதிமுறைகளின்படி, கச்சிதமாக வடிவமைக்கப்பட்ட

ஒரு மோட்டாரின் வெப்பநிலை, அறையின் வெப்பநிலையைவிட 72 டிகிரி ஃபாரன்ஹீட் வெப்பத்திற்கும் அதிகமாக இருக்கக்கூடாது. சரிதானே? ""ஆமாம், அது முற்றிலும் சரி. ஆனால் உங்கள் மோட்டார்கள் அதைவிட அதிக வெப்பநிலையைக் கொண்டுள்ளன."

"நான் அவருடன் விவாதிக்கவில்லை. "உங்கள் ஆலையிலுள்ள அறையின் வெப்பநிலை என்ன?" என்று வெறுமனே அவரிடம் கேட்டேன். " "ஓ, அது சுமார் 75 டிகிரி ஃபாரன்ஹீட் இருக்கும், என்று அவர் கூறினார்.

'அறையின் வெப்பநிலை 75 டிகிரி. அதோடு 72 டிகிரியைக் கூட்டினால், மொத்தம் 147 டிகிரி. 147 டிகிரி சுடும். வெந்நீர்க் குழாய்க்கு அடியில் உங்கள் கைகளை நீட்டினால், உங்கள் கைகள் வெந்துபோகும் அல்லவா? "

மீண்டும் அவர் "ஆமாம்" என்று கூற வேண்டி வந்தது.

"அப்படியானால், அந்த மோட்டார்கள்மீது நீங்கள் கை வைக்காமல் இருப்பது நல்லதல்லவா'?"

'நீங்கள் கூறுவது சரிதான்," என்று ஒப்புக்கொண்டார். நாங்கள் சிறிது நேரம் தொடர்ந்து பேசிக் கொண்டிருந்தாம். பிறகு அவர் நடப்பு மாதத்திற்கு சுமார் 35,000 டாலர்கள் பெறுமானமுள்ள ஆர்டரை எனக்கு அனுப்பினார்.

"விவாதிப்பதால் எந்த நன்மையும் ஏற்படாது, மாறாக, விஷயங்களை அடுத்தவரது கண்ணோட்டத்திலிருந்து பார்த்து அவரை 'ஆமாம், ஆமாம்" என்று கூற வைப்பது, அதைவிட இலாபகரமானது மற்றும் அதிக சுவாரசியமானது என்பதை நான் உணர்ந்து கொள்வதற்குப் பல வருடங்கள் தேவைப்பட்டன் பல்லாயிரக்கணக்கான டாலர்கள் பெறுமானமுள்ள வியாபார இழப்பும் ஏற்பட்டது!"

கலிபோர்னியா மாநிலத்தில் ஓக்லேண்ட் நகரில் எங்கள் பயிற்சி வகுப்புகளுக்கு ஆதரவளித்து வந்த எடி ஸ்னோ. ஒரு கடையின் உரிமையாளர் தன்னை ஆமாம், ஆமாம்" என்று கூற வைத்ததால், அக்கடையின் நல்ல வாடிக்கையாளராக மாறினார். வில் வேட்டையில் அவர் அதிக ஆர்வம் கொண்டிருந்ததால், கணிசமான பணத்தைச் செலவழித்து அதற்கான கருவிகளையும் தேவையான பிறவற்றையும் அவர் ஓர் உள்ளூர்க் கடையில் வாங்கியிருந்தார். அவரது சகோதரர் அவரது வீட்டிற்கு விஜயம் செய்தபோது, அவருக்காக அந்தக்

கடையிலிருந்து ஒரு வில்லை அவர் வாடகைக்கு எடுக்க விரும்பினார். தாங்கள் விற்களை வாடகைக்கு விடுவதில்லை என்று அக்கடையின் விற்பனையாளர் கூறியதால், அவர் வேறொரு கடையைத் தொலைபேசியில் தொடர்பு கொண்டார். என்ன நிகழ்ந்தது என்பதை எடி இவ்வாறு விளக்குகிறார்.

“ஒரு நல்ல இனிமையான மனிதர் தொலைபேசியில் பேசினார். வாடகைக்கு வில் வேண்டும் என்பது பற்றி நான் கேட்டக் கேள்விக்கு அவரிடமிருந்து வந்த பதில், முந்தையக் கடையிலிருந்து கிடைத்த பதிலிலிருந்து முற்றிலும் மாறுபட்டு இருந்தது. வில்களை வாடகைக்கு விடுவது தங்களுக்குக் கட்டுப்படியாகாததால் அதைத் தாங்கள் நிறுத்திவிட்டதாகக் கூறித் தங்கள் இயலாமைக்கு அவர் என்னிடம் வருத்தம் தெரிவித்தார். அதற்கு முன்பு நான் வில்களை வாடகைக்கு எடுத்திருக்கிறேனா என்று கேட்டார். ஆமாம், பல வருடங்களுக்கு முன்பு நான் வாடகைக்கு எடுத்தேன்.” என்று நான் பதிலளித்தேன். அப்போது நான் வாடகையாக 25 அல்லது 30 டாலர்கள் கொடுத்திருப்பேனா என்று அவர் கேட்டார். நான் மீண்டும் “ஆமாம்“ என்று கூறினேன். பிறகு, பணத்தை மிச்சப்படுத்த எனக்கு விருப்பமா என்று கேட்டார். இயல்பாக, நான் ‘ஆம்’ என்று பதிலளித்தேன். வில் வேட்டைக்குத் தேவையான வில் மற்றும் பிற அவசியமான கருவிகள் அனைத்தும் 34.95 டாலர்களுக்குத் தங்கள் கடையில் விற்பனைக்கு இருப்பதாக என்னிடம் விளக்கினார். மேலும். வாடகைக்கு எடுப்பதைவிட, கூடுதலாக 4.95 டாலர்கள் கொடுத்து ஒரு புதிய வில்லை வாங்கிவிடலாம் என்று கூறினார். அதனால்தான் வாடகைக்கு விடுவதைத் தாங்கள் நிறுத்திவிட்டதாக அவர் விளக்கம் அளித்தார். அது எனக்கு நியாயமாகப்பட்டது. அதனால் நான் அந்தக் கடைக்குச் சென்று வில்களை வாங்கியதோடு இன்னும் பல

பொருட்களையும் வாங்கினேன். “ஆமாம்“ என்ற பதில்களை என்னிடமிருந்து வரவழைத்ததன் மூலம் அக்கடைக்காரர் என்னை வாங்க வைத்ததோடு, தன் கடையின் நிரந்தர வாடிக்கையாளாரகவும் மாற்றிவிட்டார்.

உலகப் பிரசித்தி பெற்றத் தத்துவவியலாளர்களில் ஒருவரான சாக்ரடீஸ் மனித வரலாற்றில் வெகுசில மக்களால் மட்டுமே செய்ய முடிந்த ஒரு விஷயத்தைச் செய்தார்:

மனிதகுலத்தின் எண்ணப் போக்கையே அவர் மாற்றினார். அவர் இறந்து 24 நூற்றாண்டுகளுக்குப் பின், இன்றும் மக்களிடம் அதிக செல்வாக்குடன் விளங்கி, அவர்கள்மீது வலிமையான தாக்கத்தை ஏற்படுத்தியவர்களில் ஒருவராக அவர் போற்றப்படுகிறார்.

அவர் எந்த வழிமுறையைப் பின்பற்றினார்? மக்கள் செய்தது அல்லது கூறியது தவறு என்று அவர் அவர்களிடம் நேரடியாகக் கூறினாரா? சாக்ரடீஸ் அப்படிச் செய்யவில்லை. இப்போது "சாக்ரடீஸின் வழிமுறை" என்று அழைக்கப்படும் அவரது உத்தி, அடுத்தவரிடமிருந்து "ஆமாம்" என்ற பதிலை வரவழைப்பதைச் சார்ந்திருந்தது. அடுத்தவர்கள் 'ஆமாம்" என்று ஒப்புக்கொள்ளும்படியான கேள்விகளையே அவர் அவர்களிடம் கேட்டார். அடுத்தடுத்துப் பல கேள்விகளைக் கேட்டு, ஒவ்வொன்றுக்கும் "ஆமாம்" என்ற பதிலைப் பெற்றுக் கொண்டேயிருந்தார். ஒருசில நிமிடங்களுக்கு முன்பு அவரது கருத்தை ஆணித்தரமாக மறுத்திருக்கக்கூடிய அவரது எதிராளிகள், தங்களையும் அறியாமல் அவரது முடிவை ஏற்றுக் கொள்ளும் வரை, அவர் தொடர்ந்து கேள்விகளைக் கேட்டுக் கொண்டே இருந்தார்.

அடுத்த முறை நாம் ஒருவரிடம் தவறிழைத்துவிட்டதாகக் கூற முற்படும்போது, சாக்ரடீஸை அவர் நினைவில் கொண்டு, "ஆமாம்" என்ற பதில்களை நமக்குப் பெற்றுத் தரக்கூடிய மென்மையான கேள்விகளைக் கேட்பது சிறந்தது.

ஐந்தாவது கொள்கை

அடுத்தவர் உடனடியாக "ஆமாம், ஆமாம்" என்று பதில் கூறும்படிச் செய்யுங்கள்.

6

புகார்களைத் திறம்படக் கையாள்வது எப்படி

அடுத்தவரைத் தங்கள் வழிக்குக் கொண்டுவர முயற்சிக்கும் பெரும்பாலான மக்கள் தாங்களே அதிகம் பேசுகிறார்கள். அடுத்தவர் என்ன கூற விரும்புகிறாரோ, அதை அவர் முழுவதுமாகப் பேசித் தீர்க்க அனுமதியுங்கள். அவர்களது தொழில் மற்றும் பிரச்சனைகளைப் பற்றி உங்களைவிட அவர்களுக்கு அதிகமாகத் தெரியும். எனவே அவர்களிடம் கேள்வி கேளுங்கள். அவர்கள் உங்களிடம் ஒருசில விஷயங்களைக் கூறட்டும்.

அவர்கள் கூறுவதில் உங்களுக்கு உடன்பாடு இல்லை என்றால் குறுக்கிடத் தோன்றும். ஆனால் அவ்வாறு செய்யாதீர்கள். அது ஆபத்தானது. அவர்கள் கூறத் துடித்துக் கொண்டிருக்கும் ஏராளமான விஷயங்கள் அவர்களுக்குள் இன்னும் இருக்கும்போது, நீங்கள் கூறுவதை அவர்கள் கவனமாகக் கேட்க மாட்டார்கள். பொறுமையாகவும் திறந்த மனதோடும் அவர்கள் எனவே கூறுவதைக் கேளுங்கள். அது குறித்து உண்மையாக இருங்கள். அவர்கள் தங்கள் கருத்துக்களை முழுவதுமாக வெளிப்படுத்த அவர்களை ஊக்குவியுங்கள்.

இக்கொள்கை வணிகத்தில் பலனளிக்குமா? நாம் அதைப் பார்க்கலாம். இக்கொள்கையை முயற்சித்துப் பார்க்கும் கட்டாயத்திற்கு ஆளான ஒரு விற்பனைப் பிரதிநிதியைப் பற்றிய கதை இது.

அமெரிக்காவின் மாபெரும் கார் உற்பத்தி நிறுவனம் ஒன்று, தாங்கள் தயாரிக்கும் கார்களின் இருக்கைகள் மற்றும் பிற அலங்காரங்களுக்கு ஒரு வருடத்திற்குத் தேவையான விரிப்புத் துணிகளை வாங்கத் திட்டமிட்டிருந்தது. மூன்று முக்கியமான துணி உற்பத்தியாளர்கள், சில மாதிரிக் கார்களைத் தங்கள் துணிகளைக் கொண்டு அலங்கரித்திருந்தனர். இவை அந்த மோட்டார் நிறுவனத்தின் நிர்வாக அதிகாரிகளால் ஆய்வு செய்யப்பட்டு, ஒரு குறிப்பிட்ட நாளில் இறுதி முடிவு அறிவிக்கப்படும் என்று அவர்களிடம் தெரிவிக்கப்பட்டது.

துணி உற்பத்தியாளரின் ஒரு பிரதிநிதியான ஜி.பி.ஆர். அந்த ஊருக்கு வந்து சேர்ந்தபோது, அவரது குரல்வளையின் மேற்பகுதி தீவிரமாகப் புண்பட்டிருந்தது. என் வகுப்பு ஒன்றில் அவர் இக்கதையை இவ்வாறு விவரித்தார்: "சந்திப்பு அறையில் உயரதிகாரிகளைச் சந்திப்பதற்கான எனது முறை வந்தபோது, என் குரல் முற்றிலுமாகக் காணாமல் போயிருந்தது. என்னால் முணுமுணுக்கக்கூட முடியவில்லை. நான் சந்திப்பு அறைக்குள் அழைத்துச் செல்லப்பட்டபோது, அங்கு நெசவுப் பொறியியலாளர், கொள்முதல் முகவர், விற்பனைத் துறை இயக்குனர், மற்றும் நிறுவனத் தலைவர் ஆகியோரை நேருக்கு நேர் சந்தித்தேன். நான் எழுந்து நின்று, பேசுவதற்குத் துணிகரமாக முயற்சித்தேன். சிறிதான ஒரு 'கிச்' ஒலியைத் தவிர என்னால் வேறெதுவும் கூற முடியவில்லை.

"அவர்கள் அனைவரும் ஒரு மேசையைச் சுற்றி அமர்ந்திருந்தனர். எனவே நான் ஒரு காகிதத்தில், 'கனவான்களே, என் குரல்வளை பாதிக்கப்பட்டுள்ளது. என்னால் பேச முடியாது." என்று எழுதி அவர்களிடம் காட்டினேன்.

"'நான் உங்களுக்கு பதிலாகப் பேசுகிறேன்" என்று அந்த நிறுவனத் தலைவர் கூறினார். அவர் எங்களது மாதிரிகளை அவர்களிடம் காட்டி, அவற்றின் சிறப்புக் கூறுகளைப் பாராட்டிப் பேசினார். என் சரக்குகளின் தரம் மற்றும் தகுதிகளைப் பற்றி அங்கு ஓர் உற்சாகமான கலந்தாய்வு நடைபெற்றது. அத்தலைவர் எனக்கு பதிலாகப் பேசிக் கொண்டிருந்ததால், கலந்தாய்வில் நான் எந்த நிலையைக் கையாண்டிருப்பேனோ, அந்த நிலையிலிருந்து பேசினார். அதில் என்னுடைய பங்களிப்பெல்லாம், புன்னகைகளும், தலையசைவுகளும், ஒருசில முகபாவங்களும் மட்டும்தான்.

“தனித்துவமிக்க இந்தச் சந்திப்பின் விளைவாக, 16,00,000 டாலர்கள் மதிப்புள்ள, ஐந்து இலட்சம் மீட்டர் நீளமுள்ள விரிப்புத் துணிகளுக்கான ஒப்பந்தத்தை அவர்கள் எங்களுக்கு வழங்கினார்கள். எனக்குக் கிடைத்த ஆர்டர்களிலேயே மிகப் பெரிய ஆர்டர் அதுதான்.

“நான் என் குரலை இழந்திருக்காவிட்டால் ஒப்பந்தத்தை இழந்திருப்பேன் என்பது எனக்குத் தெரிந்தது. ஏனெனில், அந்த ஒட்டுமொத்த விஷயத்தையும் பற்றி நான் தவறான யோசனையைக் கொண்டிருந்தேன். வெறுமனே அடுத்தவரைப் பேச அனுமதிப்பதன் மூலம் எத்தகைய சிறப்பான விளைவுகள் ஏற்படுகின்றன என்பதைத் தற்செயலாக நான் கண்டறிந்தேன்.

அடுத்தவரைப் பேச அனுமதிப்பது, குடும்பச் சூழ்நிலைகளிலும், வணிகத்திலும் உதவுகிறது. பார்பரா வில்சனுக்கும் அவரது மகள் லோரிக்கும் இடையேயான உறவு வேகமாகச் சீர்குலைந்து கொண்டிருந்தது. ஓர் அமைதியான, அக்கறையற்றக் குழந்தையாக இருந்த லோரி, ஒத்துழைக்க மறுத்த, சில சமயங்களில் ஆக்ரோஷமாக நடந்து கொள்ளும் பருவ மங்கையாக வளர்ந்திருந்தாள். திருமதி. வில்சன் அவளுக்கு அறிவுரை கூறினார், அச்சுறுத்தினார், தண்டித்தார். ஆனால் அவற்றால் எந்தப் பயனும் ஏற்படவில்லை.

திருமதி. வில்சன் எங்கள் வகுப்பு ஒன்றில் இவ்வாறு கூறினார்: “ஒருநாள் நான் என் முயற்சிகள் அனைத்தையும் கைவிட்டுவிட்டேன். லோரி என் பேச்சை மீறியிருந்தாள். அவள் செய்து முடிக்க வேண்டிய வேலைகளை அப்படியே போட்டுவிட்டு, அவளது தோழியின் வீட்டிற்குச் சென்றிருந்தாள். அவள் திரும்பி வந்தபோது, பத்தாயிரமாவது முறையாக நான் அவளிடம் கத்தினேன். ஆனால் அவ்வாறு செய்வதற்கான வலிமை என்னிடம் அப்போது இருக்கவில்லை. நான் வெறுமனே அவளைப் பார்த்து, வருத்தத்துடன், ‘லோரி, ஏன் இப்படிச் செய்கிறாய்?‘ என்று கேட்டேன்.

”லோரி என் நிலைமையைக் கவனித்துவிட்டு, ஓர் அமைதியான குரலில், “நீங்கள் அதை உண்மையிலேயே தெரிந்து கொள்ள விரும்புகிறீர்களா?“ என்று கேட்டாள். நான் மெதுவாக தலையசைத்தேன். அவள் முதலில் சற்றுத் தயக்கத்துடன் பேசினாலும், பிறகு மளமளவென்று அனைத்தையும் கொட்டித் தீர்த்தாள். அவள் கூறிய எதையும்

முன்பு ஒருபோதும் நான் காதுகொடுத்துக் கேட்டதில்லை. இதைச் செய், அதைச் செய் என்று எப்போதும் ஏதேனும் ஒன்றை அவளிடம் கூறிக் கொண்டே இருந்தேன். அவள் தன்னுடைய எண்ணங்கள், உணர்வுகள், மற்றும் கருத்துக்களை என்னிடம் கூற விரும்பியபோது, நான் குறுக்கிட்டு, இன்னும் அதிகமான கட்டளைகளை அவளுக்கும் பிறப்பித்தேன். அவளுக்கு தேவைப்பட்டேன் என்பதை நான் உணரத் துவங்கினேன் ஆனால் சர்வாதிகாரம் செலுத்தும் நான் எதேட்சாதிகாரியாக இல்லாமல், தன் வளர்ச்சி மாற்றம் குறித்து அவளுக்கு இருந்த அனைத்துக் குழப்பங்களுக்குமான ஒரு ஒரு நம்பிக்கையான வடிகாலாக நான் இருக்க வேண்டும் என்று அவள் விரும்பினாள். இத்தனை நாட்களும், அவள் கூறியதைக் கவனிப்பதற்கு மாறாக நான் பேசிக் கொண்டே இருந்திருக்கிறேன். நான் ஒருபோதும் அவளது குரலுக்குச் செவிமடுக்கவில்லை.

”அந்த நேரத்திலிருந்து, அவள் விரும்பிய அனைத்தையும் பேச அவளை நான் அனுமதித்தேன். அவள் தன் மனத்தில் இருப்பவற்றை என்னுடன் பகிர்ந்து கொள்கிறாள். எங்கள் உறவு அளவிட முடியாத வகையில் மேம்பட்டுள்ளது. அவள் மீண்டும் நன்றாக ஒத்துழைக்கிறாள்.”

நியூயார்க்கில் வெளிவந்த ஒரு செய்தித்தாளின் பொருளாதாரப் பக்கத்தில், அசாதாரணமான திறனும் அனுபவமும் வாய்ந்த ஒரு நபர் வேண்டும் என்று கோரி ஒரு பெரிய விளம்பரம் வெளியிடப்பட்டிருந்தது. சார்லஸ் டி. கியூபெலிஸ் இவ்வினம்பரத்திற்குப் பதிலளித்து, அதில் குறிப்பிடப்பட்டிருந்த தபால் பெட்டி இலக்கத்திற்குத் தன் வேலை விண்ணப்பத்தை அனுப்பி வைத்தார். ஒருசில நாட்களுக்குப் பிறகு, நேர்முகத் தேர்விற்கு வரும்படி அழைப்பு வந்தது. அங்கு செல்வதற்கு முன். வால்ஸ்டிரீட்டிற்குச் சென்று, பல மணிநேரங்களைச் செலவிட்டு, அந்த நிறுவனத்தைத் தோற்றுவித்தவரைப் பற்றித் தன்னால் இயன்ற அளவுக்குத் தகவல்களைக் கண்டுபிடித்துத் தெரிந்து வைத்துக் கொண்டார். நேர்முகத் தேர்வின்போது, “உங்களைப்போல் சாதனை படைத்துள்ள ஒரு நிறுவனத்துடன் இணையவிருப்பது பற்றி நான் மிகுந்த பெருமிதம் கொள்கிறேன். இருபத்தெட்டு ஆண்டுகளுக்கு முன்பு, ஒரே ஓர் அறையையும், ஒரே ஒரு

சுருக்கெழுத்தரையும் மட்டுமே கொண்டு இந்நிறுவனத்தை நீங்கள் துவக்கினீர்கள் என்று நான் கேள்விப்பட்டிருக்கிறேன். அது உண்மைதானா?” என்று அவர் கேட்டார்.

பொதுவாகவே. வெற்றிகரமான ஒவ்வொரு மனிதரும் தன் ஆரம்பக்காலப் போராட்டங்களை நினைவுகூர்ந்து பார்க்க விரும்புவர். இத்தலைவரும் அதற்கு விதிவிலக்கல்ல. ஓரே ஒரு சுயமான யோசனை மற்றும் 450 டாலர்கள் பணம் ஆகியவற்றை மட்டும் கொண்டு இந்நிறுவனத்தைத் துவங்கியது பற்றி அவர் நெடுநேரம் பேசினார். ஊக்கமிழப்பு மற்றும் ஏளனம் ஆகியவற்றை எதிர்த்துத் போராடியதைப் பற்றியும், ஞாயிற்றுக்கிழமைகள் மற்றும் தான் விடுமுறை நாட்களிலும்கூட நாளொன்றுக்குப் பன்னிரண்டு முதல் பதினாறு மணிநேரம் வேலை பார்த்ததையும், அனைத்துத் தடைகளையும் மீறி இந்த நிலையை அடைந்ததைப் பற்றியும் அவர் பேசினார். இப்போது, வால்ஸ்டிரீட்டிலுள்ள முக்கியமான உயரதிகாரிகள் பலர், தகவல்கள் வேண்டியும் வழிகாட்டுதல்கள் வேண்டியும் தன்னை நாடி வருவதாக அவர் குறிப்பிட்டார். அத்தகைய ஒரு சாதனையைப் பற்றி அவர் மிகுந்த பெருமிதம் கொண்டிருந்தார். அவர் அதை ஈட்டியிருந்தார் என்று நிச்சயமாகக் கூறலாம். அதைப் பற்றிப் பேசியதில் அவர் பெருமகிழ்ச்சி கொண்டார். இறுதியில். அவர் திரு. கியூபெலிஸின் அனுபவத்தைப் பற்றிச் சுருக்கமாகக் கேள்வி கேட்டுவிட்டுத் தன் உதவித் தலைவர்களில் ஒருவரை அழைத்து, “நாம் தேடிக் கொண்டிருக்கும் நபர் இவர்தான்,” என்று கூறினார்.

தான் பணியாற்ற வாய்ப்புள்ள ஒரு நிறுவனத்தின் தலைவருடைய சாதனைகளைப் பற்றித் தெரிந்து கொள்ள திரு. கியூபெலிஸ் முயற்சித்தார். அடுத்தவரிடமும் அவரது பிரச்சனைகள்மீதும் ஆர்வம் காட்டினார். அடுத்தவரைப் பெரும்பாலான நேரம் பேச ஊக்குவித்து, தன்னைப் பற்றிச் சாதகமான அபிப்பிராயத்தை தோற்றுவித்தார்.

கலிபோர்னியா மாநிலத்தின் சாக்ரமென்டோ நகரைச் சேர்ந்த ராய் ஜி. பிராட்லி, இதற்கு நேர் எதிரான பிரச்சனையைக் கொண்டிருந்தார். அவரது நிறுவனத்தின் விற்பனைப் பிரிவில் ஒரு பதவிக்கு விண்ணப்பித்திருந்த. அதற்குத் தகுதி வாய்ந்த ஒருவர் பேசிக் கொண்டிருந்ததை ராய் கவனமாகக் கேட்டார். அவர் எங்களிடம் இவ்வாறு தெரிவித்தார்:

”எங்களுடையது ஒரு சிறு தரகு நிறுவனமாக இருப்பதால், ஊழியர் சலுகைகள், மருத்துவச் செலவுகள், மருத்துவக் காப்பீடுகள். ஓய்வூதியத் தொகைகள் ஆகிய எதையும் நாங்கள் வழங்குவதில்லை. ஒவ்வொரு பிரதிநிதியும் ஒரு சுதந்திரமான முகவர். நாங்கள் வாடிக்கையாளராகக்கூடிய வாய்ப்புள்ளவர்களைப் பற்றியத் தகவல்களைக்கூட அவர்களுக்குக் கொடுப்பதில்லை. ஏனெனில், எங்களுடன் போட்டியிடும் பெரும் நிறுவனங்கள் செய்வதைப்போல் விளம்பரம் செய்ய முடியாத நிலையில் நாங்கள் இருந்தோம்.

”இப்பதவிக்கு நாங்கள் எதிர்பார்த்த அனுபவம் ரிச்சர்டு பிரையருக்கு இருந்தது. முதலில் அவரை என் உதவியாளர் நேர்முகத் தேர்வு செய்தார். அப்போது, இந்த வேலையில் உள்ள அனைத்து எதிர்மறையான விஷயங்களைப் பற்றியும் அவர் ரிச்சர்டிடம் எடுத்துக் கூறினார். அதன் பிறகு, ரிச்சர்டு என் அலுவலகத்திற்குள் வந்தபோது சற்று ஊக்கம் இழந்தவராகக் காணப்பட்டார். என் அலுவலகத்துடன் இணைந்திருப்பதிலுள்ள ஒரே அனுகூலத்தை நான் அவரிடம் கூறினேன் அவர் ஒரு சுதந்திரமான ஒப்பந்தக்காரர் என்பதால் அவர் சுயமாகத் தொழில் புரிபவராகிவிடுகிறார் என்பதுதான் அது.

“அவர் இந்த அனுகூலங்களைப் பற்றி என்னிடம் பேசப் பேச, நேர்முகத் தேர்விற்கு வருவதற்கு முன் அவர் கொண்டிருந்த ஒவ்வோர் எதிர்மறையான எண்ணத்தையும் அவர் தன்னிடமிருந்து வெளியேற்றினார். பல சமயங்களில், அவர் தனது எண்ணங்கள் ஒவ்வொன்றையும் விரிவாகச் சிந்தித்துப் பார்த்துக் கொண்டிருக்கையில், பாதி நேரம் அவர் தனக்குத் தானே பேசிக் கொண்டதுபோல் எனக்குத் தோன்றியது. ஒருசில நேரங்களில் கூடுதலாக ஏதேனும் கூற நான் முற்பட்டேன். இருந்தாலும், சந்திப்பு முடிவடையும் நேரம் வந்தபோது, எங்கள் நிறுவனத்திற்காக வேலை செய்ய அவர் தன்னைத் தானே ஒப்புக் கொள்ளச் செய்ததுபோல் இருந்தது.

”நான் நன்றாக கவனித்துக் கேட்டதாலும், ரிச்சர்டை அதிக நேரம் பேச அனுமதித்ததாலும், அவரால் இரண்டு பக்கங்களையும் தன் மனத்தில் எடைபோட்டுப் பார்க்க முடிந்தது. அதன் விளைவாக, அவர் ஒரு நேர்மறையான முடிவிற்கு வந்தார். அது அவர் தனக்குத் தானே உருவாக்கிக் கொண்ட ஒரு சவால். நாங்கள் அவரை வேலைக்கு எடுத்துக்

கொண்டோம். இன்றுவரை அவர் எங்கள் நிறுவனத்தின் ஒரு தனிச்சிறப்புமிக்கப் பிரதிநிதியாக விளங்கி வருகிறார்."

நம் நண்பர்கள்கூட நமது சாதனைகளைப் பற்றி நாம் மார்தட்டிக் கொள்வதைக் கேட்பதற்குப் பதிலாக, தாங்கள் சாதித்தவற்றைப் பற்றி நம்மிடம் பேச விரும்புவார்கள்.

பிரெஞ்சு தத்துவவியலாளர் லா ரோஷ்ஃபூகோ இவ்வாறு கூறியுள்ளார்: "நீங்கள் எதிரிகளை உருவாக்க விரும்பினால், உங்கள் நண்பர்களை மிஞ்சுங்கள். ஆனால் நண்பர்களை விரும்பினால், உங்கள் நண்பர்கள் உங்களை மிஞ்ச அனுமதியுங்கள்!"

ஏன் அப்படி? ஏனெனில், நம் நண்பர்கள் நம்மை மிஞ்சி நிற்கும்போது, அவர்கள் தங்களை முக்கியமானவர்களாக உணர்கிறார்கள். ஆனால் நாம் அவர்களை மிஞ்சி நிற்கும்போது, அவர்கள் அல்லது அவர்களில் சிலர் தங்களைத் தாழ்ந்தவர்களாக உணர்வார்கள்.

நியூயார்க் நகரில் அமைந்துள்ள மிட்டவுண் பணியாளர் நிறுவனத்தில் அனைவராலும் மிகவும் விரும்பப்படும் வேலை வாய்ப்பு ஆலோசனையாளராக இருந்தார் ஹென்ரீட்டா, எப்போதும் அவர் அப்படி இருந்ததில்லை. அவர் அந்த நிறுவனத்தில் சேர்ந்த முதல் சில மாதங்கள், அவரது சக ஊழியர்கள் மத்தியில் அவருக்கு ஒரு நண்பர்கூட இருக்கவில்லை. ஏன்? ஏனெனில், அவர் பிறரை வேலையில் அமர்த்தியதைப் பற்றியும், புதிய வாடிக்கையாளர்களைச் சேர்த்தது பற்றியும், அவர் சாதித்திருந்த இன்னும் சிலவற்றைப் பற்றியும் ஒவ்வொரு நாளும் அவர் தன் பெருமையாகப் பேசுவார். சக ஊழியர்களுக்கிடையே ஹென்ரீட்டா எங்கள் வகுப்பு ஒன்றில் இவ்வாறு கூறினார்: "நான் என் வேலையில் சிறப்பாகப் பணியாற்றினேன். அது குறித்து நான் மிகவும் பெருமிதம் கொண்டிருந்தேன். என் சக ஊழியர்கள் என் வெற்றிகளைப்

பகிர்ந்து கொள்வதற்கு மாறாக, அவற்றின்மீது கோபம் கொண்டனர். அவர்கள் என்னை விரும்ப வேண்டும் என்று நான் விரும்பினேன். அவர்கள் என் நண்பர்களாக இருக்க வேண்டும் என்று நான் உண்மையிலேயே விரும்பினேன். இவ்வகுப்பில் கூறப்பட்ட சில ஆலோசனைகளைக் கேட்ட பிறகு, நான் என்னைப் பற்றிப் பேசுவதைக் குறைத்துக் கொண்டு, என் சக

ஊழியர்கள் கூறுவதை அதிகமாகக் கேட்கத் துவங்கினேன். பெருமைப்பட்டுக் கொள்வதற்கு அவர்களிடமும் பல விஷயங்கள் இருந்தன. நான் எனது சாதனைகளைப் பற்றிக் கூறுவதை அவர்கள் கேட்பதைவிட, அவர்களது சாதனைகளைப் பற்றி என்னிடம் கூறுவதில் அவர்கள் அதிக உற்சாகம் கொண்டனர். இப்போது, அரட்டையடிக்க எங்களுக்குச் சிறிது நேரம் கிடைத்தால், அவர்களது மகிழ்ச்சியை என்னுடன் பகிர்ந்து கொள்ளுமாறு நான் அவர்களிடம் கேட்கிறேன். அவர்கள் என்னிடம் கேட்டால் மட்டுமே நான் என்னுடைய சாதனைகளை அவர்களிடம் குறிப்பிடுகிறேன்."

ஆறாவது கொள்கை

உரையாடலின்போது பெரும்பாலான நேரம் அடுத்தவரைப் பேச அனுமதியுங்கள்.

7

ஒத்துழைப்பை எளிதாகப் பெறுவது எப்படி

ஒரு வெள்ளித் தட்டில் வைத்து உங்களிடம் கொடுக்கப்படும் பிறரது யோசனைகளைவிட உங்களது சொந்த யோசனைகளில் நீங்கள் அதிக நம்பிக்கை கொள்வீர்கள் இல்லையா? அப்படி இருக்கும்போது. உங்களது அபிப்பிராயங்களை அடுத்தவர்களின் தொண்டைக்குள் திணிப்பதை மட்டும் எப்படி நியாயப்படுத்த முடியும்? நீங்கள் செவ்வனே உங்கள் பரிந்துரைகளை மட்டும் கொடுத்துவிட்டு, மற்றவர்கள் தாங்களாகவே சிந்தித்து ஒரு முடிவுக்கு வர அனுமதி அளிப்பது ஓர் அறிவார்ந்த செயலாக இருக்கும் என்று ஒத்துக் கொள்கிறீர்களா?

ஃபிலடெல்பியா மாநிலத்தைச் சேர்ந்த அடால்ஃப் செல்ட்ஸ், ஒரு கார் விற்பனையகத்தில் விற்பனை மேலாளராகப் பணியாற்றினார். அவர் என் பயிற்சி வகுப்பு ஒன்றில் மாணவராகவும் உள்ளார். திடீரென்று அவர் ஒரு பிரச்சனையை எதிர்கொள்ள வேண்டியிருந்தது. ஊக்கமிழந்த, ஒழுங்கின்றி இருந்த ஒரு கார் விற்பனைக் குழுவினரை உற்சாகத்தைப்படுத்தி, அவர்களை ஊக்குவிக்க வேண்டிய அவசியம் அவருக்கு ஏற்பட்டது. அவர் அவர்களுடன் ஒரு சந்திப்பிற்கு ஏற்பாடு செய்தார். தன்னிடமிருந்து அவர்கள் மிகச் சரியாக எதை எதிர்பார்க்கிறார்கள் என்று அவர் தன் விற்பனையாளர்களிடம் கேட்டார். அவர்கள் பேசிக் கொண்டிருந்தபோது, அவர்களது யோசனைகளை அவர் ஒரு

கரும்பலகையில் எழுதினார். பிறகு அவர், “நீங்கள் என்னிடமிருந்து எதிர்பார்க்கும் இந்த அனைத்துப் பண்புநலன்களையும் நான் உங்களுக்குத் தருகிறேன். இப்போது நான் உங்களிடமிருந்து நியாயமாக எதை எதிர்பார்க்கலாம் என்று நீங்கள் என்னிடம் கூற வேண்டும்.” என்று கூறினார். பதில்கள் உடனடியாகவும் விரைவாகவும் வந்தன: விசுவாசம், நேர்மை, தன்முனைப்பு, நன்னம்பிக்கை, குழுமனப்பான்மை, தினமும் எட்டு மணிநேர உற்சாக உழைப்பு. ஒரு புதிய துணிவோடும், ஒரு புதிய உத்வேகத்தோடும் அந்த சந்திப்பு நிறைவடைந்தது. ஒரு நாளைக்குப் பதினான்கு மணிநேரம் வேலை பார்க்கப் போவதாக ஒரு விற்பனையாளர் தானாகவே முன்வந்தார். விற்பனை பன்மடங்கு அதிகரித்ததாகத் திரு. செல்ட்ஸ் என்னிடம் தெரிவித்தார்.

“இம்மக்கள் என்னுடன் ஒருவிதமான ஒழுக்க பேரம் மேற்கொண்டதுபோல் தோன்றுகிறது. நான் அவர்களுக்குக் கொடுத்த வாக்குறுதிகளைக் காப்பாற்றினால், அவர்கள் எனக்கு அளித்த வாக்குறுதிகளைக் காப்பாற்றுவதென்ற தீர்மானத்துடன் இருந்தார்கள். அவர்களுக்குத் தேவைப்பட்ட ஊக்க மருந்து. அவர்களது விருப்பங்களையும் தேவைகளையும் பற்றி நான் அவர்களுடன் கலந்து ஆலோசிப்பதுதான்,” என்று அவர் கூறினார்.

தங்களிடம் ஒன்று விற்கப்படுவதையோ அல்லது யாரேனும் தங்களிடம் ஒரு விஷயத்தைச் செய்யுமாறு கூறுவதையோ எவரும் விரும்புவதில்லை. நாம் ஒன்றை விரும்பி வாங்குகிறோம் என்றும். நம் சொந்த யோசனைகளைக் கொண்டு செயல்படுகிறோம் என்றும் உணரவே நாம் விருப்பம் கொள்கிறோம். நம் விருப்பங்கள். தேவைகள், மற்றும் எண்ணங்கள் ஆகியவற்றைப் பற்றி நம்மிடம் ஒருவர் கலந்துரையாட வேண்டும் என்று நாம் விரும்புகிறோம்.

யூஜீன் வெஸ்ஸனின் விஷயத்தை எடுத்துக் கொள்வோம். இந்த உண்மையை உணர்ந்து கொள்வதற்கு முன் அவர் ஏராளமான பணத்தை இழந்திருந்தார். அவர் நெசவு உற்பத்தியாளர்களுக்கும் அலங்கார நிபுணர்களுக்கும் வடிவமைத்துக் கொடுத்த ஒரு கலைக்கூடத்திற்கு மாதிரிச் சித்திரங்களை விற்று வந்தார். அவர் நியூயார்க்கிலிருந்த ஒரு முன்னணி அலங்கார நிபுணரை மூன்று வருடங்களாக,

ஒவ்வொரு வாரமும், வாரத்திற்கு ஒரு முறை சென்று சந்தித்து வந்தார். "அவர் என்னைப் பார்க்க ஒருபோதும் மறுத்ததில்லை. ஆனால் ஒருமுறைகூட என்னிடமிருந்து எதையும் அவர் வாங்கியதில்லை. எப்போதும் அவர் என்னுடைய மாதிரிச் சித்திரங்கள் அனைத்தையும் கவனமாகப் பார்வையிட்டுவிட்டு, "இல்லை வெஸ்ஸன், இது எதுவும் எனக்குத் திருப்திகரமாக இல்லை." என்று அவர் கூறி வந்தார்," என்று திரு. வெஸ்ஸன் தெரிவித்தார்.

150 முறைகள் தோல்வியுற்ற பிறகு, ஒருவேளை தன் அணுகுமுறை சரியில்லாமல் இருக்கலாம் என்று திரு. வெஸ்ஸன் நினைத்தார். எனவே புதிய கருத்துக்களை உருவாக்குவதற்கும், புதிய உற்சாகத்தைப் பெறுவதற்கும். வாரத்திற்கு ஒருமுறை மனித நடத்தையின்மீது தாக்கத்தை ஏற்படுத்தும் விஷயங்களைப் பற்றிப் படிப்பதென்று தீர்மானித்தார்.

அவர் இப்புதிய அணுகுமுறையைப் பயன்படுத்தத் தீர்மானித்தார். ஒருமுறை அவர் பூர்த்தி செய்யப்படாத அரை டஜன் மாதிரிச் சித்திரங்களை எடுத்துக்கொண்டு, அந்த அலங்கார நிபுணரின் அலுவலகத்திற்குச் சென்று, அவரிடம், "உங்களால் முடியுமானால், நீங்கள் எனக்கு ஒரு சிறு உதவி செய்ய வேண்டும் என்று நான் விரும்புகிறேன். பூர்த்தியாகாத சில சித்திரங்கள் இவை. நீங்கள் பயன்படுத்தக்கூடிய வகையில் இவற்றை எவ்வாறு பூர்த்தி செய்யலாம் என்பதை நீங்கள் எனக்குக் கூறுவீர்களா?" என்று திரு. வெஸ்ஸன் கேட்டார்.

அந்த நிபுணர் ஒரு வார்த்தைகூடப் பேசாமல் திரு. வெஸ்ஸனுடைய மாதிரிச் சித்திரங்களைச் சிறிது நேரம் பார்த்துக் கொண்டேயிருந்தார். இறுதியில், "இதை என்னிடம் ஒருசில நாட்கள் விட்டுவிட்டுச் செல்லுங்கள். பிறகு என்னை வந்து பாருங்கள்," என்று கூறினார்.

மூன்று நாட்களுக்குப் பிறகு திரு. வெஸ்ஸன் அவரை மீண்டும் வந்து சந்தித்து, பரிந்துரைகளைப் பெற்றுக் கொண்டு, மாதிரிச் சித்திரங்களை மீண்டும் தன் கலைக்கூடத்திற்கு எடுத்துச் சென்று, அவரது யோசனைகளுக்கு ஏற்ப அவற்றை வரைந்து முடித்தார். அதன் விளைவு? அனைத்தும் ஏற்றுக் கொள்ளப்பட்டன.

அதற்குப் பிறகு, அந்த நிபுணர் திரு. வெஸ்ஸனிடமிருந்து இன்னும் ஏராளமான சித்திரங்களை வாங்கினார். அவை அனைத்தும் அவரது யோசனைகளுக்கு ஏற்ப வரையப்பட்டிருந்தன. ”பல வருடங்களாக ஏன் என்னால் அவரிடம் விற்க முடியவில்லை என்பதை நான் உணர்ந்து கொண்டேன். அவர் எதை வாங்க வேண்டும் என்று நான் நினைத்தேனோ அவற்றை வாங்குவதற்கு நான் அவரைக் கட்டாயப்படுத்தியிருந்தேன். பிறகு நான் என் அணுகுமுறையை ஒட்டுமொத்தமாக மாற்றினேன். அவரது யோசனைகளைத் தருமாறு நான் அவரைக் கேட்டுக் கொண்டேன். இது அந்தச் சித்திரங்களை அவரே உருவாக்குவதாக அவரை உணரச் செய்தது. உண்மையும் அதுதான். பிறகு அவருக்கு நான் அதை விற்க வேண்டிய தேவை ஏற்படவில்லை. அவரே அவற்றை வாங்கிக் கொண்டார்,” என்று திரு. வெஸ்ஸன் கூறினார்.

ஒரு யோசனை அவருடையது என்று ஒருவரை உணரச் செய்வது வியாபாரத்திலும் அரசியலிலும் மட்டும் பலனளிப்பதில்லை. அது குடும்ப வாழ்க்கையிலும் சிறந்த பலனைத் தரும். ஓக்லஹோமா மாநிலத்தில் துல்சா நகரைச் சேர்ந்த பால் எம். டேவிஸ் இக்கொள்கையைத் தான் நடைமுறைப்படுத்திய விதத்தைப் பற்றித் தன் வகுப்பில் கூறினார்:

”என் குடும்பத்தாரும் நானும் விடுமுறையில் சுவாரசியமான பல இடங்களுக்குச் செல்லத் திட்டமிட்டிருந்தோம். கெட்டிஸ்பர்க்கில் உள்நாட்டுப் போர் நடந்த இடம், ஃபிலடெல்ஃபியாவிலுள்ள சுதந்திர அரங்கம், அமெரிக்கத் தலைநகரமான வாஷிங்டன் டி.சி. போன்ற வரலாற்றுச் சிறப்புமிக்க இடங்களைப் பார்க்க வேண்டும். என்பது என் நெடுநாள் கனவு. வேலி ஃபோர்ஜ், ஜேம்ஸ்டவுன், மற்றும் வில்லியம்பர்க்கின் மீட்டெடுக்கப்பட்டக் கிராமங்கள் ஆகியவையும் நான் பார்க்க விரும்பிய இடங்களில் இடம்பெற்றிருந்தன. பட்டியலில் ”மார்ச் மாதம் என் மனைவி நான்சி, கோடை விடுமுறைக்குத் தன்னிடம் சில யோசனைகள் இருப்பதாக என்னிடம் கூறினார். நியூ மெக்சிகோ, அரிசோனா, கலிஃபோர்னியா, மற்றும் நெவாடா ஆகிய மாநிலங்களில் உள்ள சுவாரசியமான இடங்களுக்குச் செல்வது உட்பட,

மேற்கத்திய மாநிலங்களைச் சுற்றிப் பார்ப்பதும் அதினுள் அடங்கியிருந்தது. அவர் இந்தச் சுற்றுலாவைப் பல வருடங்களாக எதிர்பார்த்திருந்தார். ஆனால் எங்களால் இந்த இரண்டு சுற்றுலாக்களையும் ஒரே நேரத்தில் திட்டமிட முடியவில்லை என்பது வெளிப்படை, "எங்கள் மகள் ஆனா அப்போதுதான் உயர்நிலைப் பள்ளியில் அமெரிக்க வரலாற்றை ஒரு பாடமாக எடுத்துப் படித்து முடித்திருந்தாள். எனவே தன் நாட்டின் வளர்ச்சியை வடிவமைத்த நிகழ்ச்சிகளின்மீது அவள் பெரும் ஆர்வம் கொள்ளத் தொடங்கியிருந்தாள். எங்களது அடுத்த விடுமுறையில், அவள் படித்திருந்த இடங்களுக்கு மேற்பார்வை செய்ய அவளுக்கு விருப்பமா என்று நான் அவளிடம் கேட்டேன். அவள் அதை விரும்புவதாகக் கூறினாள்.

"இரண்டு நாட்களுக்குப் பிறகு இரவு உணவிற்காக நாங்கள் அமர்ந்திருந்தபோது, நாங்கள் அனைவரும் ஒப்புக் கொண்டால், கோடை விடுமுறைக்குக் கிழக்கு மாநிலங்களுக்குச் செல்லலாம் என்றும், அது ஆனாவுக்கு மிகவும் சிறப்பான ஒரு விடுமுறையாக அமையும் என்றும், எங்கள் அனைவருக்கும் அது சுவாரசியமானதாக இருக்கும் என்றும் என் மனைவி நான்சி கூறினார். நாங்கள் அனைவரும் அதற்கு இசைவு தெரிவித்தோம்."

இதே உளவியலைப் பயன்படுத்தி, ஒரு எக்ஸ்ரே கருவி தயாரிப்பாளர், புரூக்ளினில் உள்ள ஒரு பெரிய மருத்துவமனைக்குத் தன் கருவியை விற்றார். இம்மருத்துவமனை ஒரு கூடுதல் பிரிவைக் கட்டியெழுப்பி, அமெரிக்காவிலேயே மிகச் சிறந்த எக்ஸ்ரே துறையை அதில் உருவாக்கத் தயாராகிக் கொண்டிருந்தது. எக்ஸ்ரே துறைக்குப் பொறுப்பு வகித்த ஒரு மருத்துவர், பல விற்பனைப் பிரதிநிதிகளின் விற்பனைப் பேச்சுக்களால் தடுமாறிப் போயிருந்தார். அவர்கள் ஒவ்வொருவரும் தங்கள் நிறுவனத்தின் கருவிகளின் புகழைப் பாடி அவரைத் திணறடித்தனர்.

ஆனால் ஓர் உற்பத்தியாளர் மிகவும் திறமை வாய்ந்தவராக இருந்தார். மனித இயல்பைக் கையாள்வதில் மற்றவர்களைவிட அவர் சிறந்து விளங்கினார். இதுபோன்ற ஒரு கடிதத்தை அவர் அந்த மருத்துவருக்கு எழுதினார்:

எங்கள் தொழிற்சாலை சமீபத்தில் ஒரு புதிய

> **வடிவ எக்ஸ்ரே கருவியைத் தயாரித்துள்ளது. இந்த இயந்திரங்கள் இப்போதுதான் எங்கள் அலுவலகத்தை வந்தடைந்துள்ளன. அவை கச்சிதமானவையாக இல்லை என்பதை நாங்கள் அறிவோம். நாங்கள் அவற்றை மேம்படுத்த விரும்புகிறோம். எனவே, நீங்கள் அவற்றைப் பார்வையிடச் சிறிது நேரம் ஒதுக்கி, உங்கள் தொழிலுக்கு ஏற்றவாறு எவ்வாறு அதை அதிக பயனுள்ளதாக மாற்றலாம் என்பதைப் பற்றிய உங்களது யோசனைகளை எங்களுக்குக் கொடுத்தால், நாங்கள் உங்களுக்கு மிகவும் கடமைப்பட்டவர்களாக இருப்போம். போதிய நேரமின்றி நீங்கள் சுறுசுறுப்பாக இயங்கிக் கொண்டிருக்கிறீர்கள் என்பதை நாங்கள் அறிவோம். எனவே நீங்கள் விரும்பும் நேரத்தில் எங்கள் இயந்திரத்தை வந்து பார்வையிடுவதற்கு உங்களை அழைத்து வர நாங்கள் எங்கள் காரை அனுப்பி வைக்க மகிழ்ச்சியுடன் காத்திருக்கிறோம்.**

இந்த நிகழ்ச்சியை அவரது வகுப்பில் பகிர்ந்து கொண்டபோது அந்த மருத்துவர் இவ்வாறு கூறினார்: “அத்தகைய ஒரு கடிதத்தைப் படித்தவுடன் நான் ஆச்சரியமடைந்தேன். நான் ஆச்சரியமடைந்ததோடு, பாராட்டப்பட்டதாகவும் உணர்ந்தேன். அதற்கு முன்பு ஒருபோதும் எந்த எக்ஸ்ரே உற்பத்தியாளரும் என் ஆலோசனையைக் கேட்டதில்லை. ஆனால் இந்நிறுவனம். அவ்வாறு கேட்டது, என்னை முக்கியமானவனாக உணரச் செய்தது. அந்த வாரம் ஒவ்வொரு நாளும் எனக்கு ஏராளமான வேலைகள் இருந்தன. ஓர் இரவு விருந்து நிகழ்ச்சியை ரத்து செய்துவிட்டு நான் அந்த எக்ஸ்ரே இயந்திரத்தைப் பார்ப்பதற்குச் சென்றேன். அதை அதிக கவனத்துடன் ஆய்வு செய்யச் செய்ய, அதை தான் எவ்வளவு விரும்புகிறேன் என்பதைக் கண்டுகொண்டேன்.

“அதை யாரும் என்னிடம் விற்க முயற்சிக்கவில்லை. அந்தக் கருவியை என் மருத்துவமனைக்கு வாங்குவது என் சொந்த யோசனை என்பதைப்போல் உணர்ந்தேன். நான் அதன் மேன்மையான குணாதிசயங்களால் கவரப்பட்டு, அதை என் மருத்துவமனையில் பொருத்தச் செய்தேன்.

உட்ரு வில்சன் அதிபராக இருந்தபோது, தேசிய மற்றும் சர்வதேச விவகாரங்களில் கர்னல் எட்வர்டு எம். ஹவுஸ் ஒரு

பெரும் தாக்கத்தை ஏற்படுத்தினார். இரகசிய ஆலோசனை மற்றும் அறிவுரைக்காக, உட்ரூ வில்சன் தன் சொந்த அமைச்சரவை உறுப்பினர்களைவிடக் கர்னல் ஹவுஸை அதிகம் சார்ந்திருந்தார்.

அதிபரிடம் செல்வாக்குடன் விளங்குவதற்கு கர்னல் ஹவுஸ் எவ்வகை வழிமுறையைக் கையாண்டார்? அதிர்ஷ்டவசமாக, அதை நாம் அறிந்திருக்கிறோம். ஏனெனில், கர்னல் ஹவுஸே அதை ஆர்தர் டி. ஹௌடென் சுமித்திடம் வெளிப்படுத்தியிருந்தார். "த சேட்டர்டே ஈவினிங் போஸ்ட்" என்ற பத்திரிகையில் வெளிவந்த ஒரு கட்டுரையில் சுமித் அதை மேற்கோள் காட்டியிருந்தார்.

"அதிபரைப் பற்றி நான் நன்றாக அறிந்து கொண்ட பிறகு, ஒரு யோசனையை அவரை ஏற்றுக் கொள்ளச் செய்வதற்கான சிறந்த வழி, அவருக்கு அதில் ஆர்வம் ஏற்படும் வகையில், சொந்தமாக அவர் அதைப் பற்றிச் சிந்தித்துப் பார்ப்பதற்கு ஏற்ற வகையில், அதை அவர் மனதில் தற்செயலாக விதைக்க வேண்டும் என்பதை நான் கண்டுகொண்டேன். முதன்முதலில் இந்த வழிமுறை வேலை செய்தது தற்செயலாகத்தான். ஒருமுறை நான் வெள்ளை மாளிகைக்குச் சென்று அவரை சந்தித்து, ஒரு குறிப்பிட்டத் திட்டத்தைப் பற்றி அவரிடம் வலியுறுத்திக் கொண்டிருந்தேன். ஆனால் அவர் அதை ஏற்றுக் கொள்வதாகத் தோன்றவில்லை. ஆனால் பல நாட்களுக்குப் பிறகு, ஓர் இரவு விருந்தின்போது, அவர் எனது பரிந்துரையைத் தன் சொந்த யோசனைபோல் விருந்தினர்களிடம் விரிவாக எடுத்துரைத்ததைக் கண்டபோது நான் பிரமித்துப் போனேன் என்று கர்னல் ஹவுஸ் கூறினார்."

"அது உங்கள் யோசனை அல்ல, அது என்னுடையது," என்று கர்னல் அவர் பேச்சில் குறுக்கிட்டாரா? இல்லவே இல்லை. கர்னல் தன் புகழைப் பற்றிக் கண்டுகொள்ளவில்லை. அவருக்குத் தேவையாக இருந்ததெல்லாம் விளைவுகள். எனவே வில்சன் அதைத் தன் சொந்த யோசனைபோல் உணர்ந்ததை அவர் தடுக்கவில்லை. கர்னல் ஹவுஸ் அதற்கும் மேலான ஒன்றைச் செய்தார். அந்த யோசனைகளுக்காக அவர் அதிபர் வில்சனைப் பொதுமக்கள் முன்னிலையில் பாராட்டினார்.

நாம் சந்திக்கும் ஒவ்வொருவரும் உட்ரூ வில்சனைப்போல் சாதாரண மனித இயல்புகளைக்

கொண்டிருந்த மனிதர்கள்தான் என்பதை நாம் நினைவில் நிறுத்த வேண்டும். எனவே நாம் சானல் ஹவுஸின் உத்தியைப் பயன்படுத்துவது நல்லது.

கனடா நாட்டின் நியூ பிரன்ஸ்விக் மாநிலத்தைச் சேர்ந்த ஒருவர் இந்த உத்தியை என்மீது கையாண்டு என் ஆதரவைப் பெற்றார். அத்நேரத்தில் நான் நியூ பிரன்ஸ்விக்கில் மீன் பிடிக்கவும் படகு செலுத்தவும் திட்டமிட்டிருந்தேன். எனவே அவற்றைப் பற்றியத் தகவல்கள் கேட்டு அங்குள்ள சுற்றுலா மையத்திற்குக் கடிதம் எழுதினேன். என் பெயரும் முகவரியும் அவர்களது அஞ்சல் பட்டியலில் சேர்த்துக் கொள்ளப்பட்டுள்ளதை நான் கண்டுகொண்டேன். ஏனெனில், சாக்ச முகாம்களிலிருந்தும் வழிகாட்டிகளிடமிருந்தும் உடனடியாக எனக்கு எராளமான கடிதங்களும், சிறு புத்தகங்களும், அச்சிடப்பட்ட நற்சான்றிதழ்களும் வந்து குவிந்து என்னைத் திக்குமுக்காடச் செய்தன. நான் மிகவும் குழப்பமடைந்தேன். எதைத் தேர்ந்தெடுப்பது என்று எனக்குத் தெரியவில்லை. அப்போது ஒரு முகாமின் உரிமையாளர் ஒரு புத்திசாலித்தனமான காரியத்தைச் செய்தார். நியூயார்க்கிலிருந்து வந்து அவரது முகாம்களில் தங்கிச் சென்றிருந்த பலரது பெயர்களையும் தொலைபேசி எண்களையும் அவர் எனக்கு அனுப்பி வைத்து, அவர்களை நான் தொலைபேசி மூலம் தொடர்பு கொண்டு அவர்கள் தங்கள் அனுபவங்களைப் பற்றி என்ன கூறுகிறார்கள் என்பதை நானே கண்டறியுமாறு என்னைக் கேட்டுக் கொண்டார்.

அவர் எனக்கு அனுப்பியிருந்த பட்டியலில் இருந்த ஒருவரை எனக்கு ஏற்கனவே தெரியும். தொலைபேசியில் அவரை அழைத்து, அவரது அனுபவங்களைக் கேட்டுத் தெரிந்து கொண்டு, நான் அந்த முகாமுக்கு வரும் தேதியை அந்த முகாமின் உரிமையாளருக்குத் தெரியப்படுத்தினேன்.

மற்றவர்கள் அனைவரும் அவர்களது சேவையை என்னிடம் விற்க முயற்சித்துக் கொண்டிருந்தனர். ஆனால் யாரும் நானே அவற்றை வாங்க எனக்கு இடமளிக்கவில்லை. அந்த வாய்ப்பை எனக்கு வழங்கிய நிறுவனம் வெற்றி பெற்றது.

இருபத்தைந்து நூற்றாண்டுகளுக்கு முன், லா சூ என்ற சீன ஞானி கூறிய சில விஷயங்களை நீங்கள் இன்றும் பயன்படுத்தலாம்:

"ஆறுகளுக்கும் கடல்களுக்கும் நூற்றுக்கணக்கான மலை ஓடைகள் அஞ்சலி செலுத்துவதற்குக் காரணம், அவை மலை. ஓடைகளுக்குக் கீழே தங்களை வைத்திருப்பதுதான். அந்த நிலையில் அவை அனைத்து மலையோடைகள்மீதும் ஆட்சி செலுத்துகின்றன. எனவே மக்களைவிட ஒரு ஞானியானவன், உயரத்தில் இருக்க விரும்பினால், அவர்களுக்குக் கீழே தன்னை வைத்துக் கொள்வான் அவர்களுக்கு முன்னால் செல்ல விரும்பினால், அவர்களுக்குப் பின்னே தன்னை வைத்துக் கொள்வான். இவ்வாறு, அவனது இடம் மக்களைவிட உயரே இருந்தாலும், அதன் பாரத்தை அவர்கள் உணர்வதில்லை அவனது இடம் அவர்களுக்கு முன்னே இருந்தாலும், அதனால் அவர்களுக்கு எந்தச் சிரமமும் இல்லை."

ஏழாவது கொள்கை

ஒரு யோசனை தன்னுடையது என்று அடுத்தவரை உணரச் செய்யுங்கள்.

8

அற்புதங்களை அள்ளித் தரும் எளியதோர் சூத்திரம்

அடுத்தவர் முற்றிலும் தவறாக இருக்கக்கூடும். ஆனால் அவர் அவ்வாறு நினைப்பதில்லை. அவர்களைக் கண்டிக்காதீர்கள். எந்த முட்டாளாலும் அதைச் செய்ய முடியும். அவர்களைப் புரிந்து கொள்ள முயற்சி செய்யுங்கள். விவேகமான, சகிப்புத்தன்மை கொண்ட, தனித்துவம் மிக்க மக்கள் மட்டும்தான் அதைச் செய்வதற்கு முயற்சிக்கின்றனர்.

அடுத்தவர் நாம் நினைப்பதற்கு மாறாக, வேறு விதமாக நினைப்பதற்கும். வேறு விதமாக நடந்து கொள்வதற்கும் ஒரு காரணம் இருக்கலாம். அந்தக் காரணத்தைக் கண்டுபிடியுங்கள். அப்போது அவரது நடவடிக்கைகளுக்கும், அவரது ஆளுமைக்குமான திறவுகோல் உங்கள் கைகளை வந்தடையும்.

அவரது இடத்தில் நேர்மையாக உங்களை வைத்துப் பார்க்க முயற்சி செய்யுங்கள்.

"நான் அவரது நிலையில் இருந்தால் எவ்வாறு உணர்வேன், எவ்வாறு நடந்து கொள்வேன்?" என்று உங்களை நீங்களே கேட்டுக் கொண்டால், உங்களுடைய நேரம் மிச்சமாகும், உங்களது எரிச்சலும் குறையும். ஏனெனில், 'காரணத்தின்மீது ஆர்வம் கொள்வதன் மூலம், விளைவை நாம் வெறுக்கும் சாத்தியம் குறைந்துவிடும்." அதோடு, மனித உறவுகளில் உங்கள் திறமையை நீங்கள் கூர்தீட்டிக் கொள்வீர்கள்.

"ஹௌ டு டர்ன் பீப்பிள் இன்டு கோல்டு" என்ற தன் புத்தகத்தில் கென்னத் எம். கூட் இவ்வாறு கூறுகிறார்: "உங்கள்

சொந்த விஷயங்களில் நீங்கள் கொண்டுள்ள ஆழந்த விருப்பத்திற்கும், மற்ற விஷயங்களில் நீங்கள் காட்டும் மேலோட்டமான அக்கறைக்கும் இடையே உள்ள வேறுபாட்டை ஒரு நிமிடம் சிந்தித்துப் பாருங்கள். உலகிலுள்ள அனைவரும் அதே வழியில்தான் சிந்திக்கின்றனர் என்பதை அப்போது உணர்ந்து கொள்வீர்கள். அப்போது, ஆபிரகாம் லிங்கன் மற்றும் ரூஸ்வெல்ட்டுடன் சேர்த்து நீங்களும், தனிமனித உறவுகளுக்கான ஒரே திடமான அடித்தளத்தைக் கைவசப்படுத்தியிருப்பீர்கள். மக்களைக் கையாள்வதில் உங்களுக்குக் கிடைக்கும். வெற்றி, அடுத்தவரது. கண்ணோட்டத்தைப் பரிவோடு புரிந்து கொள்வதைச் சார்ந்துள்ளது என்பதுதான் அது.”

நியூயார்க் மாநிலத்தின் ஹெம்ப்ஸ்டெட் நகரைச் சேர்ந்த சாம் டக்லஸ், தன் மனைவி தங்கள் புல்வெளியிலுள்ள களைகளைப் பிடுங்குவதிலும், அதற்கு உரமிடுவதிலும், வாரத்திற்கு இருமுறை புல்லை வெட்டுவதிலும் அதிக நேரத்தைச் செலவிடுவதாகவும், அவ்வளவு நேரம் செலவிட்டும் அந்தப் புல்வெளி அவர்கள் அங்கு நான்கு வருடங்களுக்கு முன் குடியேறியபோது எப்படி இருந்ததோ அதேபோல்தான் இருக்கிறது, எந்த மேம்பாடும் இல்லை என்றும் அவரிடம் அடிக்கடிக் கூறி வந்தார், அவரது மனைவி அந்த வார்த்தைகளால் மிகவும் மனம் நொந்துபோய் இருந்ததில் வியப்பில்லை. ஒவ்வொரு முறை அவர் அவ்வாறு கூறியபோதும் அது அன்றைய மாலைப் பொழுதின் இனிமையைப் பறித்துக் கொண்டது.

எங்கள் பயிற்சி வகுப்பில் கலந்து கொண்ட பிறகு, அத்தனை வருடங்களாகத் தான் எவ்வளவு முட்டாள்தனமாக நடந்து கொண்டுள்ளோம் என்பதைத் திரு. டக்லஸ் உணர்ந்தார். தன் மனைவி அத்தோட்ட வேலைகளைச் செய்வதில் மகிழ்ச்சி கண்டார் என்பதையும், அவரது விடாமுயற்சிக்காக அவ்வப்போது ஓரிரு பாராட்டுகளைத் தெரிவித்தால் அதை அவர் மிகவும் விரும்புவார் என்பதையும் திரு. டக்லஸ் ஒருபோதும் உணர்ந்ததே இல்லை.

ஒருநாள் இரவு உணவிற்குப் பிறகு, புல்வெளியில் தான் சில களைகளைப் பிடுங்க விரும்புவதாகக் கூறி, டக்லஸின் மனைவி தன் பேச்சுத் துணைக்குத் தன் கணவரை அழைத்தார்.

டக்லஸ் முதலில் மறுத்தார். பிறகு நன்றாக யோசித்துவிட்டுத் தன் மனைவியைப் பின்தொடர்ந்து சென்று, அவருக்கு உதவியாகத் தானும் களைகளைப் பிடுங்கத் துவங்கினார். அவரது மனைவி மனம் நெகிழ்ந்தார். இருவருமாகச் சேர்ந்து ஒரு மணிநேரம் களைகளைப் பிடுங்கியவாறு இனிமையாக உரையாடினர்.

அதன் பிறகு அவர் அடிக்கடித் தன் மனைவிக்குத் தோட்ட வேலையில் உதவினார். புல்வெளி மிகவும் அழகாக இருக்கிறது என்றும், வெறும் கான்கிரீட்போல் இருந்த ஒரு நிலத்தை அவர் மிகப் பிரமாதமான புல்வெளியாக மாற்றியிருக்கிறார் என்றும் கூறி அவர் தன் மனைவியைப் பாராட்டினார். அதன் விளைவாக, இருவரது வாழ்க்கையும் மகிழ்ச்சிகரமாக மாறியது. ஏனெனில், திரு. டக்லஸ் தன் மனைவியின் கண்ணோட்டத்திலிருந்து பார்க்கக் கற்றுக் கொண்டார். அது வெறும் களைகளைப் பற்றியது என்றாலும்கூட

"கெட்டிங் த்ரூ டு பீப்பிள்" என்ற தன் புத்தகத்தில் டாக்டர் ஜெரால்டு எஸ். நீரன்பர்க் இவ்வாறு குறிப்பிட்டுள்ளார்: "உங்களது கருத்துக்கள் மற்றும் உணர்வுகளைப்போல் அடுத்தவரது கருத்துகளும் உணர்வுகளும் முக்கியமானவை என்பதை நீங்கள் அவரிடத்தில் வெளிக்காட்டும்போதுதான் ஓர் உரையாடலில் ஒத்துழைப்பு கிடைக்கும். உங்கள் உரையாடலின் குறிக்கோள் அல்லது திசையை அடுத்தவருக்கு எடுத்துக் கூறி உங்கள் உரையாடலைத் துவங்குவதும், நீங்கள் அவரது இடத்தில் இருந்தால் எதைக் கேட்க விரும்புவீர்களோ அதைக் கருத்தில் கொண்டு உங்கள் பேச்சைக் கட்டுப்படுத்துவதும், அவரது கண்ணோட்டத்தை நீங்கள் ஏற்றுக் கொள்வதும். அவர் உங்கள் யோசனைகளுக்குத் திறந்த மனத்துடன் இருக்க அவரை ஊக்குவிக்கும்."

என் வீட்டின் அருகே உள்ள பூங்காவில் நடப்பதும் குதிரையில் சவாரி செய்வதும் எனக்கு மிகவும் பிடிக்கும். அங்குள்ள ஒரு கருவாலி மரம் எனக்கு மிகவும் பிடித்தமான ஒன்று. ஆனால், பருவம் தவறாமல் அங்குள்ள இளம்

மரங்களும் புதர்ச்செடிகளும் தேவையற்ற நெருப்புகளால் அழிவுறுவதைக் கண்டு நான் மனம் நொந்தேன். இந்த நெருப்புகள் புகைபிடிப்பவர்களின் கவனக்குறைவால் ஏற்பட்டவை அல்ல. கிட்டத்தட்ட அவை அனைத்தும் உல்லாசமாகப்

பொழுதைக் கழிக்க வரும் இளைஞர்களால் ஏற்படுத்தப்பட்டவையே. அவர்கள் அங்குள்ள மரங்களுக்கு அருகே நெருப்பூட்டி. மாமிசங்களையும் முட்டைகளையும் சமைத்துவிட்டு நெருப்பை அணைக்காமல் சென்றுவிடுவர். சில சமயங்களில், தீயணைப்புப் படையினர் வந்து போராடி அணைக்க வேண்டிய அளவுக்குத் தீ கொழுந்துவிட்டு எரியும்.

நெருப்பை உண்டாக்கும் எவரொருவருக்கும் அபராதமும் சிறைவாசமும் விதிக்கப்படும் என்ற ஓர் எச்சரிக்கை அறிவிப்பு அப்பூங்காவின் ஓரத்தில் இருந்தது. ஆனால் அந்த அறிவிப்புப் பலகை, மக்கள் நடமாட்டம் அதிகம் இல்லாத ஒரு பகுதியில் வைக்கப்பட்டிருந்ததால் வெகுசிலரே அதைப் பார்த்திருந்தனர். குதிரையில் வரும் காவலர் ஒருவருக்கு அப்பூங்காவைக் கண்காணிக்கும் பொறுப்பு கொடுக்கப்பட்டிருந்தது. ஆனால் அவர் அதற்கு அவ்வளவு முக்கியத்துவம் கொடுக்கவில்லை. ஒவ்வொரு பருவத்திலும் நெருப்பு தொடர்ந்து பரவிக் கொண்டேயிருந்தது. ஒரு சமயம், நான் ஒரு காவலரிடம் விரைந்து சென்று, பூங்கா நெடுகிலும் வேகமாகப் பரவி வந்த ஒரு நெருப்பைப் பற்றிக் கூறி, தீயணைப்புத் துறைக்குத் தகவல் அனுப்புமாறு வேண்டினேன். ஆனால் அப்பகுதி அவரது பொறுப்பிற்கு உட்பட்டதல்ல என்பதால் அது தன் வேலையல்ல என்று மிகவும் அலட்சியமாகப் பதிலளித்தார். நான் மிகவும் கவலைப்பட்டேன். அதற்குப் பிறகு நான் எப்போது அங்கு என் குதிரையில் சென்றாலும், பொதுமக்களின் பகுதியைக் கண்காணிக்கும் பாதுகாவலனாக நானே என்னை நியமித்துக் கொண்டு, அவ்வாறே நடந்து கொள்ளவும். துவங்கினேன். ஆரம்பத்தில், நான் அடுத்தவரது கண்ணோட்டத்தைப் பார்க்க முயற்சிக்கக்கூட இல்லை. ஏதேனும் ஒரு மரத்திற்கு அடியில் நெருப்பு மூட்டப்பட்டிருந்ததை நான் கண்டால், அது குறித்து மிகவும் வருத்தப்பட்டு, அதற்கான சரியான நடவடிக்கை எடுக்க வேண்டும் என்ற ஆர்வத்தில் நான் தவறான காரியத்தைச் செய்தேன். அங்கு நெருப்பு மூட்டிக் கொண்டிருக்கும் இளைஞர்களிடம் என் குதிரையில் ஏறிச் சென்று, நெருப்பு மூட்டினால் அவர்கள் சிறைக்குள் தள்ளப்படுவார்கள் என்று அவர்களை எச்சரித்து, உடனே நெருப்பை அணைக்குமாறு அதிகாரம் கலந்த ஒரு குரலில் நான் அவர்களிடம் கூறுவேன். அவர்கள் மறுத்தால், நான் அவர்களைக் கைது செய்ய ஏற்பாடு செய்யப் போவதாக மிரட்டுவேன். அவர்களது கண்ணோட்டத்தைப் பற்றி யோசிக்காமல் நான் வெறுமனே என்

உணர்வுகளை அவர்களிடம் இறக்கி வைத்துக் கொண்டிருந்தேன்.

அதன் விளைவு என்னவாயிற்று? அந்த இளைஞர்கள் வெறுப்போடும் கோபத்தோடும் கீழ்ப்படிந்தார்கள். ஒருவேளை நான் அங்கிருந்து சென்ற பிறகு, அவர்கள் மீண்டும் நெருப்பு மூட்டி, அந்த மொத்தப் பூங்காவையும் கொளுத்த விரும்பியிருப்பார்கள்.

காலம் செல்லச் செல்ல, மனித உறவுகளைப் பற்றிய ஓரளவு அறிவையும், சற்றுக் கூடுதல் பக்குவத்தையும். செயல்ளை அடுத்தவரது கண்ணோட்டத்திலிருந்து பார்க்கும் போக்கையும் நான் கைவரப் பெற்றேன். பிறகு, கட்டளைகள் இடுவதற்கு மாறாக, நான் நெருப்பு கொழுந்துவிட்டு எரியும் இடத்திற்குச் சென்று, இதுபோல் ஏதேனும் கூறுவேன்:

"இளைஞர்களே, இன்று என்ன விசேஷம்? மிகவும் குதூகலமாக இருக்கிறீர்கள்போல் தோன்றுகிறது? என்ன சமைத்துக் கொண்டிருக்கிறீர்கள்? நான் சிறுவனாக இருந்தபோது, நெருப்பு மூட்டி சமைக்க நான் விரும்பினேன். ஆனால் பூங்காவில் அவ்வாறு செய்வது மிகவும் ஆபத்தானது. நீங்கள் எந்தத் தீங்கும் செய்ய நினைக்கவில்லை என்று எனக்குத் தெரியும். ஆனால் மற்ற சிறுவர்கள் அவ்வளவு கவனமாக இருப்பதில்லை. நீங்கள் போன பிறகு, அவர்கள் வந்து நீங்கள் மூட்டியிருந்த நெருப்பைப் பார்த்துவிட்டு, அவர்களும் ஒரு நெருப்பை மூட்டுகிறார்கள். ஆனால் வீட்டிற்குச் செல்லும்போது நெருப்பை அணைக்காமல் அப்படியே விட்டுவிட்டுச் சென்றுவிடுகின்றனர். அது காய்ந்த இலைகளில் பற்றிக் கொண்டு, மளமளவென்று பரவி மரங்களை அழித்துவிடுகிறது. நாம் இன்னும் அதிக எச்சரிக்கையுடன்

இல்லாவிட்டால், இங்கு நமக்கு ஒரு மரம்கூட மிஞ்சாது. இந்த நெருப்பை மூட்டியதற்காக உங்களைச் சிறையில்கூட அடைக்க முடியும். ஆனால் நான் உங்கள்மீது அதிகாரம் செலுத்தி, உங்கள் இனிமையான நேரத்திற்கு இடையூறு செய்ய விரும்பவில்லை. நீங்கள் சந்தோஷமாக அனுபவிக்க வேண்டும் என்றுதான் நான் விரும்புகிறேன். ஆனால், தயவு செய்து இந்தக் காய்ந்த இலைகளை எல்லாம் இப்போதே நெருப்பிற்கு அருகிலிருந்து அப்புறப்படுத்திவிட்டு, நீங்கள் இங்கிருந்து செல்வதற்கு முன் நெருப்பின்மீது நிறைய மணலை போட்டு

மூடிவிட்டுச் சென்றால் நம் எல்லோருக்கும் நல்லது. அப்படிச் செய்வீர்களா? அடுத்த முறை நீங்கள் உங்கள் நேரத்தைக் குதூகலமாகக் கழிக்க விரும்பினால், அந்தக் குன்றின் மேலுள்ள மணற்குழியில் உங்கள் நெருப்பை உருவாக்கிக் கொள்ளுங்கள்! அதனால் எந்தத் தீங்கும் விளையாது .. மிக்க நன்றி. இளைஞர்களே. உங்கள் நேரம் இனிதாக அமையட்டும்.''

அத்தகையப் பேச்சு எப்பேற்பட்ட ஒரு பெரும் மாற்றத்தை ஏற்படுத்தியது! அது அவர்களை விருப்பத்துடன் ஒத்துழைக்க வைத்தது. எரிச்சல் இல்லை. கோபம் இல்லை. கட்டளைகளுக்குக் கீழ்ப்படிய கட்டாயப்படுத்தப்படவில்லை. அவர்கள் தங்கள் மரியாதையைக் காப்பாற்றிக் கொண்டனர். அவர்கள் மகிழ்ச்சியாக உணர்ந்தனர். நானும் சிறப்பாக உணர்ந்தேன். ஏனெனில் அவர்களது கண்ணோட்டத்தைக் கருத்தில் கொண்டு அந்தச் சூழ்நிலையை நான் கையாண்டிருந்தேன்.

தனிப்பட்டப் பிரச்சனைகள் நம்மைத் திணறடிக்கும்போது, விஷயங்களை அடுத்தவரது கண்ணோட்டத்திலிருந்து பார்ப்பது இறுக்கத்தைத் தளர்த்துகிறது. ஆஸ்திரேலியாவின் நியூ சவுத் வேல்ஸ் மாநிலத்தைச் சேர்ந்த எலிசபெத் நோவாக், அவரது காருக்கான தவணைத் தொகையைச் செலுத்துவதில் ஆறு வாரங்கள் தாமதமாகியிருந்தார். அவர் இவ்வாறு கூறினார்: “வெள்ளிக்கிழமையன்று என் கணக்கைக் கையாண்ட நபரிடமிருந்து ஒரு தொலைபேசி அழைப்பு எனக்கு வந்தது. அவர் என்னிடம் மிகவும் கடுமையாகப் பேசினார். திங்கட்கிழமை காலைக்குள் நான் 122 டாலர்கள் பணத்தைச் செலுத்தாவிட்டால், தங்கள் நிறுவனத்திடமிருந்து மேலும் நடவடிக்கைகளை நான் எதிர்பார்க்கலாம் என்று கூறினார். இரண்டு நாட்களில் பணத்தை என்னால் ஏற்பாடு செய்ய முடியவில்லை. எனவே திங்கட்கிழமை காலையில் அவர் என்னைத் தொலைபேசியில் அழைத்தபோது நான் மிகவும் மோசமான செய்தியை எதிர்பார்த்தேன். ஆனால் மனம் தளர்வதற்கு மாறாக, நான் அந்தச் சூழ்நிலையை அவரது கண்ணோட்டத்திலிருந்து பார்த்தேன். அவருக்கு ஏற்பட்ட அசௌகரியத்திற்காக நான் என் உண்மையான வருத்தத்தை அவரிடம் தெரிவித்துவிட்டு, அடிக்கடி நான் தாமதமாகப் பணம்

செலுத்துவதால். நான்தான் அவருக்கு அதிகத் தொல்லைகள் கொடுக்கும் வாடிக்கையாளராக இருக்க வேண்டும் என்று அவரிடம் கூறினேன். அவரது தொனி உடனடியாக மாறியது. நான் ஒன்றும் அவ்வளவு தொல்லை தரும் வாடிக்கையாளர் இல்லை என்று அவர் எனக்கு உறுதியளித்தார். மேலும். தன்னுடைய சில வாடிக்கையாளர்கள் எவ்வளவு மரியாதையின்றி நடந்து கொள்கிறார்கள், எவ்வாறு பொய்யுரைக்கிறார்கள், சில சமயம் தன்னோடு பேசுவதையும் எவ்வாறு தவிர்க்க முயற்சிக்கிறார்கள் என்பதற்குப் பல எடுத்துக்காட்டுகளை என்னிடம் கூறினார். நான் எதுவும் கூறவில்லை. அவர் தன் பிரச்சனைகளை என்னிடம் கொட்டுவதை நான் பொறுமையாக கேட்டுக் கொண்டிருந்தேன். பிறகு, நான் எதுவும். கேட்காமலேயே, என்னால் முழுத் தொகையையும் உடனடியாகச் செலுத்த முடியாவிட்டால் பரவாயில்லை, மாத இறுதிக்குள் 20 டாலர்களைச் செலுத்திவிட்டு, மீதிமுள்ள பணத்தை எனக்கு வசதிப்படும்போது செலுத்தினால் போதும் என்று அவர் கூறினார்."

நாளைக்கு, யாரையாவது நெருப்பை அணைக்கச் சொல்வதற்கு முன்போ அல்லது உங்கள் தயாரிப்புகளை வாங்கச் சொல்வதற்கு முன்போ அல்லது உங்களுக்கு விருப்பமான அறக்கட்டளைக்கு உதவிப் பணம் தருமாறு கேட்பதற்கு முன்போ, ஆசுவாசப்படுத்தி, உங்கள் ஒரு நிமிடம் உங்களை கண்களை மூடி, மொத்த விஷயத்தையும் அடுத்தவரது கண்ணோட்டத்திலிருந்து பார்க்க நீங்கள் ஏன் முயற்சிக்கக்கூடாது? உங்களிடம் நீங்கள் இவ்வாறு கேளுங்கள்: "அவர் ஏன் அதைச் செய்ய விரும்ப வேண்டும்?"இது அதிக நேரம் எடுத்துக் கொள்ளும் என்பது உண்மைதான். ஆனால் அது எதிரிகள் உருவாவதைத் தவிர்க்கும், அதிக உராய்வு இன்றிச் சிறந்த விளைவுகளைப் பெற்றுத் தரும்.

இப்புத்தகத்தைப் படித்ததன் விளைவாக, எப்போதும் அடுத்தவரது கண்ணோட்டத்திலிருந்து சிந்திப்பது, விஷயங்களை அவர்கள் கோணத்திலிருந்தும் உங்கள் கோணத்திலிருந்தும் பார்ப்பது என்ற ஒரே ஒரு விஷயத்தை மட்டும் நீங்கள் கற்றுக் கொண்டீர்கள் என்றால், அது உங்கள் வேலையில் நீங்கள் சிறந்து விளங்க ஒரு மைல் கல்லாக அமையும் என்பதில் ஐயமில்லை.

எட்டாவது கொள்கை

விஷயங்களை அடுத்தவரது கண்ணோட்டத்திலிருந்து பார்க்க நேர்மையாக முயற்சி செய்யுங்கள்.

9

எல்லோரும் விரும்புவது இதைத்தான்

விவாதங்கள் அனைத்தையும் நிறுத்தக்கூடிய, பகைமை உணர்வை முற்றிலுமாக நீக்கக்கூடிய, நன்மதிப்பை உருவாக்கக்கூடிய, அடுத்தவரைக் கவனமாகக் கேட்க வைக்கக்கூடிய ஒரு மந்திரச் சொற்றொடர் இருந்தால் அதை நீங்கள் கைவசப்படுத்த விரும்புவீர்கள் அல்லவா? அந்தச் சொற்றொடர் உங்களுக்கு வேண்டுமா? அது இதுதான்: "நீங்கள் இப்போது எவ்வாறு உணர்கிறீர்களோ அதைப் பற்றி நான் சிறிதளவுக் கூட குறைகூறப் போவதில்லை. உங்கள் நிலையில் நான் இருந்தால், சந்தேகமின்றி நானும் அப்படித்தான் உணர்வேன்."

அப்படிப்பட்ட ஒரு பதிலைக் கேட்டால், எதிர்ப்புக் குணம் கொண்ட மிகக் கடுமையான விமர்சகர்கள்கூட அமைதியாகிவிடுவார்கள். நீங்கள் அத்தகைய ஒரு பதிலைக் கூறிவிட்டு 100 சதவீதம் உங்களுக்கு உண்மையானவராக நடந்து கொள்ளலாம். ஏனெனில், நீங்கள் உண்மையிலேயே அடுத்தவரின் நிலையில் இருந்திருந்தால், நிச்சயமாக அவர் உணர்வதைப்போலத்தான் நீங்களும் உணர்ந்திருப்பீர்கள். உதாரணமாக, அல் கபோனை எடுத்துக் கொள்வோம். இரவு ரவுடிக்கும்பல் தலைவன் அல் கபோனின் உடல், மனம், மனப்போக்கு ஆகியவற்றை நீங்கள் அப்படியே சுவீகரித்திருக்கிறீர்கள் என்று வைத்துக் கொள்வோம். அவரது சூழ்நிலையும் அனுபவங்களும் உங்களுக்கு வாய்த்தது என்று வைத்துக் கொள்வோம். அப்போது, நீங்கள் மிகத் துல்லியமாக,

அவரைப் போன்றே, இருந்த அதே இடத்தில் இருப்பீர்கள். ஏனெனில், அந்த விஷயங்கள் மட்டுமே அவர் எவ்வாறு இருந்தாரோ, அவ்வாறு அவரை உருவாக்கின.

இப்போது நீங்கள் என்னவாக இருக்கிறீர்களோ, அவ்வாறு இருப்பதற்கு நீங்கள் பெருமைப்பட்டுக் கொள்ள முடியாது. அதேபோல உங்களிடம் எரிச்சலோடும். பிடிவாதத்தோடும், நியாயமின்றியும் நடந்து கொள்ளும் மக்கள் அவ்வாறு நடந்து கொள்வதற்கு அவர்களை அவ்வளவாகக் காரணம் காட்ட முடியாது. அவர்களுக்காக வருத்தம் தெரிவியுங்கள். அவர்களிடம் இரக்கம் காட்டுங்கள். அனுதாபத்தோடு நடந்து கொள்ளுங்கள். நீங்கள் உங்களிடம் இவ்வாறு கூறுங்கள்: ”கடவுளின் கருணை மட்டும் இல்லையென்றால், அவர் இருக்கும் நிலையில் நானும் இருந்திருக்கக்கூடும்.”

நீங்கள் சந்திக்கும் முக்கால்வாசிப் பேர் அனுதாபத்திற்காக ஏங்கித் தவிக்கிறார்கள். அதை அவர்களுக்குக் கொடுங்கள். அவர்கள் உங்கள்மீது அன்பைக் கொட்டுவார்கள்.

ஒருமுறை நான் ‘லிட்டில் விமென்“ என்ற நாவலின் ஆசிரியர் லூயிசா மே அல்காட்டைப் பற்றி வானொலியில் ஒரு நிகழ்ச்சியை ஒலிபரப்புச் செய்தேன். மசாசூசெட்ஸ் மாநிலத்திலுள்ள கன்கார்டு நகரில் அவர் வாழ்ந்தார் என்பதையும், அழியாப் புகழ் பெற்றத் தன் புத்தகங்களை அவர் அங்கு வைத்துதான் எழுதினார் என்பதையும் நான் அறிவேன். ஆனால் நான் அவ்வூரைக் குறிப்பிடும்போது, அது நியூ ஹாம்ஷயர் மாநிலத்தில் உள்ளது என்று தவறுதலாகக் கூறிவிட்டேன். நான் நியூ ஹாம்ஷயர் என்று ஒரே ஒருமுறை கூறியிருந்தால் எனக்கு மன்னிப்புக் கிடைத்திருக்கும். ஆனால், நான் இரண்டு முறை அவ்வாறு கூறினேன். என்னைத் திட்டியும் மோசமாக விமர்சித்தும் நேயர்களிடமிருந்து வந்த கடிதங்களும் தந்திகளும் என்னை மூழ்கடித்தன. பல கடிதங்கள் கோபத்தை வெளிப்படுத்தியிருந்தன. ஒருசில கடிதங்கள் என்னைப் பெருமளவிற்கு அவமதிப்பவையாக இருந்தன. மசாசூசெட்ஸ் மாநிலத்திலுள்ள கன்கார்டு நகரில் வளர்ந்து, ஃபிலடெல்பியா நகரில் வாழ்ந்து வந்த, “கொலோனியல் டேம்ஸ் ஆஃப் அமெரிக்கா“ என்ற அமைப்பைச் சேர்ந்த ஒரு பெண். என்மீது

அவர் கொண்டிருந்த சுட்டெரிக்கும் சீற்றத்தைத் தன் கடிதம் மூலம் வெளிப்படுத்தியிருந்தார். மிஸ் அல்காட், நியூ கினியாவைச் சேர்ந்த ஒரு நரமாமிசப் பிரியர் என்று நான் அல்காட்மீது குற்றம் சாட்டியிருந்தால்கூட அவர் இவ்வளவு கோபப்பட்டிருக்க மாட்டார். அந்தக் கடிதத்தை நான் படித்தபோது, "நல்ல வேளை, நான் இப்பெண்மணியைத் திருமணம் செய்து கொள்ளவில்லை," என்று எனக்கு நானே கூறிக் கொண்டேன். புவியியலில் நான் ஒரு பெரும் தவறைச் செய்திருப்பது உண்மைதான். ஆனாலும், அவர் பொது இங்கிதத்தில் பெரும் தவறிழைத்துவிட்டிருக்கிறார் என்று அவருக்கு எழுத வேண்டும்போல் எனக்குத் தோன்றியது. அதுதான் அவருக்கு நான் எழுத நினைத்தக் கடிதத்தின் முதல் வரியாக இருந்திருக்கும். உடனே நான் கோபத்தில் என் சட்டைக் கையை மடக்கிவிட்டுக் கொண்டு, உண்மையிலேயே நான் என்ன நினைத்தேன் என்பது பற்றி அவருக்குக் கடிதம் எழுதத் தயாரானேன். ஆனால் நான் எழுதவில்லை. நான் என்னைக் கட்டுப்படுத்திக் கொண்டேன். எந்தவொரு முட்டாளாலும் அப்படிப்பட்ட ஒரு கடிதத்தை எழுத முடியும் என்பதை நான் உணர்ந்தேன். பெரும்பாலான முட்டாள்கள் அதைத்தான் செய்வார்கள்.

நான் முட்டாள்களைவிட மேலாக இருக்க விரும்பினேன். எனவே அவரது பகையுணர்வைத் தோழமையுணர்வாக மாற்ற முயற்சிப்பதென்று முடிவு செய்தேன். அது எனக்கு ஒரு சவாலாக அமையும் என்றும் நினைத்தேன். "நான் அவரது இடத்தில் இருந்திருந்தால், நானும் அவர் உணர்வதைப் போலவே உணர்ந்திருப்பேன்," என்று எனக்கு நானே கூறிக் கொண்டேன். எனவே நான் அவரது கண்ணோட்டத்தை அனுதாபத்துடன் அணுகுவது என்று தீர்மானித்தேன். அடுத்த முறை நான் ஃபிலடெல்பியாவிற்குச் சென்றபோது அவரைத் தொலைபேசியில் தொடர்பு கொண்டு பேசினேன். இப்படிச் சென்றது:

நான்: ஹலோ, ஒருசில வாரங்களுக்கு முன் நீங்கள் எனக்கொரு கடிதம் எழுதியிருந்தீர்கள். அதற்கு நான் என் நன்றியைத் தெரிவிக்க விரும்புகிறேன்.

அவர்: (நாகரீகமான, பக்குவப்பட்டக் குரலில்) நான் யாரிடம் பேசிக் கொண்டிருக்கிறேன் என்று கொள்ளலாமா?

நான்: நான் உங்களுக்குப் அறிமுகமில்லாதவன். என் பெயர் டேல் கார்னகி. ஒருசில வாரங்களுக்கு முன், ஒரு ஞாயிற்றுக்கிழமையன்று. லூயிசா மே அல்காட்டைப் பற்றி நான் ஒலிபரப்பிய நிகழ்ச்சியை நீங்கள் கேட்டீர்கள். அந்நிகழ்ச்சியில், லூயிசா மே அல்காட் நியூ ஹாம்ஷயர் மாநிலத்திலுள்ள கன்கார்டில் வாழ்ந்தார் என்று கூறி ஒரு மன்னிக்க முடியாத தவறை நான் செய்தேன். அது ஒரு முட்டாள்தனமான தவறு. அதற்காக நான் உங்களிடம் மன்னிப்புக் கேட்க விரும்புகிறேன். அதைப் பற்றி எனக்கு எழுத நீங்கள் நேரம் எடுத்துக் கொண்டதற்கு மிகவும் நன்றி.

அவர்: நான் அவ்வாறு எழுதியதற்கு நீங்கள்தான் என்னை மன்னிக்க வேண்டும். திரு. கார்னகி. நான் என் கட்டுப்பாட்டை இழந்து அவ்வாறு எழுதிவிட்டேன். நான் மன்னிப்புக் கேட்டே ஆக வேண்டும்.

நான்: இல்லை! இல்லை! மன்னிப்புக் கேட்க வேண்டியது நீங்கள் அல்ல் நான்தான். பள்ளிக்குச் செல்லும் குழந்தைகளுக்குக்கூட என்னைவிட அதிகமாகத் தெரிந்திருக்கும். அது ஒலிபரப்பானதற்கு அடுத்து வந்த ஞாயிற்றுக்கிழமை நான் அதற்காக வானொலி மூலம் மன்னிப்புக் கேட்டேன். இப்போது நான் உங்களிடம் தனிப்பட்ட முறையில் மன்னிப்புக் கேட்க விரும்புகிறேன்.

அவர்: நான் மசாசூசெட்ஸிலுள்ள கன்கார்ட் நகரில் பிறந்தேன். இரு நூற்றாண்டுகளுக்கும் மேலாக என் குடும்பம் மசாசூசெட்ஸ் மாநில விவகாரங்களில் ஈடுபட்டு மிகவும் பிரபலமாக இருந்து வந்துள்ளது. என் சொந்த மாநிலம் குறித்து எனக்கு மிகவும் பெருமை உண்டு. மிஸ் அல்காட் நியூ ஹாம்ஷயரில் வாழ்ந்தார் என்று நீங்கள் கூறியதைக் கேட்டு நான் மிகவும் மனம் வருந்தினேன். ஆனால், அந்தக் கடிதத்தைப் பற்றி நான் உண்மையிலேயே மிகவும் வெட்கப்படுகிறேன்.

நான்: அத்தவறுக்குப் பின், நீங்கள் அடைந்த மன வேதனையைவிடப் பத்து மடங்கு அதிகமான மன வேதனையை நான் அனுபவித்தேன். என் தவறு மசாசூசெட்ஸைக் காயப்படுத்தவில்லை. ஆனால் என்னைக் காயப்படுத்தியது. உங்களைப் போன்ற மதிப்பு வாய்ந்த, நாகரீகமான மக்கள் என்னைப்போல் வானொலியில் பேசுபவர்களுக்குக் எழுதுவது எப்போதாவதுதான் நடக்கிறது. இனிவரும் என் உரைகளில்

ஏதேனும் தவறு ஏற்படுமானால், அதைச் சுட்டிக்காட்டி நீங்கள் எனக்கு எழுதுவீர்கள் என்று நான் நம்புகிறேன்.

அவர்: என் விமர்சனத்தை நீங்கள் ஏற்றுக் கொண்ட விதம் எனக்கு மிகவும் பிடித்திருக்கிறது. நீங்கள் உண்மையிலேயே ஓர் இனிமையான மனிதராக இருக்க வேண்டும். நான் உங்களைப் பற்றி மேலும் தெரிந்து கொள்ள விரும்புகிறேன்.

நான் அவரிடம் மன்னிப்புக் கேட்டதாலும், அவரது கண்ணோட்டத்தை அனுதாபத்தோடு அணுகியதாலும், அவர் என்னிடம் மன்னிப்புக் கேட்கத் துவங்கி, எனது கண்ணோட்டத்தை அனுதாபத்தோடு அணுகினார். நான் என் கோபத்தைக் கட்டுப்படுத்தியது குறித்தும், எனக்குக் கிடைத்த அவமதிப்பிற்குப் பதிலாக நான் அவரிடம் பரிவு காட்டியது குறித்தும் மிகவும் திருப்தியடைந்தேன். அவர் என்னைப் பழித்து எனக்கு எழுதிய கடிதத்திற்கு, அட்லான்டிக் கடலில் சென்று குதிக்குமாறு அவரை நான் கூறியிருந்தால் எனக்குக் கிடைத்திருக்கும் மகிழ்ச்சியைவிட, அவரை நான் என்மீது விருப்பம் கொள்ளச் செய்தது எனக்கு அதிகக் குதூகலத்தைத் தந்தது.

வெள்ளை மாளிகையில் கொலுவேறும் அதிபர்கள் ஒவ்வொரும், கிட்டத்தட்ட ஒவ்வொரு நாளும், மனித உறவுகளில் உள்ள வேதனை தரும் பிரச்சனைகளை எதிர்கொள்ள வேண்டியுள்ளது. அதிபர் டா∴ப்ட்டும் இதற்கு விதிவிலக்கு அல்ல. பகையுணர்வு என்னும் அமிலத்தை நடுநிலையாக்கும் அனுதாபம் என்ற வேதிப் பொருளின் அளப்பரிய மதிப்பை அவர் தன் அனுபவங்கள் மூலமாகக் கற்றுக் கொண்டார். “எத்திக்ஸ் இன் சர்வீஸ்“ என்ற தன்

புத்தகத்தில், அதிபர் டா∴ப்ட், ஏமாற்றமடைந்த ஓர் இலட்சியவாதத் தாயாரின் பெருங்கோபத்தைத் தான் சாந்தப்படுத்தியது பற்றி சுவாரசியமான விளக்குகிறார்.

டா∴ப்ட் இவ்வாறு எழுதுகிறார்: “வாஷிங்டனில் உள்ள ஒரு பெண், தொடர்ந்து ஆறு வாரங்களுக்கும் மேலாக என்னை வந்து சந்தித்து, தன் மகனை ஒரு குறிப்பிட்டப் பதவியில் நான் நியமிக்க வேண்டும் என்று விடாமல் நச்சரித்துக் கொண்டிருந்தார். அவரது கணவருக்கு அரசியலில் சற்று செல்வாக்கு இருந்தது. அவர் பல செனட்டர்கள் மற்றும் நாடாளுமன்ற உறுப்பினர்கள் படைசூழ என்னை வந்து பார்த்து,

அவர்கள் அனைவரும் தன் கோரிக்கையை என்னிடம் வலியுறுத்துமாறு பார்த்துக் கொண்டார். அப்பதவிக்குத் தொழில்நுட்பத் தகுதி தேவைப்பட்டதால், அத்துறைத் தலைவரின் பரிந்துரைப்படி நான் வேறொருவரை நியமித்துவிட்டேன். பிறகு அப்பெண்ணிடமிருந்து எனக்கு ஒரு கடிதம் வந்தது. என்னுடைய ஒரே ஒரு கையெழுத்தின் மூலம் தன் மகனுக்கு அப்பதவியைக் கொடுத்துத் தன்னை மகிழ்ச்சிப்படுத்தக்கூடிய நிலையில் நான் இருந்தும்கூட, நான் அவ்வாறு செய்ய மறுத்ததால், நான் மிகவும் நன்றியற்றவனாக இருப்பதாகக் குற்றம் சாட்டி அவர் அக்கடிதத்தில் எழுதியிருந்தார். அதோடு, நான் பொதுவாக ஆர்வம் காட்டிய ஒரு குறிப்பிட்ட நிர்வாக மசோதாவிற்காகத் தன் மாநிலக் குழு உறுப்பினர்களுடன் கடுமையாக விவாதித்து, அவர்களது அனைத்து வாக்குகளையும் அதற்குப் பெற்றுத் தந்ததற்கு நான் காட்டும் நன்றி அது என்று திட்டி, மேலும் குறைபட்டிருந்தார்.

“அப்படிப்பட்ட ஒரு கடிதம் உங்களிடம் வரும்போது, நீங்கள் செய்யும் முதல் காரியம், ஒரு முறைகேடான, மதிப்பற்ற முறையில் நடந்து கொண்ட ஒருவரை எவ்வாறு கடுமையாகத் தண்டிக்கலாம் என்று யோசிப்பதாகத்தான் இருக்கும். அதன் பிறகு நீங்கள் அதற்கு ஒரு பதிலைத் தயார் செய்யக்கூடும். நீங்கள் சற்று விவேகம் கொண்டவராக இருந்தால், காரசாரமாக நீங்கள் எழுதிய அக்கடிதத்தை ஒரு பெட்டிக்குள் போட்டுப் பூட்டி வைப்பீர்கள். இரண்டு நாட்கள் கழித்து அதை வெளியே எடுத்துப் பார்ப்பீர்கள். அந்த இரண்டு நாள் இடைவேளைக்குப் பிறகு நீங்கள் அக்கடிதத்தை எடுத்துப் படிக்கும்போது, நீங்கள் அதை அனுப்ப மாட்டீர்கள். அதைத்தான் நானும் செய்தேன். அதற்குப் பிறகு, என்னால் முடிந்த அளவுக்கு ஒரு பணிவான கடிதத்தை எழுதினேன். அத்தகையச் சூழல்களில் ஒரு தாய்க்கு ஏற்படும் ஏமாற்றத்தை நான் உணர்ந்து கொண்டதாகவும், அப்பதவிக்கு ஒருவரை நியமிப்பது என் தனிப்பட்ட ஒருவரின் விருப்பத்தை மட்டும் சார்ந்தது அல்ல என்றும், தொழில்நுட்பத் தகுதிகளையுடைய ஒருவரை நான் தேர்ந்தெடுக்க வேண்டிய அவசியம் இருந்ததால் அத்துறைத் தலைவரின் பரிந்துரைகளை நான் பின்பற்ற வேண்டிய கட்டாயம் எனக்கு ஏற்பட்டது என்றும் விளக்கமாக அக்கடிதத்தில் குறிப்பிட்டிருந்தேன். அவரது மகன் அப்போது வகித்துக் கொண்டிருந்த பொறுப்பில், அவரது நம்பிக்கைக்கு ஏற்ப

அனைத்தையும் சாதிப்பார் என்று நான் நம்புவதாகவும் அவருக்குத் தெரிவித்திருந்தேன். அது அவரை சாந்தப்படுத்தியது. பிறகு, தான் அப்படிப்பட்ட ஒரு கடிதத்தை எழுதியதற்கு வருத்தம் தெரிவித்து அவர் எனக்கு ஒரு குறிப்பு அனுப்பினார்.

“ஆனால் அப்பதவிக்கு நான் தேர்ந்தெடுத்து அனுப்பிய நியமனம் உடனடியாக உறுதி செய்யப்படவில்லை. ஒரு சிறு இடைவேளைக்குப் பிறகு எனக்கு இன்னொரு கடிதம் வந்தது. அது அப்பெண்ணின் கணவரிடமிருந்து வந்ததுபோல் எழுதப்பட்டிருந்தது. ஆனால் அதிலிருந்த கையெழுத்து எனக்கு அப்பெணிடமிருந்து வந்த பிற கடிதங்களில் இருந்ததுபோலவே இருந்தது. அவரது மகன் விஷயத்தில் அவருக்கு ஏற்பட்ட ஏமாற்றத்தைத் தொடர்ந்து அவருக்கு ஏற்பட்ட நரம்புத் தளர்ச்சியின் காரணமாக, அவர் படுத்தப் படுக்கையாக இருப்பதாகவும், வயிற்றில் ஒரு தீவிரமான புற்றுநோய் உருவாகியிருப்பதாகவும் எனக்குத் தெரிவிக்கப்பட்டிருந்தது. அதனால், தேர்ந்தெடுத்திருக்கும் நபரின் பெயரை நீக்கிவிட்டு அவரது நான் மகனின் பெயரை அதில் மாற்றி எழுத முடியுமா என்று என்னிடம் கேட்கப்பட்டிருந்தது. நான் அதற்கு மீண்டும் ஒரு கடிதம் எழுத வேண்டியிருந்தது. அவரது மனைவியின் நோய்க்கணிப்பு தவறாக இருக்க வேண்டும் என்று நான் நம்புவதாகவும், அவரது மனைவியின் நிலை குறித்து அவர் கொண்டிருக்கும் துயரில் நான் அவருடன் சேர்ந்து அனுதாபப்படுவதாகவும். ஆனால் நான் தேர்ந்தெடுத்த நபரை மாற்ற முடியாது. என்றும் அக்கடிதத்தில் குறிப்பிட்டிருந்தேன். நான் தேர்ந்தெடுத்த நபர் அப்பதவிக்கு உறுதியாக நியமிக்கப்பட்டார். அக்கடிதம் வந்த இரண்டு நாட்களுக்குள் நாங்கள் வெள்ளை மாளிகையில் ஓர் இசை நிகழ்ச்சியை ஏற்பாடு செய்திருந்தோம். அங்கு என்னையும் என் மனைவியையும் வரவேற்ற முதல் இரண்டு மனிதர்கள் அந்தக் கணவனும் மனைவியும்தான், அப்பெண்மணி சமீபத்தில் படுத்தப் படுக்கையாக இருந்தும்கூட!

ஜே மேக்னம் என்பவர் ஓக்லஹோமா மாநிலத்தின் துல்சா நகரில் இருந்த ஒரு லி∴ப்ட் மற்றும் எஸ்கலேட்டர் பராமரிப்பு நிறுவனத்தில் பணியாற்றி வந்தார். அந்நிறுவனம் துல்சா நகரில் இருந்த ஒரு முன்னணி ஹோட்டலின் எஸ்கலேட்டரைப் பராமரித்து வந்தது. தொடர்ந்து இரண்டு

மணிநேரத்திற்கு மேல் எஸ்கலேட்டரை நிறுத்தி வைக்க அந்த ஹோட்டலின் மேலாளர் விரும்பவில்லை. ஏனெனில் அவர் தன் ஹோட்டலில் தங்கியிருப்பவர்களுக்கு அசௌகரியத்தை ஏற்படுத்த விரும்பவில்லை. ஆனால் அதைப் பழுது பார்ப்பதற்குச் சுமார் எட்டு மணிநேரம் தேவைப்பட்டது. எஸ்கலேட்டரைப் பழுது பார்ப்பதற்கு ஒரு திறமையான பழுது நீக்குனரை ஹோட்டலின் சௌகரியத்திற்கு ஏற்ப அனுப்பும் நிலையில் அந்நிறுவனம் இல்லை.

எனினும் அந்தக் குறிப்பிட்ட வேலைக்காக, அதிகத் திறமை வாய்ந்த ஒரு பழுது நீக்குனரைத் திரு. மேக்னம் ஏற்பாடு செய்தார். பிறகு ஹோட்டலின் மேலாளரைத் தொலைபேசியில் அழைத்தார். அவரோடு விவாதிப்பதற்கு மாறாக, அவரிடம் இவ்வாறு கூறினார்

"ரிக், உங்கள் ஓட்டல் எப்போதும் சுறுசுறுப்பாக இயங்கிக் கொண்டிருக்கிறது என்பதும், அதனால் எஸ்கலேட்டரை மிகக் குறைந்த அளவு நேரம் மட்டுமே நிறுத்தி வைக்க நீங்கள் விரும்புவீர்கள் என்பதும் எனக்குத் தெரியும். அது குறித்த உங்கள் அக்கறை எங்களுக்குப் புரிகிறது. உங்கள் விருப்பத்தை நிறைவேற்றுவதற்கு எங்களால் முடிந்த அனைத்தையும் செய்ய நாங்கள் தயாராக இருக்கிறோம். இருந்தாலும், உங்கள் எஸ்கலேட்டரை இப்போது முழுவதுமாகப் பழுது பார்க்காவிட்டால், வெகு விரைவில் அதிகப் பிரச்சனை ஏற்பட்டு மிக நீண்ட நேரம் அதை நிறுத்தி வைக்க வேண்டி வரும் என்பதை உங்கள் எஸ்கலேட்டரை ஆய்வு செய்ததிலிருந்து நாங்கள் தெரிந்து கொண்டோம். தொடர்ந்து பல நாட்கள் எஸ்கலேட்டரை நிறுத்தி வைத்து உங்கள் ஓட்டலில் தங்கியிருக்கும் விருந்தினர்களுக்கு அசௌகரியத்தை ஏற்படுத்தி நீங்கள் விரும்ப மாட்டீர்கள் என்று எனக்குத் தெரியும்."

எஸ்கலேட்டரைப் பல நாட்கள் நிறுத்தி வைப்பதைவிட எட்டு மணிநேரம் நிறுத்தி வைப்பது நல்லது என்பதை அந்த மேலாளர் ஒப்புக் கொள்ளத்தான் வேண்டியிருந்தது. மகிழ்ச்சியாக வைத்துக் கொள்ள வேண்டும் என்ற அந்த மேலாளரின் விருப்பத்தை அனுதாபத்துடன் அணுகியதன் மூலம், எந்த எதிர்ப்பும் இன்றி திரு.மேக்னம் அவர்களால் அவரைத் தன் யோசனைக்கு இணங்கச் செய்ய முடிந்தது.

ஜாய்ஸ் நாரிஸ் என்பவர் மிசௌரி மாநிலத்தின் செயிண்ட் லூயிஸ் நகரைச் சேர்ந்த ஒரு பியானோ பயிற்றுவிப்பாளர். பியானோ பயிற்றுவிப்பாளர்களுக்கும் பருவக் குமரிகளுக்கும் இடையே அடிக்கடி ஏற்படும் ஒரு பிரச்சனையை அவர் எவ்வாறு கையாண்டார் என்பதைப் பற்றி அவர் நமக்கு விளக்குகிறார். பேபெட் என்ற பெண் மிக நீண்ட விரல் நகங்களைக் கொண்டிருந்தாள். முறையான பியானோ வாசிப்புப் பழக்கங்களை உருவாக்கிக் கொள்ள விரும்பும் எவரொருவருக்கும் இந்த நீண்ட விரல்நகங்கள் ஒரு பெரும் தடையாக இருக்கும்.

திருமதி நாரிஸ் இவ்வாறு தெரிவித்தார். ”சிறப்பாகப் பியானோ வாசிப்பதற்கு அவளது நீண்ட நகங்கள் ஒரு தடையாக இருக்கும் என்பது எனக்குத் தெரியும். அவள் என்னிடம் பயிற்சி பெறத் துவங்குவதற்கு முன் நாங்கள் இருவரும் உரையாடியபோது, அவளது நகங்களைப் பற்றி நான் எதுவும் குறிப்பிடவில்லை. பயிற்சி பெறுவதிலிருந்து அவளை உற்சாகமிழக்கச் செய்ய நான் விரும்பவில்லை. அதே சமயத்தில், அவள் மிகுந்த பெருமிததோடு வளர்த்து வரும், கவர்ச்சியாக வைத்துக் கொள்வதற்கு அதிக அக்கறை செலுத்து வரும் நகங்களை இழக்க அவள் விரும்பமாட்டார் என்பதும் எனக்கு தெரியும்.

அவளது முதல் பயிற்சி வகுப்பிறகுப் பிறகு நான் அவளிடம் இவ்வாறு கூறினேன்: “பேபெட்; உனக்கு மிகவும் கவர்ச்சிகரமான கைகளும் அழகிய விரல் நகங்களும் உள்ளன. உன் திறமைக்கு ஏற்றவாறும், நீ விரும்பும் அளவுக்கு பியானோ வாசிக்க விரும்பினால் உன் நகங்களைச் சிறியதாக வைத்துக் கொள்ளா வேண்டும். அதன் மூலம் உன்னால் எவ்வளவு விரைவாகவும் சுலபமாகவும் வாசிக்க முடிகிறது என்பதைக் காண்டு நீயே ஆச்சரியப்படுத்துவாய். அதைப் பற்றி யோசித்துப்பார். சரியா? அவள் முகம் சுளித்தாள். அது நிச்சயமாக ஓர் எதிர்மறையான பதில்தான். அவளது தாயாரிடம் அவளது அழகான விரல் நகங்களைப் பற்றிக் குறிப்பிட்டுப் பாராட்டிப் பேசி, சூழ்நிலையை எடுத்துரைத்தபோது, மீண்டும் மற்றொரு எதிர்மறையான பதில்தான் எனக்குக் கிடைத்தது. அழகாகப் பராமரிக்கப்பட்டு வந்த அவளது நகங்கள் அவளுக்கு மிகவும் முக்கியம் வாய்ந்தவை என்பது வெளிப்படையாகத் தெரிந்தது.

அடுத்த வாரம் அவள் தன் பயிற்சி வகுப்பிற்கு வந்தபோது அவளது நகங்கள் வெட்டப்பட்டிருந்ததைக் கண்டு நான் மிகவும் ஆச்சரியப்பட்டேன். நான் அவளைப் பாராட்டி, அவளது தியாகத்தைப் பற்றிப் புகழ்ந்து பேசினேன். அவள் தனது நகங்களை வெட்டுவதற்கு ஊக்குவித்த அவளது தாயாரிடமும் நான் நன்றி கூறினேன். அதற்கு அப்பெண்ணின் தாய், "அதில் என் பங்கு எதுவும் இல்லை. பேபெட் தன் நகங்களை வெட்டியது அவளது சொந்த முடிவு. அவள் யாருக்காகவும் எதற்காகவும் தன் நகங்களை இதுவரை வெட்டியதில்லை, "என்று கூறினார்.

திருமதி நாரிஸ் பேபெட்டை அச்சுறுத்தினாரா? நீண்ட நகங்களைக் கொண்டிருந்த ஒரு மாணாவிக்கு அவர் கற்றுத்தர மறுத்தாரா? இல்லை. மாறாக, அவளது நகங்கள் மிகவும் அழகாக இருக்கின்றன என்றும், அவற்றை வெட்டுவது ஒருதியாகம் என்றும் அவர் பேபெட்டுக்குத் தெரியப்படுத்தினார். "நான் உன் நிலைமையைப் பார்த்து அனுதாபப்படுகிறேன்.

நகங்களை இழப்பது என்பது சுலபமான காரியம் அல்ல. ஆனால் நீ சிறப்பாக உருவாவத்றகு அது உனக்கு மிகவும் உதவிகரமாக அமையும்," என்று அவர் அவளிடம் சொல்லாமல் சொன்னார். கவர்ச்சிகரமான கைகளும் அழகிய விரல் நகங்களும் உள்ளன. உன் திறமைக்கு ஏற்றவாறும், நீ விரும்பும் அளவுக்கு பியானோ வாசிக்க விரும்பினால் உன் நகங்களைச் சிறியதாக வைத்துக் கொள்ளா வேண்டும். அதன் மூலம் உன்னால் எவ்வளவு விரைவாகவும் சுலபமாகவும் வாசிக்க முடிகிறது என்பதைக் காண்டு நீயே ஆச்சரியப்படுத்துவாய். அதைப் பற்றி யோசித்துப்பார். சரியா? அவள் முகம் சுளித்தாள். அது நிச்சயமாக ஓர் எதிர்மறையான பதில்தான். அவளது தாயாரிடம் அவளது அழகான விரல் நகங்களைப் பற்றிக் குறிப்பிட்டுப் பாராட்டிப் பேசி, சூழ்நிலையை எடுத்துரைத்தபோது, மீண்டும் ஒரு எதிர்மறையான பதில்தான் எனக்குக் கிடைத்தது. அழகாகப் பராமரிக்கப்பட்டு வந்த அவளது நகங்கள் அவளுக்கு மிகவும் முக்கியம் வாய்ந்தவை என்பது வெளிப்படையாகத் தெரிந்தது.

அடுத்த வாரம் அவள் தன் பயிற்சி வகுப்பிற்கு வந்தபோது அவளது நகங்கள் வெட்டப்பட்டிருந்ததைக் கண்டு நான் மிகவும் ஆச்சரியப்பட்டேன். நான் அவளைப் பாராட்டி, அவளது

தியாகத்தைப் பற்றிப் புகழ்ந்து பேசினேன். அவள் தனது நகங்களை வெட்டுவதற்கு ஊக்குவித்த அவளது தாயாரிடமும் நான் நன்றி கூறினேன். அதற்கு அப்பெண்ணின் தாய், “அதில் என் பங்கு எதுவும் இல்லை. பேபெட் தன் நகங்களை வெட்டியது அவளது சொந்த முடிவு. அவள் யாருக்காகவும் எதற்காகவும் தன் நகங்களை இதுவரை வெட்டியதில்லை, “என்று கூறினார்.

திருமதி நாரிஸ் பேபெட்டை அச்சுறுத்தினாரா? நீண்ட நகங்களைக் கொண்டிருந்த ஒரு மாணவிக்கு அவர் கற்றுத்தர மறுத்தாரா? இல்லை. மாறாக, அவளது நகங்கள் மிகவும் அழகாக இருக்கின்றன என்றும், அவற்றை வெட்டுவது ஒருதியாகம் என்றும் அவர் பேபெட்டுக்குத் தெரியப்படுத்தினார். ”நான் உன் நிலைமையைப் பார்த்து அனுதாபப்படுகிறேன்.

நகங்களை இழப்பது என்பது சுலபமான காரியம் அல்ல. ஆனால் நீ சிறப்பாக உருவாவத்ற்கு அது உனக்கு மிகவும் உதவிகரமாக அமையும்,” என்று அவர் அவளிடம் சொல்லாமல் சொன்னார்.

அமெரிக்காவின் தலைசிறந்த இசைநாடக கலைஞர்களின் மேலாளராக விளங்கியவர் சால் ஹீரக் அவர் சுமார் அரை நூற்றாண்டுகளாக, உலகின் மிகப் பிரபலமான இசைக் கலைஞர்களின் மேலாளராகப் பணிபுரிந்து வந்தார். சாலியாப்பின் இசடோரா டன்கள், பலலோலா ஆகியோர் அவர்களுள் சிலர் மிக அதிகமாக உணர்ச்சிவயப்படும் இந்த நட்சத்திரங்களை கையாண்டதில் தான் கற்றுக் கொண்ட படிப்பினை அவர்களது விநோதமான நடவடிக்கைகளிடத்தில் நாம் அளவிடற்கரிய அனுதாபம் கொள்ள வேண்டிய தேவை உள்ளது என்பதுதான்.

உலகப் பிரசித்தி பெற்ற “பேஸ்; இசைப் பாடகரான ஃபியோடோர் டாலியாப்பினின் இசை மேலாளராக அவர் மூன்று வருடங்கள் பணியாற்றினார். இருந்தாலும் சாலியாப்பின் அவருக்கு ஒரு நிரந்தர தொல்லையாகவே இருந்தார். மிகவும் மோசமாக வளர்க்கப்பட்ட ஒரு குழந்தையைப்போல் அவர் நடந்து கொண்டார். திரு. ஹீராக்கின் சொத்த வார்த்தைகளில் கூறுவதானால், ”எல்லா விதத்திலும் தொந்தரவு கொடுத்த ஒரு மனிதர் அவர்”.

எடுத்துக்காட்டாக, தன் பாடவிருக்கும் தினத்தின் மதிய வேளையில் அவர் ஹீராக்கைத் தொலைபேசியில் அழைத்து ”எனக்கு உடல்நலம் சரியில்லை என் தொண்டை மிகவும் வறண்டு போயுள்ளது. இன்றிரவு என்னால் பாடவே முடியாது,” என்று கூறுவார். திருஹீராக் அவரோடு விவாதித்தாரா? இல்லை ஒரு மேலாளரால் கலைஞர்களை அவ்வாறு கையாளமுடியாது என்பது அவருக்குத் தெரியும். எனவே அவர் சாலியாப்பின் தங்கியிருக்கும் ஹோட்டலுக்கு விரைந்து சென்று, அனுதாபம் சொட்டச் சொட்ட, ”ஐயோ பாவம்! உங்களைப் பார்த்தால் எனக்குப் பரிதாபமாக இருக்கிறது. இந்த நிலையில் நிச்சயமாக உங்களால் பாட முடியாது. நான் அந்த நிகழ்ச்சியை உடனே ரத்து செய்துவிடுகிறேன். என்ன, ஒரு நான்காயிரம் டாலர்களை நாங்கள் இழக்க வேண்டி வரும் அவ்வளவுதான். ஆனால் மக்கள் மத்தியில் உங்களுக்கு இருக்கும் மதிப்புடன் அதை ஒப்பிடும்போது, அந்தப் பணம் ஒன்றுமே இல்லை,” என்று அவர் வருத்தம் தெரிவிப்பார்.

பிறகு. பெருமூச்செறிந்தவாறே சாலிப்பின் இவ்வாறு கூறுவார்: ”நீங்கள் மாலை ஐந்து மணிக்கு மீண்டும் என்னை வந்து பாருங்கள். அப்போது நான் எப்படியிருக்கிறேன் என்று பார்ப்போம்.”

திரு. ஹராக், ஐந்து மணிக்கு மீண்டும் ஹோட்டலுக்கு விரைவார். மீண்டும் அந்த நிகழ்ச்சியை ரத்து செய்துவிடுவதாக அனுதாபம் வழிய சாலியாப்பினிடம் கூறுவார். சாலியாப்பினும் மீண்டும் பெருமூச்செறிந்தவாறு, ”இன்னும் சற்று நேரம் கழித்து அவர் என்னை வந்து சந்தியுங்கள். ஒருவேளை நான் அப்போது சரியாகி இருக்கலூம்,” என்று கூறுவார்.

இரவு ஏழரை மணிக்கு அந்த மாபெரும் “பேஸ்“ இசைப் பாடகர், பாடுவதற்குத் தன் ஒப்புதலை அளிப்பார். ஆனால், திரு. "ஹராக் அவர் பாடவிருக்கும் மேடைக்குச் சென்று, சாலியாப்பின் தீவிரமான சளித் தொந்தரவுக்கு ஆளாகியிருப்பதால், அவரது குரல் சரியில்லை என்று பார்வையாளர்களிடம் அறிவிக்க வேண்டும் என்று திரு. "ஹராக்கிற்குக் கட்டளையிடுவார். அவரும் அதைச் செய்ய ஒப்புக் கொள்வதாகப் பொய்யுரைப்பார். ஏனெனில், சாலியாப்பினை மேடைக்கு வரச் செய்வதற்கு அதுதான் ஒரே வழி என்பதை அவர் அறிந்திருந்தார்.

‘எஜுகேஷனல் சைக்காலஜி“ என்ற தன் அற்புதமான புத்தகத்தில் டாக்டர் ஆர்தர் ஐ. கேட்ஸ் இவ்வாறு குறிப்பிட்டுள்ளார்:

”உலகம் முழுவதிலும் உள்ள மக்கள் அனுதாபத்திற்காக ஏங்கிக் கிடக்கின்றனர். அனுதாபத்தைப் பெறுவதற்காக ஒரு குழந்தை தனக்கு ஏற்பட்டக் காயத்தை ஆர்வத்துடன் காட்டுகிறது. சில சமயம் வேண்டுமென்றே தன் கையில் ஒரு கீறலையோ அல்லது காயத்தையோகூட அது ஏற்படுத்துகிறது. அதே காரணத்திற்காகத்தான் பெரியவர்களும் தங்கள் காயங்களைக் காட்டுகிறார்கள். தங்களுக்கு ஏற்பட்ட விபத்துக்களையும் உடல்நலக் குறைவுகளைப் பற்றியும் பேசுகிறார்கள். குறிப்பாக, தங்களுக்கு நடத்தப்பட்ட அறுவைச் சிகிச்சையின் முழு விபரங்களையும் அவர்கள் தெளிவாகப் பேசுகிறார்கள். தங்கள் நிஜ வாழ்விலோ அல்லது கற்பனையிலோ தங்களுக்கு ஏற்பட்ட துரதிர்ஷ்டங்கள் குறித்து “சுய பச்சாதாபம்“ கொள்வது உலகம் முழுவதும் நடைமுறையில் இருக்கிறது.

எனவே, மக்களை உங்கள் கருத்துக்கு இணங்கச் செய்து, அவர்களை உங்கள் வழிக்குக் கொண்டுவர நீங்கள் விரும்பினால், கீழ்க்கூறப்பட்டுள்ள. கொள்கையைப் பின்பற்றுங்கள்:

ஒன்பதாவது கொள்கை

அடுத்தவரது யோசனைகள் மற்றும் ஆழ்விருப்பங்கள் குறித்து அனுதாபத்துடன் இருங்கள்.

10

அனைவருக்கும் பிடிக்கும் விதத்தில் கோரிக்கைகளை முன்வைப்பது எப்படி

மிசௌரி மாநிலத்தில் ஜெஸ்சி ஜேம்ஸ் என்ற கொள்ளைக்காரன் வாழ்ந்த இடத்திற்கு மிக அருகே நான் வளர்ந்தேன். மிசௌரி மாநிலத்தின் கியர்னி நகரில் இருந்த அவனது பண்ணை தோட்டத்திற்கு ஒருமுறை நான் சென்றேன். அப்போது அங்கு அவனது மகன் வாழ்ந்து வந்தான்.

ஜெஸ்ஸி ஜேம்ஸ் எப்படி இரயில்களையும் வங்கிகளையும் கொள்ளையடித்து அந்தப் பணத்தைத் தன் சுற்று வட்டாரத்திலிருந்த விவசாயிகளுக்கு தங்கள் கடன்களை அடைப்பதற்காகக் கொடுத்தான் என்பதைப் பற்றியக் கதைகளை ஜெஸ்ஸி ஜேம்ஸின் மருமகள் என்னிடம் கூறினாள்.

பல தலைமுறைகளுக்குப் பிறகு டச் ஷுல்ட்ஸ், “இரட்டைத் துப்பாக்கி“ குரோலி, அல் கபோன், மற்றும் திட்டமிடப்பட்டக் குற்றங்களைப் புரிந்த இன்னும் பலர் செய்ததுபோலவே, ஜெஸ்ஸி ஜேம்ஸும் தன் இதயத்தில் தன்னை ஓர் இலட்சியவாதியாகக் கருதியிருக்கக்கூடும், நீங்கள் சந்திக்கும் அனைத்து மக்களும் தன்மீது ஓர் உயர்ந்த மதிப்பைக் கொண்டுள்ளதோடு, தங்கள் சுய மதிப்பீட்டில் அவர்கள் அருமையானவர்களாகவும் சுயநலமற்றவர்களாகவும் இருக்க விரும்புகின்றனர் என்பதுதான் நிதர்சனமான உண்மை.

ஜே.பி. மோர்கன் இவ்வாறு கூறியுள்ளார்: ”ஒரு மனிதன் ஒரு செயலைச் செய்வதற்கு வழக்கமாக இரண்டு காரணங்கள்

உள்ளது: அது மற்றவர்களிடம் சொல்லிக் கொள்வதற்கு பெருமிதமாக இருக்கும் என்பது முதலாவது காரணம். இரண்டாவது காரணம், உள்நோக்கம்.”

அந்த செயலை செய்வதற்கான உண்மையான காரணம் அந்த நபருக்கு மட்டும்தான் தெரியும். ஆனால் நாம் அனைவரும் மனதளவில் இலட்சியவாதிகளாக இருப்பதால், கேள்விபடுவதற்கு நன்றாக இருக்கும் செயல்களைப் பற்றிச் சிந்திக்கவே விரும்புகிறோம். எனவே, மக்களை மாற்றுவதற்கு உரிய நோக்கங்களை நாடுங்கள்.

வியாபாரத்தில் அதை நடைமுறைப்படுத்துவது பெரிய இலட்சியவாதமாகத் தோன்றுகிறதா? பென்சில்வேனியா மாநிலத்தின் கிலெனோல்டனில் அமைந்த ஃபேரல் மிச்செல் நிறுவனத்தின் உரிமையாளரான ஹேமில்டன் ஜே. ஃபேரலின் விஷயத்தை நாம் எடுத்துக் கொள்வோம். ஓர் அதிருப்தியான வாடகைதாரர் அவரது வீட்டைக் காலி செய்யப் போவதாக ஹேமில்டனை மிரட்டினார். அந்த வாடகைதாரரின் ஒப்பந்தப்படி, அவர் காலி செய்வதற்கு இன்னும் நான்கு மாதங்கள் மீதமிருந்தன. இருப்பினும், தான் உடனடியாகக் காலி செய்யப் போவதாக அவர் ஓர் அறிக்கை அனுப்பியிருந்தார்.

திரு. ஃபேரல் இக்கதையத் தன் வகுப்பினரிடையே பகிர்ந்து கொண்டபோது இவ்வாறு கூறினார்: “இவர்கள் குளிர்காலம் முழுவதும் என் வீட்டில் வாழ்ந்தனர். குளிர்காலத்தில்தான் வீட்டு வாடகை மிகவும் அதிகமாக இருக்கும். இலையுதிர் காலத்திற்கு முன்பு என் வீட்டை மீண்டும் வாடகைக்கு விடுவது மிகக் கடினம் என்று எனக்குத் தெரியும். ஆகையால் வீடு காலியாக இருக்கும் என்பதை என்னால் உணர முடிந்தது. கோபம் என் தலைக்கேறியது.

“இயல்பாக நான் அந்த வாடகைதாரரின் வீட்டிற்குச் சென்று, அவரது ஒப்பந்தத்தை எடுத்து மீண்டும் படிக்குமாறு அவருக்கு அறிவுறுத்தியிருப்பேன். அவர் அங்கிருந்து உடனடியாகக் காலி செய்தால், மீதமுள்ள நான்கு மாதங்களுக்கான வாடகையையும் உடனடியாக அவர் எனக்குச் செலுத்தியாக வேண்டும் என்றும், அந்த வாடைகையை அவரிடமிருந்து என்னால் வசூலிக்க முடியும் என்றும், வாடகையை நிச்சயமாக வசூலிப்பேன் என்றும் நான் அவருக்குச் சுட்டிக்காட்டியிருப்பேன்.

“இருந்தாலும், அவர்மீது கோபப்பட்டு ஒரு பெரும் நாடகத்தை அரங்கேற்றுவதற்கு பதிலாக, வேறு உத்திகளை முயற்சித்துப் பார்ப்பதென்று தீர்மானித்தேன். எனவே நான் அவரிடம் இவ்வாறு என் பேச்சைத் துவக்கினேன்: “திரு. டோயி அவர்களே, நான் நீங்கள் கூறியதைக் கவனமாகக் கேட்டேன். நீங்கள் காலி செய்ய விரும்புகிறீர்கள் என்பதை என்னால் இன்னமும் நம்ப முடியவில்லை. வாடகைத் தொழிலில் பல வருடங்களாக நான் பெற்றுள்ள அனுபவம் எனக்கு மனித இயல்புகளை பற்றிச் சிலவற்றை நன்றாக கற்றுக் கொடுத்துள்ளது. முதன்முதலில் உங்களிடம் நான் பேசியதிலிருந்து, நீங்கள் கொடுத்த வாக்குத் தவறாதவர் என்பதை நான் அறிந்துகொண்டேன். உண்மையில இன்றளவிலும், அதை நான் மிகவும் ஆணித்தனமாக நம்புகிறேன்.

“‘இப்போது, என்னுடைய ஆலோசனை இதுதான். உங்கள் தீர்மானத்தை சிறிது நாட்கள் தள்ளிப்போட்டுவிட்டு அதைப் பற்றி மீண்டும் சிந்தியுங்கள். அடுத்த மாதம் முதல் தேதிக்குள் நீங்கள் நிச்சயமாகக் காலி செய்யப் போவதாக என்னிடம் வந்து கூறினால், உங்கள் தீர்மானத்தை இறுதியானதாக நான் ஏற்றுக் கொள்வேன் என்று உங்களுக்கு நான் வாக்குக் கொடுக்கிறேன். நீங்கள் தாராளமாகப் போகலாம். உங்களைப் பற்றி நான் நினைத்த கணிப்பு தவறு என்று நான் ஏற்றுக் கொள்வேன். ஆனால் நீங்கள் வாக்குத் தவறாதவர் என்றும், உங்கள் ஒப்பந்தப்படிச் செயல்படுவீர்கள் என்றும் நான் இன்னும் நம்புகிறேன்.“

”புதிய மாதம் துவங்கியவுடன் வாடகைதாரர் தனிப்பட்ட முறையில் என்னை வந்து சந்தித்து, வாடகைப் பணத்தைக் கொடுத்தார். அவரும் அவரது மனைவியும் கலந்து பேசி, தொடர்ந்து என் வீட்டில் வசிக்க விரும்புவதாக அவர் கூறினார். அவர்கள் செய்யக்கூடிய மதிப்புமிக்க ஒரே செயல் ஒப்பந்தப்படி நடந்து கொள்வதுதான் என்று முடிவு செய்தனர்.” அவர்கள்

காலம் சென்ற பிரபு நார்த்கிளி.ஃ.ப், தான் வெளியிட விரும்பாத தனது ஒன்று, ஒரு செய்தித்தாளில் வந்திருந்ததைக் கண்டபோது அதன் பதிப்பாசிரியருக்கு ஒரு கடிதம் எழுதினார். ஆனால், “என்னுடைய அந்தப் படத்தை இனிமேல் ஒருபோதும் வெளியிடாதீர்கள், எனக்கு அந்தப் புகைப்படத்தைப் பிரசுரிக்க

விருப்பமில்லை," என்று அவர் கூறவில்லை. அவர் ஓர் உன்னதமான நோக்கத்தை நாடினார். தாய்மையுணர்வின்மீது நாம் அனைவரும் கொண்டிருக்கும். மரியாதையையும் அன்பையும் அவர் நாடினார். "அந்தப் புகைப்படத்தை தயவு செய்து இனிமேல் பிரசுரிக்காதீர்கள். என் தாயாருக்கு அந்தப் புகைப்படத்தின்மீது நாட்டமில்லை," என்று அவர் எழுதினார்.

செய்தித்தாள்களின் புகைப்படக்கலைஞர்கள் தன் குழந்தைகளைப் புகைப்படம் எடுப்பதைத் தடுக்க விரும்பிய ஜான் டி. ராக்க∴பெல்லர் ஜூனியரும் உன்னதமான நோக்கங்களை நாடினார். "குழந்தைகளின் புகைப்படங்கள் வெளியிடப்படுவதை நான் விரும்பவில்லை." என்று அவர் கூறவில்லை. குழந்தைகளுக்குத் ஒருபோதும் தீங்கு விளைவிக்கக் கூடாது என்ற நமது ஆழந்த, தீவிரமான விருப்பத்தை அவர் தன் துணைக்கும் அறிவுறுத்தினார். அவர், "உங்களில் சிலருக்கும் குழந்தைகள் இருக்கின்றனர். சிறுவர்களுக்கு அதிகப்படியான விளம்பரம் ஏற்புடையதல்ல என்பது நீங்கள் அறிந்ததே," என்று கூறினார்.

மெயின் மாநிலத்தைச் சேர்ந்த ஏழைச் சிறுவனான சைரஸ் எச். கே. கர்ட்டிஸ், பின்னாளில் 'த சாட்டர்டே ஈவினிங் போஸ்ட்" மற்றும் "லேடீஸ் ஹோம் ஜர்னல்" ஆகிய பத்திரிகைகளின் உரிமையாளராக, பெரும் கோடீஸ்வரராக உருவானார். ஆனால் அவர் தன் பத்திரிகைகளைத் துவங்கிய ஆரம்பத்தில், அவற்றிற்குப் பங்களித்தவர்களுக்கு மற்றப் பத்திரிகைகளைப்போல் அதிகமாகப் பணம் கொடுக்க முடியவில்லை. எனவே அவர் அவர்களது உன்னதமான நோக்கங்களை நாடினார். எடுத்துக்காட்டாக, நான் முன்பு குறிப்பிட்டிருந்த நூலாசிரியை லூயிசா மே அல்காட் புகழின் உச்சத்தில் இருந்தபோது, அவருக்கு ஒரு நூறு டாலர்களுக்கான காசோலையை அனுப்பி, அவரைத் தன் பத்திரிகைக்குப் பங்களிக்கச் செய்தார். அவர் அந்தக் காசோலையில், பெறுபவர் பெயராக லூயிசா மே அல்காட்டின் பெயரைக் குறிப்பிடவில்லை. மாறாக, அவருக்குப் பிடித்தமான ஒரு தொண்டு நிறுவனத்தின் பெயரைக் குறிப்பிட்டிருந்தார்.

அவநம்பிக்கையுடைவர்கள் இவ்வாறு கூறலாம்: "அந்த விவியமெல்லாம் நார்த்கிளி∴புக்கும், ராக்க∴பெல்லருக்கும், அல்லது உணர்ச்சிவயமான நாவலாசிரியருக்கும் சரிப்பட்டு

வரும். ஆனால், நான் பணத்தை வசூலிக்க வேண்டியுள்ள கடினமான மனிதர்களிடம் இதை நீங்கள் எப்படி நடத்திக் கொள்கிறார்கள் என்று பார்ப்போம்!"

நீங்கள் கூறுவது சரியாக இருக்கலாம். எதுவாக இருப்பினும் எல்லா விஷயங்களிலும் வேலை செய்வதில்லை எல்லா மக்களிடமும் வேலை செய்வதில்லை. நீங்கள் பெற்றுக் கொண்டிருக்கும் விளைவுகள் உங்களுக்குத் மனதிருப்தி அளிப்பவையாக இருந்தால் நீங்கள் ஏன் மாற வேண்டும்? விளைவுகள் உங்களுக்குத் நிம்மதி அளிக்கவில்லை என்றால் நீங்கள் ஏன் அந்த விவியத்தைப் பரிசோதித்துப் பார்க்கக் கூடாது?

நீங்கள் எதைத் தேர்வு செய்தாலும் சரி, என் முன்னாள் மாணவர் ஜேம்ஸ் தாமஸ் கூறும் இந்த உண்மைக் கதையை நீங்கள் ரசித்து அனுபவம் பெறுவீர்கள் என்று நான் நினைக்கிறேன். ஒரு கார் விற்பனை நிலையத்தின் 6 வாடிக்கையாளர்கள். தங்கள் கார்கள் பழுது பார்க்கப்பட்டதற்கான கட்டணத் தொகையைச் செலுத்த மறுத்தனர். இவர்களில் ஒருவரும் ஒட்டுமொத்த கட்டண தொகையையும் எதிர்க்கவில்லை. ஆனால் ஏதோ ஒரு தொகை தவறாகக் குறிப்பிடப்பட்டுள்ளதாகக் குறை கூறினர். அவர்கள் தங்களுடைய காரில் செய்யப்பட்டிருந்த வேலைக்கு ஒப்புதல் தெரிவித்தனர் அதனால் நிறுவனத்தைப் பொறுத்தவரை ரசீதில் குறிப்பிடப்பட்டு இருந்த தொகை சரிதான். ஆனால் அதை அந்த வாடிக்கையாளர்களிடம் கூறியதுதான் முதல் தவறு.

அவர்களிடமிருந்து கட்டணத் தொகைகளை வசூலிப்பதற்காக, அந்நிறுவனத்தின் கடன் வசூலிப்புத் துறை கீழ்க்கண்ட நடவடிக்கைகளை மேற்கொண்டது. அவர்கள் அதில் வெற்றி பெற்றிருப்பார்கள் என்று நீங்கள் நினைக்கிறீர்களா?

1. அவர்கள் ஒவ்வொரு வாடிக்கையாளரையும் சந்தித்து, தவணைக் காலம் தாண்டிவிட்ட ரசீதுக்கான பணத்தை வசூலிக்க வந்திருப்பதாகக் கறாராகக் கூறினர்.

2. தங்கள் நிறுவனத்தின்மீது எந்தத் தவறும் இல்லை என்றும், வாடிக்கையாளர் மீதுதான் மொத்தத் தவறும் உள்ளது என்றும் நேரடியாக அவர்களிடம் தெரிவித்தனர்.

3. வாடிக்கையாளரை விட தங்கள் நிறுவனத்திற்குக் கார்களைப் பற்றி நன்றாகத் தெரியும் என்பதால், இங்கு

விவாதிப்பதற்கு ஒன்றுமில்லை என்று அவர்களிடம் தெரிவித்தனர்.

4. அதன் விளைவு: அவர்களுக்குள் விவாதம் வலுத்தது.

இந்த நேரத்தில், கடன் வசூலிப்புத் துறையின் மேலாளர், சட்ட வல்லுனர்களின் உதவியுடன் போராடுவதற்குத் தயாரானார். அதிர்ஷ்டவசமாக, இந்த விஷயம் அந்நிறுவனத்தின் பொது மேலாளரின் கவனத்திற்கு வந்தது. பணம் பாக்கி வைத்திருந்த இந்த வாடிக்கையாளர்களின் ஆவணங்களைப் பரிசோதித்துப் பார்த்த அவர், வழக்கமாக அவர்கள் அனைவரும் தங்கள் ரசீது தொகைகளைக் குறித்த நேரத்தில் செலுத்தியிருப்பதைக் வந்திருப்பதைக் கண்டறிந்தார். இங்கு ஏதோ ஒரு தவறு நடந்துள்ளது - கட்டண வசூலிப்பு முறையில் நிச்சயமாக ஏதோ ஒரு தவறு நடந்திருக்கிறது என்பதை அவர் உணர்ந்தார். எனவே அவர் ஜேம்ஸ் எல். தாமஸை அழைத்து, இந்தத் தொகைகளை வசூலிக்கும்படிக் கூறினார். திரு. தாமஸ் மேற்கொண்ட நடவடிக்கைகள் அவரது சுய வார்த்தைகளில் கொடுக்கப்பட்டுள்ளன:

1. ஒவ்வொரு வாடிக்கையாளரின் வீட்டிற்கும் நான் சென்றதற்கான காரணம், நீண்டநாள் வசூலிக்கப்படாமல் இருந்த ரசீது தொகையை வசூலிப்பதற்குத்தான். நாங்கள் சரியான தொகைக்குத்தான் ரசீது தயாரித்திருந்தோம் என்பது எங்களுக்கு உறுதியாகத் தெரியும். இருந்தாலும் நான் அதைப் பற்றி ஒரு வார்த்தைகூடப் பேசவில்லை. எங்கள் நிறுவனம் அவர்களுக்கு என்ன செய்தது அல்லது எதைச் செய்யத் தவறியுள்ளது என்பதைத் தெரிந்து கொள்வதற்கு மட்டும்தான் நான் அவர்களைப் பார்க்க வந்திருப்பதாக அவர்களிடம் விளக்கமாக எடுத்துரைத்தேன்.

2. வாடிக்கையாளரின் கதையை நான் முழுமையாகக் கேட்கும் வரை, நான் எந்த கருத்தையும் ஒருசார கூறப் போவதில்லை என்பதை நான் அவர்களுக்குத் தெளிவாக. எடுத்துரைத்தேன். எங்கள் நிறுவனம் தவறே இழைக்காது என்று நாங்கள் ஒருபோதும் கூறியதில்லை என்றும் நான் அவர்களிடம் கூறினேன்.

3. என் அக்கறை அவரது கார்மீதுதான் என்றும், அவரது காரைப் பற்றி இவ்வுலகிலுள்ள அனைவரைவிடவும் அவருக்குத்தான் நன்றாகத் தெரியும் என்றும், அவரது காரைப்

பொறுத்தவரை நீங்கள்தான் வல்லுனர் என்றும் நான் அவரிடம் கூறினேன்.

4. நான் அவரைப் பேச அனுமதித்தேன். அவர் கூறியதை ஆர்வத்தோடும் அனுதாபத்தோடும் கவனித்துக் கேட்டேன். அந்த ஆர்வத்தையும் அனுதாபத்தையும் அவர் விரும்பினார். அவற்றை அவர் எங்களிடமிருந்து எதிர்பார்த்தார்.

5. நிறைவாக, அவர் நிதானமான மனநிலையில் இருந்தபோது, நடந்த விஷயத்தை தெளிவாக எடுத்துக் கூறி அவரது நியாயத் தீர்ப்பிற்கு விட்டுவிட்டேன். நான் உன்னதமான நோக்கங்களை நாடினேன். "முதலில், இந்த விஷயம் மிகவும் முறையாக கையாளப்பட்டுள்ளது என்று நான் நினைக்கிறேன் என்பதை நீங்கள் தெரிந்து கொள்ள வேண்டும். எங்களது பிரதிநிதிகளில் ஒருவர் உங்களுக்கு அசௌகரியத்தையும், கோபத்தையும், எரிச்சலையும் ஏற்படுத்தியிருக்கிறார். அது ஒருபோதும் நடந்திருக்கக் கூடாது. நான் அதற்காக மிகவும் வருந்துகிறேன். எங்களது நிறுவனத்தின் ஒரு பிரதிநிதி என்ற முறையில், நான் அதற்காக உங்களிடம் மன்னிப்புக் கேட்டுக் கொள்கிறேன். இங்கு வந்து அமர்ந்து, உங்கள் பக்க விளக்கங்களைக் கேட்ட பிறகு, நீங்கள் எவ்வளவு நியாயமாகவும் பொறுமையாகவும் நடந்து கொண்டுள்ளீர்கள் என்பதைப் பார்த்து நான் பிரமித்து நிற்கிறேன். இப்போது, நீங்கள் நியாயமானவராகவும் பொறுமையானவராகவும் இருப்பதால், எனக்காக நீங்கள் ஒன்றைச் செய்ய வேண்டும் என்று நான் உங்களிடம் கேட்கப் போகிறேன். மற்ற அனைவரையும்விட உங்களால் அதைச் சிறப்பாகச் செய்ய முடியும். மற்ற அனைவரைவிட நீங்கள் பற்றி உங்களுக்கு தெரியும். இது உங்கள் ரசீது: நீங்கள் எங்கள் நிறுவனத்தின் தலைவராக இருந்தால், இந்த ரசீதை எந்த முறையில் திருத்தி அமைப்பீர்களோ, அவ்வாறு இதை இப்போது திருத்தி அமைத்துத் தருமாறு உங்களிடம் நான் பணிவுடன் கேட்டுக்கொள்கிறேன். முடிவை உங்களிடம் விட்டுவிடுகிறேன். நீங்கள் என்ன சொல்கிறீர்களோ, அதை நாங்கள் ஏற்றுக் கொள்கிறோம்." என்று கூறினேன்.

அவர் அந்த பில்லைத் திருத்தினாரா? நிச்சயமாக அவர் அதைத் திருத்தினார். அதைக் ஆர்வமாக செய்தார். ரசீது தொகைகள் 150 டாலர்கள் முதல் 400 டாலர்கள் வரை இருந்தன. அவர் அதைத் தனக்குச் சாதகமாகப் பயன்படுத்தினாரா? ஆம், ஒரே ஒருவர் மட்டும் அவ்வாறு

செய்தார். அவர் தொகையை செலுத்த மறுத்தார். ஆனால் மீதமுள்ள ஐந்து பேரும் எங்கள் நிறுவனத்திற்குச் சாதகமாக நடந்து கொண்டனர். அதற்குப் பிறகு நடந்த சுவாரசியமான விஷயம் இது: அடுத்த இரண்டு வருடங்களில் இந்த ஆறு வாடிக்கையாளர்களும் எங்களிடமிருந்து புதிய கார்களை வாங்கினர்.

"வாடிக்கையாளரைப் பற்றி எந்தத் தகவலையும் பெற முடியாத நிலையில், ரசீது தொகை சரியாக உள்ளது என்று அவர் உறுதியாக நம்பும் பட்சத்தில், கட்டணத் தொகையைச் செலுத்த அவர் உண்மையாகவும் தயாராகவும் இருக்கிறார். அவர் உண்மையானவர், நேர்மையானவர் என்ற அடிப்படை நம்பிக்கையில்தான் மேற்கொண்டு நடவடிக்கைகள் எடுக்க வேண்டும் என்பதை நான் என் அனுபவத்தின் வாயிலாகக் கற்றுக் கொண்டேன். இதை வேறு விதமாகவும் அதிகத் தெளிவாகவும் கூற வேண்டும். என்றால், மக்கள் நேர்மையானவர்கள், அவர்கள் தங்கள் கடமைகளை நிறைவேற்ற விரும்புகிறார்கள். இதற்கு விதிவிலக்கானவர்கள் மிகக் குறைவுதான். ஏமாற்ற விரும்பும் வாடிக்கையாளர்களிடம் அவர்கள் நேர்மையானவர்கள், நியாயமானவர்கள், உண்மையானவர்கள் என்று நீங்கள் கருதுவதாகக் கூறினால், பெரும்பாலானவர்கள் உங்களுக்குச் சாதகமாக நடப்பார்கள் என்று நான் உறுதியாக நம்புகிறேன்," என்று திரு. தாமஸ் கூறினார்.

பத்தாவது கொள்கை

உன்னதமான நோக்கங்களை நாடுங்கள்.

11

திரைப்படங்களும் தொலைக்காட்சிகளும் வெற்றிகரமாகச் செய்யும் ஒன்றை, நீங்கள் ஏன் செய்யக்கூடாது

பல வருடங்களுக்கு முன்பு, ஃபிலடெல்பியாவில் வெளிவந்த "ஈவினிங் புல்லெட்டின்" என்ற மாலைநேர செய்தித்தாள், உள்நோக்கத்தால் பரப்பப்பட்ட வதந்தியால் பிரச்சனைக்கு உள்ளானது. அந்த செய்தித்தாளில் விளம்பரங்கள் அதிகமாகவும் செய்திகள் மிகக் குறைவாகவும் பிரசுரிக்கப்பட்டு வந்ததால் வாசகர்களுக்கு அதன் மீதான நாட்டம் குறைந்துவிட்டது என்று விளம்பரதாரர்களிடம் தவறாக தெரிவிக்கப்பட்டது. அந்தப் பொய்ப் பிரச்சாரத்தை நிறுத்த உடனடியாக நடவடிக்கை எடுக்க வேண்டியிருந்தது.

ஆனால் அதை எப்படிச் செய்வது?

கீழ்க்கண்ட முறையில் அந்த வதந்தி நிறுத்தப்பட்டது. அந்நிறுவனம் ஒரு சராசரி நாளில் அந்த செய்தித்தாளில் வெளிவரும் செய்திகள் அனைத்தையும் கத்தரித்து, அவற்றை வகை பிரித்து, ஒரு புத்தகமாக வெளியிட்டது. 307 பக்கங்களைக் கொண்ட அப்புத்தகத்திற்கு "ஒரு நாள்" என்று தலைப்பிட்டு இருந்தனர். அப்புத்தகம் தடித்த அட்டையைக் கொண்டிருந்தது. அதன் விலை பல டாலர்கள் அல்ல் ஒரு சில சென்டுகள் மட்டுமே.

அப்புத்தக வெளியீடு, "ஈவினிங் புல்லெட்டின்" தன் வாசகர்கள் வாசிப்பதற்காகத் தினமும் ஏராளமான சுவாரசியமான விஷயங்களை வெளியிட்டு வருகிறது என்ற உண்மையை பகட்டுடன் மிகைப்படுத்தி வெளியிட்டது. வெறும் எண்களோ அல்லது பேச்சோ சாதித்திருக்கக்கூடியதைவிட அதிகத் தெளிவாகவும், அதிக சுவாரசியமாகவும், அதிக

உற்சாகத்துடனும் அந்த செயல்பாடு அவ்வுண்மையை வெளியிட்டது,

இது பகட்டு உலகம். ஓர் உண்மையை ஆதாரமிவ்வாமல் கூறினால் மட்டும் போதாது. உண்மை தெளிவாகவும், சுவாரசியமாகவும், ஆகையால் மிகைப்படுத்தி தெரிவிக்கப்பட வேண்டும். நீங்கள் ஒரு மேடைக் கலைஞரின் திறமையைக் கொண்டிருக்க வேண்டும். திரைப்படங்கள் அதைச் செய்கின்றன. தொலைக்காட்சியும் அதைச் செய்கிறது. நீங்கள் அடுத்தவரது கவனத்தை தன்பால் ஈர்க்க வேண்டும் என்று விரும்பினால், நீங்களும் அதைச் செய்ய வேண்டும்.

கடைகளின் வாசலில் உள்ள சாளரங்களில் காட்சிப் பொருட்களை அலங்கரிப்பதில் வல்லவர்கள் இதை நன்கு அறிந்துள்ளனர். எடுத்துக்காட்டாக, ஒரு புதிய எலிப் பாஷாண மருந்தைத் தயாரித்த ஒரு நிறுவனம், அதன் விற்பனையாளர்களின் கடைகளில் அதைக் காட்சியில் வைக்க இரண்டு எலிகளையும் சேர்த்துக் கொடுத்தது. எலிகள் காட்சிக்கு வைக்கப்பட்ட அந்த வாரத்தில் விற்பனை அவர்களது வழக்கமான எண்ணிக்கையைவிட ஐந்து மடங்கு அதிகரித்தது.

பொருட்களை விற்பனை செய்வதில் மிகைப்படுத்தும் உத்திகளை எவ்வாறு பயன்படுத்துவது என்பதற்கான எடுத்துக்காட்டுகள் தொலைக்காட்சியில் வரும். விளம்பரங்களில் ஏராளமாக நிறைந்துள்ளன. ஒருநாள் மாலையில் உங்கள் தொலைக்காட்சிப் பெட்டியின் முன் அமர்ந்து, ஒவ்வொரு விளம்பரத்திலும் அதன் விளம்பரத் தயாரிப்பாளர்கள் என்னவெல்லாம் செய்துள்ளனர் என்பதை ஆய்வு செய்து பாருங்கள். ஒரு நிறுவனத்தினர் தயாரித்த ஓர் அமில நிவாரண மருந்து ஒரு சோதனைக் குழாயிலுள்ள அமிலத்தின் நிறத்தை எவ்வாறு மாற்றுகிறது என்பதையும், அந்நிறுவனத்தின் போட்டியாளர்களது தயாரிப்பு அவ்வாறு செய்வதில்லை என்று காட்டப்படுவதையும் நீங்கள் அறியலாம். ஒரு குறிப்பிட்ட நிறுவனத்தின் சோப்பு, அழுக்கும் கறையும் படிந்த ஒரு சட்டையை எவ்வாறு பளீரென்று சலவை செய்கிறது என்றும், அதன் போட்டி நிறுவனத்தின் சோப்பு அச்சட்டையைப் பழுப்பு நிறத்தில் சலவை செய்கிறது என்றும் அவர்கள் காட்டுவதை நீங்கள் காணலாம். வளைவுகளிலும் திருப்பங்களிலும் ஒரு கார்

எவ்வளவு அழகாக வளைந்து கொடுத்துச் செல்கிறது என்பதை நீங்கள் பார்ப்பீர்கள். மகிழ்ச்சிகரமான முகங்கள் பல்வேறு வகைப்பட்டப் பொருட்கள் குறித்தத் பயன்களை வெளிப்படுத்துவதை நீங்கள் காண்பீர்கள். இவையனைத்தும். விற்கப்படும் பொருட்களின் அனுகூலங்களை பகட்டுடன் மிகைப்படுத்திக் கூறி, பார்வையாளர்கள் அவற்றை வாங்குவதற்கு அவர்களைத் ஈர்க்கின்றன.

உங்கள் கருத்துக்களை வியாபாரத்திலும் சரி, அல்லது வாழ்வின் வேறு பிற வாழ்வியலும் சரி, உங்களால் பகட்டுடன் மிகைப்படுத்திக் கூற முடியும். அது மிகவும் எளிது. விர்ஜீனியா மாநிலத்தின் ரிச்மன்ட் நகரில் உள்ள நேஷனல் கேஷ் ரிஜிஸ்டர் என்ற நிறுவனத்தில் விற்பனையாளராகப் பணிபுரிந்த ஜிம் யேமன்ஸ், மிகைப்படுத்தப்பட்ட விளக்கத்தின் மூலம் எவ்வாறு ஒரு விற்பனையை சாத்தியப்படுத்தினார் என்பதை நமக்குக் கூறுகிறார்.

“கடந்த வாரம் என் சுற்று வட்டாரத்திலிருந்த ஒரு மளிகை வியாபாரியின் கடைக்கு நான் சென்றிருந்தேன். அவரது கடையில் பணம் செலுத்துமிடத்தில் வைக்கப்பட்டிருந்த ரசீது செலுத்தும் இயந்திரம் மிகவும் பழங்காலத்ததாக இருந்ததைப் பார்த்தேன். நான் அக்கடையின் உரிமையாளரை அணுகி, ”உங்கள் வாடிக்கையாளர்கள் உங்கள் கல்லாவைக் கடந்து செல்லும் ஒவ்வொரு முறையும் உண்மையிலேயே நீங்கள் சில்லறைக் காசுகளைத் தூக்கி எறிகிறீர்கள்,” என்று கூறினேன். அவ்வாறு கூறிவிட்டுக் கை நிறையக் காசுகளை நான் தரையில் வீசி எறிந்தேன். அவர் உடனடியாக என்னை உற்றுநோக்கிக் கவனிக்கத் துவங்கினார். நான் கூறிய வார்த்தைகளே அவரது ஆர்வத்தைத் தூண்டியிருக்கும். ஆனால் தரையில் மோதிய சில்லறைகளின் ஒலி அவரை உண்மையிலேயே பிடித்து நிறுத்தியது. அவரது பழைய இயந்திரங்கள் அனைத்தையும் மாற்றிப் புதிய இயந்திரங்கள் பொருத்துவதற்கான ஆர்டர் எனக்குக் கிடைத்தது.

இந்த உத்தி வீட்டிலும் வேலை செய்கிறது. அக்காலத்தில் ஒரு காதலன் தன் காதலியிடம் தன்னைத் திருமணம் செய்து கொள்ளுமாறு கேட்டபோது, வெறும் வார்த்தைகளை மட்டுமே பயன்படுத்தினானா? இல்லை! தரையில் அவன் மண்டியிட்டு அமர்ந்தான். அவன் தன் காதலில்

உறுதியாக இருந்தான் என்பதை அது காட்டியது. இப்போது நாம் யாரிடமும் மண்டியிட்டு நம் விருப்பத்தைத் தெரிவிப்பது இல்லை. ஆனாலும், திருமணத்தை முன்மொழியவிருக்கும் பலரும் தன்னைத் திருமணம் செய்து கொள்ளுமாறு தன் காதலியிடம் கேட்பதற்கு, ஒரு சுவாரசியமான, இனிமையான சூழலை அமைத்துக் கொள்கின்றனர் என்பதே நிதர்சனம்.

நீங்கள் உங்கள் குழந்தைகளிடம் விரும்புவதை அவர்களிடமிருந்து பெறுவதற்கு மிகைப்படுத்தல் உதவி செய்கிறது. அலபாமா மாநிலத்தின் பிர்மிங்காம் நகரைச் சேர்ந்த ஜோ பி. ஃபேன்ட் ஜூனியர், தன் ஐந்து வயது மகனையும், மூன்று வயது மகளையும் விளையாட்டுப் பொருட்களைப் எடுத்து அதனதன் இடத்தில் வைக்கச் செய்வதற்கு மிகவும் சிரமப்பட்டார். எனவே அதற்காக அவர் 'இரயில்' ஒன்றை உருவாக்கினார். அவரது மகன் ஜோயி அந்த இரயிலின் பொறியாளர், அவன் தன் மூன்று சக்கரச் சைக்கிளில் அந்த அறையைச் சுற்றி வருவான். அவனது சகோதரி ஜேனட்டின் சரக்குப் பெட்டி அந்த சைக்கிளோடு இணைக்கப்பட்டது. மாலையில், இரயிலுக்குத் தேவையான 'நிலக்கரி' அனைத்தையும் அவள் தன் பெட்டியில் நிரப்பிக் கொண்டு தானும் அதில் ஏறி அமர்ந்து கொள்வாள். அவளது சகோதரன் அந்த அறையைச் சுற்றி வர, விளையாட்டுப் பொருட்கள் அனைத்தையும் அவள் எடுத்துக் கொண்டே வருவாள். இவ்வழியில், எந்தச் சொற்பொழிவுகளும் இன்றி, விவாதங்களும் இன்றி, அச்சுறுத்தல்களும் இன்றி அந்த அறை சுத்தமாக்கப்பட்டது.

இன்டியானா மாநிலத்தின் மிஷவாகா நகரைச் சேர்ந்த மேரி கேத்தரீன் உல்ஃபிற்கு வேலையில் சில பிரச்சனைகள் இருந்தன. அவை குறித்துத் தன் மேலதிகாரியுடன் கலந்துரையாடுவதென்று அவர் முடிவு செய்தார். திங்கட்கிழமையன்று காலையில் தன் மேலதிகாரியைச் சந்திப்பதற்கு அவர் முன்னனுமதி கேட்டார். தனக்கு வாரம் முழுவதும் நிறைய வேலை இருப்பதால் அந்த வாரத்தின் பிற்பகுதியில் என்றேனும் ஒரு நாள் தன்னை வந்து சந்திப்பதற்குத் தன் செயலாளரிடம் கூறி ஏற்பாடு செய்து கொள்ளுமாறு அந்த அதிகாரி மேரியிடம் கூறினார். அவரது

செயலாளர், அவரைச் சந்திக்க ஏற்பாடு செய்து தருவதாக மேரியிடம் தெரிவித்தார்.

என்ன நிகழ்ந்தது என்பதை மேரி இவ்வாறு விவரிக்கிறார்:

“அந்த வாரம் முழுவதும் அச்செயலாளரிடமிருந்து எனக்கு எந்த பதிலும் வரவில்லை. எப்போது நான் அவரிடம் அது பற்றிக் கேட்டாலும், மேலதிகாரிக்கு நேரமில்லை என்பதற்கான ஏதேனும் ஒரு காரணத்தை அவர் என்னிடம் கூறிக் கொண்டிருந்தார். வெள்ளிக்கிழமை காலைவரை அவரிடமிருந்து எனக்கு உறுதியான தகவல் எதுவும் கிடைக்கவில்லை. நான் உண்மையிலேயே என் மேலதிகாரியைப் பார்த்து, அந்த வார இறுதிக்குள் என் பிரச்சனைகளைப் பற்றி அவரோடு கலந்துரையாட விரும்பினேன். எனவே, அவரை எவ்வாறு நான் பார்ப்பது என்று எனக்கு நானே கேள்வி கேட்டுக் கொண்டேன்.

“இறுதியாக நான் செய்தது இதுதான். முறைப்படி நான் அவருக்கு ஒரு கடிதம் எழுதினேன். அவர் அந்த வாரம் முழுவதும் எவ்வளவு வேலைப் பளுவுடன் இருந்தார் என்பதை நான் முற்றிலும் புரிந்து கொண்டதைச் சுட்டிக்காட்டி, இருந்தாலும் நான் அவருடன் பேசுவது மிகவும் முக்கியம் என்று அதில் குறிப்பிட்டிருந்தேன். அத்துடன் ஒரு படிவத்தையும், சுய முகவரியிட்ட ஓர் அஞ்சல் உறையையும் இணைத்து, அதை அவரோ அல்லது அவரது செயலாளரோ நிரப்பி எனக்கு அனுப்புமாறு கோரினேன். அந்தப் படிவத்தில் நான் இவ்வாறு எழுதியிருந்தேன்:

மிஸ் உல்.ஃ.ப், நான் உங்களை ____________தேதியன்று

காலை.ஃ.மாலை____________ மணிக்குச் சந்திக்கிறேன்.

நான் உங்களுக்காக என் நேரத்தில் ______________நிமிடங்களை ஒதுக்குகிறேன்.

”நான் அக்கடிதத்தை அவரிடம் காலை பதினோரு மணிக்குச் சேர்த்தேன். மதியம் இரண்டு மணியளவில் அவரிடமிருந்து எனக்கு என் சுய முகவரியிட்டக் கடிதம் வந்திருந்தது. அவரே அப்படிவத்தை நிரப்பியிருந்தார். அன்று மதியம் அவர் இறுதியில் என்னைச் சந்திப்பதாகவும், பத்து நிமிடங்கள் நான் அவரோடு கலந்து உரையாடலாம் என்றும் அவர் அதில் குறிப்பிட்டிருந்தார். நான் அவரைச் சந்தித்தேன்.

சுமார் ஒரு மணிநேரத்திற்கும் மேலாக இருவரும் பேசி, என் பிரச்சனைகளுக்குத் தீர்வு கண்டோம்.

"நான் உண்மையிலேயே அவரைப் பார்க்க விரும்புகிறேன் என்ற உண்மையை நான் மிகைப்படுத்திக் கூறியிருக்காவிட்டால், முன்னனுமதிக்காக நான் அவரைச் சந்திப்பதற்கான சூழல் அமைய காத்துக் கொண்டிருந்திருப்பேன்."

ஜேம்ஸ் பி. பாயின்டன் ஒரு முழுநீளச் சந்தை ஆய்வறிக்கையைச் சமர்ப்பிக்க வேண்டியிருந்தது. அவரது நிறுவனம் ஒரு முன்னணி குளிர்க் களிம்பிற்கான விரிவான ஆய்வை அப்போதுதான் செய்து முடித்திருந்தது. சந்தையில் இக்களிம்பிற்குப் போட்டியாக உள்ளவற்றைப் பற்றியத் தகவல்கள் உடனடியாகத் தேவைப்பட்டன. அவரது வாடிக்கையாளராகக்கூடிய வாய்ப்பு கொண்டிருந்தவர், விளம்பர வணிகத்தில் ஒரு பெரிய, வலிமை வாய்ந்த நபர். ஜேம்ஸ் பாயின்டனின் முதல் அணுகுமுறை அவர் தொடங்குவதற்கு முன்பே தோல்வியைச் சந்தித்தது.

ஜேம்ஸ் பாயின்டன் அதை இவ்வாறு விளக்குகிறார்: "முதல் முறை நான் அவரது அறைக்குள் நுழைந்தபோது, ஆய்வில் பயன்படுத்தப்படும் வழிமுறைகளைப் பற்றிய ஒரு வீணான கலந்தாய்விற்குள் நான் தள்ளப்படுவதைக் உணர்ந்து கொண்டேன். அவர் விவாதித்தார். அதனால் நானும் விவாதித்தேன். நான் செய்தது தவறு என்று அவர் கூறினார். நான் செய்தது சரி என்று நிரூபிக்க நான் முயற்சித்தேன்.

"கடைசியில் நான் வெற்றி பெற்றேன். அது எனக்குத் திருப்தி ஏற்படுத்தியது. ஆனால் அவர் எனக்குக் கொடுத்திருந்த நேரம் முடிந்துவிட்டது, சந்திப்பும் முடிந்துவிட்டது. ஆனால், எந்த முடிவும் ஏற்படவில்லை.

இரண்டாவது முறை நான் என் ஆய்வறிக்கையில் உள்ள எண்களையும் தகவல்களையும் மிகைப்படுத்தவில்லை. நான் அவரைச் சந்தித்து, உண்மைகளை மிகைப்படுத்தினேன்.

"நான் அவரது அலுவலகத்திற்குள் நுழைந்தபோது அவர் தொலைபேசியில் பேசிக் கொண்டிருந்தார். அவர் பேசிக் கொண்டிருக்கும்போதே நான் ஒரு கைப்பெட்டியைத் திறந்து குளிர்க் களிம்புகள் நிறைந்த முப்பத்திரண்டு குடுவைகளை அவரது மேசைமேல் போட்டேன். அவை அனைத்தையும் பற்றி

அவர் அறிந்திருந்தார். அவை அனைத்தும் அவரது சக போட்டியாளர்களின் பொருட்கள். “ஒவ்வொரு குடுவையிலும், அதைப் பற்றி வர்த்தக ஆய்விலிருந்து கிடைத்த விளைவுகளை ஒரு குறிப்புச் எழுதி அத்துடன் இணைத்திருந்தேன். ஒவ்வொரு குறிப்புப் சீட்டும் தன் கதையைச் சுருக்கமாகவும், மிகைப்படுத்தியும் கூறியது.

”பிறகு என்ன நிகழ்ந்தது?

”அதற்குப் பிறகு அங்கு எந்த விவாதமும் நடைபெறவில்லை. இங்கு ஏதோ ஒன்று புதிதாக இருந்தது, வித்தியாசமாக இருந்தது. அவர் ஒவ்வொரு குடுவையாக எடுத்துப் பார்த்து, அவற்றுடன் இணைக்கப்பட்டிருந்த துண்டுச் சீட்டுகளில் எழுதப்பட்டிருந்த தகவல்களைப் படித்தார். ஒரு தோழமையான உரையாடல் எங்களுக்கு இடையே உருவாகியது. அவர் கூடுதலாகச் சில கேள்விகளைக் கேட்டார். அவர் மிகுந்த ஆர்வத்துடன் இருந்தார். நான் சேகரித்தத் தகவல்களை அவரிடம் சமர்ப்பிப்பதற்கு முதலில் அவர் வெறும் பத்து நிமிடங்கள் மட்டுமே கொடுத்திருந்தார். ஆனால், பத்து நிமிடங்கள் கடந்தன. பிறகு இருபது நிமிடங்கள், நாற்பது நிமிடங்கள் என்று கடந்து, ஒரு மணிநேரத்திற்குப் பிறகும் நாங்கள் இருவரும் பேசிக் கொண்டிருந்தோம்.

”நான் சென்ற முறை வழங்கிய அதே தகவல்களைத்தான் இந்த முறையும் அவரிடம் கொடுத்தேன். ஆனால் இம்முறை நான் மிகைப்படுத்தலையும் காட்சிப்படுத்தலையும் பயன்படுத்தினேன். அது எத்தகைய ஒரு மாற்றத்தை ஏற்படுத்தியது!

பதினொன்றாவது கொள்கை

உங்கள் யோசனைகளை ஜோடனையுடன் மிகைப்படுத்துங்கள்.

12

எதுவுமே வேலை செய்யாதபோது, இதை முயற்சித்துப் பாருங்கள்

சார்லஸ் ஷ்வாபிடம் வேலை பார்த்த ஓர் ஆலை மேலாளரின் கீழ் பணியாற்றிய ஊழியர்கள்

அவர்களிடமிருந்து எதிர்பார்க்கப்பட்ட உற்பத்தித் திறனுடன் செயல்படவில்லை.

"உங்களைப்போல் திறன் வாய்ந்த ஒரு மேலாளர் இருந்தும்கூட, எப்படி இந்த ஆலையிலிருந்து வரும் உற்பத்தி இவ்வளவு குறைவாக இருக்க முடியும்?" என்று ஷ்வாப் அவரைக் கேட்டார்.

"எனக்குத் தெரியவில்லை. நான் அவர்களிடம் கெஞ்சிப் பார்த்துவிட்டேன். அவர்களைக் கட்டாயப்படுத்திப் பார்த்துவிட்டேன், திட்டியும், சபித்தும், வேலையிலிருந்து நீக்கப் போவதாக அச்சுறுத்தியும் பார்த்துவிட்டேன். ஆனால் எதுவுமே வேலை செய்யவில்லை. அவர்கள் நாம். எதிர்பார்க்கும் உற்பத்தியைக் கொடுக்க மறுக்கின்றனர்," என்று அந்த மேலாளர் பதிலளித்தார்.

இந்த உரையாடல், நாளின் இறுதியில். இரவுநேரப் பணியாளர்கள் வருவதற்குச் சற்று முன் நிகழ்ந்தது. சார்லஸ் ஷ்வாப் அந்த மேலாளரிடம் சாக்பீஸ் துண்டு ஒன்றைக் கேட்டு வாங்கி, தன் அருகில் இருந்த ஓர் ஊழியரிடம், "காலைநேரத்தில் நீங்கள் அனைவரும் சேர்ந்து எத்தனை எஃகுத் தொகுதிகளை உற்பத்தி செய்தீர்கள்?" என்று கேட்டார்.

"ஆறு ."

ஒரு வார்த்தைகூடப் பேசாமல், தரையில் பெரிதாக ஆறு என்ற எண்ணை வரைந்துவிட்டு ஷ்வாப் அங்கிருந்து சென்றுவிட்டார். இரவுநேரப் பணியாளர்கள் வந்தபோது, தரையில் வரையப்பட்டிருந்த "6"ஐப் பார்த்தனர். அதற்கு என்ன பொருள் என்று கேட்டனர்.

பகலில் வேலைக்கு வந்தவர்கள், "பெரிய முதலாளி இன்று நம் ஆலைக்கு வந்திருந்தார். எத்தனை எ.ஃ.குத் தொகுதிகளை நாங்கள் உற்பத்தி செய்தோம் என்று எங்களிடம் கேட்டார். நாங்கள் ஆறு என்று அவரிடம் கூறினோம். அதை அவர் ஒரு சாக்பீஸால் தரையில் எழுதிவிட்டுச் சென்றுவிட்டார்." என்று கூறினர்.

அடுத்த நாள் காலையில் ஷ்வாப் அந்த ஆலை வழியாக மீண்டும் நடந்து சென்றார். இரவில் வேலை பார்த்தவர்கள் "6" என்பதை அழித்துவிட்டு என்று பெரிதாக எழுதியிருந்தனர்.

காலையில் வேலைக்கு வந்தவர்கள் பெரிய "7"ஐப் பார்த்தனர். இரவில் வேலை பார்த்தவர்கள் பகலில் வேலை பார்ப்பவர்களைவிடச் சிறப்பாக வேலை செய்வதாக நினைக்கிறார்களா? நாம் யார் என்று அவர்களுக்குக் காட்டுவோம். அவர்கள் அனைவரும் உற்சாகத்துடன் உழைத்தனர். தங்கள் வேலை முடிந்து அவர்கள் மாலையில் வீடு திரும்பும்போது, பெரிதாக "10" என்று தரையில் வரைந்துவிட்டுச் சென்றனர். வேலை சூடுபிடிக்கத் துவங்கியது.

வெகு விரைவில், உற்பத்தியில் மிகவும் கீழ்நிலையில் இருந்த இந்த ஆலை. அந்நிறுவனத்தின் மற்ற எந்தவோர் ஆலையைவிடவும் மிக அதிகமாக உற்பத்தி செய்து கொண்டிருந்தது.

எந்தக் கொள்கை இங்கு பயன்படுத்தப்பட்டுள்ளது? சார்லஸ் ஷ்வாப் அதைத் தன் சொந்த வார்த்தைகளில் கூறுகிறார்: "ஒருவரிடம் வேலை வாங்க வேண்டும் என்றால் போட்டியை ஊக்குவிக்க வேண்டும். போட்டி என்று நான் கூறுவது மோசமான, பணம் சேர்க்கும் வழியில் போடும். போட்டியைப் பற்றி அல்ல் பிறரைவிடச் சிறப்பாகச் செய்வதற்கான தீவிர விருப்பத்தைப் பற்றித்தான் நான் இங்கு கூறுகிறேன்."

பிறரைவிடச் சிறப்பாகச் செய்வதற்கான ஆழ்விருப்பம்! சவால்! உற்சாகத்துடன் இருக்கும் மக்களை மேலும் ஊக்குவிப்பதற்கு ஒரு பிழையற்ற வழி.

ஒரு சவால் இன்றித் தியோடோர் ரூஸ்வெல்ட்டால் அமெரிக்க அதிபராக ஆகியிருக்க முடியாது. ஸ்பானிய அமெரிக்கப் போரில், "ர.ஃப் ரைடர்ஸ்" என்ற முதல் அமெரிக்கத் ஷதன்னார்வக் குதிரைப் படைக்குத் தலைமை வகித்த தியோடோர் ரூஸ்வெல்ட் அப்போதுதான் கியூபாவில் இருந்து திரும்பியிருந்தார். அவரை நியூயார்க் மாநிலத்தின் ஆளுனராகத் தேர்ந்தெடுத்தனர். அப்போது சட்டபூர்வமாக அவர் அந்த மாநிலத்தின் குடிமகன் இல்லை என்று அவரது எதிர்க்கட்சியினர் கண்டறிந்தனர். பயந்துபோன ரூஸ்வெல்ட் தன் பதவியிலிருந்து விலகிக் கொள்ள விரும்பினார். அப்போது நியூயார்க்கைச் சேர்ந்த செனட்டர் தாமஸ் கோலியர் பிளாட் ரூஸ்வெட்டிற்கு ஒரு சவால்விட்டார். அவர் ரூஸ்வெல்ட்டை நோக்கித் திரும்பி, "சான் ஜுவான் குன்றின் கதாநாயகன் ஒரு கோழையா?" என்று அதிரும் குரலில் கேட்டார்.

ரூஸ்வெல்ட் அந்த சவாலை எதிர்கொண்டார். பிறகு நடந்தது உலகம் அறிந்ததே. ஒரு சவால் அவரது வாழ்க்கையை மட்டும் மாற்றவில்லை. அவரது நாட்டின் எதிர்காலத்தின்மீதும் பெரும் தாக்கத்தை ஏற்படுத்தியது. "எல்லா மனிதர்களுக்கும் பயங்கள் உண்டு. ஆனால் துணிவு நிறைந்தவர்கள் தங்கள் பயங்களை உதறித் தள்ளிவிட்டு, முன்னேறிச் செல்கின்றனர். சில சமயங்களில் அவர்கள் இறக்க நேரிடுகிறது. ஆனால் அவர்களுக்கு எப்போதும் வெற்றியே கிட்டுகிறது," என்று பண்டைய கிரேக்க அரசன் கார்டு கூறினான். அந்தப் பயங்களிலிருந்து மீண்டு வருவதற்குரிய வாய்ப்பைவிடப் பெரிய சவால் ஒருவருக்கு எதுவாக இருக்க முடியும்?

அல் ஸ்மித் நியூயார்க் மாநில ஆளுனராக இருந்தபோது, அவரும் ஒரு சவாலை வீசினார். அந்த நேரத்தில், டெவில்ஸ் ஐலண்ட்டின் மேற்கில் அமைந்திருந்த சிங் சிங் சிறை ஒரு கண்காணிப்பாளர் இன்றி இருந்தது. அவதூறுகளும் வதந்திகளும் சிறை நெடுகிலும் பரவிக் கொண்டிருந்தன. அச்சிறையை ஆள்வதற்கு மிக வலிமையான, இரும்பு மனிதர் ஒருவர் ஸ்மித்திற்குத் தேவைப்பட்டார். ஆனால்

யார் அதற்கு முன்வருவார்கள்? நியூ ஹாம்டனைச் சேர்ந்த லூயிஸ் ஈ. லாஸ் என்பவரை ஸ்மித் அழைத்து வரச் செய்தார். லாஸ் அவர் முன்னால் வந்து நின்றபோது, “சிங் சிங் சிறைக்குப் பொறுப்பெடுத்துக் கொள்வதைப் பற்றி என்ன நினைக்கிறீர்கள்? அனுபவம் வாய்ந்த ஒருவர் அங்கு தேவைப்படுகிறார்.” என்று நகைச்சுவையாகக் கூறினார். ஸ்மித் அவரிடம் லாஸ் திடுக்கிட்டார். சிங் சிங் சிறையின் அபாயங்களைப் பற்றி அவருக்குத் தெரியும். அரசியல்வாதிகளின் மாறும் மனநிலைக்கு ஏற்ப மாறக்கூடிய ஓர் அரசியல் நியமனம் அது. பல கண்காணிப்பாளர்கள் அங்கு வந்துபோயிருக்கின்றனர். ஒரு கண்காணிப்பாளர் வெறும் மூன்று வாரங்கள் மட்டுமே நீடித்தார். லாஸ் ஒரு நல்ல வேலையில் இருந்தார். இந்தத் துணிகரச் செயலை மேற்கொள்வது தேவைதானா?

அவர் தயங்குவதைக் கண்ட ஸ்மித், தன் நாற்காலியில் சாய்ந்து அமர்ந்து கொண்டு புன்னகத்தார். “இளைஞரே, நீங்கள் பயப்படுவது நியாயம்தான். அது ஒரு கடினமான இடம். நான் அங்கு சென்று பொறுப்பேற்றுக் கொள்ள ஒரு பெரிய நபரைத் தேர்ந்தெடுத்துக் கொள்கிறேன்,” என்று கூறினார்.

ஸ்மித் ஒரு சவாலை அங்கு முன்வைத்தார். “பெரிய“ நபர் ஒருவர் தேவைப்படும் அந்த வேலை தனக்கு அளிக்கப்படுகிறது என்ற யோசனையை லாஸ் விரும்பினார்.

எனவே அவர் சிங் சிங் சிறைக்குப் பொறுப்பேற்றார். அங்கு நீடித்தார். தொடர்ந்து அப்பொறுப்பில் நீடித்து, அவரது காலத்தின் மிகப் பிரபலமான கண்காணிப்பாளராக உருவானார். 20,000 இயர்ஸ் இன் சிங் சிங்“ என்ற அவரது புத்தகம் நூறாயிரக்கணக்கான பிரதிகள் விற்றது. அவரது வானொலி நிகழ்ச்சிகளும், சிறை அதிகாரியாகத் தனக்குக் கிடைத்த அனுபவங்களைப் பற்றிய அவரது கதையும் ஏராளமான திரைப்படங்கள்மீது தாக்கத்தை ஏற்படுத்தின. குற்றவாளிகளை “மனிதர்களாக’ அவர் சித்தரித்தது, சிறைச் சீர்திருத்த வழிமுறைகளில் பெரும் அதிசயங்களை உருவாக்கியது.

ஃபயர்ஸ்டோன் டயர் அன்ட் ரப்பர் கம்பெனியின் நிறுவனர் ஹார்வீ எஸ். ஃபயர்ஸ்டோன், “வெறும் ஊதியம் மட்டுமே நல்லவர்களை ஈர்க்கும் அல்லது தக்க வைக்கும் என்பதை நான் ஒருபோதும் கண்டதில்லை. சவால் நிறைந்த

ஒரு வேலையால் மட்டுமே அவர்களை ஈர்க்க முடியும் அல்லது ஓரிடத்தில் நிலைத்திருக்கச் செய்ய முடியும் என்று நான் நினைக்கிறேன்," என்று கூறியுள்ளார்

நடத்தைசார் அறிவியலாளர் ஃப்ரெடரிக் ஹெர்ஸ்பெர்க் இக்கருத்தோடு உடன்படுகிறார். தொழிற்சாலை ஊழியர்களில் இருந்து உயரதிகாரிகள் பல்லாயிரக்கணக்கான மக்களின் வரை வேலை மனப்போக்குகளை அவர் ஆழமாக ஆய்வு செய்தார். அவர்கள் அவ்வேலையைச் சிறப்பாகச் செய்வதற்கு அவர்களுக்கு அதிக ஊக்கமளித்த ஒரு காரணி எது, அவர்களை அதிகமாகத் தூண்டிய அந்த ஓர் அம்சம் எது என்று நீங்கள் நினைக்கிறீர்கள்? பணமா? வேலை செய்வதற்கு ஏற்ற நல்ல சூழ்நிலைகளா? ஊக்கத் தொகைகளா? இவற்றில் ஒன்றுகூட அதற்குக் காரணம் அல்ல. மக்களை ஊக்கப்படுத்திய ஒரே முக்கியக் காரணி அவர்கள் பார்த்த வேலைதான். வேலை சுவாரசியமானதாகவும் உற்சாகமளிப்பதாகவும் இருந்ததால், ஊழியர்கள் அவ்வேலையை விருப்பத்தோடு செய்தனர். அதோடு, அந்த வேலையைச் சிறப்பாகச் செய்யவும் அவர்கள் ஊக்குவிக்கப்பட்டனர்.

இதைத்தான் ஒவ்வொரு வெற்றிகரமான மனிதரும் விரும்புகிறார் - வேலை! அது சுய வெளிப்பாட்டிற்கான வாய்ப்பு. தங்கள் மதிப்பை நிரூபிப்பதற்கான வாய்ப்பு. பிறரைவிடச் சிறப்பாகப் பணியாற்றுவதற்கும் வெற்றி பெறுவதற்குமான வாய்ப்பு. அதுதான் அனைத்து விநோதமான போட்டிகளுக்கும் காரணம். பிறரைவிடச் சிறப்பாக வேலை செய்வதற்கான ஆழ்விருப்பம். முக்கியத்துவ உணர்வைப் பெறுவதற்கான பெருவிருப்பம்.

பன்னிரண்டாவது கொள்கை

ஒரு சவாலை முன்வையுங்கள்

இரத்தின சுருக்கம்....

உங்களோடு ஒத்துப்போகும்படி மக்களை மாற்றுங்கள்

முதல் கொள்கை

ஒரு விவாத்தத்திலிருந்து சிறந்த பலனைப் பெறுவதற்கான ஒரே வழி அதை தவிர்ப்பதுதான்.

இராண்டாவது கொள்கை

அடுத்தவரது அபிப்பிராயங்களுக்கு மதிப்புக் கொடுங்கள் "நீங்கள் கூறுவது தவறு," என்று ஒருபோதும் கூறாதீர்கள்.

மூன்றாவது கொள்கை

தவறு உங்களுடையதாக இருந்தால் அதை விரைவாகவும் மனப்பூர்வமாகவும் ஒத்துக் கொள்ளுங்கள்

நான்காவது கொள்கை

ஒரே தோழமையான முறையில் துவங்குங்கள்.

ஐந்தாவது கொள்கை

அடுத்தவர் உடனடியாக "ஆமாம். ஆமாம்" என்று பதில் கூறும்படிச் செய்யுங்கள்

ஆறாவது கொள்கை

உரையாடலின்போது பெரும்பாலான நேரம் அடுத்தவரைப் பேச அனுமதியுங்கள்.

ஏழாவது கொள்கை

ஒரு யோசனை தன்னுடையது என்று அடுத்தவரை உணரச் செய்யுங்கள்.

எட்டாவது கொள்கை

விஷயங்களை அடுத்தவரது கண்ணோட்டத்திலிருந்து பார்க்க நேர்மையாக முயற்சி செய்யுங்கள்.

ஒன்பதாவது கொள்கை

அடுத்தவரது யோசனைகள் மற்றும் ஆழ்விருப்பங்கள் குறித்து அனுதாபத்துடன் இருங்கள்.

பத்தாவது கொள்கை

உன்னதமான நோக்கங்களை நாடுங்கள்.

பதினொன்றாவது கொள்கை

உங்கள் யோசனைகளை ஜோடனையுடன் மிகைப்படுத்துங்கள்.

பன்னிரண்டாவது கொள்கை

ஒரு சவாலை முன்வையுங்கள்.

பகுதி நான்கு

தலைமைத்துவம்:
மக்களுடைய மனத்தைப் புண்படுத்தாமலும் கோபப்படுத்தாமலும் அவர்களை மாற்றுவது எப்படி

1

விமர்சிக்க வேண்டுமென்றால் இப்படித் துவங்குங்கள்

காஸ்வின் கூலிட்ஜ் அமெரிக்க அதிபராக இருந்த சமயத்தில், என் நண்பர் ஒருவர் ஒரு வார இறுதியைக் கழிப்பதற்காக வெள்ளை மாளிகைக்கு விருந்தினராகச் சென்றிருந்தார். அதிபரின் தனிப்பட்ட அலுவலகத்திற்குள் அவர் நுழைந்தபோது, கூலிட்ஜ் தன் செயலாளரைப் பார்த்து, "இந்தக் காலை நேரத்தில் நீங்கள் அணிந்திருக்கும் இந்த ஆடை மிகவும் அழகாக இருக்கிறது. நீங்கள் உண்மையிலேயே ஒரு கவர்ச்சிகரமான இளம் பெண்," என்று கூறுவதைக் கேட்டார்.

பொதுவாக, அமைதிக்குப் பேர்போன அதிபர் கூலிட்ஜ், தன் வாழ்வில் ஒரு செயலாளருக்கு அள்ளி வழங்கிய தாராளமான பாராட்டு அதுவாகத்தான் இருந்திருக்கும். வழக்கத்திற்கு மாறாக, எதிர்பாராத நேரத்தில் அவரிடமிருந்து கிடைத்தப் பாராட்டு அச்செயலாளரைக் குழப்பத்தில் ஆழ்த்தியது. வெட்கப்பட வைத்தது. பிறகு கூலிட்ஜ், "சரி, அதிலேயே இலயித்து விடாதீர்கள். உங்களை மகிழ்ச்சிப்படுத்துவதற்காகத்தான் நான் அவ்வாறு கூறினேன். இப்போதிலிருந்து நீங்கள் கொண்டுவரும் கடிதங்களில் நிறுத்தற்குறிகளைச் சரியாக இடுவதில் கூடுதல் கவனம் செலுத்தினால் நன்றாக இருக்கும்," என்று கூறினார்.

அவரது வழிமுறை சற்று வெளிப்படையானதாக இருந்தாலும் அதிலிருந்த உளவியல் மிகப் பிரமாதம். நம்மைப் பற்றிய சில பாராட்டுக்களைக் கேட்ட பிறகு, நம்மிடமுள்ள சில குறைகளைப் பற்றிக் கேட்பது நமக்கு எப்போதும் சுலபமாக உள்ளது.

ஒரு சவரத் தொழிலாளி ஒருவருக்குச் சவரம் செய்வதற்கு முன் அவர் முகத்தில் மிருதுவான கிரீமைத் தடவுகிறார். இதைத்தான் 1896ல் அமெரிக்க அதிபர் பதவிக்குப் போட்டியிட்டபோது மெக்கின்லியும் செய்தார். அக்காலத்தில் மிகவும் பிரபலமாக இருந்த குடியரசுக் கட்சியைச் சார்ந்த ஒருவர் மெக்கின்லியின் பிரச்சார உரையை எழுதியிருந்தார். தனது உரை மிகச் சிறப்பாக இருந்தாக அவர் நினைத்தார். பெரும் மகிழ்ச்சியுடன் அவர் தன் உரையை மெக்கின்லியிடம் உரக்கப் படித்துக் காட்டினார். அந்த உரையில் அருமையான சில கருத்துக்கள் இருந்தன. ஆனால் பிரச்சாரத்திற்கு அந்த உரை போதுமானதாக இல்லை. அது பெரும் விமர்சனப் புயல் ஒன்றையும் உருவாக்கியிருக்கும். மெக்கின்லி அவரது மனத்தைப் புண்படுத்த விரும்பவில்லை. அவரது அற்புதமான உற்சாகத்தை அழிக்க விரும்பவில்லை. இருந்தாலும் அவர் “இல்லை“ என்று அவரிடம் கூறியாக வேண்டும். மெக்கின்லி அதை எவ்வளவு திறமையாகச் செய்தார் என்பதைப் பாருங்கள்.

”நண்பரே, இது ஓர் அற்புதமான, மிகச் சிறப்பான உரை. இதைவிடச் சிறந்த ஒன்றை எவராலும் உருவாக்கியிருக்க முடியாது. இந்த உரை வேறு பல சந்தர்ப்பங்களில் பேசுவதற்கு மிகப் பொருத்தமானதாக அமைந்திருக்கும். ஆனால் குறிப்பிட்ட இந்தச் சந்தர்ப்பத்திற்கு இது சரியாக இருக்குமா? உங்கள் கண்ணோட்டத்தின்படி அது பொருத்தமானதாக இருக்கலாம், ஆனால் நாம் நம் கட்சியின் கண்ணோட்டத்திலிருந்து அதைப் பார்த்தாக வேண்டிய கட்டாயத்தில் இருக்கிறோம். அதனால் இப்போது நீங்கள் உங்கள் வீட்டிற்குச் சென்று, நான் கூறும் சில யோசனைகளின் அடிப்படையில் ஓர் உரையை எழுதி அதன் ஒரு பிரதியை எனக்கு அனுப்புங்கள்,” என்று மெக்கின்லி கூறினார்.

அவரும் அப்படியே செய்தார். மீண்டும் அதைத் திருத்தி எழுதுவதற்கு மெக்கின்லி அவருக்கு உதவினார். பிரச்சாரத்தின் மிக ஆற்றல் வாய்ந்த பேச்சாளர்களுள் ஒருவராக மெக்கின்லி உருவானார்.

ஆபிரகாம் லிங்கன் எழுதிய மிகப் பிரபலமான இரண்டாவது கடிதம் இது. (அவர் எழுதிய முதல் பிரபலமான கடிதம், போரில் தன் ஐந்து இழந்த திருமதி பிக்ஸ்பி அவர்களுக்கு வருத்தம் தெரிவித்து அவர் எழுதியது.)

இக்கடிதம் 1863ல் உள்நாட்டுப் போர் மிகவும் மோசமான நிலையில் இருந்தபோது ஜெனரல் ஜோசப் ஹூக்கருக்கு எழுதப்பட்டது. பதினெட்டு மாதங்களாக லிங்கனின் ஜெனரல்கள் ஐக்கியப் படையைத் தோல்விக்குமேல் தோல்விக்கு வழிநடத்திக் கொண்டு இருந்தனர். வீணான, முட்டாள்தனமான மனிதப் படுகொலையைத் தவிர வேறெதுவும் நடக்கவில்லை. நாடே திகைத்து நின்றது. ஆயிரக்கணக்கான இராணுவ வீரர்கள் படையைவிட்டு ஓடிவிட்டனர். செனட்டிலிருந்த குடியரசுக் கட்சி உறுப்பினர்கள்கூட லிங்கனுக்கு எதிராக முழக்கமிட்டு, அவரை வெள்ளை மாளிகையிலிருந்து வெளியேற்ற விரும்பினர். "நாம் அழிவை நெருங்கிவிட்டோம். கடவுள்கூட நமக்கு எதிராக இருப்பதுபோல் தோன்றுகிறது. ஒரு சிறு நம்பிக்கைக் கீற்றுகூட எனக்குத் தென்படவில்லை," என்று லிங்கன் கூறினார். அத்தகைய ஒரு குழப்பமான நேரத்தில்தான் அக்கடிதம் உருவானது.

நாட்டின் தலைவிதி அந்த ஜெனரலின் நடவடிக்கையைச் சார்ந்திருந்தபோது, லிங்கன் அந்தக் கட்டுப்பாடற்ற, ஆக்ரோஷமான, அடங்காத ஜெனரலை எவ்வாறு மாற்ற முயற்சித்தார் என்பதை அது காட்டுகிறது என்பதால் நான் அக்கடிதத்தை இங்கு வெளியிட்டிருக்கிறேன்.

அதிபரான பிறகு லிங்கன் எழுதிய மிகக் கடுமையான கடிதம் இதுவாகத்தான் இருக்கும். இருந்தாலும், அந்த ஜெனரல் ஹூக்கரின் மன்னிக்க முடியாத தவறுகளைச் சுட்டிக்காட்டுவதற்கு முன் அவர் எவ்வாறு அவரைப் பாராட்டினார் என்பதைப் பாருங்கள்.

ஜெனரல் ஹூக்கரின் தவறுகள் மன்னிக்க முடியாத தவறுகள்தான். ஆனால் லிங்கன் அவற்றை அவ்வாறு அழைக்கவில்லை. அவர் பக்குவமாக பழமையான முறையிலும் செயல்பட்டார். "உங்களிடமுள்ள சில விஷயங்கள் எனக்குத் திருப்திகரமாக இல்லை," என்று லிங்கன் அக்கடிதத்தில் எழுதினார். இதுவல்லவா பக்குவம்! இதுவல்லவா இராஜதந்திரம்!

ஜெனரல் ஹூக்கருக்கு லிங்கன் எழுதிய கடிதம் இது:

நான் உங்களைப் போட்டோமேக் படையின் தலைவராக ஆக்கினேன். நான் அவ்வாறு செய்ததற்கு என்னிடம் போதுமான காரணங்கள் இருந்ததாக நான்

நம்புகிறேன். இருந்தாலும், உங்களிடமுள்ள சில விஷயங்கள் எனக்குத் திருப்திகரமாக இல்லை என்பதை நீங்கள் அறிந்து கொள்வது உங்களுக்கு நல்லது.

நீங்கள் ஒரு துணிச்சலான, திறமையான வீரர் என்று நான் நம்புகிறேன். உங்களிடம் அது எனக்கு மிகவும் பிடித்திருக்கிறது. நீங்கள் உங்கள் தொழிலுடன் அரசியலைக் கலப்பதில்லை என்பதில் உறுதியாக இருப்பதாக நான் கேள்விப்பட்டேன். உங்கள் முடிவு சரியென்றுதான் எனக்குப் படுகிறது. நீங்கள் உங்களிடம் உறுதியான நம்பிக்கை கொண்டிருக்கிறீர்கள். அது இன்றியமையாத பண்பாக இல்லாவிட்டாலும்கூட மிகவும் மதிப்பு வாய்ந்த ஒன்று.

நீங்கள் இலட்சிய வெறி கொண்டவர். இலட்சிய வெறி அதன் எல்லைக்கு உட்பட்டு இருக்கும்போது தீமையைவிட அதிக நன்மையையே விளைவிக்கிறது. ஆனால் ஜெனரல் பர்ன்சைடின் விஷயத்தில் நீங்கள் உங்கள் இலட்சிய வெறியை முன்னிறுத்தி, அவருடைய ஆணையில் குறுக்கிட்டிருக்கிறீர்கள். அதன் மூலமாக நீங்கள் இந்த நாட்டிற்கும், மிகச் சிறந்த, அதிக மரியாதைக்குரிய ஒரு சக அதிகாரிக்கும் பெரும் தவறிழைத்துவிட்டீர்கள்.

இராணுவத்திற்கும் அரசாங்கத்திற்கும் ஒரு சர்வாதிகாரி தேவை என்று நீங்கள் சமீபத்தில் கூறியதாக என் நம்பிக்கைக்குரிய வட்டாரங்கள் மூலம் நான் கேள்விப்பட்டேன். இதற்காக நான் உங்களுக்கு அதிகாரம் வழங்கவில்லை. மாறாக, நீங்கள் இதைக் கூறியிருந்தும்கூட நான் உங்களுக்கு அதிகாரத்தை வழங்கியிருக்கிறேன்.

வெற்றிகளைக் குவிக்கும் ஜெனரல்கள் மட்டுமே சர்வாதிகாரிகளாகத் தங்களைப் பறைசாற்றிக் கொள்ள முடியும். நான் இப்போது உங்களிடம் கேட்பது இராணுவ வெற்றி. சர்வாதிகாரம் குறித்துப் பிறகு பார்த்துக் கொள்ளலாம்.

அரசாங்கம் தன்னால் இயன்ற அளவுக்கு உங்களை ஆதரிக்கும். மற்ற அனைத்துத் தளபதிகளுக்கும் இந்த அரசாங்கம் இதுவரை அளித்துள்ள, இனிமேலும் அளிக்கவிருக்கின்ற ஆதரவுக்கு இது கூடுதலும் அல்ல, குறைச்சலும் அல்ல. இன்னொருவரின் படைவீரர்கள் மத்தியில் தவறான உணர்வுகளை ஊடுருவச் செய்திருக்கிறீர்கள். படை வீரர்கள் தங்கள் தளபதியைப் பற்றி விமர்சிப்பது, அவர்மீது நம்பிக்கை இழப்பது ஆகிய, நீங்கள் விதைத்த மோசமான உணர்வுகள் இப்போது உங்களுக்கு எதிராகத் திரும்புவதைக் கண்டு நான் அஞ்சுகிறேன். உங்களது அந்த மோசமான மனப்போக்கை மாற்றுவதற்கு நான் என்னாலான உதவியை உங்களுக்குச் செய்வேன்.

நீங்களும் சரி, நெப்போலியனும் சரி (அவர் மீண்டும் பிறவி எடுத்து வந்தால்), அத்தகைய மனப்போக்கு நிலவும் ஒரு படையிலிருந்து எந்த நன்மையையும் பெற முடியாது. இப்போது அவசரக்குடுக்கைத்தனம் குறித்து எச்சரிக்கையாக இருங்கள். ஆனால் ஆற்றலோடும் கண்ணயராக் கண்காணிப்போடும் முன்னேறிச் சென்று நமக்கு வெற்றிகளைக் குவியுங்கள்.

நீங்கள் ஒரு கூலிட்ஜோ, மெக்கின்லியோ, அல்லது லிங்கனோ அல்ல. இந்தத் தத்துவம் அன்றாடம் நீங்கள் வியாபாரரீதியாகச் சந்திக்கும் மக்களிடம் பலனளிக்குமா என்பதை அறிய விரும்புவீர்கள், அது உண்மையிலேயே பலனளிக்குமா? ஃபிலடெல்ஃபியா நகரில் அமைந்த வார்க் நிறுவனத்தைச் சேர்ந்த பி.காவ் என்பவரது விஷயத்தை நாம் எடுத்துக் கொள்வோம். ஃபிலடெல்ஃபியாவில் குறிப்பிட்டத் தேதிக்குள் ஒரு பெரிய அலுவலகக் ஒரு கட்டிடத்தை முழுமையாக உருவாக்கித் தருவதாக வார்க் நிறுவனம் ஓர் ஒப்பந்தம் செய்து கொண்டிருந்தது. எல்லாம் சிறப்பாக நடைபெற்றுக் கொண்டிருந்தன. கட்டிடம் கிட்டத்தட்ட முடிவடைந்துவிட்டது. அப்போது திடீரென்று, கட்டிடத்தின் வெளிப்புறத்தை அலங்கரிக்க வெண்கல வேலைப்பாடுகளைச் செய்து தருவதாக ஒப்புக் கொண்டிருந்த ஓர் ஒப்பந்தக்காரர், குறித்த நேரத்தில் தன்னால் அவற்றைத் தயாரித்து முடிக்க முடியாதென்று கையை விரித்துவிட்டார். முழுக் கட்டிடமும் ஸ்தம்பித்தது! அபராதங்கள்! மனவேதனை தரும் இழப்புகள்! இவை அனைத்திற்கும் காரணம் ஒரே ஒரு நபர்!

தொலைதூரத் தொலைபேசி அழைப்புகள்! வாக்குவாதங்கள்! காரசாரமான உரையாடல்கள்! எல்லாம் வீண்! பிறகு அந்த ஒப்பந்தக்காரரைச் சந்தித்துப் பேசுவதற்காகத் திரு. காவ் நியூயார்க்கிற்கு அனுப்பி வைக்கப்பட்டார்.

திரு.காவும் அந்த ஒப்பந்த நிறுவனத்தின் தலைவரும் பரஸ்பரம் ஒருவருக்கொருவர் அறிமுகப்படுத்தப்பட்டப் பின், திரு, காவ், “புரூக்லினில் உங்கள் பெயரில் நீங்கள் ஒருவர் மட்டும்தான் இருக்கிறீர்கள் என்று உங்களுக்குத் தெரியுமா?” என்று அத்தலைவரிடம் கேட்டார். அவர் ஆச்சரியமடைந்து, “அப்படியா! எனக்கு அதைப் பற்றித் தெரியாது,” என்று கூறினார்.

“நான் இன்று காலையில் இரயிலைவிட்டு இறங்கியவுடன், உங்கள் முகவரியைத் தெரிந்து கொள்வதற்காகத் தொலைபேசிப் புத்தகத்தை எடுத்துப் பார்த்தேன். புரூக்லின் தொலைபேசிப் புத்தகத்தில் உங்கள் பெயரைக் கொண்ட ஒரே நபர் நீங்கள் மட்டும்தான்,” என்று திரு. காவ் கூறினார்.

“எனக்கு அது தெரியவே தெரியாது.” என்று அந்த ஒப்பந்தக்காரர் கூறினார். தொலைபேசிப் புத்தகத்தை எடுத்து ஆர்வத்துடன் பரிசோதித்தார். ”ஆம், என் பெயர், வழக்கத்திற்குச் சற்று மாறானதுதான். கிட்டத்தட்ட இருநூறு ஆண்டுகளுக்கு முன் எனது குடும்பம் நெதர்லாந்திலிருந்து வந்து நியூயார்க்கில் குடியேறியது.” என்று பெருமையாகக் கூறினார். அவர் தன் குடும்பத்தையும் தன் மூதாதையர்களையும் பற்றிப் பல நிமிடங்கள் தொடந்து பேசினார். அவர் அதை முடித்தபோது, அவரது தொழிற்சாலை மிகவும் பிரம்மாண்டமாக இருப்பதாகக் கூறி திரு. காவ் அவரைப் பாராட்டினார். “நான் இதுவரை பார்த்ததிலேயே மிகத் தூய்மையான, மிக நேர்த்தியான வெண்கலத் தொழிற்சாலை இதுதான்,” என்று திரு. காவ் கூறினார்.

”நான் என் வாழ்நாள் முழுவதையும் செலவிட்டு இத்தொழிலை உருவாக்கியிருக்கிறேன். அதைப் பற்றி நான்

மிகவும் பெருமைப்படுகிறேன். என் தொழிற்சாலையைச் சுற்றிப் பார்க்க விரும்புகிறீர்களா?” என்று அந்த ஒப்பந்தக்காரர் கேட்டார்.

தொழிற்சாலையைச் சுற்றிப்பார்த்துக் கொண்டிருந்த போது, அதன் உற்பத்தி அமைப்பு மிகவும் சிறப்பாக இருப்பதாக அந்த ஒப்பந்தக்காரரைத் திரு. காவ் பாராட்டினார். அதோடு, அவரது போட்டியாளர்கள் சிலரின் அமைப்பைவிட அவரது அமைப்பு எவ்வாறு அதிக மேன்மையாக விளங்குகிறது என்பதையும், ஏன் அவ்வாறு விளங்குகிறது என்பதையும் கூறினார். அங்கிருந்த, வழக்கத்திற்கு மாறான சில இயந்திரங்களைப் பற்றித் திரு. காவ் புகழ்ந்து பேசினார். அவற்றைத் தானே கண்டுபிடித்ததாக அந்த ஒப்பந்தக்காரர் தெரிவித்தார். அவை எவ்வாறு இயங்குகின்றன, எத்தகைய மேன்மையான பொருட்களைத் தயாரிக்கின்றன என்று வெகு நேரம் அவர் திரு. காவிடம் அவற்றைக் காட்டி விளக்கிக் கொண்டிருந்தார். அவர் திரு. காவை வற்புறுத்தி தன்னுடன் மதிய உணவு அருந்த அழைத்துச் சென்றார். திரு. காவ் அங்கு வந்துள்ளதற்கான உண்மையான காரணத்தைப் பற்றி அந்நேரம்வரை ஒரு வார்த்தைகூடப் பேசப்படவில்லை. என்பதை நீங்கள் இங்கு நினைவில் வைத்துக் கொள்ள வேண்டும்..

மதிய உணவிற்குப் பிறகு, அந்த ஒப்பந்தக்காரர், “சரி, நாம் இப்போது விஷயத்திற்கு வருவோம். நீங்கள் ஏன் இங்கு வந்திருக்கிறீர்கள் என்று எனக்குத் தெரியும். நமது சந்திப்பு இவ்வளவு மகிழ்ச்சிகரமானதாக இருக்கும் என்று நான் எதிர்பார்க்கவில்லை. என்னிடமுள்ள மற்ற ஆர்டர்கள் தாமதமானாலும் பரவாயில்லை, உங்கள் பொருட்கள் தயாரிக்கப்பட்டு உங்களுக்கு விரைவில் அனுப்பி வைக்கப்படும் என்ற என் வாக்குறுதியோடு நீங்கள் நிம்மதியாக ஃபிலடெல்பியாவிற்குத் திரும்பிச் செல்லலாம்,” என்று கூறினார்.

தனக்கு வேண்டியதைக் கேட்காமலேயே, திரு. காவிற்கு அவர் விரும்பிய அனைத்தும் கிடைத்தது. குறித்த நேரத்தில் பொருட்கள் வந்து சேர்ந்தன. கட்டிட ஒப்பந்தக்காரர் தன் ஒப்பந்தத்தில் குறிப்பிட்டிருந்த நாளன்று அக்கட்டிடம் முழுமையாகக் கட்டி முடிக்கப்பட்டது.

பொதுவாக அத்தகைய சூழ்நிலைகளில் கையாளப்படும் ‘வெட்டு ஒன்று — துண்டு இரண்டு“ என்ற வழிமுறையைத் திரு. காவ்

கையாண்டிருந்தால் இது நிகழ்ந்திருக்குமா? நியூஜெர்ஸி மாநிலத்தின் ஃபோர்ட் மான்மவுத் என்ற இடத்தில் இருந்த ஃபெடரல் கிரெடிட் யூனியனின் ஒரு கிளை மேலாளராக இருந்த டாரத்தி ரூப்ளூாவ்ஸ்கி என்ற பெண்மணி, தன் ஊழியர் ஒருவரின் உற்பத்தித் திறனை அதிகரிக்கத் தன்னால் எவ்வாறு உதவ முடிந்தது என்பதைப் பற்றி எங்கள் வகுப்பு ஒன்றில் கூறினார்.

"சமீபத்தில் நாங்கள் ஓர் இளம் பெண்ணைக் காசாளராகப் பயிற்சி பெறுவதற்குப் பணி நியமனம் செய்தோம். அவர் எங்கள் வாடிக்கையாளர்களுடன் நல்ல தொடர்பு கொண்டிருந்தார். தனித்தனியான பரிவர்த்தனைகளைக் கையாள்வதில் அவர் மிகத் துல்லியமாகவும், அதிக ஆற்றலோடும் செயல்பட்டார். ஆனால், நாளின் இறுதியில் கணக்கைச் சரிபார்க்கும்போதுதான் பிரச்சனை உருவானது.

"தலைமைக் காசாளர் என்னிடம் வந்து அப்பெண்ணை வேலையிலிருந்து நீக்க வேண்டும் என்று பரிந்துரைத்தார். 'அவள் மிகவும் மெதுவாகக் கணக்கைச் சரிபார்ப்பதால், மற்ற அனைவரும் அவளுக்காகக் காத்திருக்க வேண்டியுள்ளது. நான் அதை எவ்வாறு செய்ய வேண்டும். என்று பல முறை விளக்கிக் காட்டியும் அவளுக்கு அது புரியவில்லை. அவளை அனுப்பிவிடுங்கள்" என்று அவர் கூறினார்.

"அடுத்த நாள் நான் அந்த இளம் பெண்ணைக் கண்காணித்தபோது, வழக்கமான அன்றாடப் பரிவர்த்தனைகளை அவர் விரைவாகவும் துல்லியமாகவும் செய்து முடிப்பதை நான் பார்த்தேன். அவர் எங்களது வாடிக்கையாளர்களுடனும் மிகவும் இனிமையாக நடந்து கொண்டார்.

"கணக்கைச் சரி பார்ப்பதில் அவருக்கு இருந்த பிரச்சனையைக் கண்டறிவதற்கு அதிக நேரம் ஆகவில்லை. அலுவலகம் மூடிய பிறகு நான் அவரிடம் சென்று பேசினேன். அவர் பதற்றமாகவும் வருத்தமாகவும் இருந்தது. எங்கள் வெளிப்படையாகத் தெரிந்தது. வாடிக்கையாளர்களோடு மிகவும் நட்பாகவும் இனிமையாகவும் நடந்து கொள்ளும் அவரது இயல்பை நான் பாராட்டினேன். வேலையில் விரைவாகவும் துல்லியமாகவும் அவர் செயல்படுவதைப் பற்றிப் புகழ்ந்து பேசினேன். பணத்தைச் சரி பார்ப்பதற்கு நாங்கள் பயன்படுத்திய

வழிமுறையை மீண்டும் ஒருமுறை ஆராய்ந்து பார்க்கலாம் என்று அவரிடம் பரிந்துரைத்தேன். நான் அவர்மீது உறுதியான நம்பிக்கை கொண்டுள்ளதை அவர் உணர்ந்தவுடன். அவர் என் பரிந்துரைகளைச் சுலபமாகப் பின்பற்றி அந்த வேலையில் வல்லுனராகிவிட்டார். அன்றுமுதல் அவரிடம் இருந்து எங்களுக்கு எந்தப் பிரட்சனையும் எழவில்லை."

புகழ்ச்சியுடன் துவங்குவது என்பது ஒரு பல் மருத்துவர் ஈறுகளை மரத்துப் போகச் செய்வதற்கு நோயாளிகளிடத்தில் பயன்படுத்தும் நோவோக்கெயின் என்ற ஊசிமருந்துடன் தன் வேலையைத் துவங்குவதைப் போன்றது. பல் மருத்துவர் நோயாளியின் பல்லைப் பிடுங்கப் போவதென்னவோ உண்மைதான். ஆனால் நோவோக்கெயின் மருந்து நோயாளிக்கு வலி ஏற்படாமல் பார்த்துக் கொள்கிறது. ஒரு தலைவர் என்பவர் இக்கொள்கையைப் பின்பற்ற வேண்டும்

முதலாவது கொள்கை

புகழ்ச்சியோடும் நேர்மையான பாராட்டுதலோடும் துவங்குங்கள்.

2

பிறர் உங்களை வெறுக்காதவாறு அவர்களை விமர்சிப்பது எப்படி

ஒருநாள் நண்பகலில் சார்லஸ் ஷ்வாப் தன் எ்.கு ஆலை ஒன்றைச் சுற்றிப் பார்த்துக் கொண்டிருந்தபோது, தன் ஊழியர்களில் சிலர் புகை பிடித்துக் கொண்டிருப்பதைக் பார்த்தார். “புகை பிடிக்கக்கூடாது“ என்ற அறிவுப்புப் பலகை அவர்கள் தலைகளுக்கு மேலே தொங்கிக் கொண்டிருந்தது. சார்லஸ் ஷ்வாப் அதை அவர்களிடம் சுட்டிக்காட்டி, ”அதை உங்களால் படிக்க முடியவில்லையா?” என்று கேட்டாரா? இல்லை. அவர் அவர்களிடம் சென்று, ஒவ்வொருவர் கையிலும் ஒரு சுருட்டைக் கொடுத்து, “இவற்றை வெளியில் சென்று புகைத்தால் நான் மிகவும் பாராட்டுவேன்,” என்று கூறினார். தாங்கள் ஒரு விதியை மீறியிருக்கிறோம் என்பதை அவர் அறிவார் என்பதை அவர்கள் அறிந்தனர். ஆனால் அதைப் பற்றி அவர் எதுவும் கூறாமல், ஒரு சிறிய பரிசைக் கொடுத்து, அவர்களை முக்கியமானவர்களாக உணரச் செய்ததற்காக அவர்கள் அவரைக் கண்டு பிரமித்தனர். அப்படிப்பட்ட ஒரு மனிதரை யாரால்தான் நேசிக்காமல் இருக்க முடியும்?

ஜான் வானமேக்கர் இதே முறையைக் கையாண்டார். வானமேக்கர் ்.பிலடெல்பியாவிலுள்ள தன் பெரிய கடையைத் தினமும் சுற்றி வருவதை ஒரு வழக்கமாகக் கொண்டிருந்தார். அவர் ஒருமுறை ஒரு வாடிக்கையாளர் ஒரு கவுன்டருக்கு அருகில் காத்துக் கொண்டிருப்பதைக் கண்டார். யாரும் அந்த வாடிக்கையாளரைச் சிறிதளவுகூட கண்டுகொள்ளவில்லை.

கவுன்டரில் இருக்க வேண்டிய விற்பனையாளர்கள் என்னவானார்கள்? அவர்கள் இன்னொரு புறம் கூடி நின்று தங்களுக்குள் பேசிக் கொண்டும் சிரித்துக் கொண்டும் இருந்தனர். வானமேக்கர் ஒன்றுமே பேசவில்லை. அமைதியாகக் கவுன்டருக்குப் பின்னால் சென்று, அந்த வாடிக்கையாளருக்கு அவரே உதவி செய்து. கடையிலிருந்து அவர் வாங்கிய பொருட்களை விற்பனையாளர்களிடம் கொடுத்து ஒரு கவரில் போட்டுத் தரும்படிக் கூறிவிட்டு, அவர் வந்த வழியே சென்றுவிட்டார்.

அரசாங்க அதிகாரிகளைப் பொதுமக்கள் எளிதாக அணுக முடிவதில்லை என்ற குற்றச்சாட்டு அடிக்கடி ஏற்படக்கூடிய ஒன்றுதான். அவர்களுக்கு ஏராளமான வேலைகள் இருக்கின்றன. சில சமயங்களில் தவறு அவர்களது உதவியாளர்கள்மீது இருக்கிறது. தங்கள் மேலதிகாரிகளின் சுமையை அதிகரிக்கக்கூடாது என்ற விருப்பத்தின் காரணமாக, அவர்களைப் பாதுகாப்பதற்காக அதிகமானவர்கள் அவரைச் சந்திக்க அவர்கள் அனுமதிப்பதில்லை. ஃப்ளோரிடா மாநிலத்தின் ஓர்லேன்டோ நகரில் பல வருடங்களாக மேயராக இருந்த கார்ல் லேங்ஃபோர்டு, மக்கள் தன்னை வந்து சந்திப்பதற்கு அவர்களை அனுமதிக்கும்படித் தன் ஊழியர்களை அடிக்கடிக் கடிந்துகொண்டார். தான் "திறந்தவெளி கதவு"க் கொள்கையைப் பின்பற்றுவதாக அவர் கூறினார். இருந்தாலும் அவரது சமூகத்தில் இருந்த மக்கள் அவரைப் பார்க்க வரும்போதெல்லாம் அவரது செயலாளர்களும் நிர்வாகிகளும் அவர்களைத் தடுத்துக் கொண்டிருந்தனர்.

இறுதியாக அந்த மேயர் ஒரு தீர்வைக் கண்டுபிடித்தார். அவர் தன் அலுவலகத்தின் அறைக் கதவையே பிடுங்கி வைத்துவிட்டார்! அவரது உதவியாளர்கள் அவர் கூற வருவதைப் புரிந்து கொண்டனர். 'திறந்தவெளி கதவு"க் கொள்கைக்கு அடையாளமாக அவரது கதவு நீக்கப்பட்ட நாள் முதலாக, அவர் உண்மையிலேயே திறந்த நிர்வாகத்தை நடத்தலானார்.

மக்களிடம் கோபத்தையோ வெறுப்பையோ ஏற்படுத்தாமல் அவர்களை மாற்றுவதில் ஒருவருக்குக் கிடைக்கும் வெற்றியும் தோல்வியும் வெறும் ஒரு மூன்றெழுத்து வார்த்தையை மாற்றுவதில் அடங்கியுள்ளது.

பல மக்கள் தங்கள் விமர்சனத்தை உண்மையான புகழ்ச்சியோடு துவங்கி, அதைத் தொடர்ந்து “ஆனால்“ என்ற வார்த்தையைப் பயன்படுத்தி, ஒரு விமர்சன வாக்கியத்தோடு முடிக்கின்றனர். எடுத்துக்காட்டாக, படிப்பில் அக்கறையற்று இருக்கும் ஒரு குழந்தையின் மனப்போக்கை நாம் மாற்ற முயற்சிக்கும்போது, ”ஜானி, இம்முறை நீ அதிக மதிப்பெண்களைப் பெற்றது குறித்து நாங்கள் உன்னைப் பற்றி மிகவும் பெருமைப்படுகிறோம். ஆனால் கணிதத்தில் இன்னும் சற்று அதிகமாக உழைத்திருந்தால், முடிவுகள் இன்னும் சிறப்பாக அமைந்திருக்கும்.'' என்று நாம் கூறலாம்.

இவ்விஷயத்தில், ‘ஆனால்“ என்ற வார்த்தையைக் கேட்கும்வரை ஜானி உற்சாகமாக இருந்திருப்பான். “ஆனால்’ என்ற வார்த்தையைக் கேட்டவுடன் அவன் தனக்கு முதலில் கிடைத்தப் பாராட்டிலுள்ள உண்மையைச் சந்தேகிப்பான். அவனது தோல்வியைச் சுட்டிக்காட்டுவதற்கு அந்தப் பாராட்டு பயன்படுத்தப்பட்டதாக அவனுக்குத் தோன்றும். அவன் நம்மீது கொண்டுள்ள நம்பிக்கை குறைந்துவிடும். படிப்பு குறித்து ஜானி கொண்டிருக்கும் மனப்போக்கை மாற்றுவது என்ற நம் குறிக்கோள் நிறைவேறாமல் போய்விடக்கூடும்.

‘ஆனால்“ என்ற வார்த்தைக்குப் பதிலாக “மேலும்“ என்ற வார்த்தையைப் பயன்படுத்தி இப்பிரச்சனையைத் தீர்க்கலாம். ”ஜானி. இம்முறை நீ அதிக மதிப்பெண்களைப் பெற்றது குறித்து நாங்கள் உன்னைப் பற்றி மிகவும் பெருமைப்படுகிறோம். மேலும், நீ தொடர்ந்து இதேபோல் உண்மையாக முயற்சி செய்தால், உன் கணித மதிப்பெண்கள் மற்ற அனைத்து மதிப்பெண்களையும்போல் கண்டிப்பாக அதிகரிக்கும்.”

இப்போது, ஜானி இப்புகழ்ச்சியை ஏற்றுக் கொள்வான். ஏனெனில் அங்கு அவனது தோல்வி குறித்த எந்தச் சுட்டிக்காட்டுதலும் இல்லை. நாம் அவனிடம் மாற்ற விரும்பும் நடத்தை குறித்து அவனது கவனத்தை மறைமுகமாக ஈர்த்துள்ளோம். அவன் நம் எதிர்பார்ப்புகளுக்கு ஏற்றவாறு நடந்து கொள்ள முயற்சிப்பதற்கான வாய்ப்புகள் அதிகம். மறைமுகமாக ஒருவரது தவறுகளைச் சுட்டிக்காட்டுவது, நேர்முக விமர்சனங்களை வெறுக்கும் எளிதில்

உணர்ச்சிவசப்படும் மக்களிடம் அற்புதமான பலனளிக்கும். ரோட் ஐலன்ட் மாநிலத்தின் ஊன்சாக்கெட் நகரைச் சேர்ந்த மார்ஜ் ஜேகப், தன் வீட்டில் சில கட்டுமான வேலைகளில் ஈடுபட்டிருந்த பணியாளர்கள் தங்கள் வேலை முடிந்த பிறகு அந்த இடத்தைச் சுத்தம் செய்வதற்கு அவர்களை எவ்வாறு ஒப்புக் கொள்ளச் செய்தார் என்று எங்கள் வகுப்பு ஒன்றில் தெரிவித்தார்.

வேலை துவங்கிய முதல் சில நாட்கள். திருமதி. ஜேகப் மாலையில் வீடு திரும்பியபோது மரத் துண்டுகள் தன் வீட்டு முற்றத்தில் சிதறிக் கிடப்பதைக் கண்டார். அப்பணியாளர்கள் மனத்தைப் புண்படுத்த விரும்பவில்லை. அவர் ஏனெனில், அவர்கள் மிகப் பிரமாதமாக வேலை செய்து கொண்டிருந்தனர். எனவே, அவர்கள் வீட்டிற்குச் சென்ற பிறகு, அவரும் அவரது குழந்தைகளும் அந்த மரத் துண்டுகளைப் பொறுக்கி எடுத்து, அழகாக ஓர் ஓரத்தில் வைத்துவிடுவர். அடுத்த நாள் காலையில் அவர் அவர்களது மேற்பார்வையாளரைத் தனியாக அழைத்து, ”நேற்றிரவு நீங்கள் வேலை முடிந்து வீட்டிற்குப் போகும்போது, வீட்டு முற்றத்தை நீங்கள் தூய்மைப்படுத்திவிட்டுச் சென்றிருந்ததைப் பார்த்து நான் உண்மையிலேயே மகிழ்ச்சியடைந்தேன். அது சுத்தமாகவும், அருமையாகவும் இருக்கிறது,” என்று கூறினார். அன்றுமுதல் அப்பணியாளர்கள் மரத் துண்டுகளைப் பொறுக்கி எடுத்து அழகாக ஓர் ஓரத்தில் வைத்துவிட்டுச் சென்றனர். ஒவ்வொரு நாளும் அந்த மேலாளர் அவரிடம் வந்து, முந்தைய நாள் தாங்கள் முற்றத்தைச் சுத்தப்படுத்தியிருந்தது அவருக்குத் திருப்திகரமாக இருந்ததா என்று கேட்டுச் சென்றார்.

அவசரக் காலங்களில் மட்டும் போரிடுவதற்காகத் தேர்ந்தெடுக்கப்பட்டவர்களுக்கும், அவர்களுக்குப் பயிற்சி அளிக்க வரும் முழுநேர இராணுவப் பயிற்சியாளர்களுக்கும் இடையே ஏற்படும் முரண்பாடுகளில் முக்கியமானது, தலைமுடி அதிகமாக வைத்திருப்பதைப் பற்றியது. முந்தையவர்கள் தங்களைச் சாதாரணக் குடிமகன்களாகக் கருதுகின்றனர் (பெரும்பாலான சமயங்களில் அவர்கள் அவ்வாறுதான் இருக்கின்றனர்). அதனால் தங்கள் தலைமுடியைக் குறைத்து வெட்டிக் கொள்வதற்கு எதிர்ப்புத் தெரிவிக்கின்றனர்.

தலைமைச் சிப்பாயாக இருந்த ஹார்லீ கைசர் அத்தகைய ஒரு குழுவினருடன் இணைந்து பணியாற்றியபோது அப்பிரச்சனையைச் சாதுரியமாகச் சமாளித்தார். வழக்கமான இராணுவத் தலைமைச் சிப்பாய் என்ற முறையில், அவர் தன் குழுவினரைத் திட்டி, அச்சுறுத்தி முடித்திருத்தம் செய்யக் கட்டாயப்படுத்தியிருக்க முடியும். ஆனால் அவர் அதை தீர்மானித்தார். மறைமுகமாகச் செய்யத்

அவர் அவர்களிடம் இவ்வாறு கூறினார்: “நீங்கள் அனைவரும் தலைவர்கள். நீங்கள் மற்றவர்களுக்கு ஓர் எடுத்துக்காட்டாக விளங்கி அவர்களை வழிநடத்தும்போது மிகுந்த ஆற்றலுடன் திகழ்வீர்கள். முடித்திருத்தத்தைப் பற்றி இராணுவ விதிகள் என்ன கூறுகின்றன என்பது உங்களுக்குத் தெரியும். என் தலைமுடி உங்களில் பலரது தலைமுடியைவிட மிகக் குறைவாகவே இருந்தாலும், நான் இன்று முடித்திருத்தம் செய்து கொள்ளப் போகிறேன். கண்ணாடியில் உங்களைப் பாருங்கள். ஒரு நல்ல எடுத்துக்காட்டாக இருப்பதற்கு நீங்கள் முடிவெட்டிக் கொள்ள வேண்டும் என்று நினைத்தால், அதற்கு நான் ஏற்பாடு செய்கிறேன்.”

முடிவு ஊகிக்கக்கூடியதுதான். பல வீரர்கள் கண்ணாடியில் தங்களைப் பார்த்துவிட்டு, அன்று மதியம் முடித்திருத்த நிலையத்திற்குச் சென்று, இராணுவ வழக்கப்படி முடித்திருத்தம் செய்து கொண்டனர். அடுத்த நாள் காலையில், தலைமைத்துவப் பண்புகள் அக்குழுவிலுள்ள சில உறுப்பினர்களிடம் ஏற்கனவே உருவாகியிருப்பதைத் தன்னால் பார்க்க முடிகிறது என்று பயிற்சியாளர் குறிப்பிட்டார்.

1887ம் ஆண்டு, மார்ச் மாதம் 8ம் நாள், மிகச் சிறந்த பேச்சாளரான ஹென்றி வார்டு பீச்சர் மறைந்தார். அதைத் தொடர்ந்து வந்த ஞாயிற்றுக்கிழமையன்று, அவர் விட்டுச் சென்ற தேவாலய போதனை மேடையில் நின்று சொற்பொழிவாற்றுவதற்காக லைமேன் ஏபாட்டை அழைத்திருந்தனர். தன்னால் இயன்ற அளவுக்குச் சிறப்பாகச் செய்ய வேண்டும் என்ற ஆவலில், அவர் தன் பிரசங்கத்தைப் பல முறை திருத்தி எழுதினார். பிறகு அதைத் தன் மனைவியிடம் படித்துக் காட்டினார். எழுதப்பட்டப் பெரும்பாலான உரைகளைப்போல் அதுவும் மிக மோசமாக தலைமைச் சிப்பாயாக இருந்த ஹார்லீ கைசர் அத்தகைய ஒரு

குழுவினருடன் இணைந்து பணியாற்றியபோது அப்பிரச்சனையைச் சாதுரியமாகச் சமாளித்தார். வழக்கமான இராணுவத் தலைமைச் சிப்பாய் என்ற முறையில், அவர் தன் குழுவினரைத் திட்டி, அச்சுறுத்தி முடித்திருத்தம் செய்யக் கட்டாயப்படுத்தியிருக்க முடியும். ஆனால் அவர் அதை தீர்மானித்தார். மறைமுகமாகச் செய்யத் தீர்மானித்தார்.

அவர் அவர்களிடம் இவ்வாறு கூறினார்: "நீங்கள் அனைவரும் தலைவர்கள். நீங்கள் மற்றவர்களுக்கு ஓர் எடுத்துக்காட்டாக விளங்கி அவர்களை வழிநடத்தும்போது மிகுந்த ஆற்றலுடன் திகழ்வீர்கள். முடித்திருத்தத்தைப் பற்றி இராணுவ விதிகள் என்ன கூறுகின்றன என்பது உங்களுக்குத் தெரியும். என் தலைமுடி உங்களில் பலரது தலைமுடியைவிட மிகக் குறைவாகவே இருந்தாலும், நான் இன்று முடித்திருத்தம் செய்து கொள்ளப் போகிறேன். கண்ணாடியில் உங்களைப் பாருங்கள். ஒரு நல்ல எடுத்துக்காட்டாக இருப்பதற்கு நீங்கள் முடிவெட்டிக் கொள்ள வேண்டும் என்று நினைத்தால், அதற்கு நான் ஏற்பாடு செய்கிறேன்."

முடிவு ஊகிக்கக்கூடியதுதான். பல வீரர்கள் கண்ணாடியில் தங்களைப் பார்த்துவிட்டு, அன்று மதியம் முடித்திருத்த நிலையத்திற்குச் சென்று, இராணுவ வழக்கப்படி முடித்திருத்தம் செய்து கொண்டனர். அடுத்த நாள் காலையில், தலைமைத்துவப் பண்புகள் அக்குழுவிலுள்ள சில உறுப்பினர்களிடம் ஏற்கனவே உருவாகியிருப்பதைத் தன்னால் பார்க்க முடிகிறது என்று பயிற்சியாளர் குறிப்பிட்டார்.

1887ம் ஆண்டு, மார்ச் மாதம் 8ம் நாள், மிகச் சிறந்த பேச்சாளரான ஹென்றி வார்டு பீச்சர் மறைந்தார். அதைத் தொடர்ந்து வந்த ஞாயிற்றுக்கிழமையன்று, அவர் விட்டுச் சென்ற தேவாலய போதனை மேடையில் நின்று சொற்பொழிவாற்றுவதற்காக லைமேன் ஏபாட்டை அழைத்திருந்தனர். தன்னால் இயன்ற அளவுக்குச் சிறப்பாகச் செய்ய வேண்டும் என்ற ஆவலில், அவர் தன் பிரசங்கத்தைப் பல முறை திருத்தி எழுதினார். பிறகு அதைத் தன் மனைவியிடம் படித்துக் காட்டினார். எழுதப்பட்டப் பெரும்பாலான உரைகளைப்போல் அதுவும் மிக மோசமாக

இருந்தது. அவரது மனைவி யதார்த்தத்தை உணராதவராக இருந்திருப்பாரேயானால், "லைமேன். இது மிகவும் மோசமாக

உள்ளது. இது சரிப்பட்டு வராது. இந்த உரை மக்களைத் தூங்கச் செய்துவிடும். இது ஒரு கலைக்களஞ்சியத்தைப் படிப்பதுபோல் உள்ளது. இத்தனை வருடங்களாகப் போதித்து வரும் உங்களுக்கு இதைவிடச் சிறப்பாகத் தெரிந்திருக்க வேண்டும். ஒரு சாதாரண மனிதரைப்போல் உங்களால் பேச முடியாதா? உங்களால் இயல்பாக நடந்து கொள்ள முடியாதா? அந்த உரையை நீங்கள் படித்தால், நீங்களே அதை ஒப்புக் கொள்ள மாட்டீர்கள்," என்று கூறியிருக்கக்கூடும்.

அவ்வாறு அவர் கூறியிருந்தால் என்ன நிகழ்ந்திருக்கும் என்று உங்களுக்கே தெரியும். எனவே, அதை நார்த் அமெரிக்கன் ரிவ்யூ என்ற இதழுக்கு அனுப்பினால் சிறந்த கட்டுரையாகக் கருதி அதைப் பிரசுரிப்பார்கள் என்று அவர் வெறுமனே குறிப்பிட்டார். வேறு வார்த்தைகளில் கூறுவதென்றால், அவர் அந்த உரையைப் புகழ்ந்துவிட்டு. அதே நேரத்தில் அது ஒரு சொற்பொழிவிற்குச் சரிப்பட்டு வராது என்று பக்குவமாக எடுத்துரைத்தார். லைமேன் ஏபாட் அவர் கூறியதைப் புரிந்து கொண்டார். தான் கவனமாகத் தயாரித்த உரையைக் கிழித்து எறிந்துவிட்டு, குறிப்புகள்கூட இல்லாமல் உரையை நிகழ்த்தினார்.

அடுத்தவருடைய தவறுகளைத் திருத்துவதற்கான ஓர் ஆற்றல் மிக்க வழி. . .

இரண்டாவது கொள்கை

அடுத்தவரின் தவறுகளை மறைமுகமாக அவர்களுக்குச் சுட்டிக் காட்டுங்கள்.

3

முதலில் உங்கள் தவறுகளைப் பற்றிப் பேசுங்கள்

என் மருமகள் ஜோசபீன் கார்னகி என் செயலாளராக இருப்பதற்காக நியூயார்க்கிற்கு வந்திருந்தாள். அவளுக்குப் பத்தொன்பது வயதாகியிருந்தது. மூன்று வருடங்களுக்கு முன் உயர்நிலைப் பள்ளிப் படிப்பை முடித்திருந்தாள். அவளுக்கு எந்தவிதமான தொழில் அனுபவமும் இருக்கவில்லை. பின்னாளில் அவள் மிகத் திறமையான ஒரு செயலாளராக விளங்கினாலும், துவக்கத்தில் தன் வேலையில் மேம்படுவதற்கு ஏராளமான வாய்ப்புகள் இருந்தன. ஒருநாள் நான் அவளை விமர்சிக்கத் துவங்கியபோது, "டேல் கார்னகி, ஒரு நிமிடம் யோசித்துப் பார்! ஒரே ஒரு நிமிடம்! நீ ஜோசபீனைவிட நீ இரண்டு மடங்கு வயதானவன், நீ அவளைவிடப் பத்தாயிரம் மடங்கு அதிகமாகத் தொழில் அனுபவம் உள்ளவன். அவள் உன்னுடைய கண்ணோட்டத்தையும், தீர்மானத்தையும், முனைப்பையும் கொண்டிருக்க வேண்டும் என்று எப்படி உன்னால் எதிர்பார்க்க முடியும்? டேல், ஒரே ஒரு நிமிடம் சிந்தித்துப் பார். பத்தொன்பது வயதில் நீ என்ன செய்து கொண்டிருந்தாய்? முட்டாள்தனமான எத்தனைத் தவறுகளையும் பெரும் பிழைகளையும் செய்தாய் என்பது உனக்கு நினைவிருக்கிறதா?" என்று எனக்கு நானே கேட்டுக் கொண்டேன்.

இவ்விஷயத்தை நேர்மையாகவும் பாரபட்சம் இன்றியும் தான் யோசித்துப் பார்த்தப் பிறகு, அவளது வயதில் நான் எவ்வளவு முட்டாள்தனமாக நடந்து கொண்டேனோ அதைவிடக் குறைவாகவே அவள் தன் பத்தொன்பதாவது வயதில் நடந்து கொள்கிறாள் என்ற முடிவுக்கு வந்தேன். ஆனால் அது

ஜோசபீனுக்குப் புகழ் சேர்க்கும் விஷயம் ஒன்றும் அல்ல என்பதை நான் இங்கு கூறியாக வேண்டும்.

எனவே அதற்குப் பிறகு, நான் ஜோசபீனிடம் தவறுகளைச் சுட்டிக் காட்ட விரும்பியபோதெல்லாம். "ஜோசபீன், நீ ஒரு தவறு செய்திருக்கிறாய், ஆனால் நான் செய்த பல தவறுகளைவிட இது ஒன்றும் அவ்வளவு மோசமில்லை என்று கடவுளுக்குத் தெரியும். பிறக்கும்போதே சீர்தூக்கிப் பார்க்கும் திறனுடன் நீ பிறக்கவில்லை. அது அனுபவத்தின் மூலமாகத்தான் வரும். உன் வயதில் நான் இருந்ததைவிட நீ சிறப்பாகவே செயல்படுகிறாய். பல முட்டாள்தனமான, அசட்டுத்தனமான காரியங்களை நான் செய்திருக்கிறேன். உன்னையோ அல்லது மற்றவர்களையோ குறைகூற வேண்டும் என்ற எண்ணம் எனக்கில்லை. ஆனால் நீ இவ்வேலையை இவ்வழியில் செய்திருந்தால் அது அதிகச் சிறப்பாக இருந்திருக்கும் அல்லவா?" என்று கூறி என் பேச்சைத் துவங்குவேன்.

உங்கள் தவறுகளைப் பட்டியலிடும் நபர். தானொன்றும் பத்தரை மாற்றுத் தங்கமல்ல என்று பணிவாக ஒப்புக் கொண்டு தன் விமர்சனத்தைத் துவங்கினால், அவர் நம்மிடமுள்ள தவறுகளைச் சுட்டிக் காட்டும்போது அதைக் காதுகொடுத்துக் கேட்பது நமக்கு ஒன்றும் அவ்வளவு கடினமாக இருப்பதில்லை.

கனடா நாட்டின் மேனிடோபா மாநிலத்தின் பிரான்டன் நகரைச் சேர்ந்த ஈ.ஜி.டில்லிஸ்டோன் என்ற பொறியியல் வல்லுனருக்குத் தன் புதிய செயலாளருடன் பல பிரச்சனைகள் ஏற்பட்டன. அவர் சொல்லச் சொல்ல அவரது செயலாளர் எழுதி, தட்டச்சு செய்து கொண்டுவந்து அவரது கையெழுத்திற்காக அவரது மேசைமேல் வைத்தக் கடிதங்களில் பக்கத்திற்குப் பக்கம் இரண்டு அல்லது மூன்று எழுத்துப் பிழைகள் இருந்தன. திரு. டில்லிஸ்டோன் இதை எவ்வாறு சமாளித்தார் என்பதை நம்மிடம் கூறுகிறார்:

"பல பொறியியல் வல்லுனர்களைப்போலவே, என்னுடைய ஆங்கில அறிவும் சொற்திறனும் அவ்வளவு சிறப்பானதாக இருக்கவில்லை. எனக்குச் சிரமமான வார்த்தைகளை ஒரு சிறிய நோட்டுப் புத்தகத்தில் எழுதி வைத்துக் கொள்வதை நான் பல வருடங்களாகச் செய்து

வருகிறேன். வெறுமனே தவறுகளைச் சுட்டிக் காட்டுவது என் செயலாளர் பிழையின்றித் தட்டச்சு செய்ய உதவப் போவதில்லை என்பது வெளிப்படையாகத் தெரிந்தவுடன், மற்றொரு அணுகுமுறையைப் பயன்படுத்தத் தீர்மானித்தேன். அடுத்த முறை தவறுகளுடன் ஒரு கடிதம் என் கவனத்திற்கு வந்தபோது, நான் என் செயலாளரை என் முன் அமரச் செய்து அவரிடம் இவ்வாறு கூறினேன்.

"'எனக்கென்னவோ இந்த வார்த்தை சரியில்லாததுபோல் தோன்றுகிறது. எழுதுவதற்கு எப்போதும் நான் சிரமப்படும் வார்த்தைகளில் இதுவும் ஒன்று. அதனால்தான் நான் இந்த நோட்டுப் புத்தகத்தை வைத்திருக்கிறேன். குறிப்பிட்ட அந்தப் பக்கத்தை நான் அவருக்குத் திறந்து காட்டினேன்.) அந்த வார்த்தை இதோ இங்கு இருக்கிறது. இப்போது நான் எழுத்துப் பிழைகள் குறித்து அதிக எச்சரிக்கையுடன் இருக்கிறேன். ஏனெனில் மக்கள் நம்மை நமது கடிதங்களைக் கொண்டு எடைபோடுகின்றனர். நம் கடிதங்களில் எழுத்துப் பிழைகள் இருந்தால், அது அவர்கள் நம்மைக் குறைத்து மதிப்பிடுவதற்கு வழிவகுக்கும்!

"அவர் என்னைப்போல் ஒரு நோட்டுப் புத்தகத்தை வைத்திருக்கிறாரா இல்லையா என்பது எனக்குத் தெரியாது. ஆனால் அந்த உரையாடலுக்குப் பிறகு அவர் என்னிடம் கொண்டுவரும் கடிதங்களில் எழுத்துப் பிழைகள் ஏற்படுவது கணிசமாகக் குறைந்துவிட்டது."

இவ்வாறு செய்வதற்கான முக்கியத் தேவையை 1909இல் பெர்ன்ஹார்டு வான் புலோ தெரிந்து வைத்திருந்தார். அவர் ஜெர்மனியின் அதிபராக இருந்தபோது, இரண்டாம் வில்ஹெம் அரியணை ஏற்றிருந்தார். வில்ஹெம் அகந்தையும் ஆணவமும் பிடித்தக் கடைசி ஜெர்மானியப் பேரரசர் ஆவார். அவர் ஓர் இராணுவப் படையையும் கப்பற் படையையும் உருவாக்கிக் கொண்டிருந்தார். அவ்விரண்டு படைகளும் எவரொருவரையும் புரட்டி எடுத்துவிடும் என்று அவர் கர்வத்துடன் அறிவித்தார்.

பிறகு ஒரு வியத்தகு விஷயம் நடந்தது. ஒட்டுமொத்தக் கண்டத்தையும் ஆட்டிவைத்த சில நம்ப முடியாத விஷயங்களை அப்பேரரசர் கூறினார். அவ்விஷயங்கள் உலகம் முழுவதிலும் அதிர்ந்தன. நிலைமையை இன்னும் மோசமாக்கும்

விதமாக, அவர் பல சிறுபிள்ளைத்தனமான, அகங்காரமான. அபத்தமான அறிவிப்புகளைப் பொதுமக்கள் முன்னிலையில் வெளியிட்டார். இங்கிலாந்திற்கு விருந்தினராகச் சென்றிருந்தபோது அவர் அங்கும் அவ்வாறு ஓர் அறிவிப்பை வெளியிட்டார். “டெய்லி டெலிகிரா.ஃ.ப்’ என்ற செய்தித்தாளில் அதை அச்சிடுவதற்கான தன் அரச அனுமதியையும் வழங்கினார். எடுத்துக்காட்டாக, ஆங்கிலேயர்களிடம் தோழமை காட்டும் ஒரே ஜெர்மானியர் தான்தான் என்றும், ஜப்பானின் தொந்தரவைச் சமாளிப்பதற்காகத் தான் ஒரு கப்பற் படையை உருவாக்கிக் கொண்டிருப்பதாகவும், ரஷ்யா மற்றும் பிரான்சிடம் இங்கிலாந்து தோல்வியுறாமல் தப்பித்ததற்குத் தான் மட்டுமே என்றும், தனது பிரச்சாரத் திட்டம்தான் இங்கிலாந்துப் பிரபு ராபர்ட்ஸ் தென் ஆப்பிரிக்காவின் போயர்ஸைத் தோற்கடிக்க உதவியதாகவும், இன்னும் பலவற்றையும் அவர் கூறிக் கொண்டே போனார்.

அப்படிப்பட்ட வார்த்தைகள் ஒன்றுகூடக் கடந்த நூறாண்டுகளில், அமைதியான நேரத்தில், எந்த ஓர் ஐரோப்பிய அரசரின் உதடுகளிலிருந்தும் உதிர்க்கப்படவில்லை. ஒட்டுமொத்தக் கண்டமும் கொதிப்படைந்தது. இங்கிலாந்து சீறியது. ஜெர்மானியத் தலைவர்கள் அதிர்ச்சி அடைந்தனர். இந்தக் குழப்பங்களுக்கு மத்தியில், பேரரசர் மிகவும் பதற்றமடைந்து, பெர்ன்ஹார்டிடம் அதற்கான பழியை ஏற்றுக் கொள்ளுமாறு பரிந்துரைத்தார். ஆம். இவையனைத்திற்கும் தானே பொறுப்பு என்றும், இத்தகைய நம்பமுடியாத விஷயங்களைக் கூறுமாறு பேரரசருக்குத் தான்தான் அறிவுறுத்தியதாகவும் பெர்ன்ஹார்டு வான் புலோ அறிவிக்க வேண்டும் என்று அவர் விரும்பினார். “ஆனால் பேரரசரே, ஜெர்மனியிலும் சரி, இங்கிலாந்திலும் சரி, இப்படிப்பட்டவற்றைக் கூறுவதற்கு உங்களுக்கு என்னால் ஆலோசனை வழங்கியிருக்க முடியும் என்று யாரும் ஏற்றுக் கொள்வார்கள் என்று எனக்குத் தோன்றவில்லை,” என்று வான் புலோ எதிர்ப்புத் தெரிவித்தார்.

அவ்வார்த்தைகள் அவரது வாயிலிருந்து வெளிவந்தவுடன், தான் ஒரு பெரும் தவறு செய்துவிட்டதை வான் புலோ உணர்ந்தார். பேரரசர் கொதித்தெழுந்தார்.

"உன்னால் ஒருபோதும் செய்ய முடியாத ஒரு முட்டாள்தனமான காரியத்தைச் செய்யக்கூடிய கழுதை நான் என்று நீ நினைத்திருக்கிறாயா?" என்று கத்தினார்.

பேரரசரைக் கண்டிப்பதற்கு முன் அவரைப் புகழ்ந்திருக்க வேண்டும் என்பதை வான் புலோ அறிந்தார். ஆனால் அதற்குக் காலம் கடந்துவிட்டது. அடுத்து அவரால் முடிந்த சிறப்பான ஒரு காரியத்தை அவர் செய்தார். விமர்சனம் செய்ததற்குப் பிறகு அவர் பேரரசரைப் புகழ்ந்தார். அது அற்புதமான பலனைத் தந்தது.

"நான் அவ்வாறு கருதவில்லை. நீங்கள் என்னைவிடப் பல விஷயங்களில் புலமை பெற்றுள்ளீர்கள். கப்பற் படை மற்றும் இராணுவ அறிவு மட்டுமின்றி, எல்லாவற்றுக்கும் மேலாக இயற்கை அறிவியலில் உங்கள் ஞானம் எல்லையற்றது. நீங்கள் பாரமானி, கம்பியில்லாத் தந்தியியல், எக்ஸ்ரே ஆகியவற்றை விளக்கும்போது நான் பலமுறை பிரமிப்புடன் கேட்டிருக்கிறேன். இயற்கை அறிவியலின் அனைத்துப் பிரிவுகளிலும் என் அறியாமை குறித்து வெட்கப்படுகிறேன். வேதியியல் அல்லது இயற்பியலைப் பற்றி எனக்கு எந்த யோசனையும் இல்லை. எளிய இயற்கைக் கொள்கைகளை விளக்கக்கூடிய திறமைகூட எனக்கு இல்லை. ஆனால், அவற்றை ஈடுகட்டும் வகையில், ஓரளவு வரலாற்று அறிவும். அரசியலில், குறிப்பாக இங்கிதத்திற்குப் பயன்படும் சில பண்புநலன்கள் என்னிடம் உள்ளன," என்று அவர் மரியாதையுடன் பதிலளித்தார்.

பேரரசர் முகம் மலர்ந்தார். வான் புலோ அவரைப் புகழ்ந்திருந்தார். வான் புலோ பேரரசரப் பாராட்டிவிட்டுத் தான் பணிந்துபோனார். அதற்குப் பிறகு பேரரசர் எதையும் மன்னிக்கத் தயாராக இருந்தார். மிகுந்த உற்சாகத்துடன், "நாம் இருவரும் ஒருவரது நிறைகுறைகளை மற்றவர் ஈடு செய்யும் விதத்தில் இருப்பதால் அது மிகுந்த பலனளிப்பதாக உள்ளது என்று நான் எப்போதும் கூறி வந்திருக்கிறேன் அல்லவா? நாம் இருவரும் எப்போதும் ஒன்றாகத்தான் இருக்க வேண்டும். ஒன்றாகவே இருப்போம்," என்று பேரரசர் கூறினார்.

பிறகு அவர் வான் புலோவுடன் ஒருமுறை அல்ல, பல முறைகள் கை குலுக்கினார். அதிக உற்சாகத்துடன் தன் கை

முட்டிகளை உயர்த்தி, ”பெர்ன்ஹார்டு வான் புலோவுக்கு என்று எதிராக யாரேனும் என்னிடம் குறை கூறினால், நான் அவர்களது முழங்கினார். மூக்கை உடைத்துவிடுவேன்,”

சரியான நேரத்தில் வான் புலோ தன்னைப் பாதுகாத்துக் கொண்டார். அவர் எவ்வளவு பெரிய இராஜதந்திரியாக இருந்தபோதிலும், ஒரு தவறைச் செய்துவிட்டார்: அவர் தன் பேச்சை, தன்னுடைய குறைகளை வலியுறுத்தியும். பேரரசரின் மேன்மையைப் போற்றியும் துவங்கியிருக்க வேண்டும் பேரரசர் ஒரு முட்டாள் என்று சுட்டிக்காட்டி அவரைக் கண்டித்துத் துவங்கி இருக்கக்கூடாது

தன்னைப் பற்றிய குறைகளும், அடுத்தவரைப் பற்றிய பாராட்டுதல்களும் நிறைந்திருந்த ஒருசில வாக்கியங்கள். அகங்காரம் நிறைந்த, ஏளனத்திற்கு ஆளான ஒரு பேரரசரை ஓர் உறுதியான நண்பராக மாற்றியதென்றால், பணிவன்பும் புகழ்ச்சியும் உங்களுக்கும் எனக்கும் நம் அன்றாட வாழ்வில் எவ்வளவு பலனளிக்கும் என்பதைக் கற்பனை செய்து பாருங்கள். முறையாகப் பயன்படுத்தப்பட்டால், மனித உறவுகளில் அவை பெரும் அதிசயங்களை நிகழ்த்தும்.

ஒருவர் தன் சொந்தத் தவறுகளை, அவற்றை யாரும் திருத்த முயற்சிக்காதபோதும் ஒப்புக் கொள்வது என்பது, அடுத்தவர் தன் நடத்தையை மாற்றிக் கொள்ள அவரை ஒப்புக் கொள்ள வைக்க உதவும். சமீபத்தில் இக்கருத்தைக் கிளாரென்ஸ் செர்ஹுஸென் எங்களுக்கு விளக்கினார். மேரிலேன்ட் மாநிலத்தின் டிமோனியம் நகரைச் சேர்ந்தவர் அவர். அவரது பதினைந்து வயது மகன் புகை பிடிக்கக் கற்றுக் கொண்டிருப்பதை அவர் கண்டறிந்தார்.

அவர் எங்களிடம் இவ்வாறு கூறினார்: “இயல்பாக, டேவிட் புகைபிடிப்பதை நான் விரும்பவில்லை. ஆனால் நானும் என் மனைவியும் புகை பிடிக்கிறோம். அதன் மூலம் நாங்கள் அவனுக்கு மோசமான எடுத்துக்காட்டுகளாகவே இருந்து வந்துள்ளோம். நான் டேவிட்டின் வயதில் இருந்தபோது எவ்வாறு புகை பிடிக்கக் கற்றுக் கொண்டேன் என்பதையும், அப்பழக்கத்தை நிறுத்த முடியாமல் இப்போதுகூட நான் சிரமப்படுவதையும் அவனிடம் நான் விளக்கிக் கூறினேன். என்

இருமல் எவ்வளவு எரிச்சலூட்டுவதாக உள்ளது என்பதையும், ஒருசில வருடங்களுக்கு முன் நான் புகைபிடிப்பதை நிறுத்த வேண்டும் என்று தொடர்ந்து அவன் என்னை வற்புறுத்தியதையும் நான் டேவிட்டுக்கு நினைவூட்டினேன்.

“அப்பழக்கத்தை நிறுத்துமாறு நான் அவனுக்கு அறிவுறுத்தவும் இல்லை, அச்சுறுத்தவும் இல்லை. புகை பிடிப்பதில் உள்ள ஆபத்துகளைப் பற்றி நான் அவனை எச்சரிக்கவும் இல்லை. நான் செய்ததெல்லாம், அப்பழக்கத்திற்கு நான் எவ்வாறு அடிமையாகி இருக்கிறேன். என்பதையும், அது என்னை எவ்வாறு பாதித்துள்ளது என்பதையும் அவனுக்குச் சுட்டிக் காட்டினேன், அவ்வளவுதான்.

“அவன் அதைப் பற்றிச் சில காலம் யோசித்துவிட்டு, உயர்நிலைப் பள்ளிப் படிப்பை முடிக்கும்வரை புகைபிடிப்பதில்லை என்று தீர்மானித்தான். பல வருடங்கள் கடந்த பின்னும், டேவிட் புகைப்பழக்கத்தைத் துவங்கவில்லை. அவனுக்கு அந்த எண்ணமும் இல்லை.

“அந்த உரையாடலின் விளைவாக, நானும் என் புகைப்பழக்கத்தை நிறுத்துவதென்று தீர்மானித்தேன். என் குடும்பத்தாரின் ஆதரவுடன் நான் அதில் வெற்றியும் பெற்றேன்.” ஒரு நல்ல தலைவர் இக்கொள்கையைப் பின்பற்றுவார்:

மூன்றாவது கொள்கை

அடுத்தவரை விமர்சிப்பதற்கு முன் உங்களது சொந்தத் தவறுகளைப் பற்றிப் பேசுங்கள்.

4

கட்டளையிடப்படுவதை எவரும் விரும்புவதில்லை

அமெரிக்க வாழ்க்கை வரலாற்று ஆசிரியர்களில் தலைசிறந்த ஒருவராக விளங்கிய மிஸ் இடா டார்பெல்லுடன் உணவருந்தும் வாய்ப்பு எனக்கு ஒருமுறை கிடைத்தது. நான் இப்புத்தகத்தை எழுதிக் கொண்டிருப்பதாக அவரிடம் கூறியபோது, மக்களுடன் சகஜமாகப் பழகுவது எப்படி என்ற மிக முக்கியமான விஷயத்தைப் பற்றிப் பேசத் துவங்கினோம். அப்போது, ஓவென் டி. யங்கின் வரலாற்றைத் தான் எழுதிக் கொண்டிருந்தபோது, திரு. யங்குடன் மூன்று வருடங்கள் பணியாற்றிய ஒருவரைத் தான் பேட்டி கண்டது பற்றி அவர் கூறினார். அந்த மூன்று வருடங்களில் திரு. யங் யாருக்கும் நேரடியாக ஆணை பிறப்பித்துத் தான் கேட்டதில்லை என்று அந்நபர் குறிப்பிட்டார். அவர் எப்போதும் பரிந்துரைகளை மட்டுமே கொடுத்தார், ஆணைகளை அல்ல. எடுத்துக்காட்டாக, "இதைச் செய்யுங்கள் அல்லது அதைச் செய்யுங்கள்," அல்லது "இதைச் செய்யாதீர்கள் அல்லது அதைச் செய்யாதீர்கள்," என்று அவர் ஒருபோதும் கூறியதில்லை. மாறாக, "நீங்கள் இதைச் செய்ய விரும்பலாம்." அல்லது "இது சரிப்பட்டு வரும் என்று நினைக்கிறீர்களா?" என்று அவர் கூறுவார். ஒரு கடிதத்தைத் தன் செயலாளருக்குக் கூறி முடித்தப் பிறகு, "இதைப் பற்றி என்ன நினைக்கிறீர்கள்?" என்று கேட்பார். தன் உதவியாளர்கள் எழுதும் கடிதங்களைப் பார்வையிடும்போது. "நாம் இதை இவ்வாறு திருத்தி எழுதினால் இன்னும் சிறப்பாக இருக்கும்," என்று அவர் கூறுவார். மக்கள் பல வேலைகளைத்

தாங்களே செய்வதற்கான வாய்ப்புகளை அவர் அவர்களுக்கு எப்பொழுதும் கொடுத்தார். அவர் ஒரு விஷயத்தைச் செய்யுமாறு ஒருபோதும் தன் உதவியாளர்களிடம் கூறியதில்லை. அவர்களாகவே அந்த வேலைகளைச் செய்வதற்கு அவர் அனுமதித்தார். தங்கள் தவறுகளிலிருந்து கற்றுக் கொள்ள இடமளித்தார். கொள்ள அவர்களுக்கு அத்தகைய ஓர் சுதந்திரம் ஒருவர் தன் தவறுகளைத் திருத்திக் கொள்வதைச் சுலபமாக்குகிறது. அது அவர் தன் பெருமிதத்தைக் காத்துக் கொள்ள உதவுகிறது, ஒரு முக்கியத்துவ உணர்வை அவருக்குத் தருகிறது. எதிர்ப்பிற்கு பதில் ஒத்துழைப்பை அது ஊக்குவிக்கிறது.

ஒரு பக்குவமற்றக் கட்டளையால் உருவாகும் கடுங்கோபம் நீண்ட காலம் நிலைத்திருக்கும். அந்தக் கட்டளை ஒரு வெளிப்படையான மோசமான சூழ்நிலையைச் சரி செய்வதற்காகக் கொடுக்கப்பட்டதாகவே இருக்கும் பொழுதில்கூட. பென்சில்வேனியா மாநிலத்தின் வயோமிங் நகரில் ஒரு தொழிற்கல்விப் பள்ளியில் ஆசிரியராக இருந்த டேன் சேன்டாரெல்லி ஒரு நிகழ்வை எங்கள் வகுப்பு ஒன்றில் கூறினார். அவரது மாணவர் ஒருவர் அப்பள்ளியின் ஒரு கடை வாசல்முன் சட்டத்திற்குப் புறம்பாகத் தன் காரை நிறுத்தி வைத்து, அக்கடையின் நுழைவுவாயிலை மறித்திருந்தார். மற்றொரு ஆசிரியர் அவரது வகுப்பிற்குள் புயலென நுழைந்து, ஓர் ஆக்ரோஷமான குரலில், ”யாருடைய கார் அங்கு வழியை மறித்து நிற்கிறது?” என்று கேட்டார். அந்தக் காருக்கு உரிய மாணவன் அது தன்னுடையது என்று பதிலளித்தபோது அவர், “அந்தக் காரை உடனடியாக இப்போதே அங்கிருந்து நகர்த்து. இல்லையென்றால் ஒரு சங்கிலியைக் கட்டி அதை அங்கிருந்து இழுத்துச் செல்வேன்,” என்று கட்டளையிட்டார்.

அந்த மாணவர் செய்தது தவறுதான். அவர் தன் காரை அங்கு நிறுத்தியிருக்கக் கூடாது. அன்றிலிருந்து அந்த மாணவர் மட்டும் அந்தப் பயிற்சியாளரின் நடவடிக்கையை வெறுக்கவில்லை அந்த வகுப்பில் இருந்த அனைத்து மாணவர்களும் அவருக்கு அதிகப் பிரச்சனையைக் கொடுத்து அவரது வேலையை மகிழ்ச்சியற்றதாக ஆக்குவதற்குத் தங்களால் ஆன அனைத்தையும் செய்தனர்.

அதை அந்தப் பயிற்சியாளரால் வேறு விதமாக எவ்வாறு கையாண்டிருக்க முடியும்? "யாருடைய கார் வழியின் குறுக்கே நிற்கிறது?" என்று நட்பான முறையில் அவர் கேட்டுவிட்டு, அதை அங்கிருந்து நகர்த்தினால் மற்றக் கார்கள் வந்து போவதற்கு வசதியாக இருக்கும் என்று கூறியிருந்தால், அந்த மாணவன் மகிழ்ச்சியாக அதைச் செய்திருப்பான். அவனும் அவனது சக மாணவர்களும் வருத்தமோ அல்லது கோபமோ அடைந்திருக்க மாட்டார்கள்.

கேள்விகள் கேட்பது, இடப்படுகின்ற ஒரு கட்டளையை ஏற்றுக் கொள்ளக்கூடிய ஒன்றாக மட்டும் ஆக்குவதில்லை. கேள்வி கேட்கப்படுபவரின் படைப்புத் திறனையும் அது தூண்டிவிடுகிறது. ஒரு கட்டளை வழங்கப்படுவதற்குக் காரணமாக இருந்த தீர்மானத்தில் தாங்களும் பங்கு கொண்டிருந்தால், மக்கள் அந்தக் கட்டளையை ஏற்றுக் கொள்ளத் தயங்குவதில்லை.

தென் ஆப்பிரிக்காவின் ஜோகனஸ்பர்க்கைச் சேர்ந்த இயன் மெக்டோனால்டு, துல்லியமாக இயந்திர பாகங்கள் தயாரிக்கும் ஒரு சிறு உற்பத்தி நிறுவனத்தின் பொது மேலாளராக பணியாற்றினார். ஒருமுறை ஒரு பெரிய ஆர்டருக்கான வாய்ப்பு வந்தபோது, குறிப்பிட்டத் தேதியில் அதை உற்பத்தி செய்து கொடுக்க முடியாது என்று அவர் உறுதியாக நம்பினார். பழைய ஆர்டர்களுக்கான வேலைகள் மும்முரமாக நடந்து கொண்டிருக்கும் நேரத்தில், குறைந்த கால அவகாசத்தில் தயாரித்துக் கொடுக்குமாறு கோரிக்கை வந்திருந்த அந்த ஆர்டரை நிச்சயமாக அவரால் பூர்த்தி செய்ய முடியாது என்பதை அவர் உணர்ந்தார். எனவே. அதை ஏற்றுக் கொள்வது முடியாத காரியமாக அவருக்குத் தோன்றியது.

இன்னும் அதிக வேகத்துடன் செயல்பட்டு அந்த ஆர்டருக்கான பொருட்களை உற்பத்தி செய்வதற்குத் தன் ஊழியர்களை கட்டாயப்படுத்தாமல், அவர் அவர்கள் அனைவரையும் ஒன்றுகூட்டி, நிலைமையை விளக்கிக் கூறி, அந்த ஆர்டரைக் குறித்த நேரத்தில் உற்பத்தி செய்து கொடுப்பது நிறுவனத்திற்கும் அவர்களுக்கும் எவ்வளவு நன்மை பயக்கும் என்று எடுத்துக் கூறினார். பிறகு அவர் சில கேள்விகளைக் கேட்கத் தொடங்கினார்:

"இந்த ஆர்டரைக் கையாளுவதற்கு நம்மால் ஏதேனும் முயற்சி செய்ய முடியுமா?"

"இந்த ஆர்டரை ஏற்றுக் கொண்டு, குறித்த நேரத்தில் அதை உற்பத்தி செய்வதற்கான வேறு ஏதேனும் தகுந்த வழிகள் யாருக்கேனும் தோன்றுகிறதா?"

"இதற்கு உதவும் வகையில் நம் வேலை நேரத்தை மாற்றி அமைத்துக் கொள்ள ஏதேனும் வழி உள்ளதா?"

ஊழியர்கள் பல யோசனைகளைத் தெரிவித்தனர். அந்த ஆர்டரை ஏற்றுக் கொள்வதற்கு அவரை வற்புறுத்தினர். "நம்மால் முடியும்" என்ற மனப்போக்கோடு அதை அணுகினர். அந்த ஆர்டர் ஏற்றுக் கொள்ளப்பட்டு, தயாரிக்கப்பட்டு, உரிய நேரத்தில் அனுப்பி வைக்கப்பட்டது.

ஓர் ஆற்றல்மிக்கத் தலைவர் இக்கொள்கையைப் பயன்படுத்துவார்:

நான்காவது கொள்கை

நேரடியான கட்டளைகளைப் பிறப்பிப்பதற்குப் பதிலாகக் கேள்விகளைக் கேளுங்கள்.

5

பிறர் தங்கள் கண்ணியத்தைக் காப்பாற்றிக் கொள்ள அனுமதியுங்கள்

பல வருடங்களுக்கு முன்னர் ஜெனரல் எலெக்ட்ரிக் நிறுவனம் அதன் ஒரு துறையின் தலைவராக இருந்த சார்லஸ் ஸ்டைன்மெட்ஸை அப்பதவியிலிருந்து பணிநீக்க விரும்பியது. மின்சக்தி குறித்த விஷயத்தில் மேதையாக விளங்கிய ஸ்டைன்மெட்ஸ், கணக்கிடும் துறையின் தலைவராகத் தோல்வியைச் சந்தித்தார். இருந்தாலும் அந்நிறுவனம் அவரது. மனத்தைப் புண்படுத்த விரும்பவில்லை. அவர் அந்நிறுவனத்திற்கு மிகவும் இன்றியமையாதவராகக் கருதப்பட்டார். ஆனால் அவர் எளிதில் உணர்ச்சிவசப்படக்கூடியவர். எனவே அவர்கள் அவருக்கு ஒரு புதிய பதவியைக் கொடுத்தனர். ஜெனரல் எலெக்ட்ரிக் நிறுவனத்தின் பொறியியல் ஆலோசனையாளராக அவரை நியமனம் செய்தனர். அவர் ஏற்கனவே செய்து கொண்டிருந்த வேலைக்கு பதிலாக அவர்கள் ஒரு புதிய பதவியைக் கொடுத்தனர். அவர் தலைமை வகித்தத் துறைக்கு வேறொருவரைத் தலைவராக நியமித்தனர்.

ஸ்டைன்மெட்ஸ் மகிழ்ச்சியடைந்தார். ஜெனரல் எலெக்ட்ரிக்கின் அதிகாரிகளும் மகிழ்ச்சியடைந்தனர். தங்கள் நிறுவனத்தில் மிகவும் உணர்ச்சிவசப்படும் நட்சத்திரத்தை, எந்தவொரு புயலையும் உருவாக்காமல், அவர் தன் கண்ணியத்தைக் காப்பாற்றிக் கொள்ளும் வகையில் புத்திசாலித்தனமாக கையாண்டனர்.

ஒருவர் தன் கண்ணியத்தைக் காப்பாற்றிக் கொள்ள அனுமதிப்பது எவ்வளவு இன்றியமையாத செயல்! நம்மில் எத்தனை பேர் அது குறித்து யோசிக்கிறோம்? அடுத்தவரது பெருமிதம் காயப்படுவதைப் பொருட்படுத்தாமல், நாம் எவ்வளவு சுலபமாக அவரது உணர்ச்சிகளை அவமதிக்கிறோம், சுயநலமாக நடந்து கொள்கிறோம். குறை காண்கிறோம். அச்சுறுத்துகிறோம். ஒரு குழந்தையை அல்லது ஓர் ஊழியரை அடுத்தவர் முன் விமர்சிக்கிறோம். ஒருசில நிமிட யோசனை, பரிவான ஓரிரு வார்த்தைகள், அடுத்தவரது மனப்போக்கை நியாயமாகப் புரிந்து கொள்வது ஆகியவை இப்பிரச்சனையைத் தீர்ப்பதற்கு முறையாக உதவும்.

அடுத்த முறை யாரேனும் ஓர் ஊழியரை நாம் பணி நீக்கம் செய்ய வேண்டும் அல்லது கண்டிக்க வேண்டும். என்ற தேவை ஏற்படும்போது இதை நன்றாக நினைவில் வைத்துக் கொள்ள வேண்டும்.

மார்ஷல் ஏ. கிரேஞ்சர் என்ற பொதுக் கணக்காளர் ஒருவர் எனக்கு அனுப்பிய ஒரு கடிதத்திலிருந்து நான் இங்கு மேற்கோள் காட்டுகிறேன். "ஊழியர்களை வேலை நீக்கம் செய்வது அவ்வளவு எளிதான செயல் அல்ல. எங்கள் வியாபாரம் பெரும்பாலும் ஒரு குறிப்பிட்டக் காலத்தில் மட்டுமே நடைபெறும் ஒன்று. அதனால் வருமான வரிக் காலம் முடிந்த பிறகு நாங்கள் பலரை வேலையிருந்து நீக்க வேண்டிய கட்டாயம் ஏற்படுகிறது.

"ஒருவரை யாரும் மகிழ்ச்சியாகப் பணிநீக்கம். செய்வதில்லை. எனவே, அந்த வேலையை எவ்வளவு விரைவாக முடிக்க முடியுமோ அவ்வளவு விரைவாக முடிப்பதை நாங்கள் ஒரு தீர்மானமாக உருவாக்கினோம். அதை நாங்கள் பின்வரும் வழியில் செய்தோம்: "திரு. ஸ்மித், அமருங்கள். வேலைக் காலம் முடிவடைந்துவிட்டது. உங்களுக்கு வழங்கக்கூடிய வேலைகள் எங்களிடம் இப்போதைக்கு எதுவும் இல்லை என்று தோன்றுகிறது. வருமான வரிக் காலத்திற்கு மட்டுமே நீங்கள் நியமிக்கப்பட்டீர்கள் என்பது உங்களுக்கே தெரியும்," என்று இதுபோன்றவற்றைக் கூறலாம்.

"அது அவர்களிடம் ஏமாற்றத்தையும், கைவிடப்பட்ட ஓர் உணர்வையும் ஏற்படுத்தியது. அவர்களில் பலர் கணக்குத் துறையில் தங்கள் வாழ்நாள் முழுவதும் இருக்கின்றனர்.

இயந்திரத்தனமாக மக்களை வேலையிருந்து நீக்கும் ஒரு நிறுவனம் குறித்து நல்ல அபிப்பிராயம் அவர்களிடம் இருப்பதில்லை.

“ஒரு குறிப்பிட்டக் காலத்திற்கு எங்களிடம் வேலை செய்வோரை நாங்கள் வேலையிருந்து விடுவிக்கும்போது அவர்களைச் சற்றுப் பக்குவத்தோடும், பரிவோடும். கையாள்வது என்று சமீபத்தில் நான் தீர்மானித்தேன். அவர்கள் இவ்வொருவரையும் நான் தனித்தனியாக அழைத்துப் பேசுவதற்கு முன் அவர்கள் எங்களிடம் பணியாற்றிய சமயத்தில் அவர்கள் எவ்வாறு வேலை செய்தனர் என்பதைக் கவனமாக ஆய்வு செய்வேன். பிறகு நான் இவ்வாறு கூறுவேன்: “திரு. ஸ்மித், நீங்கள் சிறப்பாக வேலை செய்திருக்கிறீர்கள் (அவர் உண்மையிலேயே அவ்வாறு செய்திருந்தால்). உங்களை நெவார்க்கிற்கு நாங்கள் அனுப்பியபோது அது உங்களுக்குக் கடினமான ஒரு வேலையாக அமைந்துவிட்டது. ஆனால் அதை நீங்கள் மிகப் பிரமாதமாகச் செய்து முடித்தீர்கள். எங்கள் நிறுவனம் உங்களைப் பற்றி மிகவும் பெருமைப்படுகிறது என்பதை நீங்கள் தெரிந்து கொள்ள வேண்டும் என்று நாங்கள் விரும்புகிறோம். உங்களிடம் சிறந்த திறமை இருக்கிறது. நீங்கள் எங்கு வேலை பார்த்தாலும் மிகவும் வெற்றிகரமாக செயல்படுவீர்கள். இந்நிறுவனம் உங்கள்மீது நம்பிக்கை கொண்டுள்ளது. உங்களுக்கு எங்கள் ஆதரவு எப்போதும் உண்டு என்பதை நீங்கள் நினைவில் கொள்ளுங்கள்.

“இதன் விளைவு என்ன? வேலை நீக்கம் செய்யப்பட்டு வெளியேறும்போதும் அவர்கள் ஒரு நல்ல மனநிலையில் அங்கிருந்து செல்கின்றனர். கைவிடப்பட்டதாக அவர்கள் உணர்வதில்லை. அவர்களுக்கு எங்களிடம் வேலை இருந்தால் நாங்கள் நிச்சயமாக அவர்களை எங்களுடன் வைத்துக் கொள்வோம் என்பதை அவர்கள் அறிவர். அவர்களது சேவை “எங்களுக்கு மீண்டும் தேவைப்படும்போது அவர்கள் ஒரு தனிப்பட்டப் பாசத்துடன் எங்களிடம் வருகின்றனர்.”

எங்கள் வகுப்பில் ஒருநாள், குறை கண்டுபிடிப்பதால் ஏற்படும் எதிர்மறையான விளைவுகளையும் அடுத்தவர் தன் கண்ணியத்தைக் காத்துக் கொள்ள அனுமதிப்பதன்

நேர்மறையான விளைவுகளையும் பற்றி என் வகுப்பின் இரு உறுப்பினர்கள் கலந்துரையாடினர்.

பென்சில்வேனியா மாநிலத்தின் ஹேரிஸ்பர்க்கைச் சேர்ந்த ஃப்ரெட் கிளார்க் தன் நிறுவனத்தில் நடந்த ஒரு நிகழ்ச்சியைக் கூறினார்: "எங்கள் உற்பத்திக் குழுவின் ஒரு சந்திப்பின்போது ஓர் உற்பத்திச் செயல்முறையைப் பற்றி எங்கள் உற்பத்திக் கண்காணிப்பாளர் ஒருவரிடம் ஒரு துணைத் தலைவர் பல நேரடியான கேள்விகளைக் கேட்டுத் துளைத்தெடுத்துக் கொண்டிருந்தார். அவரது குரலின் தொனி கடுமையானதாகவும் அக்கண்காணிப்பாளர்மீது குறை கண்டுபிடிப்பதில் குறியாகவும் இருந்தது. தன் சக ஊழியர்கள் முன்னிலையில் தான் இழிவுபடுத்தப்படுவதை விரும்பாத அவரது பதில்கள் தட்டிக் கழிப்பவையாக இருந்தன. இதனால் அத்துணைத் தலைவர் கோபமடைந்து, அவரைத் தரக்குறைவாகப் பேசி, அக்கண்காணிப்பாளர் பொய் கூறுவதாக அவர்மீது குற்றம் சாட்டினார்.

"இச்சந்திப்பிற்கு முன் நிலவிய தொழில்முறை உறவு ஒருசில கணங்களில் தகர்க்கப்பட்டது. அடிப்படையில் ஒரு நல்ல ஊழியராக. இருந்த அக்கண்காணிப்பாளர், அன்றிலிருந்து எங்கள் நிறுவனத்திற்குப் பயனற்றவராகி விட்டார். ஒருசில மாதங்களுக்குப் பிறகு அவர் எங்கள் நிறுவனத்திலிருந்து விலகி எங்கள் போட்டியாளர் ஒருவரிடம் வேலைக்குச் சேர்ந்துவிட்டார். அங்கு அவர் நன்றாக வேலை செய்வதாக அறிந்தேன்."

இதேபோன்ற ஒரு நிகழ்வு தன் நிறுவனத்தில் நடந்ததாக எங்கள் வகுப்பின் மற்றோர் உறுப்பினர் ஆனா மசோன் கூறினார். ஆனால் இதில் இருந்த அணுகுமுறையிலும் விளைவுகளிலும் என்னவொரு வேறுபாடு! ஓர் உணவுப் பொருள் தயாரிப்பாளரிடம் விற்பனை வல்லுனராக இருந்தவர் ஆனா மசோன். முதன்முதலாக அவரிடம் ஒரு பெரிய வேலை ஒப்படைக்கப்பட்டது. ஒரு புதிய பொருளைப் பற்றிய சந்தை ஆய்வு செய்யும் பொறுப்பு அவருக்குக் கொடுக்கப்பட்டிருந்தது. அவர் எங்கள் வகுப்பில் இவ்வாறு கூறினார்: "அந்த ஆய்வின் முடிவுகள் வந்தபோது நான் அதிர்ந்து போனேன். அந்த ஆய்வைத் திட்டமிடுவதில் நான் ஒரு பெரும் தவறைச் செய்திருந்தேன். அதனால் அந்த மொத்த ஆய்வையும் மீண்டும்

ஆரம்பத்திலிருந்து செய்தாக வேண்டிய நிலை ஏற்பட்டது. நிலைமையை இன்னும் மோசமாக ஆக்கும் விதத்தில், நான் அந்த ஆய்வு குறித்த அறிக்கையை வழங்கவிருந்த சந்திப்பிற்கு முன் என் மேலதிகாரியைச் சந்தித்து அதைப் பற்றிக் கலந்துரையாட எனக்கு நேரம் கிடைக்கவில்லை.

“ஆய்வறிக்கையை அளிப்பதற்காக அவர்கள் என்னை அழைத்தபோது நான் பயத்தில் நடுங்கிக் கொண்டிருந்தேன். அழுகை என்னுள் பொங்கியபோதும், அழக்கூடாது என்று நான் தீர்மானித்தேன். பெண்கள் மிகவும் உணர்ச்சிவசப்படுபவர்களாக இருப்பதால் அவர்களால் ஒரு நிர்வாக வேலையைக் கையாள முடியாது என்று அந்த ஆண்கள் பேசுவதற்கு வாய்ப்பளிக்க நான் விரும்பவில்லை. நான் என் அறிக்கையைச் சுருக்கமாக எடுத்துரைத்துவிட்டு, ஒரு தவறு ஏற்பட்டிருப்பதால், அடுத்த சந்திப்பிற்கு முன் அந்த ஆய்வை மீண்டும் ஒருமுறை மேற்கொள்ளப் போவதாகத் தெரிவித்துவிட்டு, என் மேலாளர் என்னிடம் கோபத்தில் வெடிக்கப் போகிறார் என்ற எதிர்பார்ப்போடு அமர்ந்தேன்.

“மாறாக, அவர் என் வேலைக்காக நன்றி கூறிவிட்டு, ஒரு புதிய பணித்திட்டத்தில் ஒருவர் தவறு செய்வது சகஜம்தான் என்றும், மீண்டும் மேற்கொள்ளப்படவிருக்கும் ஆய்வு துல்லியமானதாகவும் நிறுவனத்திற்குப் பயனுள்ளதாகவும் இருக்கும் என்று தான் நம்புவதாகவும் குறிப்பிட்டார். அவர் என்மீது நம்பிக்கை கொண்டுள்ளதாகவும், நான் என்னால் முடிந்தவரை சிறப்பாகச் செய்திருப்பதை அறிந்துள்ளதாகவும், அந்த ஆய்வின் தோல்விக்குக் காரணம் அவர் என் அனுபவமின்மைதான், திறனின்மை அல்ல என்றும் என் சக ஊழியர்கள் முன்னிலையில் அவர் எனக்கு உறுதியளித்தார்.

”நிமிந்த தலையுடனும். இனி ஒருபோதும் அந்த மேலாளருக்கு மீண்டும் ஏமாற்றத்தைத் தரப்போவதில்லை. என்ற உறுதியான தீர்மானத்துடனும் நான் அந்த அறையைவிட்டு வெளியேறினேன்.”

நாம் சரியாக இருந்து, அடுத்தவர் நிச்சயமாகத் தவறு செய்திருக்கிறார் என்ற நிலையில்கூட, அவர் தனது தன்மானத்தை இழக்கச் செய்வதன் மூலம் நாம் அவரது சுயமதிப்பைத்தான் அழிக்கிறோம். பிரான்சு நாட்டைச்

சேர்ந்த மிகப் பிரபலமான வான் பயண முன்னோடியும், "லிட்டில் பிரின்ஸ்" என்ற பிரபலமான நூலின் ஆசிரியருமான அந்த்துவான் த சான் எக்ஸுுப்ரி இவ்வாறு எழுதியுள்ளார்: "ஒரு மனிதனை அவனது சொந்தக் கண்களில் குறைத்து மதிப்பிடச் செய்யும் எதையும் கூறவோ அல்லது செய்யவோ எனக்கு எந்த உரிமையும் இல்லை. அவனைப் பற்றி நான் என்ன நினைக்கிறேன் என்பது ஒரு பொருட்டல்ல. ஆனால் அவனைப் பற்றி அவன் என்ன நினைக்கிறான் என்பதுதான் முக்கியம். ஒரு மனிதனின் தன்மானத்தைக் காயப்படுத்துவது மாபெரும் குற்றம்."

ஓர் உண்மையான தலைவர் இக்கொள்கையை எப்போதும் பின்பற்றுவார்

ஐந்தாவது கொள்கை

அடுத்தவர் தன் கண்ணியத்தைக் காப்பாற்றிக் கொள்ள அனுமதியுங்கள்.

6

மக்களை வெற்றிக்குத் தூண்டுவது எப்படி

பீட் பார்லோ எனது பழைய நண்பர். அவர் நாய்களையும் குதிரைகளையும் வைத்து வேடிக்கை காட்டுபவர். தன் வாழ்நாள் முழுவதையும் சர்க்கஸ் குழுக்களோடு பயணிப்பதிலும் தனிப்பட்ட நிகழ்ச்சிகளை நிகழ்த்துவதிலும் அவர் செலவழித்தார். தன் நிகழ்ச்சிகளுக்காகப் புதிய நாய்களை அவர் பயிற்றுவிப்பதைப் பார்க்க எனக்கு மிகவும் பிடிக்கும். ஒரு நாய் ஏதேனும் ஒரு சிறிய முன்னேற்றத்தை வெளிப்படுத்தும் கணத்தில், உடனே அவர் அதைத் தட்டிக் கொடுத்து, பாராட்டி, இறைச்சி துண்டைக் கொடுத்து, அதை மிகவும் கொண்டாடியதை நான் கவனித்தேன்.

அது ஒன்றும் புதிதல்ல. விலங்குகளைப் பயிற்றுவிப்பவர்கள் இதே செயலை பல்லாண்டு காலமாகப் பயன்படுத்தி வந்துள்ளனர்.

நாய்களை மாற்ற முயற்சிக்கும்போது நாம் பயன்படுத்தும் அதே பொது அறிவை, மனிதர்களை மாற்ற முயற்சிக்கும் போது நாம் ஏன் பயன்படுத்துவதில்லை என்று நான் வியக்கிறேன். முதுகில் ஓங்கி ஓர் அடி போடுவதற்கு மாறாக நாம் ஏன் இனிப்பைக் கொடுப்பதில்லை? கண்டனத்திற்குப் பதிலாக நாம் ஏன் புகழ்ச்சியை அள்ளி வழங்குவதில்லை?

மிக லேசான மேம்பாட்டையும் நாம் பாராட்ட வேண்டும். அடுத்தவர் மேன்மேலும் மேம்பட அது கண்டிப்பாக ஊக்குவிக்கும்.

உளவியலாளர் ஜெஸ் லெயர் இவ்வாறு குறிப்பிட்டுள்ளார்: "புகழ்ச்சி என்பது மனிதனின் உற்சாகத்தைத் தூண்டிவிடும் பகலவனின் இதமான ஒளிபோன்றது. அது இல்லாமல் நம்மால் பூத்துக் குலுங்கவோ அல்லது வளரவோ முடியாது. ஆனால், நம்மில் பெரும்பாலானவர்கள் அடுத்தவர்களுக்கு விமர்சனம் என்னும் கடுங்குளிர்க் காற்றை அள்ளிவிடத் தயாராக இருக்கிறோம் புகழ்ச்சி என்னும் இதமான சூரிய ஒளியைச் சிறிதளவு கொடுக்கக்கூட நாம் ஏனோ தயங்குகிறோம்."

என் வாழ்க்கையைத் திரும்பிப் பார்க்கும்போது, என்னைப் புகழ்ந்து மற்றவர்கள் கூறிய ஒருசில வார்த்தைகள் என் ஒட்டுமொத்த எதிர்காலத்தையும் எவ்வாறு வெகுவாக மாற்றியுள்ளது என்பதை என்னால் உணர முடிகிறது. உங்கள் வாழ்க்கையைப் பற்றியும் உங்களால் அவ்வாறு கூற முடியும் அல்லவா? புகழ்ச்சி என்னும் வசியம் குறித்த, கருத்தைக் கவரும் விளக்கங்கள் நம் வரலாறு முழுக்க ஏராளமாகச் சிதறிக் கிடக்கின்றது.

எடுத்துக்காட்டாக, பல வருடங்களுக்கு முன் இத்தாலி நாட்டின் நேப்பில்ஸ் நகரத்தில் ஒரு பத்து வயதுச் சிறுவன் ஒரு தொழிற்சாலையில் வேலை பார்த்துக் கொண்டிருந்தான். அவன் ஒரு பாடகனாக உருவாக விரும்பினான், ஆனால் அவனது ஆசிரியர் அவனது ஊக்கத்தைக் கெடுத்தார். "உன்னால் பாட முடியாது. உனக்கு அதற்கான குரலே இல்லை. பலகையில் வந்து மோதும் காற்றைப்போல இருக்கிறது உன் குரல்," என்று அவனது ஆசிரியர் கூறினார்.

ஆனால் ஓர் ஏழை விவசாயக் கூலியாக இருந்த அவனது தாயார் அவனை இறுக அணைத்து, புகழ்ந்து பேசி. அவனால் பாட முடியும் என்பதைத் தான் அறிந்துள்ளதாகவும், அவனிடம் ஏற்கனவே ஒரு சிறு தான் மேம்பாடு தென்படுவதாகவும் அவனிடம் கூறினார், தன் மகனின் இசைப் பயிற்சிற்காக அவர் கடினமாக உழைத்துப் பணம் சேர்த்தார். அத்தாயின் பாராட்டும் ஊக்குவிப்பும் அச்சிறுவனின் வாழ்வை மாற்றியது. அவனது பெயர் என்ரிகோ கரூஸோ. அவரது

காலத்தில் மாபெரும் ஒப்பெரா பாடகராக, மிகப் பிரபலமான கலைஞராக அவர் உருவாகினார்.

பத்தொன்பதாம் நூற்றாண்டின் தொடக்கத்தில் இலண்டனில் இருந்த ஓர் இளைஞர் எழுத்தாளராக விரும்பினார். ஆனால் அவரைச் சுற்றி இருந்த அனைத்தும் அவருக்கு எதிராக இருப்பதுபோல் தோன்றியது. நான்கு வருடங்களுக்குமேல் அவரால் பள்ளிப் படிப்பைத் தொடர முடியவில்லை. வாங்கிய கடனை அடைக்க முடியாததால் அவரது தந்தை சிறையில் அடைக்கப்பட்டார். இந்த இளைஞர் வயிற்றுப் பசியை நன்றாகவே அறிந்திருந்தார். இறுதியாக, எலிகள் அதிகமாக நடமாடிய ஒரு சேமிப்புக் கிடங்கில் பாட்டில்களில் லேபிள் ஒட்டும் வேலை அவருக்குக் கிடைத்தது. இலண்டன் மாநகரத்தின் சேரிப் பகுதியிலிருந்து வந்திருந்த இன்னும் இரண்டு சிறுவர்களுடன் இரவில் அவர் ஒரு மோசமான ஒதுக்குப்புறத்தில் தூங்கினார்.

அவரது எழுத்துத் திறனில் அவருக்கு மிகக் குறைந்த அளவு நம்பிக்கையே இருந்தது. எனவே, யாரும் தன்னைப் பார்த்து எள்ளி நகையாடக்கூடாது என்பதற்காக நடுச்சாமத்தில் ஒருவரும் அறியாதபடி வெளியேறி, தான் எழுதிய முதல் பிரதியை அஞ்சலில் இட்டார். அவர் எழுதிய பல கதைகள் அடுத்தடுத்து நிராகரிக்கப்பட்டன.

இறுதியில் அவரது ஒரு கதை பிரசுரத்திற்கு ஏற்றுக் கொள்ளப்பட்ட ஒரு நன்னாள் வந்தது. அவரது கதைக்காக அவருக்குப் பணம் எதுவும் கொடுக்கப்படவில்லை என்பது உண்மை. ஆனால் பாராட்டியிருந்தார். ஒரு பதிப்பாசிரியர்: ஒரு பதிப்பாசிரியர் அவரைப் அவரை அங்கீகரித்திருந்தார். அந்த இளைஞருக்கு உற்சாகம் உண்டானது. தான் என்ன செய்கிறோம் என்பதை அறியாமல், கண்களிலிருந்து கண்ணீர் தாரை தாரையாக வழிய, இலண்டன் நகர வீதிகளில் வெறுமெனே சுற்றி வந்து கொண்டிருந்தார். ஒரு கதை அச்சிடப்பட்டதன் மூலம் கிடைத்தப் பாராட்டும் அங்கீகாரமும் அவரது ஒட்டுமொத்த வாழ்க்கையையும் மாற்றி அமைத்துவிட்டது.. எனெனில், அந்த ஊக்குவிப்பு மட்டும் இல்லாமல் போயிருந்தால், அவர் தன் வாழ்நாள் முழுவதையும் அந்த எலிகள் வசித்த சேமிப்புக் கிடங்கில் வேலை பார்ப்பதிலேயே கழித்திருப்பார்.

நீங்கள் அந்த இளைஞரைப் பற்றிக் கேளிவ்ப்பட்டிருப்பீர்கள். அவரது பெயர் சார்லஸ் டிக்கென்ஸ்.

இலண்டனில் இன்னோர் இளைஞர் ஒரு மருந்துக் கடையில் கணக்காளராக வேலை பார்த்து வாழ்க்கை நடத்தி வந்தார். காலையில் ஐந்து மணிக்கு எழுந்து. கடையைப் பெருக்கி. சுத்தப்படுத்தி, அடிமையைப்போல் ஒரு நாளைக்குப் பதினான்கு மணிநேரம் வேலை பார்த்தார். மிகக் கடினமான அந்த வேலையை அவர் முற்றிலும் வெறுத்தார். இரண்டு வருடங்களுக்கு மேல் அவரால் பொறுத்துக் கொள்ள முடியவில்லை. எனவே ஒருநாள் காலையில் எழுந்து, சொல்லாமல் கொள்ளாமல் அங்கிருந்து கிளம்பி, சுமார் இருபத்து நான்கு கிலோமீட்டர் தூரம் நடந்து சென்று, ஒரு வீட்டுப் பராமரிப்பாளராக வேலை பார்த்து வந்த தன் தாயாரைச் சந்தித்தார்.

அவர் மிகுந்த வேதனையில் இருந்தார். தன் தாயாரிடம் கெஞ்சினார். அழுதார். தொடர்ந்து அந்தக் கடையில் தான் நீடிக்க வேண்டியிருந்தால் தற்கொலை செய்து கொள்ளப் போவதாக அவர் சத்தியம் செய்தார். பிறகு, தான் மிகவும் நொந்து போயிருப்பதாகவும், அதனால் தான் இனிமேல் வாழ விரும்பவில்லை என்றும் தெரிவித்துத் தன் பழைய தலைமை ஆசிரியருக்கு ஒரு நீண்ட, பரிதாபகரமான கடிதம் எழுதினார். அத்தலைமை ஆசிரியர், அவர் உண்மையிலேயே மிகவும் புத்திசாலி என்றும் சிறந்த வேலைகளுக்குத் தகுதியானவர் என்றும் அவருக்கு நம்பிக்கையூட்டி, ஓர் ஆசிரியராக அவருக்கு வேலை வழங்கினார்.

அப்பாராட்டு அந்த இளைஞரின் எதிர்காலத்தை மாற்றியது ஆங்கில இலக்கிய வரலாற்றில் ஒரு நிரந்தரமான முத்திரையைப் பதித்த ஓர் அற்புதமான எழுத்தாளரை உருவாக்கியது. ஏனெனில் அந்த இளைஞர் விற்பனையில் சாதனை படைத்த, கணக்கிலடங்காப் புத்தகங்களை எழுதி, தன் எழுத்துக்கள் மூலம் 10 இலட்சம் டாலர்களுக்கும் அதிகமாகச் சம்பாதித்தார். அவரைப் பற்றி நீங்கள் கேள்விப்பட்டிருக்கக்கூடும். அவரது பெயர் எச்.ஜி.வெல்ஸ்.

விமர்சனத்திற்குப் பதிலாகப் பாராட்டைப் பயன்படுத்த வேண்டும் என்பதுதான் பி.எ.ஃப்.ஸ்கின்னர் கற்றுக் கொடுத்த அடிப்படைக் கொள்கை. விமர்சனம் குறைந்து, பாராட்டு

அதிகரிக்கும்போது, மக்கள் செய்யும் நல்ல விஷயங்கள் ஊட்டம் பெறும் அவர்கள் செய்யும் மோசமான விஷயங்கள் சுவனமின்மையின் காரணமாக நலிந்துவிடும் என்று இந்த மாபெரும் உளவியலாளர், விலங்குகளோடும் மனிதர்களோடும் நடத்தியப் பரிசோதனைகளின் மூலம் விளக்கிக் காட்டினார்.

வடக்குக் கரோலினா மாநிலத்தின் ராக்கி மவுன்டைச் சேர்ந்த ஜான் ரிங்கில்ஸ்பாஹ் தன் குழந்தைகளைக் கையாள்வதற்கு இதைப் பயன்படுத்தினார். பல குடும்பங்களில் இருப்பதைப்போலவே, இவரது வீட்டிலும் தாயும் தந்தையும் தங்கள் குழந்தைகளுடன் கருத்துப் பரிமாற்றம் கொள்வதற்குப் பயன்படுத்திய முக்கியமான வழி அவர்களிடம் கத்துவதுதான். பலரது விஷயங்களில் உள்ளதுபோலவே, ஒவ்வொரு முறை இவர்கள் கத்தி முடித்தப் பிறகு, இவரது குழந்தைகள் சிறப்பாவதற்குப் பதிலாக மோசமாகிக் கொண்டே போனார்கள். இதற்கு விடிவுகாலமே இல்லாததுபோல் அவர்களுக்குத் தோன்றியது.

இச்சூழ்நிலைக்குத் தீர்வு காண எங்கள் வகுப்பில் அவர் கற்றுக் கொண்டிருந்த சில கொள்கைகளைப் பயன்படுத்துவது என்று திரு. ரிங்கில்ஸ்பாஹ் தீர்மானித்தார். அவர் எங்களிடம் இவ்வாறு தெரிவித்தார்: “எங்கள் குழந்தைகளின் தவறுகளைப் பற்றி ஓயாமல் பேசிக் கொண்டிருப்பதற்குப் பதிலாக அவர்களைப் பாராட்ட முயற்சிக்கலாம் என்று நாங்கள் தீர்மானித்தோம். அது அவ்வளவு எளிதான காரியமாக அமையவில்லை. ஏனெனில் எங்கள் கண்களில் பட்டதெல்லாம் அவர்கள் செய்து கொண்டிருந்த தவறுகள் மட்டும்தான். அவர்களைப் பாராட்டுவதற்கான விஷயங்களைக் கண்டுபிடிப்பது உண்மையிலேயே கடினமாக இருந்தது. ஒருவழியாக அவர்களைப் பாராட்டுவதற்கு ஏதோ ஒன்றைக் கண்டுபிடித்தோம். முதல் ஓரிரு நாட்களுக்குள் அவர்கள் செய்து வந்த மிகவும் மோசமான சில விஷயங்கள் நிகழ்வது நின்றுவிட்டது. பிறகு அவர்களது பிற குறைகள் சில மறையத் தொடங்கியது. நாங்கள் அவர்களுக்கு வழங்கிக் கொண்டிருந்த புகழ்ச்சியை அவர்கள் பயன்படுத்திக் கொள்ளத் தொடங்கினர். அதோடு, தாங்களாகவே முன் வந்து செயல்களைச் சரியாகச் செய்யத் தொடங்கினர். எங்கள் இருவராலும் அதை நம்ப முடியவில்லை. ஆனால் எப்போதும் இதேபோல் இருக்கவில்லை என்பது

உண்மை. ஆனால் முன்பைவிட இப்போது எல்லாமே சிறப்பாக நடந்துகொண்டிருக்கின்றன. நாங்கள் இப்போது குழந்தைகளிடம் கத்த வேண்டிய தேவை இருக்கவில்லை. தவறான செயல்களைவிட, சரியான செயல்களையே அவர்கள் இப்போது அதிகமாகச் செய்கின்றனர்.” இவை அனைத்திற்கும் காரணம் அவர்கள் செய்த ஒவ்வொரு தவறையும் கண்டிப்பதற்கு மாறாக அவர்களிடம் கண்ட சிறு சிறு முன்னேற்றங்களையும் புகழ்ந்து பாராட்டியதுதான்.

இது நமது தொழில் உலக வாழ்க்கைக்கும் அப்படியே பொருந்தும். கலிபோர்னியா மாநிலத்தின் உட்லேன்ட் மாவட்டத்தைச் சேர்ந்த கீத் ரூப்பர் இக்கொள்கையைத் தன் நிறுவனத்தில் ஒரு சூழ்நிலையில் நடைமுறைப்படுத்தினார். மிக உயர்ந்த தரம் கொண்ட, அச்சிடப்பட்ட சில காகிதங்கள் அவரது அலுவலகத்திற்கு வந்தன. இதை அச்சிட்ட அச்சுப்பொறியாளர் எங்கள் நிறுவனத்தில் புதிதாகச் சேர்ந்திருந்த ஓர் ஊழியர். அவர் தன் புதிய வேலையைப் கற்றுக் கொள்வதற்கு மிகவும் சிரமப்பட்டுக் கொண்டிருந்தார். அவரிடம் எதிர்மறையான மனப்போக்கு இருப்பதாகக் கருதியதால் அவரது மேற்பார்வையாளர் மிகவும் எரிச்சலடைந்திருந்தார். அந்த ஊழியரை உடனடியாக பணி நீக்கம் செய்வது பற்றி அவர் தீவிரமாக சிந்தித்துக் கொண்டிருந்தார்.

திரு. ரூப்பருக்கு இதைப் பற்றித் தெரிய வந்தபோது, அவர் நேரடியாக அச்சகத்தில் அந்த இளைஞன் வேலை பார்க்கும் இடத்திற்கேச் சென்று அந்த இளைஞரோடு பேசினார். அந்த இளைஞரின் அச்சு வேலை மிகச் சிறப்பாக இருப்பதைச் சுட்டிக்காட்டி, தான் அது குறித்து மிகவும் மகிழ்ச்சியடைந்துள்ளதாகவும், அந்த அச்சகத்திலிருந்து சமீபத்தில் வெளிவந்த சிறந்த வேலை அதுதான் என்றும் அவர் அந்த இளைஞரிடம் கூறினார். ஏன் அவரது வேலை அவ்வளவு சிறப்பாக இருக்கிறது என்பதைத் துல்லியமாகச் சுட்டிக்காட்டி. நிறுவனத்திற்கு அவரது பங்களிப்பு எவ்வளவு முக்கியமானது என்பதையும் எடுத்துரைத்தார்.

இந்த அணுகுமுறை, நிறுவனம் குறித்து அந்த இளம் அச்சுப் பொறியாளர் கொண்டிருந்த மனப்போக்கை மாற்றியது. சில நாட்களுக்குள்ளே உள்ளாகவே, ஒரு பரிபூரண மாற்றம்

அவரிடம் காணப்பட்டது. அந்த உரையாடலைப் பற்றி அவர் தன் சக ஊழியர்கள் பலரிடம் கூறினார். நல்ல வேலையை உண்மையிலேயே பாராட்டிய யாரோ ஒருவர் நிறுவனத்தில் இருக்கிறார் என்றும் அவர் அவர்களிடம் கூறினார். அன்றிலிருந்து அவர் ஒரு விசுவாசமான, அர்ப்பணிப்புள்ள ஊழியராக செயல்பட்டார்.

திரு. ரூப்பர் வெறுமனே அந்த அச்சுப் பொறியாளரைப் போலியாகப் புகழந்து, "நீ நன்றாக வேலை செய்கிறாய்," என்று கூறவில்லை. அவரது வேலை எதனால் மேன்மையாக இருந்தது என்று குறிப்பாகச் சுட்டிக் காட்டினார். பொதுவான புகழ்ச்சியாக அல்லாமல், ஒரு குறிப்பிட்ட வேலையைத் தனியாகச் சுட்டிக் காட்டியதால், அவரது பாராட்டு அதைப் பெற்றவருக்கு அதிகப் பொருள்படுவதாக அமைந்தது. தாங்கள் புகழப்படுவதை எல்லோரும் விரும்புகின்றனர். ஆனால் ஒரு குறிப்பிட்டச் செயலுக்காகப் புகழப்படும்போது, அடுத்தவரை மகிழ்விப்பதற்காக அர்த்தமற்றதாக கூறப்படும் ஒன்றாக அல்லாமல், உண்மையான பாராட்டாக அது கருதப்படும்.

ஒன்றை நினைவில் கொள்ளுங்கள்: நாம் அனைவரும் பாராட்டையும் அங்கீகாரத்தையும் வெகுவாக விரும்புகிறோம். அவற்றைப் பெற எதை வேண்டுமானாலும் செய்வோம். ஆனால் யாரும் உண்மையின்மையையும் போலியான புகழ்ச்சியையும் விரும்புவதில்லை.

நான் ஒரு விஷயத்தை மீண்டும் வலியுறுத்திக் கூற விரும்புகிறேன். இதில் கற்றுக் கொடுக்கப்பட்டுள்ள கொள்கைகள் இதயத்திலிருந்து வந்தால் மட்டுமே வேலை செய்யும். நான் உங்களுக்கு மந்திர வித்தைகளைப் பரிந்துரைக்கவில்லை. ஒரு புதிய வாழ்க்கை முறையை அமைத்துக் கொள்வதைப் பற்றித்தான் பேசுகிறேன்...

மக்களை மாற்றுவதைப் பொறுத்தவரை, நீங்களும் நானும் நாம் சந்திக்கும் மக்களிடம் ஒளிந்துள்ள திறமைகளை வெளிக்கொணர்வதற்கு அவர்களுக்கு உத்வேகம் ஊட்டினால், மாற்றுவதைவிட இன்னும் அதிகமானவற்றை நம்மால் செய்ய முடியும். நம்மால் அவர்களைப் பரிபூரணமாக உருமாற்ற முடியும்.

விமர்சனத்தின்கீழ் திறன்கள் உதிர்ந்து போகும் ஊக்குவிப்பின்கீழ் அவை பூத்துக் குலுங்கும், மக்களின் அதிக ஆற்றல்மிக்கத் தலைவராக உருவாவதற்கு இக்கொள்கையைப் பின்பற்றுங்கள்:

ஆறாவது கொள்கை

சிறிய மேம்பாட்டைக்கூடப் பெரிதாகப் புகழுங்கள். ஒவ்வொரு முன்னேற்றத்தையும் தாராளமாகப் பாராட்டுங்கள்.

7

எவர்மீதும் மோசமான முத்திரையைக் குத்தாதீர்கள்

சிறப்பாக வேலை செய்து கொண்டிருந்த ஒருவர். வேலையில் அக்கறை குறைந்து மோசமாக வேலை செய்யத் தொடங்கும்போது நீங்கள் என்ன செய்வீர்கள்? அவரை நீங்கள் பணிநீக்கம் செய்யலாம், ஆனால் அது எதையும் முடிவுக்கக் கொண்டுவர போவதில்லை. அவரை மட்டம்தட்டிப் பேசலாம், ஆனால் வழக்கமாக இது பெருங்கோபத்தை ஏற்படுத்தும். இன்டியானா மாநிலத்தின் லோவெல் நகரில் இருந்த ஒரு பெரிய லாரி விற்பனை நிறுவனத்தில் மேலாளராகப் பணியாற்றிய ஹென்றி ஹென்கேயிடம் வேலை பார்த்து வந்த பழுது நீக்குனர் ஒருவரின் உற்பத்தி, திருப்திகரமான நிலைக்கும் கீழே இருந்தது. அவரிடம் சத்தம் போடுவதற்கு அல்லது அவரை அச்சுறுத்துவதற்குப் பதிலாக, திரு. ஹென்றி அவரைத் தன் அலுவலகத்திற்குள் அழைத்து, அவரோடு மனம்விட்டுப் பேசினார்.

”பில், நீங்கள் ஓர் அருமையான மெக்கானிக். நீங்கள் இத்துறையில் பல வருடங்களாக இருந்து வந்திருக்கிறீர்கள். வாடிக்கையாளர்கள் திருப்தியடையும் விதத்தில் நீங்கள் பல வண்டிகளைப் பழுது பார்த்திருக்கிறீர்கள். உண்மையைச் சொல்லப் போனால், நீங்கள் செய்துள்ள சிறப்பான வேலைகளைப் பற்றி எங்களுக்கு நிறையப் பாராட்டுதல்கள் கிடைத்துள்ளன. இருந்தாலும் சமீபத்தில் ஒவ்வொரு வேலையையும் முடிப்பதற்கு நீங்கள் எடுத்துக் கொள்ளும் நேரம் மிகவும் அதிகமாக இருப்பதோடு, உங்கள் வேலை உங்கள் பழைய தரங்களுக்கு இணையாக இல்லை. இதற்கு முன்புவரை நீங்கள் ஒரு தனிச்சிறப்பு வாய்ந்த பழுது

நீக்குனராக இருந்து வந்துள்ளதால், இப்போதுள்ள சூழ்நிலை எனக்கு மகிழ்ச்சியளிக்கவில்லை என்பதை நீங்கள் தெரிந்து கொள்ள விரும்புவீர்கள் என்று நான் நினைக்கிறேன். இப்பிரச்சனையை நாம் இருவருமாகச் சேர்ந்து தீர்க்க முடியும் என்று நான் நினைக்கிறேன்." என்று திரு. ஹென்றி அவரிடம் கூறினார்.

தன் கடமைகளில் தான் தவறிக் கொண்டிருப்பதை உணரத் தவறிவிட்டதாகக் கூறிய பில், தன்னிடம் வரும் வேலைகள் தன் திறமைக்கு உட்பட்டவைதான் என்றும், மேம்படுவதற்கு இனிவரும் நாட்களில் நிச்சயம் முயற்சிப்பதாகவும் அவர் தன் மேலதிகாரிக்கு உறுதி கூறினார்.

மீண்டும் விரைவாக வேலை செய்யும் ஒரு முழுமையான பழுது நீக்குனராக அவர் மாறினார். தான் அவர்மீது வைத்திருக்கும் அதிக மதிப்பைத் திரு. ஹென்கே பில்லிடம் எடுத்துக்கூறிய பிறகு, கடந்தகாலத்தில் தான் செய்த தரமான வேலைகளுக்கு இணையாக வேலை செய்வதைத் தவிர பில்லால் வேறு எப்படி வேலை செய்ய முடியும்?

பால்ட்வின் லோக்கோமோட்டிவ் வர்க்ஸ் நிறுவனத்தின் தலைவர் சாமுவேல் வாக்லெய்ன் இவ்வாறு கூறியுள்ளார்: "ஒரு சராசரி மனிதர் உங்கள்மீது மரியாதை வைத்திருந்தால், அவரிடமுள்ள ஏதேனும் ஒரு திறனுக்காக நீங்கள் அவர்மீது மரியாதை வைத்திருக்கிறீர்கள் என்பதை நீங்கள் அவருக்குக் காட்டினால், நீங்கள் அவரை வழிநடத்திச் செல்வதற்கு அவர் தயாராக இருப்பார்."

சுருக்கமாகக் கூறினால், ஒரு நபரை ஒரு குறிப்பிட்ட விஷயத்தில் நீங்கள் மேம்படுத்த விரும்பினால், குறிப்பிட்ட அந்தப் பண்பு ஏற்கனவே அவரது தனித்துவமான குணாதிசயங்களில் ஒன்றாக இருக்கிறது என்பதுபோல் நீங்கள் நடந்து கொள்ள வேண்டும். "ஒரு பண்புநலன் உங்களிடம் இல்லை என்றால், அது இருப்பதுபோல் அனுமானித்துக் கொள்ளுங்கள்," என்று ஷேக்ஸ்பியர் கூறினார். அடுத்தவர்களிடத்தில் நீங்கள் உருவாக்க விரும்பும் பண்புநலன் அவரிடம் இருப்பதாக நீங்கள் நினைத்துக் கொண்டு, அதை அப்படியே அவரிடம் வெளிப்படுத்துவது சிறந்த பலனைக் கொடுக்கும். அவர்களுக்கு ஒரு மதிப்பு வாய்ந்த இடத்தை வழங்குங்கள். பிறகு அவர்கள் உங்கள் நம்பிக்கையைச்

சீர்குலைப்பதற்குப் பதிலாக, அந்த மதிப்பான இடத்தைத் தக்க வைத்துக் கொள்ளப் பெரும் முயற்சிகளை மேற்கொள்வார்கள்.

"சுவீனியர்ஸ், மை லை∴ப் வித் மேட்டர்லிங்க்" என்ற தன் புத்தகத்தில் ஜார்ஜெட் லெப்லாங்க், பெல்ஜிய நாட்டின், பணிவு அடக்கம் நிறைந்த ஒரு பெண்ணின் திகைப்பூட்டும் மாற்றத்தைப் பற்றி கூறுகிறார்.

அவர் இவ்வாறு எழுதியுள்ளார்: "பக்கத்து உணவகம் ஒன்றிலிருந்த ஒரு பணிப்பெண் என் உணவைக் கொண்டு வந்தாள். அவள் முதன்முதலில் அங்கு வேலைக்குச் சேர்ந்தபோது பாத்திரங்கள் கழுவுவது. மற்றும் சமையலறையில் எடுபிடி வேலைகளைச் செய்து வந்ததால் அவள் "எடுபிடி மேரி" என்ற பட்டப் பெயரால் அழைக்கப்பட்டாள், மாறுகண்ணுடனும், கட்டுப் போட்டக் காலுடனும், மோசமான தோலுடனும், உற்சாகமின்றியும் அவள் மிகவும் கொடூரமாக இருந்தாள்.

"ஒருநாள் அவள் தன் செந்நிறக் கைகளில் என் உணவுத் தட்டை ஏந்தி நின்றபோது, நான் அவளைப் பார்த்து நேரடியாக, "மேரி, உனக்குள் இருக்கும் பொக்கிஷங்களைப் பற்றி நீ அறிந்திருக்கவில்லை" என்று கூறினேன்.

"தன் உணர்ச்சிகளைக் கட்டுப்படுத்தப் பழக்கப்பட்டிருந்த அவள், எந்தப் பிரட்சனையையும் ஏற்படுத்திவிடக் கூடாது என்ற எண்ணத்தில் ஒருசில கணங்கள் காத்திருந்தாள். பிறகு அந்த உணவுத் தட்டை மேசைமேல் வைத்துவிட்டு. பெருமூச்செறிந்து, வெளிப்படையாக, "நான் இதை ஒருபோதும் நம்பியிருக்க மாட்டேன்" என்று கூறினாள். அவள் சந்தேகிக்கவில்லை. எந்தவொரு கேள்வியும் கேட்கவில்லை. அவள் செவ்வனே தன் சமையலறைக்குச் சென்று நான் கூறியதைத் திரும்பத் திரும்பக் கூறினாள். அவள் அதில் உறுதியான நம்பிக்கை கொண்டிருந்ததால், மற்றவர்கள் யாரும் அவளைக் கேலி செய்யத் துணியவில்லை. அன்றிலிருந்து அவருக்கு ஒரு சிறப்பு அங்கீகாரமும் கிடைத்தது. ஆனால் எல்லாவற்றிற்கும் மேலாக, மிக ஆச்சரியகரமான மாற்றம் மேரியிடத்தில் ஏற்பட்டது. வெளித்தெரியாத அற்புதங்கள் தன்னிடம் குடிகொண்டுள்ளதை நம்பிய அவள், தன் முகத்தையும் உடலையும் மிகுந்த அக்கறையுடன் கவனித்துக் கொள்ளத் துவங்கினாள். வாடிப் போயிருந்த அவளது இளமை மீண்டும் பூத்துக் குலுங்கியது.

"இரண்டு மாதங்களுக்குப் பிறகு, தன் ஓட்டலின் தலைமைச் சமையற்காரரின் மருமகனுடன் தனக்குத் திருமணம் நிச்சயிக்கப்பட்டிருப்பதை அவள் அறிவித்துவிட்டு எனக்கு நன்றி தெரிவித்தாள். ஒரு சிறு சொற்றொடர் அவளது ஒட்டுமொத்த வாழ்க்கையையும் மாற்றியது."

வாழ்க்கையில் பிடிப்பு ஏற்படுத்தக்கூடிய பாராட்டு ஒன்றை ஜார்ஜெட் லெப்லாங்க் "எடுபிடி மேரி"க்கு கொடுத்தார். அது அவளைப் பரிபூரணமாக மாற்றியது.

ஃபுளோரிடா மாநிலத்திலுள்ள டேடோனா பீச் நகரில் உணவுப் பொருட்களை உற்பத்தி செய்யும் ஒரு நிறுவனத்தில் விற்பனைப் பிரதிநிதியாக வேலை பார்த்து வந்த பில் பார்க்கர். அவரது நிறுவனம் அறிமுகப்படுத்திக் கொண்டிருந்த புதிய பொருட்கள் குறித்து மிகவும் உற்சாகமாக இருந்தார். அதே நேரத்தில், ஒரு பெரிய கடையின் மேலாளர் அப்பொருட்களைத் தன் கடையில் விற்க மறுத்தபோது திரு. பார்க்கர் மிகவும் ஏமாற்றமடைந்தார். இந்த நிராகரிப்பை நினைத்து அவர் அன்று முழுவதும் யோசித்துப் பார்த்துவிட்டு, அன்று மாலையில் வீடு திரும்பும் முன்னர் அந்தக் கடைக்குச் சென்று மீண்டும் ஒருமுறை முயற்சிப்பது என்று தீர்மானித்தார்.

"ஜாக், நான் இன்று காலை உங்கள் கடையை விட்டுப் போன பிறகு, எங்கள் புதிய வரிசை உணவுப் பொருட்களின் மொத்த விவரங்களையும் நான் உங்களுக்குத் தெளிவாக அளிக்கவில்லை என்பதை உணர்ந்தேன். நான் காலையில் உங்களிடம் சொல்லத் தவறியவற்றை இப்போது உங்களிடம் பகிர்ந்து கொள்ள உங்கள் நேரத்தில் சிறிதளவு உங்களால் இப்போது ஒதுக்க முடிந்தால் நான் மிகவும் நன்றியுடையவனாக இருப்பேன். அடுத்தவர் கூறுவதை நீங்கள் எப்போதும் கவனமாகக் கேட்பதோடு, உண்மைகளைச் சரிவரப் புரிந்து கொள்ளும்போது உங்கள் மனத்தை மாற்றிக் கொள்வதற்கும் தயங்காதவர் என்பது மிகப் பெரிய செயல். உங்களிடமுள்ள இப்பண்புகளை நான் எப்போதும் மதித்து வந்திருக்கிறேன்." என்று திரு. பார்க்கர் கூறினார்.

அவருக்கு மீண்டும் ஒருமுறை செவிமடுக்க ஜாக்கால் மறுக்க முடியுமா? அப்படிப்பட்ட உயர்ந்த நிலையில் பில் அவரை வைத்துப் பார்க்கும்போது, ஜாக் அதற்கு ஏற்றாற்போல் நடந்து கொள்ளத்தானே வேண்டும்?

ஒருநாள் காலையில், அயர்லாந்து நாட்டின் டப்லின் நகரைச் சேர்ந்த பல் மருத்துவர் டாக்டர் மார்ட்டின் ஃபிட்ஸ்ஹுக், தன் சிகிச்சை அறையில் சிகிச்சையின்போது வாய்க் கொப்புளிப்பதற்காக வைக்கப்பட்டிருக்கும் காகிதக் கப்புகளை வைக்கும் இடம் அவ்வளவு சுத்தமாக இல்லை என்று தன் நோயாளி ஒருவர் கூறியதைக் கேட்டு அதிர்ச்சியடைந்தார். அந்த நோயாளி ஒரு காகிதக் கப்பைத்தான் பயன்படுத்தினார் என்றாலும், கறைபடிந்த உபகரணங்களைப் பயன்படுத்துவது ஒரு தொழில்முறை மருத்துவருக்கு நிச்சயமாக அழகல்ல.

அந்த நோயாளி வெளியேறியவுடன், டாக்டர் ஃபிட்ஸ்ஹுக் தன் தனிப்பட்ட அலுவக அறைக்குச் சென்று, வாரம் இருமுறை தன் அலுவலகத்தைச் சுத்தம் செய்து வந்த ப்ரிஜிட் என்ற துப்புரவாளருக்கு ஒரு குறிப்பை எழுதினார். அதில் இவ்வாறு எழுதப்பட்டிருந்தது:

என் அன்பிற்குரிய பிரிஜிட்,

நான் உங்களை எப்போதாவதுதான் சந்திக்கிறேன். நீங்கள் என் அலுவலகத்தை சுத்தப்படுத்தி மிகவும் அருமையாக வைத்துக் கொண்டிருப்பதற்காக உங்களுக்கு நன்றி கூற வேண்டும் என்று நான் நினைத்தேன். அதோடு இன்னொரு விஷயத்தையும் நான் உங்களிடம் குறிப்பிட விரும்புகிறேன். வாரத்திற்கு இரண்டு நாள், இரண்டு மணிநேரம் என்பது மிகவும் குறைவான நேரமாக இருப்பதால், உங்களால் முடிந்தால், கூடுதலாக அவ்வப்போது ஓர் அரை மணிநேரம் வேலை செய்யுங்கள். கப்புகள் வைக்கும் இடத்தைப் பளிச்சூட்டுவது போன்ற, "எப்போதாவது ஒருமுறை' செய்ய வேண்டிய வேலைகளை அந்த நேரத்தில் நீங்கள் செய்யலாம். அந்தக் கூடுதல் வேலை நேரத்திற்கு நான் உங்களுக்குக் கூடுதல் பணம் கொடுத்துவிடுகிறேன்.

"அடுத்த நாள் நான் என் அலுவலகத்திற்குள் நுழைந்தபோது, என் மேசை நன்றாகத் துடைக்கப்பட்டு ஒரு கண்ணாடிபோல் பளிச்சென்று இருந்தது. என் நாற்காலியும் அவ்வாறே பளிச்சூட்டப்பட்டு இருந்தது. அதில் நான் உட்கார்ந்தபோது, கிட்டத்தட்ட அதிலிருந்து நான் வழுக்கி

விழுந்தேன். சிகிச்சை அறைக்குச் சென்றபோது, பேப்பர் சுப்கள் வைக்கும் இடம் பளபளப்பாக, மிகத் தூய்மையாக இருந்ததைக் கண்டேன். என் அலுவகத் துப்புரவாளருக்கு நான் ஓர் அருமையான பாராட்டைக் கொடுத்திருந்தேன். அந்த ஒரு சிறு காரியத்தால், கடந்த காலத்தில் அவர் செய்த வேலைகளைவிட மிகச் சிறப்பாக வேலை செய்தார். இதைச் செய்வதற்கு அவர் கூடுதலாக ஒரு நொடிகூட எடுத்துக் கொள்ளவில்லை!" என்று டாக்டர் ஃபிட்ஸ்ஹுக் தெரிவித்தார்.

நியூயார்க் மாநிலத்தின் புருக்லின் நகரைச் சேர்ந்த நான்காம் வகுப்பு ஆசிரியை திருமதி. ருத் ஹாப்கின்ஸ், பள்ளியின் முதல் நாளன்று தன் வகுப்புப் பட்டியலைப் பார்த்தபோது, ஒரு புதிய வருடத்தை துவக்குவதில் அவரிடம் இருந்த உற்சாகமும் மகிழ்ச்சியும் கவலையாக மாறின. அந்த வருடம் அவர் தன் வகுப்பில் டாமி என்ற மாணவனை வைத்துக் கொள்ள வேண்டியிருந்தது. பள்ளியிலேயே மிகவும் மோசமான சிறுவனாக அவன் கருதப்பட்டான். அவனது மூன்றாம் வகுப்பு ஆசிரியர் அவனைப் பற்றித் தன் சக ஆசிரியர்களிடமும், தலைமை ஆசிரியரிடமும், தான் கூறுவதைக் கேட்கும் எவரிடமும் தொடர்ந்து குறை கூறி வந்தார். அவன் வெறும் குறும்புத்தனமாக மட்டும் நடந்து கொள்ளவில்லை் வகுப்பில் தீவிரமான ஒழுங்குப் பிரச்சனையையும் ஏற்படுத்தினான், சக மாணவர்களுடன் சண்டையிட்டான், சிறுமியரைக் கேலி செய்தான். ஆசிரியர்களிடம் வம்பு செய்தான். அவன் வளர வளர மோசமாகிக் கொண்டே போவதுபோல் தோன்றியது. அவனிடமிருந்த ஒரே நல்ல விஷயம், விரைவாகக் கற்றுக் கொண்டு, பள்ளிப் பாடங்களில் சுலபமாகக் கைதேர்ந்தவன் ஆகும் அவனது திறன்தான்.

"டாமி பிரச்சனை"யை உடனடியாக எதிர்கொள்வது என்று திருமதி. ஹாப்கின்ஸ் தீர்மானித்தார். அவர் தனது புதிய மாணவர்களைத் தன் வகுப்பிற்குள் வரவேற்றபோது, அவர்கள் ஒவ்வொருவரிடமும் சிறு சிறு குறிப்புகளைக் கூறினார்: "ரோஸ், நீ அணிந்திருக்கும் ஆடை மிகவும் அழகாக இருக்கிறது," "அலிசியா, நீ அழகாக வரைவாய் என்று நான் கேள்விப்பட்டேன்." டாமியிடம் வந்தபோது, அவனை நேருக்கு நேராகப் பார்த்து, "டாமி, நீ ஓர் இயல்பான தலைவன் என்று நான் கேள்விப்பட்டேன். இந்த வருடம் நான்காம் வகுப்பில் நம்

வகுப்பைச் சிறந்த வகுப்பாக ஆக்குவதற்கு எனக்கு உதவி செய்ய நான் உன்னைத்தான் சார்ந்திருக்கப் போகிறேன்," என்று கூறினார். முதல் ஒருசில நாட்கள் இதை அவர் அவனிடம் வலியுறுத்திக் கொண்டே இருந்தார். டாமி செய்யும் அனைத்து விஷயங்களையும் அவர் பாராட்டினார். அவன் எப்படிப்பட்ட ஒரு நல்ல மாணவன் என்பதை அவனது செயல்கள் காட்டுகின்றன. என்று சுட்டிக் காட்டினார். அத்தகைய ஒரு மதிப்பைத் தக்க வைத்துக் கொள்ள வேண்டியிருக்கும்போது, ஓர் ஒன்பது வயதுச் சிறுவனால்கூட அந்த ஆசிரியருக்கு ஏமாற்றம் அளிக்க முடியாது. டாமி அவரை ஏமாற்றவும் இல்லை.

மற்றவர்களது மனப்போக்கு அல்லது நடத்தையை மாற்ற வேண்டிய, கடினமான அந்தத் தலைமைத்துவப் பாத்திரத்தில் நீங்கள் மேன்மையடைய வேண்டும் என்றால். இக்கொள்கையைப் பின்பற்றுங்கள்:

ஏழாவது கொள்கை

அடுத்தவரை ஒரு மதிப்புமிக்க நிலையில் உயர்த்தி வைத்து, அவர் அதற்கேற்பச் செயல்பட ஒரு வாய்ப்பை வழங்குங்கள்

8

தவறுகள் சுலபமாகத் திருத்திக் கொள்ளக்கூடியவை என்பதுபோலத் தோன்றச் செய்யுங்கள்

நெடுநாள் திருமணம் செய்து கொள்ளாமல் இருந்த என் நாற்பது வயது நண்பர் ஒருவருக்குத் திருமணம் நிச்சயமாகி இருந்தது. அவருக்கு மனைவியாக வரவிருந்தவர் அவரை நடனம் கற்றுக் கொள்ளுமாறு வற்புறுத்திக் கொண்டிருந்தார். என் நண்பர் என்னிடம், "எனக்கு நடனப் பயிற்சி தேவை என்பது ஆண்டவனுக்குத் தெரியும். ஏனெனில் இருபது வருடங்களுக்கு முன் நான் எப்படி ஆடினேனோ அப்படியே இப்போதும் ஆடிக் கொண்டிருக்கிறேன். இப்போது எனக்கு நடனம் கற்றுக் கொடுக்க நான் ஏற்பாடு செய்த முதல் பயிற்சியாளர் என்னிடம் ஓர் உண்மையைக் கூறினார். என் நடனம் முழுக்க முழுக்கத் தவறு என்றும், எல்லாவற்றையும் மறந்துவிட்டு நான் மீண்டும் முதலிலிருந்து துவங்க வேண்டும். என்றும் அவர் கூறினார். ஆனால் அது என் இதயத்தைச் சுக்கு நூறாக்கியது. எனவே நான் அவரிடம் நடனம் கற்றுக் கொள்வதை நிறுத்திவிட்டேன்," என்று கூறினார்.

"நான் ஏற்பாடு செய்திருந்த அடுத்தப் பயிற்சியாளர். என்னிடம் கூறியது பொய்யாக இருக்கலாம். ஆனால் அது எனக்குப் பிடித்திருந்தது. என் நடனம் சற்றுப் பழைய பாணியில் இருப்பதாகவும், ஆனால் என் அடிப்படைகள் அனைத்தும் சரியாக இருப்பதாகவும் கூறிய அவர், ஒருசில புதியவற்றைக் கற்றுக் கொள்வது எனக்கு அவ்வளவு பிரச்சனையாக இருக்காது என்று உறுதியளித்தார். முதலாவது பயிற்சியாளர் என் தவறுகளை அதிகமாக வலியுறுத்தி என்னை ஊக்கம் இழக்கச் செய்திருந்தார். இப்புதிய பயிற்சியாளர் அதற்கு நேர்

எதிரானதைச் செய்தார். நான் சரியாகச் செய்த விஷயங்களை அவர் புகழ்ந்து பாராட்டி, என் தவறுகளைக் குறைக்க எனக்கு உதவினார். ”இயற்கையாகவே உங்களுக்கு நல்ல தாள ஞானம் உள்ளது. நீங்கள் பிறவி நடனக் கலைஞர்,” என்று அவர் எனக்கு உறுதியளித்தார். இப்போது என் பொது அறிவு, நான் எப்போதும் ஒரு சாதாரண நடனமாடுபவராகத்தான் இருந்து இனிமேலும் எப்போதும் அவ்வாறே இருப்பேன் என்று என்னிடம் கூறுகிறது. ஆனால் என் இதயத்தின் ஆழத்தில், அவர் உண்மையாகத்தான் கூறுகிறார். என்று நினைக்க விரும்புகிறேன். அவர் அவ்வாறு கூறுவதால் அவருக்குப் பணம் கிடைக்கிறது என்பது உண்மைதான். ஆனால் அதை ஏன் இங்கு இழுக்க வேண்டும்?

“எது எப்படி இருந்தாலும், முன்பைவிட இப்போது நான் சிறப்பாக நடனமாடுவதற்குக் காரணம், என்னுள் இயற்கையாகவே நல்ல தாள ஞானம் இருக்கிறது என்று அவர் என்னிடம் கூறியதுதான். அது என்னை ஊக்குவித்தது. எனக்கு நம்பிக்கை அளித்தது. மேலும் மேம்பட வேண்டும். என்ற விருப்பத்தை அது என்னுள் தோற்றுவித்தது.

உங்கள் குழந்தையிடமோ, உங்கள் வாழ்க்கைத் துணைவரிடமோ, அல்லது உங்கள் உங்கள் ஊழியரிடமோ ஒரு குறிப்பிட்ட விஷயத்தில் அவர் முட்டாள் அல்லது ஒன்றுக்கும் உதவாதவர் என்றும், அதற்கான திறமை அவரிடம் இல்லை என்றும், அவர் அதை முழுவதுமாகத் தவறாகச் செய்கிறார் என்றும் கூறிப் பாருங்கள். அந்த விஷயத்தில் மேம்பட முயற்சிப்பதற்கு அவர்களிடம் உள்ள மொத்த ஊக்கத்தையும் நீங்கள் அழித்துவிட்டிருப்பீர்கள், ஆனால் அதற்கு நேர்மாறான உத்தியைப் பயன்படுத்திப் பாருங்கள் — அவர்களைத் தாராளமாக ஊக்குவியுங்கள். அந்த விஷயத்தைச் செய்வது சுலபம் என்று தோன்றச் செய்யுங்கள். அதைச் செய்வதற்கான அவரது திறனில் நீங்கள் நம்பிக்கை கொண்டுள்ளதை அவருக்குத் தெரியப்படுத்துங்கள். அத்திறன் அவரிடம் இயல்பாகவே அமைந்துள்ளது என்றும், அது வெறுமனே மேம்படுத்தப்பட வேண்டும். என்றும் அவரிடம் கூறுங்கள். அதில் மேன்மையுறுவதற்காக அவர் பொழுது விடியும்வரை அதைப் பயிற்சி செய்வார்.

மனித உறவுகளில் ஒரு தலைசிறந்த கலைஞராக விளங்கிய லோவெல் தாமஸ் இந்த உத்தியைப் பயன்படுத்தினார். அவர் மக்களுக்குத் தன்னம்பிக்கை ஊட்டினார். துணிவோடும் விசுவாசத்தோடும் செயல்பட அவர்களை ஊக்குவித்தார். எடுத்துக்காட்டாக, நான் ஒரு வார இறுதியை அவரோடும் அவரது குடும்பத்தாரோடும் செலவிட்டேன். சனிக்கிழமை இரவன்று, "பிரிட்ஜ்' என்ற சீட்டாட்டத்திற்காக அவர்கள் என்னை அழைத்தனர். பிரிட்ஜா? எனக்கு அந்த விளையாட்டைப் பற்றி எதுவுமே தெரியாது. அது எப்போதுமே எனக்குப் புரியாத புதிராக இருந்து வந்துள்ளது. அதை நான் விளையாடுவதற்கான சாத்தியமே இல்லை!

"டேல், அதை ஏன் நீங்கள் விளையாட மறுக்கிறீர்கள்? அது ஒன்றும் பெரிய வித்தை அல்ல. இந்த விளையாட்டில் நினைவாற்றல் மற்றும் மதிப்பீடு ஆகியவற்றைத் தவிர வேறு எதுவும் கிடையாது. நினைவாற்றலைப் பற்றி நீங்கள் பல கட்டுரைகளை எழுதியிருக்கிறீர்கள். பிரிட்ஜ் விளையாட்டில் நீங்கள் சுலபமாகக் கைதேர்ந்தவர் ஆகிவிடுவீர்கள். அது உங்கள் திறமைகளுக்குப் பொருத்தமான ஒரு விளையாட்டு," என்று லோவெல் கூறினார்.

நான் என்ன செய்கிறேன் என்பதை நான் உணர்வதற்கு முன்பாகவே, பிரிட்ஜ் மேசையில் நான் அவர்களோடு அமர்ந்திருந்தேன். அதற்குக் காரணம், அதற்குரிய திறமை என்னிடம் இயல்பாகவே இருக்கிறது என்று கூறப்பட்டதும், அந்த விளையாட்டை விளையாடுவது மிகச் சுலபம் என்று எனக்குத் தோன்றச் செய்ததும்தான்.

பிரிட்ஜ் விளையாட்டைப் பற்றிப் பேசும்போது எல்லி கல்பெர்ட்சன் என் நினைவிற்கு வருகிறார். பிரிட்ஜ் விளையாட்டைப் பற்றி அவர் எழுதிய புத்தகங்கள் பல மொழிகளில் மொழிபெயர்க்கப்பட்டு, இலட்சக்கணக்கான பிரதிகள் விற்றுள்ளன. ஆனால் அந்த விளையாட்டிற்கான திறமை அவரிடம் இயல்பாகவே இருந்ததாக ஓர் இளம் பெண் மட்டும் உறுதி கூறியிருக்காவிட்டால், அவர் அதை ஒரு தொழிலாக மேற்கொண்டிருந்திருக்க மாட்டார் என்று அவர் என்னிடம் கூறினார்.

1922ல் அவர் அமெரிக்காவிற்கு வந்தபோது, தத்துவம் மற்றும் சமூகவியலைக் கற்றுத் தரும் ஆசிரியர் வேலைக்கு முயற்சித்தார். ஆனால் அவரால் அது முடியவில்லை.

பிறகு அவர் நிலக்கரி விற்க முயன்று, அதிலும் தோற்றார். அதன் பிறகு காபி விற்க முயற்சித்து, அதிலும் தோல்வி கண்டார்.

அவர் பிரிட்ஜ் விளையாட்டை விளையாடியிருந்தார். ஆனால் அதை ஒருநாள் பிறருக்குக் கற்றுத் தர போவதை அவர் கனவிலும்கூட நினைத்துப் பார்க்கவில்லை. அவர் ஒரு மோசமான சீட்டாட்டக்காரர் மட்டுமல்ல, அதிகப் பிடிவாதக்காரரும்கூட. அவர் ஏகப்பட்டக் கேள்விகளைக் கேட்டார். அதோடு விளையாட்டு முடிந்த பிறகு ஏராளமான குறுக்கு விசாரணைகள் செய்தார். அதனால் அவரோடு விளையாட யாரும் விரும்பவில்லை.

பிறகு ஜோசபீன் டில்லான் என்ற ஓர் அழகிய பிரிட்ஜ் ஆசிரியையை அவர் சந்தித்தார். அவரிடம் காதல் வயப்பட்டு அவரை மணமுடித்தார். கல்பெர்ட்சன் தன் சீட்டுகளைக் கவனமாக ஆய்வு செய்ததைக் கவனித்த ஜோசபீன், சீட்டாட்டத்தில் அவர் மிகத் திறமையானவர் என்பதை அவருக்கு வலியுறுத்தி, தொழில்முறையாக அதை விளையாட அவரைத் தூண்டினார். ஜோசபீனின் ஊக்குவிப்பு மட்டும்தான் பிரிட்ஜ் விளையாட்டைத் ஒரு தொழிலாகத் தேர்ந்தெடுப்பதற்குக் காரணமாக அமைந்தது என்று கல்பெர்ட்சன் என்னிடம் கூறினார்.

ஒஹையோ மாநிலத்திலுள்ள சின்சினாட்டி நகரில் எங்கள் வகுப்பின் பயிற்றுவிப்பாளரான கிளாரென்ஸ் ஜோன்ஸ், தன் மகனை ஊக்குவித்ததும், தவறுகள் சுலபமாகத் திருத்திக் கொள்ளப்படக்கூடியவை என்று அவனுக்குத் தோன்றச் செய்ததும் அவனது எவ்வாறு முற்றிலுமாக மாற்றியது என்பதை எங்களிடம் கூறினார்.

“1970ல் பதினைந்து வயதான என் மகன் டேவிட் என்னுடன் சேர்ந்து வாழ்வதற்காக சின்சினாட்டிக்கு வந்தான். அவனது வாழ்க்கை மிகவும் கரடுமுரடானதாக இருந்தது. 1958ல் ஒரு கார் விபத்தில் அவனது தலை இரண்டாகப் பிளந்ததால், அவனது ஒரு மோசமான வடுவை அது ஏற்படுத்தியது. 1960ல் அவனது தாயாரும் நானும் விவாகரத்து செய்து கொண்டதால், அவன் தன் தாயுடன் டெக்சாஸ் மாநிலத்தின் டல்லாஸ் நகருக்குச் சென்றுவிட்டான். அவனது பதினைந்தாவது வயதுவரை, தன் பள்ளி வாழ்வின் பெரும்பாலான பகுதியை,

டல்லாஸ் கல்வி அமைப்பின் மெதுவாகக் கற்கும் குழந்தைகளுக்கான சிறப்புத் திட்டத்தில் கழித்திருந்தான். அவனது நெற்றியில் இருந்த வடுவின் காரணமாக அவனது மூளை பாதிக்கப்பட்டுள்ளதாகவும். அவனால் இயல்பாகச் செயல்பட முடியாது என்றும் பள்ளி நிர்வாகிகள் தீர்மானித்திருந்தனர். அவன் தன் வயதை ஒத்த மாணவர்களைவிட இரண்டு வருடம் பின்தங்கியிருந்தான். அதனால் அவன் ஏழாம் வகுப்பில்தான் இருந்தான். இருந்தாலும் அவனுக்குப் பெருக்கல் வரிசைகள் தெரியவில்லை, கைவிரல்களால் கூட்டினான். வாசிப்பதற்கு மிகவும் சிரமப்பட்டான்.

"ஆனால் அவனிடம் ஒரு நேர்மறையான விஷயமும் இருந்தது. தொலைக்காட்சிப் பெட்டி மற்றும் வானொலிப் பெட்டிகள்மீது அவனுக்கு மிகுந்த ஆர்வம் இருந்தது. அவன் ஒரு தொலைக்காட்சித் தொழில்நுட்ப வல்லுனராக விரும்பினான். நான் அதை ஊக்குவித்து, அதற்கான பயிற்சிக்குத் தகுதி பெறுவதற்கு அவனுக்குக் கணிதம் தேவை என்பதைச் சுட்டிக் காட்டினேன். கணிதத்தில் அவன் சிறப்பாகச் செயல்பட நான் அவனுக்கு உதவ முடிவு செய்தேன். நாங்கள் நான்கு செட்டுகள் ஃப்ளாஷ் கார்டுகளை வாங்கினோம்: பெருக்கல், வகுத்தல், கூட்டல், மற்றும் கழித்தலுக்கானவை அவை. நாங்கள் அந்தச் சீட்டுகளைக் கொண்டு விளையாடியபோது, அவன் சரியான விடைகளைக் கூறிய சீட்டுகளைத் தனியாக ஒரு குவியலில் வைத்தோம். டேவிட் தவறாக அதற்கான சரியான விடையை நான் அவனுக்குக் கூறி, அந்தச் சீட்டை மீண்டும் விளையாடுவதற்கான ஒரு குவியலில் போட்டு விடுவோம். ஒவ்வொரு முறை அவன் சரியான விடையைக் கூறியபோதும், குறிப்பாக, அவன் அதற்கு முன் அந்தச் சீட்டிற்குத் தவறாக விடையளித்திருந்தால், நான் அதை ஒரு பெரிய விஷயமாகக் கொண்டாடுவேன். மீண்டும் விளையாடுவதற்காக நாங்கள் வைத்துள்ள குவியலில் உள்ள சீட்டுகள் தீரும்வரை ஒவ்வோர் இரவும் நாங்கள் தொடர்ந்து விளையாடினோம். ஒவ்வோர் இரவும் நாங்கள் ஒரு கடிகாரத்தை வைத்து எங்கள் பயிற்சிக்கு ஆன நேரத்தைக் கணக்கிட்டோம். ஒரு தவறுகூட இல்லாமல். எட்டு நிமிடங்களுக்குள் அனைத்துச் சீட்டுகளுக்கும் அவன் சரியாக விடையளித்தால் ஒவ்வோர் இரவும் விளையாடுவதை நிறுத்திவிடுவதாக அவனுக்கு நான்

வாக்குறுதி அளித்தேன். இது சாத்தியமற்ற ஓர் இலக்காக அவனுக்குத் தோன்றியது. முதல்நாள் இரவு அவன் 52 நிமிடங்கள் எடுத்துக் கொண்டான். இரண்டாம் நாள் இரவு 48, பிறகு 45. 44, 41, அதன் பிறகு 40 நிமிடங்களுக்கும் குறைவாகவே அவனுக்குத் தேவைப்பட்டது. அவனது ஒவ்வொரு முன்னேற்றத்தையும் நாங்கள் கொண்டாடினோம். நான் என் மனைவியை வரச் செய்து, நாங்கள் இருவரும் அவனைக் கட்டியணைத்து, சந்தோஷமாக நடனம் ஆடுவோம். அந்த மாத இறுதியில் அனைத்துச் சீட்டுகளையும் எட்டு நிமிடங்களுள்ளாக அவன் கச்சிதமாகச் செய்து முடித்தான். அவனிடம் ஒரு சிறு முன்னேற்றம் ஏற்பட்டால், அதை மீண்டும் செய்ய வேண்டும் என்று அவன் கேட்பான். கற்பது சுலபமானது, குதூகலமானது என்ற அற்புதமான விஷயத்தை அவன் கண்டறிந்தான்.

"அதன் விளைவாக, கணிதத்தில் அல்ஜீப்ராவில் அவனது மதிப்பெண்கள் உயர்ந்தன. உங்களால் பெருக்கல் கணக்கை நன்றாகச் செய்ய முடியும்போது, அல்ஜீப்ரா எவ்வளவு சுலபமானதாக ஆகிவிடுகிறது என்பது வியப்பான விஷயம். கணிதத்தில் அவன் அம்முறை சிறந்த மதிப்பெண்களைப் பெற்றது அவனையே வியப்பில் ஆழ்த்தியது. அதற்கு முன் அது ஒருபோதும் நிகழ்ந்ததில்லை. பிற மாற்றங்களும் நம்ப முடியாத வேகத்தில் நடைபெற்றன. அவனது வாசிக்கும் திறன் வேகமாக மேம்பட்டது. வரைவதில் அவன் இயற்கையாகத் தான் பெற்றிருந்த திறமைகளைப் பயன்படுத்தத் துவங்கினான். அந்த ஆண்டின் பிற்பகுதியில் அவனது அறிவியல் ஆசிரியர் ஒரு காட்சிப் பொருளை உருவாக்கிக் கொண்டுவரும் பொறுப்பை அவனுக்கு அளித்திருந்தார். நெம்புகோல்களின் ஆற்றலை விளக்கும் வகையில் சிக்கலான மாதிரிகளை அவன் உருவாக்க விரும்பினான். அதற்கு வரையும் திறமையும், மாதிரிகளை உருவாக்கும் திறமையும் மட்டும் இருந்தால் போதாது; பயன்பாட்டுக் கணிதத் திறமையும் தேவைப்பட்டது. பள்ளியில் நடைபெற்ற அறிவியல் கண்காட்சியில் அவனது காட்சிப் பொருளுக்கு முதற்பரிசு கிடைத்தது. அது நகரப் போட்டிக்கும் அனுப்பப்பட்டு, மொத்த சின்சினாட்டி நகரிலும் மூன்றாம் பரிசைப் பெற்றது.

“அது அவனை முழுவதுமாக மாற்றியது. இரண்டு வகுப்புகள் தோல்வியுற்று, “மூளைக் கோளாறு“ உடையவன் என்று முத்திரை குத்தப்பட்டு, அவனது மூளை அவனது தலையிலிருந்த வெட்டின் வழியாக வெளியெறிவிட்டது என்று சக மாணவர்களால் கேலி செய்யப்பட்ட இச்சிறுவன், திடீரென்று தன்னால் உண்மையிலேயே கற்றுக் கொள்ள முடியும்.வது வகுப்பின் இறுதிப் பகுதியிலிருந்து விளைவாக, முடியும் என்று கண்டறிந்தான். இதன் உயர்நிலைப் பள்ளி முழுவதும், படிப்பில் அவன் நன்மதிப்புச் சான்றிதழ்களைப் பெறத் தவறியதில்லை. உயர்நிலைப் பள்ளியில் படிக்கும்போது அவன் தேசிய நன்மதிப்புக் கழகத்திற்குத் தேர்ந்தெடுக்கப்பட்டான். கற்றுக் கொள்வது சுலபம் என்பதை அவன் கண்டுகொண்டவுடன், அவனது மொத்த வாழ்வும் மாறியது.”

மற்றவர்கள் மேம்படுவதற்கு நீங்கள் உதவ விரும்பினால், இதை நினைவில் வைத்துக் கொள்ளுங்கள்:

எட்டாவது கொள்கை

தவறு எளிதில் திருத்திக் கொள்ளப்படக்கூடியது என்பதுபோல் தோன்றச் செய்யுங்கள்.

9

உங்களுக்கு என்ன வேண்டுமோ அதை மனமுவந்து மக்களைச் செய்ய வைப்பது எப்படி

1915ஆம் ஆண்டு அமெரிக்கா அதிர்ச்சிக்கு உள்ளானது. சுமார் ஒரு வருடத்திற்கும் மேலாக, மனிதகுலம் கனவிலும் நினைத்துப் பார்த்திடாத அளவில், ஐரோப்பிய நாடுகள் ஒன்றையொன்று வெட்டிச் சாய்த்துக் கொண்டிருந்தது. அமைதி ஏற்பட வழி பிறக்குமா? யாரும் அதை அறிந்திருக்கவில்லை. ஆனால் அமைதிக்காக முயற்சிப்பது என்று உட்ரு வில்சன் தீர்மானித்தார். ஐரோப்பிய நாடுகளின் இராணுவ அதிகாரிகளுக்கு ஆலோசனை வழங்க அவர் ஒரு தனிப் பிரதிநிதியை, ஓர் அமைதித் தூதுவரை அனுப்பி வைத்தார்.

அரசுச் செயலாளரும், அமைதி ஆதரவாளருமான வில்லியம் ஜென்னிங்ஸ் பிரையன் அமைதித் தூதுவராக இருக்க விரும்பினார். ஒரு மாபெரும் சேவை செய்து தன் பெயரை என்றென்றும் நிலைத்திருக்கச் செய்வதற்கான ஒரு வாய்ப்பை அவர் கண்டறிந்தார். ஆனால் அவரது நெருங்கிய நண்பரான கர்னல் எட்வர்டு எம். ஹவுஸை உட்ரு வில்சன் அவ்வேலைக்கு நியமித்தார். பிரையனுக்கு வருத்தம் தரும் இச்செய்தியை அவரது மனம் நோகாதவாறு அவரிடம் தெரிவிக்க வேண்டியது "ஹவுஸு"டையதாயிற்று. இது கடினமான வேலை

“அமைதித் தூதுவராக ஐரோப்பாவிற்கு நான் செல்லவிருப்பதைக் கேட்டவுடன் பிரையன் மிகவும் ஏமாற்றமடைந்தார். தான் அப்பணியை மேற்கொள்ளத் திட்டமிட்டிருந்ததாக அவர் என்னிடம் கூறினார்,” என்று கர்னல் ஹவுஸ் தனது பதிவேட்டில் பதிவு செய்திருந்தார்.

"இதை எவரொருவரும் அதிகாரபூர்வமாகச் செய்வது அவ்வளவு புத்திசாலித்தமான யோசனை அல்ல என்று அதிபர் நினைத்ததாகவும், அதோடு அவர் அங்கு போவது மக்களின் கவனத்தைப் பெருமளவில் ஈர்க்கும் என்றும், அவர் ஏன் ஐரோப்பாவிற்குச் சென்றார் என்று அவர்கள் வியப்படைவார்கள் என்றும் நான் அவரிடம் கூறினேன்.

செய்தி எவ்வாறு தெரிவிக்கப்பட்டது என்பதை நீங்கள் கவனித்தர்களா? அந்த வேலையைவிட முக்கியமான பல வேலைகள் பிரையனுக்காகக் காத்திருக்கின்றன என்று அவர் சொல்லாமல் சொன்னார். அதைக் கேட்ட பிரையன் திருப்தியடைந்தார்.

வில்லியம் கிப்ஸ் மெக்.அடுவைத் தன் அமைச்சரவையில் உறுப்பினராவதற்கு அழைப்பு விடுத்தபோதும் அதிபர் உட்ரூ வில்சன் அக்கொள்கையைப் பின்பற்றினார். உட்ரூ வில்சன் எவரொருவருக்கும் அளிக்கக்கூடிய மிக உயர்ந்தபட்ச மரியாதை, தன் அமைச்சரவையில் சேருமாறு அவருக்கு விடும் அழைப்புதான். இருந்தாலும், வில்லியம் கிப்ஸை இரு மடங்கு தன்னை முக்கியமானவராக உணரும் வகையில் அவர் அந்த அழைப்பை விடுத்தார். அச்சம்பவத்தை வில்லியம் கிப்ஸ் தன் சொந்த வார்த்தைகளில் கூறுகிறார்: "அவர் (வில்சன்) தன் அமைச்சரவையை உருவாக்கிக் கொண்டிருப்பதாகவும், அதில் கருவூலச் செயலாளர் பொறுப்பை நான் ஏற்றுக் கொண்டால் அது தனக்கு மிகுந்த மகிழ்ச்சி அளிக்கும் என்றும் அவர் கூறினார். விஷயங்களை அடுத்தவருக்கு மிக நேர்த்தியாக எடுத்துரைப்பதில் வல்லவர் அவர். அந்த மாபெரும் மரியாதையை நான் ஏற்றுக் கொள்வதன்மூலம் நான் அவருக்கு ஓர் உபகாரம் செய்யப் போகிறேன் என்ற எண்ணத்தை அவர் என்னிடம் தோற்றுவித்தார்."

"நீங்கள் விரும்பும் வேலையை அடுத்தவர்களை மகிழ்ச்சியோடு செய்ய வைக்கும்" அணுகுமுறையை அரசியல் தலைவர்களும் அரசுத் தூதுவர்களும் மட்டுமே பயன்படுத்துவதில்லை. இன்டியானா மாநிலத்திலுள்ள ஃபோர்ட் வெயின் நகரைச் சேர்ந்த டேல் ஓ. ஃபெரியர் தன் இளம் மகனுக்குத் தான் இட்ட ஒரு அவனாகவே விருப்பத்துடன் செய்ய வேலையை அவனை ஊக்குவித்ததைப் பற்றிக் கூறுகிறார்.

“ஜெ.ஃ.புக்கு இடப்பட்ட வேலைகளில் ஒன்று பேரிக்காய் மரத்திற்கு அடியில் விழுந்து கிடக்கும் பேரிக்காய்களைப் எடுப்பது. இல்லையென்றால், அந்த இடத்தில் புல் வெட்டுபவர் தன் வேலைக்கு இடையிடையே. சிதறிக் கிடக்கும் பேரிகாய்களையும் எடுக்க வேண்டியிருக்கும். இது அவரது வேலைக்கு இடையூறாக இருக்கும். ஜெ.ஃ.ப் இந்த வேலையை விரும்பவில்லை. பல சமயங்களில் அந்த வேலையை அவன் செய்யவில்லை. அல்லது அதை மிகவும் மோசமாகச் செய்திருந்தான். அவன் விட்டுச் சென்ற பல பேரிக்காய்களை மீண்டும் அந்தப் புல் வெட்டுபவர் எடுக்க வேண்டியிருந்தது. அவனிடம் அது பற்றி நேரடியாக விசாரிப்பதற்குப் பதிலாக நான். “ஜெ.ஃ.ப், நாம் ஓர் ஒப்பந்தம் செய்து கொள்ளலாம். நீ நிரப்பும் ஒவ்வொரு பேரிக்காய்க் கூடைக்கும் நான் உனக்கு ஒரு டாலர் பணம் தருவேன். ஆனால் நீ அவற்றைப் எடுத்து பிறகு, அந்த இடத்தில் நான் கண்டெடுக்கும் ஒவ்வொரு பேரிக்காய்க்கும் நான் ஒரு டாலரை உன்னிடமிருந்து பெற்றுக் கொள்வேன். சம்மதமா?“ என்று கூறினேன். நீங்கள் எதிர்பார்ப்பது போலவே, அவன் கீழே விழுந்து கிடந்த பழங்களை மட்டும் எடுக்கவில்லை சில நேரங்களில் மரத்திலிருந்து. பழங்களைப் பிடுங்கித் தன் கூடையை நிரப்பாதபடிப் பார்த்துக் கொள்ள நான் அவன்மீது ஒரு கண் வைக்க வேண்டியிருந்தது.”

ஒரு பிரபலமான மனிதர், தன் நண்பர்கள். தெரிந்தவர்கள் போன்றோரிடமிருந்து சொற்பொழிவு ஆற்றுவதற்காகத் தனக்கு வரும் பல அழைப்புகளை நிராகரிக்க வேண்டி இருந்தது. ஆனால், அடுத்தவர் அவரது மறுப்பைத் திருப்தியுடன் ஏற்றுக் கொள்ளும்படி மறுப்பதில் அவர் திறம்படைத்தவராக விளங்கினார். தான் பல வேலைகளில் ஈடுபட்டிருந்ததால் தன்னிடம் நேரம் இல்லை என்று அவர் வெறுமனே தட்டிக் கழிக்கவில்லை. மாறாக, அழைப்பிற்கு நன்றி தெரிவித்து, தன்னால் அதை ஏற்றுக் கொள்ள முடியாததற்கு வருத்தம் தெரிவித்து, வேறு ஏதேனும் ஒரு பேச்சாளரைப் பரிந்துரைத்தார். வேறு வார்த்தைகளில் கூறுவதானால், அவர் மறுத்தது குறித்து வருத்தப்பட அடுத்தவருக்கு அவர் நேரமே கொடுக்கவில்லை. அந்நபரது அழைப்பை ஏற்றுக் கொள்ளக்கூடிய வேறொரு பேச்சாளர் குறித்து அவரது எண்ணங்களை அவர் உடனடியாகத் திசை திருப்பினார்.

மேற்கு ஜெர்மனியில் எங்கள் பயிற்சி வகுப்பில் கலந்து கொண்ட குன்டெர் ஷ்மிட், தான் நிர்வகித்து வந்த பல்பொருள் அங்காடியில் நடந்த ஒரு நிகழ்ச்சியைப் பற்றி எங்களிடம் கூறினார். பொருட்கள்மீது விலைச்சீட்டுகளை ஒட்டும் வேலையைச் செய்து வந்த ஒரு பெண், தன் வேலையில் மிகவும் கவனக்குறைவாக இருந்து வந்தார். இது குழப்பத்தை விளைவித்தது. வாடிக்கையாளர்களிடம் இருந்து ஏகப்பட்டப் புகார்கள் வந்தன. அவருக்கு வழங்கப்பட்ட நினைவூட்டல்களும், எச்சரிக்கைகளும், எதிர்ப்புகளும் போதிய பலனளிக்கவில்லை. இறுதியாக, திரு. ஷ்மிட் அவரைத் தன் அலுவலகத்திற்கு வரச் செய்து, மொத்தக் கடைக்கும் விலைச்சீட்டு ஒட்டும் பொறுப்பை நிர்வகிக்கும் கண்காணிப்பாளராக அவரை நியமனம் செய்வதாகவும், கடையில் உள்ள எல்லாப் பொருட்கள்மீதும் சரியான விலைச்சீட்டு ஒட்டப்பட்டிருப்பதை உறுதி செய்யும் பொறுப்பு அவருடையது என்றும் அவரிடம் கூறினார். இப்புதிய பொறுப்பும் பதவியும் அப்பெண்ணின் மனப்போக்கை முற்றிலுமாக மாற்றின. அன்றிலிருந்து அவர் தன் கடமைகளைத் திருப்திகரமாகச் செய்தார்.

இது குழந்தைத்தனமாகத் தோன்றுகிறதா? ஒருவேளை அப்படி இருக்கலாம். ஆனால் நெப்போலியன், பொதுமக்களுக்கும் இராணுவ வீரர்களுக்கும் வழங்கப்படும் “லிஜன் ஆ.ஃ.ப் ஆனர்“ என்ற, பிரான்சின் மிக உயர்ந்த விருதை உருவாக்கி, 15,000 வீரர்களுக்குப் பதக்கங்களை வழங்கி, தன் பதினெட்டு ஜெனரல்களை மார்ஷல் பதவிக்கு உயர்த்தி, தன் படைகளை ‘பிரம்மாண்டப் படை“ என்று அழைத்தபோதும் மக்கள் அவ்வாறுதான் கூறினார்கள். போரில் மிகுந்த அனுபவம் பெற்ற வீரர்களுக்குப் “பொம்மை“களை வழங்கியதாக நெப்போலியன் கேலி செய்யப்பட்டார். ”பொம்மைகளை விரும்பாத மனிதர்கள் யார் இருக்கிறார்கள்?” என்று நெப்போலியன் அதற்குப் பதிலளித்தார்.

பிறருக்குப் பட்டங்களையும் அதிகாரத்தையும் அள்ளி வழங்கிய உத்தி நெப்போலியனுக்குப் பயன் விளைவித்தது. அது உங்களுக்கும் பலனளிக்கும். எடுத்துக்காட்டாக,

நியூயார்க் மாநிலத்தின் ஸ்கார்ஸ்டேல் நகரைச் சேர்ந்த என் நண்பர் திருமதி. எர்னெஸ்ட் ஜென்ட்டின் முற்றத்தில் சிறுவர்கள் குறுக்கும் நெடுக்குமாக ஓடி அங்கிருந்த புல்வெளியை நாசம்

செய்தது அவரைக் கவலைக்கு உள்ளாக்கியது. அவர் விமர்சித்துப் பார்த்தார். கெஞ்சிப் பார்த்தார். எதுவும் வேலை செய்யவில்லை. பிறகு அவர்களது குழுவிலிருந்த மிக மோசமான குறும்புக்காரனைப் பிடித்து, அவனுக்கு ஒரு பட்டத்தையும் அதிகாரத்தையும் கொடுத்தார். அவர் அவனைத் துப்பறிவாளனாக ஆக்கி, அவரது முற்றத்தில் யாரும் கால் வைக்காதபடிப் பார்த்துக் கொள்வதற்கான பொறுப்பை அவனுக்குக் கொடுத்தார். அது அவருடைய பிரச்சனையைத் தீர்த்தது. அந்தத் துப்பறிவாளன் அவரது வீட்டின் பின்புறத்தில் ஒரு நெருப்பு மூட்டி, ஓர் இரும்புக் கம்பியைப் பழுக்கக் காய்ச்சி, புல்வெளியில் காலெடித்து வைக்கும் எந்தவொரு சிறுவனுக்கும் சூடு போடப்படும் என்று அச்சுறுத்தி, காரியத்தைச் சாதித்துக் கொண்டான்.

பிறரது மனப்போக்குகளையோ அல்லது நடத்தைகளையோ மாற்ற வேண்டிய தேவை ஏற்படும்போது, ஓர் ஆற்றல்மிக்கத் தலைவர் பின்பற்ற வேண்டிய வழிமுறைகள் இவை:

1. உண்மையாக இருங்கள். உங்களால் செய்ய முடியாதவற்றைப் பற்றி வாக்குறுதியளிக்காதீர்கள். உங்களுக்கான ஆதாயங்களைப் பற்றி மறந்துவிட்டு, அடுத்தவருக்கான ஆதாயங்களில் கவனம் செலுத்துங்கள்.

2. அடுத்தவர் உங்களுக்காக என்ன செய்ய வேண்டும் என்பது பற்றித் தெளிவாக இருங்கள்.

3. அடுத்தவரைப் புரிந்து கொள்ளுங்கள். அடுத்தவருக்கு உண்மையிலேயே என்ன வேண்டும் என்பது பற்றி நீங்கள் உங்களையே கேட்டுக் கொள்ளுங்கள்.

4. நீங்கள் பரிந்துரைப்பதைச் செய்வதால் அவருக்கு என்ன ஆதாயங்கள் கிடைக்கும் என்பதை எடுத்துரையுங்கள்.

5. அந்த ஆதாயங்கள் அவரது தேவைகளோடு ஒத்துப் போகும்படிப் பார்த்துக் கொள்ளுங்கள்.

6. நீங்கள் உங்கள் கோரிக்கையை முன்வைக்கும்போது, அடுத்தவர் அதிலிருந்து தனிப்பட்ட முறையில் பலன் பெறுவார் என்பதை அவர் அறிந்து கொள்ளும்

விதத்தில் உங்கள் விருப்பத்தைக் கூறுங்கள். ஒரே விஷயத்தை இரண்டு விதமாகச் செய்யலாம். உதாரணமாக, இப்படிப்பட்ட ஒரு கறாரான கட்டளையை நாம் கொடுக்கலாம்: ”ஜான், நாளைக்கு வாடிக்கையாளர்கள் வருகிறார்கள். சேமிப்பு அறை எனக்கு சுத்தமாக இருக்க வேண்டும். எனவே அதைப் பெருக்கித் துடைத்து, சாமான்களை அவற்றிற்கான அடுக்குகளில் சீராக அடுக்கி வைத்து, மேடைகளைப் பளிச்சென்று காண்பியுங்கள்.” அல்லது, அவ்வேலையைச் செய்வதால் அவருக்குக் கிடைக்கும் ஆதாயங்களை எடுத்துக் காட்டுவதன்மூலம் அதே யோசனையை அவருக்கு இவ்வாறு தெரிவிக்கலாம்: ”ஜான், நாம் உடனடியாகச் செய்து முடிக்கப்பட வேண்டிய ஒரு வேலை உள்ளது. அதை இப்போதே செய்தால், பின்னாளில் அதை எதிர்கொள்ள வேண்டியதில்லை. நம்மிடமுள்ள வசதிகளைக் காட்டுவதற்காக நான் சில வாடிக்கையாளர்களை நாளைக்கு அழைத்து வரப் போகிறேன். அவர்களுக்கு நான் சேமிப்பு அறையைக் காண்பிக்க விரும்புகிறேன். ஆனால் அது மோசமான நிலையில் உள்ளது. நீங்கள் தூய்மைப்படுத்தி , சாமான்களை அவற்றிற்கான அடுக்குகளில் சீராக அடுக்கி வைத்து, மேடைகளைப் பளிச்சென்று வைத்தால், அது நம்மை ஆற்றல்மிக்கவர்களாகத் தோன்றச் செய்யும். அத்தோடு, இந்நிறுவனத்தின் மதிப்பை உயர்த்துவதில் நீங்கள் உங்கள் பங்கை ஆற்றியிருப்பீர்கள்.”

நீங்கள் பரிந்துரைத்ததைச் செய்வது குறித்து ஜான் மகிழ்ச்சி அடைவாரா? அவ்வளவாக மகிழ மாட்டார். ஆனால், அதிலுள்ள அனுகூலங்களை நீங்கள் அவருக்குச் சுட்டிக்காட்டாமல் இருந்திருந்தால் அவர் எப்படி இருந்திருப்பாரோ, அதைவிட இப்போது அதிக மகிழ்ச்சியோடு இருப்பார். தன் சேமிப்பு அறை அழகாக இருப்பது குறித்து ஜானிற்குப் பெருமை உண்டு என்பதும், நிறுவனத்தின் மதிப்பிற்குப் பங்களிப்பதில் அவர் ஆர்வமாக இருக்கிறார் என்பதும் உங்களுக்குத் தெரியும் என்று வைத்துக் கொள்வோம். அப்போது அவர் ஒத்துழைப்பதற்கான சாத்தியக்கூறுகள் அதிகம்.

இந்த அணுகுமுறைகளைப் பயன்படுத்தினால் அடுத்தவரிடமிருந்து சாதகமான பதில்களே உங்களுக்கு எப்போதும் கிடைக்கும் என்று நம்புவது சிறுபிள்ளைத்தனம். ஆனால் இக்கொள்கைகளைப் பயன்படுத்துவதன்மூலம் அடுத்தவரது மனப்போக்குகளை மாற்றுவதற்கான வாய்ப்புகள் அதிகம் என்பதைப் பெரும்பாலான மக்களின் அனுபவங்கள் நமக்கு எடுத்துக் காட்டுகின்றன. உங்கள் வெற்றி வெறும் 10 சதவீதம் மட்டுமே அதிகரித்தாலும், நீங்கள் முன்பு இருந்ததைவிட 10 சதவீதம் அதிக ஆற்றல்மிக்கத் தலைவராக ஆகியிருப்பீர்கள். அதுதான் உங்களுக்குக் கிடைக்கும் வெற்றி.

கீழ்க்காணும் கொள்கையை நீங்கள் பயன்படுத்தினால், நீங்கள் விரும்புவதை மக்கள் செய்வதற்கான வாய்ப்புகள் அதிகரிக்கும்.

ஒன்பதாவது கொள்கை

நீங்கள் பரிந்துரைக்கும் வேலையைச் செய்வது குறித்து அடுத்தவரை மகிழ்ச்சியடையச் செய்யுங்கள்.

www.ingramcontent.com/pod-product-compliance
Ingram Content Group UK Ltd.
Pitfield, Milton Keynes, MK11 3LW, UK
UKHW041339120726
13710UKWH00019B/83

9 789355 992598